தனித்திருக்கும் தீவுக் கூட்டம்

தீவுப் புதினம்

பங்கஜ் ஷெக்சாரியா

தமிழில்

த. சித்தார்த்தன்

தடாகம்

தடாகம்

தனித்திருக்கும் தீவுக் கூட்டம் (தீவுப் புதினம்)

- **ஆசிரியர்:** பங்கஜ் ஷெக்சாரியா
- **ஆங்கிலத்திலிருந்து தமிழில்:** த. சித்தார்த்தன்
- **முதல் பதிப்பு:** ஆகஸ்ட், *2023*
- **வடிவமைப்பு:** கி. ஆஷா
- **அட்டை ஓவியம்:** ரோஹிணி மணி

Thanithirukkum Theevuk Koottam a Tamil translation of ***The Last Wave (An Island Novel)*** by ***Pankaj Sekhsaria*** in English, pulished by ***HarperCollins Publishers*** on 2014, translated in Tamil by ***T. Siddharthan.***

Copyright © Pankaj Sekhsaria 2014 All rights reserved

Tamil translation copyright © Thadagam, Chennai, 2023

Published by:

THADAGAM
No.112, First Floor, Thiruvalluvar Salai
Thiruvanmiyur, Chennai 600041
Ph: +91-98400-70870
www.thadagam.com | info@thadagam.com

ISBN: 978-93-93361-72-1

Published on August 2023

INR: ₹ 420

என் பெற்றோருக்கும்
பியூஷ், லதா, கபீருக்கும்

ஆசிரியர் அறிமுகம்

பங்கஜ் ஷெக்சாரியா புனே பல்கலைக்கழகத்தில் இயந்திரப் பொறியியல் பயின்றவர். நெதர்லாந்தில் உள்ள மாஸ்டிரிட்ச் பல்கலைக்கழகத்தில் அறிவியல் தொழில்நுட்பத்தில் முனைவர் பட்டம் பெற்றவர். புதுதில்லி ஜாமியா இஸ்லாமியா பல்கலைக் கழகத்தில் ஊடகம், மக்கள் தொடர்பியலில் முதுநிலைப் படிப்பை முடித்தார். அறிவியல் தொழில்நுட்ப ஆய்வுகள், அறிவியல் தொழில் நுட்பத் தொலைநோக்கு, கொள்கை வகுத்தல், சமூகமும் அதன் வளர்ச்சியும், தொழில்நுட்பத்தின் வரலாறு, சுற்றுச்சூழலும் மேம் பாடும், குடிமக்கள் அறிவியல், வனவிலங்குப் பாதுகாப்பு, தீவுகள் பற்றிய ஆய்வு, ஊடகக்கல்வி ஆகியவற்றில் ஆராய்ச்சி செய்யும் ஆர்வம் கொண்டிருப்பவர்.

பல நூல்களையும், எண்ணற்ற ஆராய்ச்சிக் கட்டுரைகளையும், ஊடகக் கட்டுரைகளையும் இவர் எழுதியிருக்கிறார். அறிவியல் தொழில்நுட்பம், புதுமைகள் படைத்தல் ஆகியவற்றில் சமூகம் ஏற்படுத்தியிருக்கும் ஆழமான தாக்கம் பற்றிய தகவல்களைக் கொண்ட 'Nano Scale', இந்தியாவில் உள்ள ஒரு ஆய்வகத்தின் வரலாறு பற்றிக் கூறும் 'Instrumental Lives', இந்தியாவில் நானோ தொழில்நுட்பம் (Enculturing Innovation – Indian Engagements with Nano Technology), அந்தமான் நிகோபார் தீவுகள் பற்றிய 'மாறி வரும் தீவுகள்' (Islands in Flux) கட்டுரைத் தொகுப்பு, உயிர்ப்பன்மயம் பற்றி எழுதுவோருக்கான வழிகாட்டி நெறிமுறைகள் (Putting Biodiversity on the front page – Biodiversity Reporting Guidelines) ஆகிய நூல்களை இவர் எழுதியுள்ளார். மற்ற எழுத்தாளர்களுடன்

இணைந்து இந்திய உயிர்ச்சூழல் அமைப்பினைப் பற்றிய முதல் தடங்கள் (First Steps) எனும் நூலையும், ஆமைகளுக்காகக் காத்திருத்தல் (Waiting for Turtles) என்ற நூலையும் எழுதியுள்ளார். மகாராஷ்டிராவில் வனவிலங்குகளின் நிலைமை, வடகிழக்கு மாநிலங்களில் வனவிலங்குகள், ஜாரவா தொல்குடிக் காப்புக் காடுகள் பற்றிய ஆவணம், இந்தியாவில் மனிதர்களும் பாது காக்கப்பட்ட வனங்களும் (Conservation Kaleidoscope) ஆகிய நூல்களைப் பதிப்பித்துள்ளார். அந்தமான் தொல்குடிகளின் நிலைமை, அந்தமான் நிகோபார் தீவுகளின் சீரழிவு ஆகியவற்றை மையமாகக் கொண்ட 'இறுதி அலை' என்ற இவரது முதல் புதினம் கன்னட மொழியில் மொழிபெயர்க்கப்பட்டுள்ளது. இப்போது இது தமிழில் வெளிவருகிறது.

பங்கஜ் ஷெக்சாரியா ஓர் ஆய்வறிஞர், பத்திரிகையாளர், சுற்றுச் சூழலியலாளர். அவ்வப்போது புதினங்களையும் எழுதுபவர். அந்தமான் நிகோபார் தீவுகளுடன் மிகவும் நெருக்கமான உறவுடையவர். தீவுகளில் உருவாகும் மிக நுட்பமான மாறு பாடுகளையும் அறிந்துகொண்டு, சூழலியலும் மக்களும் என்ற கோணத்தில் 20 ஆண்டுகளாக எழுதிவருபவர். அந்தமான் நிகோபார் தீவுகளின் தற்கால நிலவரம் பற்றியும், அது சென்று கொண்டிருக்கும் பாதையைப் பற்றியும் சீரான வகையில் முரணில்லாமல் எழுதிவரும் இவரது எழுத்துகள் நுணுக்கமான விவரங்களையும், முன்னோக்குப் பார்வையையும் முன்வைக்கின்றன. எளிதில் மாற்றம் கண்டு, சிதைந்துவிடக்கூடிய வகையில் நிலையற்றதாக இருக்கும் இந்தத் தீவுக்கூட்டங்களைப் பற்றிய உண்மையான சித்திரம் இவரது எழுத்துகளின் வழியாக நமக்குக் கிடைக்கிறது. அந்தமான் நிகோபாரின் வரைபடம்போல இவரது எழுத்துகள் இருக்கின்றன.

டெல்லியில் உள்ள இந்தியத் தொழில்நுட்பப் பல்கலைக் கழகத்தில் மனித நல, சமூக அறிவியல் துறையின் அறிவியல், தொழில்நுட்பக் கொள்கை ஆராய்ச்சி மையத்தில் முதுநிலை திட்ட ஆராய்ச்சி விஞ்ஞானியாக இப்போது இவர் பணிபுரிந்து வருகிறார்.

மொழிபெயர்ப்பாளர் குறிப்பு

த.சித்தார்த்தன், தஞ்சாவூர் மாவட்டத்தில் பிறந்தவர். தஞ்சாவூர் மன்னர் சரபோஜி கல்லூரியில் இளம் அறிவியல் பட்டமும், கும்பகோணம் அரசினர் ஆடவர் கலைக்கல்லூரியில் முதுகலைப் பட்டமும் பெற்றார். சென்னைப் பல்கலைக்கழக தமிழ் மொழித் துறையில் பயின்று தமிழ் இலக்கியத்தில் ஆய்வியல் நிறைஞர் பட்டம் பெற்றார். கல்வியியலில் முதுகலைப்பட்டமும், இதழியலில் பட்டயப் படிப்பும் பயின்றுள்ள இவர், கோயமுத்தூர் பாரதியார் பல்கலைக்கழகத்தில் உளவியலில் முனைவர் பட்டம் பெற்றுள்ளார்.

தமிழ் நாளிதழில் செய்தியாளராகவும், உதவி ஆசிரியராகவும் சென்னையில் பணிபுரிந்தார். தமிழக அரசின் தலைமைச் செயலகத்தில் ஏழு ஆண்டுகள் பணியாற்றிய பிறகு, அகில இந்திய வானொலியில் நிகழ்ச்சி அமைப்பாளராகச் சேர்ந்தார். 25 ஆண்டுகள் ஊடகப் பணிபுரிந்து சென்னை வானொலியின் உதவி இயக்குநராக ஓய்வு பெற்றார்.

தீபம், கணையாழி, ஓம்சக்தி, ஆனந்தவிகடன், ஜூனியர் விகடன், தினமலர், தினத்தந்தி, இந்து தமிழ்திசை, மனோரமா இயர் புக், Indian Express ஆகியவற்றில் கதை, கவிதை, கட்டுரைகள் எழுதியுள்ளார். வானொலி நாடகங்களும் எழுதியுள்ள இவர் பொதுச் சேவை ஒலிபரப்பாளர் விருது பெற்றவர். ஓர் அறிவியல்

நூலையும், மூன்று சூழலியல் நூல்களையும் எழுதியுள்ளார். உலகத் தமிழ்ச்செம்மொழி மாநாட்டிலும் தஞ்சாவூர் தமிழ்ப் பல்கலைக்கழகத்திலும் ஆராய்ச்சிக் கட்டுரைகள் அளித்துள்ளார். ஹீப்ரு சிறுகதைத் தொகுப்பு உட்பட எட்டு நூல்களைத் தமிழாக்கம் செய்துள்ளார். அறிவியல் தமிழ் கட்டுரைகளையும், சூழலியல் கட்டுரைகளையும் எழுதி வருகிறார்.

நூல் குறிப்பு

வங்காள விரிகுடா கடற்பரப்பில் 8200 சதுர கிலோமீட்டர் பரப்பளவில் 306 தீவுகளும், 206 பாறை வெளித்தோற்றங்களும் பரவிக் காணப்படுகின்றன. இந்தியப் பெருநிலத்திலிருந்து 1200 கிலோமீட்டர் தொலைவிற்கு அப்பால் அமைந்திருக்கும் மிகப் பெரிய தீவுக்கூட்டமே அந்தமான் நிகோபார் தீவுகளாகும். மியான்மரும் சுமத்ரா தீவும் இந்தத் தீவுகளுக்கு மிக அருகிலிருக்கும் நிலப்பரப்புகள். அந்தமானையும் நிகோபாரையும் பிரிப்பது பத்து டிகிரி கால்வாய். இது, 160 கிலோமீட்டர் அகலமுள்ள நீர் வெளியாகும். அந்தமான் நிகோபார் தீவுகள் நிலநடுக்கோட்டுப் பகுதியில் அமைந்திருக்கின்றன.

அந்தமான் நிகோபார் தீவுகளில் வசித்துவரும் அந்தமான் பெருந்தீவினர், ஓங்கே, ஜாரவா, சென்டினலீஸ் போன்ற தொல்குடி இன மக்களின் வரலாறு 40ஆயிரம் ஆண்டுகளுக்கு முற்பட்டது. இந்தத் தொல்குடி மக்கள்தொகை 5000 என்ற எண்ணிக்கையிலிருந்து, 150 ஆண்டுகளில் 500 ஆகக் குறைந்துவிட்டது. தொல்குடி மக்களின் வரலாற்றுப் பெருந்தோற்றம் பற்றி விவரித்துக் கூறும் வகையில் தீவுகளின் உண்மையான வரலாறு எழுதப்பட்டால், அதில் பிரிட்டிஷாருக்கோ, இந்தியாவுக்கோ அதிகமான இடம் இருக்காது.

ஆண்டுக்கு மூன்று இலட்சமாக இருந்துவரும் சுற்றுலாப் பயணிகளின் வருகையைப் பத்து மடங்காக அதிகரிக்க வேண்டும் என்றும், இராணுவ உள்கட்டமைப்புக்கு இந்தத் தீவுகளில் அதிகமான முக்கியத்துவம் அளிக்கப்பட வேண்டும் என்றும் இந்திய ஒன்றிய அரசு முயற்சித்து வருகிறது. இந்திய இராணுவத்தில் பணிபுரிந்து விருதுகள் பெற்றவர்களின் பெயர்கள் அந்தமான் நிகோபாரின் 21 தீவுகளுக்கு சூட்டப்பட்டிருக்கின்றன. இத்தகைய நடவடிக்கைகளின் சூழ்நிலைப் பொருத்தம் பற்றிய கேள்விகள் எழவே செய்கின்றன.

நவீனமயமாதலின் தடுமாற்றங்களும், வளர்ச்சியை நோக்கிய அதீத மாற்றங்களும் இங்கு தொடர்கதையாகி வருகின்றன. இத்தகைய அவலங்கள் புதினப் படைப்பாளர் பங்கஜ் ஷெக்சாரியாவைப் பெரிதும் பாதித்திருக்கின்றன.

இந்த அவலங்களைக் கதைப் போக்கில் உணர்த்தும் வகையில் கலைநயத்துடன்கூடிய 'இறுதி அலை' புதினத்தை இவர் ஆங்கிலத்தில் படைத்தளித்திருக்கிறார். அந்தமான் சிறைக் கைதியின் மகளாக அந்தமானிலேயே பிறந்து வளர்ந்த சீமா, அந்தமான் தீவுகளில் குடியேறி வாழ்ந்துவரும் மக்களின் வாழ்நிலை பற்றிய ஆராய்ச்சியை மேற்கொள்கிறாள். இந்தியப் பெருநிலத்திலிருந்து அந்தமான் தீவுகளுக்கு வந்திருக்கும் ஹரிஷ், அந்தமான் மழைக் காடுகளில் தொன்றுதொட்டு வாழ்ந்துவரும் ஜாரவா தொல்குடி மக்கள் தங்களின் தனித்த அடையாளங்களை இழந்து கொண்டிருப்பதையும், அழிவின் விளிம்பில் அவர்கள் நிற்பதையும் கண்டு வருந்துகிறான். ஹரிஷ், சீமாவை விரும்புகிறான். வாழ்வில் அவர்கள் இணைந்தார்களா? ஜாரவா பழங்குடிகள் தனிவிதமான தங்களின் வாழ்வைத் தொலைத்துவிடுவார்களா? இந்த வினாக்களுக்கான விடை, அழகிய இந்தப் புதினத்திற்குள் பொதிந்திருக்கிறது. ஹரிஷ் - சீமாவின் கதையோடு, அந்தமான் தீவுக்கூடங்களின் முழுமையான வரலாறும், இயற்கைச் சூழலும் புதினத்தில் கலையழகோடு விரிகிறது.

இந்தியப் பெருநிலத்துடன் இணைக்கப்பட்டிருக்கும் அந்தமான் நிகோபார் நிலப்பகுதி இலக்கியப் படைப்புகளில் அதிகம் இடம் பெற்றதில்லை. இந்த நோக்கில் இது முதன்மையான புதினமாகும். மனித குலத்தையும், இயற்கையையும் நேசிப்பதிலும் இந்தப் புதினம் தனிச் சிறப்பு பெற்று விளங்குகிறது. அழகியலுடன்கூடிய இந்தப் புதினத்தை தமிழ் மொழியில் அளிக்கும் வாய்ப்பினை வழங்கியதற்காக நூலாசிரியருக்கும், தடாகம் பதிப்பகத்தின் அமுதரசன் பால்ராஜ் அவர்களுக்கும் நூலை நேர்த்தியாக வடிவமைத்த ஆஷா அவர்களுக்கும் எனது நன்றி உரியது.

இந்தப் புதினத்தைப் படைத்திருக்கும் ஷெக்சாரியா இந்தத் தீவுகளுடனான தனது 20 ஆண்டு கால உறவின் அடிப்படையில், 'மாறிவரும் தீவுகள்' எனும் கட்டுரைத் தொகுப்பு நூலையும் எழுதியிருக்கிறார். அந்தமான் நிகோபாரில் நிலவிவரும் சவால்களைப் பற்றிப் புரிந்துகொள்வதற்கு இந்த நூல் பெரிதும் உதவும். 'இறுதி அலை' புதினம், 'மாறிவரும் தீவுகள்' கட்டுரைத் தொகுப்பு நூல் ஆகிய இரண்டையும் படிக்கும்போது அந்தமான் நிகோபார் தீவுகள் பற்றிய முழுமையான பார்வையை வாசகர்கள் பெற இயலும். 'மாறிவரும் தீவுகள்' நூலையும் தடாகம் பதிப்பகம் வெளியிட்டுள்ளது. 'இறுதி அலை' கதைக்களம் இனி உங்களுடையது.

த.சித்தார்த்தன்
மொழிபெயர்ப்பாளர்
tsiddharth030@gmail.com

கடல்கோள்

அந்தமானின் பெரும்பாலான பகுதிகளை மூழ்கடித்த கடல்கோள் காலத்திலிருந்து, அந்நிலத்தின் அத்தனை தொல் மரபும் தொடங்குகிறது. அதற்கு முன்பு, அங்கு வாழ்ந்திருந்த மக்கள் ஒரே மொழியைப் பேசி, ஒரே இனக்குழுவாக இருந்தார்கள் என்று அந்தமானில் இருப்பவர்கள் கூறுகின்றனர். கடல்கோளுக்குப் பிறகு உயிர் பிழைத்தவர்கள் தனித்தனிக் குழுக்களாகப் பிரிந்துவிட்டனர். அவர்கள் பேசி வந்த மொழி படிப்படியாக மாற்றம் கண்டது. இறுதியில், ஒரு குழுவினர் பேசுவது மற்றொரு குழுவினருக்குப் புரியாத அளவுக்கு மாற்றமடைந்துவிட்டது.

கடல்கோள் காரணமாக, நிலஅடுக்கு கீழ்நோக்கி நகர்ந்ததால், 'அர்ராகன்' என்ற முதன்மையான பெருநிலத்திலிருந்து அந்தமான் தனித்துப் பிரிக்கப்பட்டது. அச்சமயத்தில் என்ன நடந்தது என்பது பற்றிய விவரங்களை அளிக்கும் சான்றாக, அந்தமானின் தற் போதைய சூழல் இருப்பதற்கான வாய்ப்பு உண்டு. நிலத்தில் திடீர் சீர்குலைவு ஏற்பட்டது என்பதை, மண்ணியல் அமைப்பை ஆராய்பவர்கள் ஏற்றுக்கொள்ள மாட்டார்கள். கீழ்நோக்கி நில அடுக்கு நகர்ந்த நிகழ்வு உடனடியாகவோ, மெதுவாகவோ எப்படி ஏற்பட்டிருந்தாலும் அது நிகழ்ந்தது என்பது நிதர்சனமான உண்மை. மெதுவாக நிகழ்ந்து வந்த நிலஅடுக்கு நகர்வு, கடுமையான நில நடுக்கத்தில் முடிவுற்று, பெருமளவு நிலப்பகுதியைக் கீழே தாழ்த்தி விட்டது. இதனால் கணிசமான நிலப்பகுதிகள் கடல்நீரில் மூழ்கின. அந்தமான் தொல்மரபுக்கான காரணமாக இதனைச் சுட்டுவது போதுமானதாகும்.

பன்றியைவிடப் பெரிய காட்டுவிலங்குகள் எதுவும் அந்த மானில் இப்போது இல்லை என்பது ஆச்சரியமளிக்கிறது. (ஊர்வன, கடல் விலங்குகள் தவிர) பெரிய கானுயிர்களும் தொல்குடி களும் கடல்கோளில் மூழ்கிவிட்டதாக அந்தமானியர் தெரி விக்கின்றனர். எப்படி இருக்கும் என்று விவரித்துக் கூற இயலாத

விலங்குகளின் பெயர்களைக் குட்டி அந்தமானில் வசிக்கும் மக்கள் தெரிவிக்கின்றனர். அத்தகைய பழங்கதைகள் இருந்திருக்கின்றன என்பது இதனால் தெளிவாகிறது.

இத்தகைய பழங்கதை மரபுகளுக்கு முக்கியத்துவத்தை நாம் அளித்த போதிலும், உறுதியாக ஒன்று தெரிகிறது. அந்தமானியர் ஆயிரக்கணக்கான ஆண்டுகளுக்கு முன்பே இந்தத் தீவுகளில் வாழ்ந்துவந்ததாகக் கருதப்படுகிறது என்பதே அது. தங்கள் மத்தியில் பாதுகாக்கப்பட்டிருக்கும் எந்த வரலாற்றையும் எந்த விதமான பதிவுகளையும் இந்த மக்கள் முற்காலத்தினதாகவே குறிப்பிடுகின்றனர்.

'அந்தமானியருடன் நம் உறவு பற்றிய வரலாறு'
எம்.வி.போர்ட்மேன், கல்கத்தாப் பல்கலைக்கழக ஆய்வாளர்.
அந்தமானியரின் பொறுப்பதிகாரி, 1899

உள்ளடக்கம்

முகப்புரை — 17

முதல் பகுதி

1. அந்தமானில் ஹரிஷ் — 23
2. இங்கேயே பிறந்தவர்கள் — 35
3. சீமா தீவுக்குத் திரும்புதல் — 49
4. ஜாரவா — 62
5. தனுமெய் திரும்பவும் வந்தான் — 81
6. படகுத் துறையில் ஜாரவாக்கள் — 88
7. ஹரிஷ் சீமா சந்திப்பு — 105
8. மீண்டும் கொலைகார ஜாரவாக்கள் — 115
9. கடைசி நம்பிக்கை — 132
10. எதிர்பாராத சீற்றம் — 141

இரண்டாம் பகுதி

11. தோன்றி மறையும் நினைவுகள் — 155
12. அமைதியின் சிறகில் — 166
13. அழையா விருந்தாளிகள் — 181
14. பழைய நினைவுகளும் வலுவூட்டும் பிணைப்பும் — 210
15. 'ஏய் தக்வா' — 220
16. மலரின் சக்தி — 232
17. கடைசி ஆய்வுக்களம் — 247

18. தன்னந்தனியன்தான், ஆனால் இனியும் தனிமையில் இருக்கப்போவதில்லை	262
19. தீவுகளுக்கு ஓர் உயிர்ப்பாதை	271
20. வேனல் கட்டி	285
21. தராசில் எடையிடுதல்	302

மூன்றாம் பகுதி

22. கூடமைக்கும் ஆமைகள்	319
23. 26 டிசம்பர் 2004	332
24. திருப்புமுனையில்	347
பின்னுரை	359
ஜாரவாக்கள் - வரலாற்றுக் குறிப்பு	362

முகப்புரை

சிற்றோடை கடலுக்குள் புகுமிடத்துக்கு நெருக்கமாகப் படகு வந்தபோது ஹரிஷ் உற்றுப் பார்த்தான். பகல் பொழுதில் அழகாக இருந்த சிற்றோடை, இரவில் முற்றிலும் வேறுபட்ட உணர்வைத் தருவதாக மாறிவிடுகிறது. உப்பு நீரும் நன்னீரும் கூடும் பகுதியில் இருக்கும் சதுப்புக்காடுகளின் மெழுகுப்பச்சை நிறம் இப்போது தார்போலக் கறுப்பு நிறமாகத் தெரிகிறது. மயங்கச் செய்யும் வகையிலிருந்த அதன் கவர்ச்சி, அச்சுறுத்தும் இருளால் சூழப்பட்டு இருக்கிறது. தனக்கு அப்பால் என்ன இருக்கிறது என்பதை வெளிக்காட்டாத நிலையில் அந்தச் சதுப்புக் காடு அமைந்திருக்கிறது. அதனை அடுத்துத் தெரியும் வானம் பல்லாயிரக்கணக்கான மின்னும் நட்சத்திரங்களைத் தன்னில் பதித்திருக்கின்றது. வானுலகின் மகத்தான மறுபுறத்தைப் பார்ப்பதற்கான நுழைவாயில்களாய் அவை மின்னுகின்றன. அதன் அழகு இயற்கையின் மெய்யான இயல்பைப் பிரதிபலிக்கிறது.

ஹரிஷ், சீமா, முதலைமனிதன் டேவிட், உள்ளூர் வழிகாட்டி யான பேம் மாமா ஆகியோர் வேடிக்கைக்காக இந்தப் பயணத்தை மேற்கொள்ளவில்லை. தெற்கு அந்தமான் தீவுகளின் மேற்குக் கடற்கரை ஓரம் வாழும் முதலைகளைக் கணக்கெடுப்பதற்காகத் தொடரும் பயணம் இது. முதலைகள் தென்படுகின்றனவா என்று பார்த்தபடி வந்துகொண்டிருந்தார்கள். காற்று நிரப்பப் பட்ட சிறிய படகு சீரான வேகத்தில் நகர்ந்துகொண்டிருந்தது. இரவைக் கவனித்தபடி, படகின் முனையில் டேவிட் உட்கார்ந் திருந்தான். சற்று நேரத்திற்குப் பிறகு, டார்ச் ஒளியைப் பாய்ச் சினான். சக்திமிக்க ஒளிக்கற்றை இருளைக் கிழித்து, நீரின் விளிம்பில் பட்டு மஞ்சள் விரவிய சிறு குட்டையைப் போன்ற தோற்றத்தை உருவாக்கியது. டார்ச்சினை டேவிட் அசைத்தபோது, அதன் ஒளி அப்பம்போல முன்னும்பின்னுமாக நகர்ந்தது.

அவர்கள் சதுப்புக்காட்டுக்குள் செல்லச்செல்ல, சிற்றோடை குறுகிக் காட்சியளித்தது. டேவிட் வலப் பக்கமாக ஒளியைப் பாய்ச்சினான். திடீரென்று ஆச்சரியம் அடைந்து சைகை காட்டினான். அவனது சைகையை மாமா உடனடியாகப் புரிந்து கொண்டுவிட்டார். படகின் வேகம் கணிசமாகக் குறைக்கப் பட்டது. மாமா வலப்பக்கமாகப் படகைத் திருப்பினார். சதுப்பு நிலத் தாவரங்களின் அடர்ந்த வேர்கள் மீது மிதந்துகொண்டிருந்த சருகுகளின் மீது டார்ச் ஒளி பட்டது. சிற்றோடையின் கரையில் இருந்து நாற்பதடி தூரத்தில் அவர்கள் இருந்தனர். பட்ட இடத்திலேயே ஒளி குத்திட்டு நின்றது. டேவிட் மறுபடியும் சைகை காட்டினான். படகின் மோட்டாரை நிறுத்திவிட்டு மாமா துடுப்பைக் கையில் எடுத்துக்கொண்டார். சீமாவையும் ஹரிஷையும் பதற்றம் தொற்றிக்கொண்டது. டேவிட் பிடித்திருக்கும் டார்ச் விளக்கின் ஒளிபடும் இடத்தைப் பார்ப்பதற்காக இருவரும் கழுத்துகளை ஆடாமல் அசையாமல் வைத்துக்கொண்டார்கள்.

டார்ச் ஒளியை முழுவதுமாக ஓரிடத்தில் டேவிட் குவித்தான். அவனுடைய பார்வை எதன் மீதோ பதிந்திருந்தது. 'ஒளி வீசும் கரித்துண்டுகள் தெரிகிறதா பாருங்கள்?' என்று மெல்லிய குரலில் டேவிட் முணுமுணுத்தான்.

அவன் சொன்னதன் அர்த்தம் சற்று நேரத்திற்குப் புலப்பட வில்லை. நன்றாகத் தெரிகிறது என்று ஒரே நேரத்தில் எல்லோரும் சொன்னார்கள். கொத்தாகக் கிடக்கும் குப்பைக்கூளத்தின் மத்தியில் சில அங்குல இடைவெளியில் அடர்ந்த சிவப்பு நிறத்தில் இரண்டு சிறு புள்ளிகள் தென்பட்டன. சதுப்புக்காட்டுக் கழிமுக அரசனின் கண்கள் அவை. கண்களின் மீது விழுந்த சக்திமிக்க ஒளியால் தடுமாறி அந்த விலங்கு விறைத்து நின்றது. சீமாவும் ஹரிஷும் வைத்த கண் வாங்காமல் அதையே பார்த்தபடி இருந்தனர். மாமா துடுப்பை அசைத்தார். துடுப்பு அசைந்த ஒலி காதில் கேட்டது.

மூன்றடி நீளமுள்ள சிறிய முதலையும் அதன் குட்டியும் அங்கு இருந்தன. அதன் அருகில் படகு வந்த பிறகும் அந்த முதலைகள் அங்கேயே உறைந்து நின்றிருந்தன. டேவிட்டும் மாமாவும் பயப் படவில்லை. முதலைகளுக்கு வெகு அருகில் இதுபோல பல முறை படகை நிறுத்தியிருக்கிறார்கள். படகின் முனையில்

உட்கார்ந்திருந்த ஹரிஷுக்கு இது புது அனுபவம். தன்னை யறியாமல் அச்சத்தில் அவன் பின்னோக்கி நகர்ந்தான்.

"நாம் அதை நெருங்கிப்போகிறோமோ?" ஹரிஷின் குரலில் நடுக்கம் தெரிந்தது. அவன் கேட்ட கேள்வி யார் காதிலும் விழ வில்லை. சீமாவும் அதையே கேட்டாள்.

"கவலைப்பட வேண்டாம், ஆபத்து ஒன்றுமில்லை" என்று டேவிட் அவர்களுக்கு உறுதியளித்தான்.

படகின் முனைக்கும், முதலைக்கும் இடையில் பத்தடி தூரம்கூட இல்லை. படகு நகர்ந்துகொண்டிருந்தது. கொத்தாக அடர்ந்திருந்த கிளைகளில் படகு மோதியது. கிளைகளுக்கு இடையில் அந்தப் பெரிய முதலையின் கண்கள் எரிதழலைப் போலப் பளிச்சிட்டன. தொந்தரவைப் புரிந்துகொண்ட முதலைகளின் கண்கள், சிற்றலைகள் மென்மையாகச் சலசலக்கும் இருண்ட நீரின் உள்ளே பாதுகாப்பாக மூழ்கின.

குனிந்த நிலையிலிருந்த தன் உடலை டேவிட் விடுவித்துக் கொண்டான். அச்சத்தின் முடிச்சும் மனக்கிளர்ச்சியும் தங்கள் வயிறுகளில் தளர்ந்து வருவதை சீமாவும் ஹரிஷும் உணர்ந்தார்கள்.

சில கணங்கள் அமைதியுடன் காத்திருந்து, தங்களின் இருப்பை மறுபடியும் நினைவுபடுத்தி, நிமிர்ந்து உட்கார்ந்தார்கள். பதற்றம் தணிந்தது. டேவிட் சைகை காட்டினான். படகின் எஞ்சின் மென்மையான சீற்றத்துடன் ஓட ஆரம்பித்தது. மாமா படகைச் செலுத்தினார். சிற்றோடையில் படகு பயணப்பட்டது. பத்து நிமிட நேரம் கடந்திருக்கும். டேவிட் டார்சைச் சுழற்றினான். திரும்பிச் செல்லவேண்டிய நேரம் அது. ஆயினும் முதலைகள் எதனையும் அங்கே காணவில்லை.

"ஏழு ஆண்டுகளுக்கு முன்பு இங்குக் கணக்கெடுப்பு செய்த போது எல்லா இடங்களிலும் முதலைகள் இருந்தன" என்று டேவிட் பேச ஆரம்பித்தான். "ஒரே இரவில் அத்தனை முதலை களைப் பார்ப்பது ஆச்சரியம் தரும் நிகழ்வுதான். ஆனால் இப்போதெல்லாம் அப்படி இல்லை. குப்பைகள் நிறைந்ததாக இந்தச் சிற்றோடை மாறியிருக்கிறது. மனிதர்கள் இங்கே அதிக மாகக் குடியேறிவிட்டார்கள், ஏராளமான அத்துமீறல்கள்

நடந்தேறிவிட்டன. சதுப்புக்காடுகளின் முன்பகுதி மட்டும் அப்படியே நிலைத்திருக்கிறது. பின்பகுதிகள் நெல் வயல்களாகவும் தோட்டங்களாகவும் மாறிவிட்டன. முதலைகளுக்கென்று சிறிதளவு இடம்தான் மிச்சமிருக்கிறது" என்று சொன்ன டேவிட், தலையை உக்கிரமாக ஆட்டிக்கொண்டான்.

"ஆனால், ஜாரவாக் காப்புக்காடுகளில் இருக்கும் கழிமுகக் கால்வாய்கள் இதுபோல இல்லை. அடுத்த சில நாள்களில் நீங்கள் அதைப் பார்க்கத்தான் போகிறீர்கள்" என்று டேவிட் தொடர்ந்தான்.

முதல் பகுதி

1

அந்தமானில் ஹரிஷ்

ஹரிஷ் குமார் இங்கு வந்து சில மாதங்களே ஆகின்றன. ஆனால், இதுவரை இருந்ததைவிட வாழ்க்கை இனிதான் சுவைபட இருக்கப் போகிறது என்பதை அவன் உணர்ந்திருந்தான்.

ஆற்றல்மிக்கவனாகவும், நம்பிக்கை தருபவனாகவும் இருந்தானே யன்றி, சாதனையாளனாக ஒருபோதும் அவன் இருந்ததில்லை. வெற்றியின் வாசல்படி வரை வர முடிந்ததே தவிர அதனைக் கடந்து செல்ல முடிந்ததில்லை. அதற்காகக் கவலைப்பட்டதில்லை. சமீப ஆண்டுகளாக இந்தக் கவலை ஆரம்பித்திருக்கிறது. தன்னைப் பற்றிய சுயமதிப்பீடு பெரும் சுமையாகச் சூழ்ந்துகொண்டிருந்தது. அது அவனைக் கீழ்நோக்கி வெகு ஆழத்துக்கு அழுத்தியது. தான் செய்தது இது என்று காட்டுவதற்கு, இந்த முப்பத்தோராம் வயதில் அவனிடம் என்ன இருக்கிறது? இதுவரையிலும் அவன் என்னதான் செய்துகொண்டிருந்தான்?

அவனது சொந்த ஊரான ஹைதராபாத் பள்ளிக்கூடத்தில் இருந்த 'நால்வர் அணி'யைப் பற்றிய நினைவு, அவனைப் பின்னோக்கி இழுத்துக்கொண்டுபோகும். அந்த நால்வரில் அதிபுத்திசாலி 'சையதா ஹூஷார்' என்பவன். மற்ற நண்பர்களைவிட அதிக மதிப்பெண்களைப் பெற்று வந்தவன் ஹரிஷ்தான். ஆனால், ஒரு போதும் வகுப்பில் அவன் முதல் மாணவனாக வந்தது இல்லை. இரண்டு அல்லது மூன்றாம் இடத்தில் இருப்பான். சுறுசுறுப்பாகத் தான் இருப்பான். முதல் மதிப்பெண் பெறவிடாமல் இவனைத் தோற்கடிப்பது நம்ரதாவோ, அங்கிதாவோ இந்த இரு பெண் களில் யாராவது ஒருவராக இருப்பார்கள். அவன் வகுப்பில் இருந்த சிறுவர்களுக்குக் குறிப்பாக நால்வர் அணிக்கு, இது அவமரியாதையாகத் தெரிந்தது. மாணவர்களை மீறி மாணவிகள்

முன்னேறிவிட அனுமதிக்கக் கூடாது. அனைத்தையும் சரிசெய்தாக வேண்டும். இதற்கு அவர்களிடம் இருக்கும் மிகச்சிறந்த பணயப் பொருள் ஹரிஷ்தான். அந்தப் பெண்களைவிட சில மதிப்பெண் களையாவது கூடுதலாகப் பெற்று தங்கள் பெருமையைக் காப்பாற்றும் படி ஹரிஷை நண்பர்கள் நச்சரித்தபடியே இருப்பார்கள். தேர்வுகள் நெருங்கும் சமயத்தில் அவனிடம், 'டேய் பயலே, எப்படியாவது அதிக மதிப்பெண் வாங்கிவிடு' என்று கத்திக்கொண்டிருப்பார்கள்.

ஒவ்வொரு முறையும், 'இந்த முறை நிச்சயம்' என்று உறுதி யளிப்பான். அது ஒருபோதும் நடக்கப்போவதில்லை என்று அவனுக்கும் தெரியும், அவர்களுக்கும் தெரியும்.

படிப்பிலும், தேர்வுகளிலும் முழுமனத்துடன் கவனம் செலுத்த முடியாத அளவுக்கு ஹரிஷுக்குக் கவனச் சிதறல்கள் ஏராளமாக இருந்தன. மர்ம நாவல்களைப் படிக்கிற பழக்கம் இருந்தது. 'எனிட் பிலிடனின் பேமஸ் பைவ்' நாவல் தொடங்கி, 'ஹார்டி பாய்ஸ்' நாவலுக்குப் போய்விட்டு, 'ஷெர்லாக் ஹோம்ஸ்' படைப்புகளை நோக்கி முன்னேறியிருந்தான். அவனுக்குப் பிடித்தமான ஒரே ஒரு புத்தகத்தின் பெயரைக்கூட, அவன் வகுப்புத் தோழர்களில் ஒருவரும் கேள்விப்பட்டிருக்கவில்லை. ஹரிஷின் நண்பன் ஒருவனின் தகப் பனாருக்கு ஹரிஷின் ஆர்வம் பற்றித் தெரிய வந்ததால், மும்பை யிலிருந்து புத்தகங்கள் வாங்கி அனுப்பி வைத்தார். வார இறுதி நாட்களில் முன்-அட்டை முதல் பின்-அட்டை வரை ஒரே மூச்சில் படித்து முடிக்கும் அளவுக்கு மர்ம நாவல்கள் ஹரிஷைக் கட்டிப் போட்டன. அதனால் வீட்டுப் பாடத்தைப் படிக்காமல் விட்டு விடுவான்.

வார இறுதி நாட்களில் என்ன செய்கிறான் என்பதை யாரிடமும் ஹரிஷ் சொன்னது கிடையாது. ஒன்றுமே இல்லாவிட்டாலும், உள்ளூர்ச் சந்தையில் கிடைக்கும் மர்ம நாவலை எடுத்துப் படித்துக் கொண்டிருப்பான்.

நால்வர் அணியில் இரண்டு பேர் மட்டுமே வாழ்வின் செழிப்பைக் காட்டும் தொப்பை வெளியில் தெரிகிற அளவுக்கு இப்போது வளர்ந்திருக்கின்றனர்.

இந்த நால்வரில் ஒருவனான ஷாமிக், வகுப்பில் குறைவான மதிப்பெண்களைப் பெறுவான். அவனே அகில இந்தியத் தர வரிசையில் சிறப்பான இடத்தைப் பெற்றுப் பட்டயக் கணக்காளனாக ஆகிவிட்டான்.

இப்போது அவன் பெரிதும் மதிக்கப்படும் நிதிப் பகுப்பாய்வாளர். சென்னை, பெங்களூர், புனே, ஹைதராபாத் போன்ற பல இடங்களில் அவனுக்கு அலுவலகங்கள் இருந்தன. வருடத்துக்கு ஐம்பது கோடி புரளும் அளவுக்கு அவனது நிறுவனம் இருந்தது. அவன் வாழ்க்கை நன்றாக அமைத்துவிட்டதாகப் பேசிக்கொண்டனர். திருமணமும் ஆகிவிட்டது. இரண்டு வயதில் குழந்தை இருக்கிறது. இன்னொரு குழந்தை உருவாகிக்கொண்டிருக்கிறது.

அடுத்ததாகப் பிரசாத். அவன் எழுதும் கவிதைகள் சிறப்பாக இருப்பதாக ஹரிஷ் ஒருபோதும் நினைத்தது இல்லை. இருப்பினும் எழுதுமாறு அவனுக்கு ஊக்கம் கொடுத்து வந்தான். பிரசாத்தின் ஆரம்ப காலக் கவிதைப் படையெடுப்புகளைப் படித்தவன் ஹரிஷ் மட்டுமே. பிரசாத் இப்போது இந்தியாவில் வேகமாக வளர்ந்து வரும் 'இன்போகஸ்' (INFOCUS) பருவ இதழின் ஆசிரியர். இரண்டு கவிதைத் தொகுப்புகளை வெளியிட்டிருக்கிறான். தன் கவிதைகளை விரும்பிப் பாராட்டி வந்த பள்ளி நண்பனுக்கு பருவ இதழின் முதல் தொகுப்பை பெருந்தன்மையுடன் சமர்ப்பணம் ஆக்கியிருந்தான் பிரசாத்.

இந்த அணியின் மூன்றாவது உறுப்பினர் அசோக். இயந்திரப் பொறியியலில் நான்கு வருடப் படிப்பை முடிக்க ஆறு வருடமானது. விடாமல் முயன்று சரியான இடத்தைப் பிடித்துக் கொண்டான். 'ஏதோ ஒரு மென்பொருள் பயிற்சி நிறுவனத்தில் ஏதோ ஒரு படிப்பை' முடித்ததாகக் கூறுவான். பிறகு, இந்தியாவின் ஆரம்பகால பெரு நிறுவனமான மேக்னம் கம்யூட்டர்ஸ் லிமிடெட்டில் சேர்ந்தான். பிலடெல்பியாவுக்குப் போவதற்கு முன்பு, ஆறு மாதங்கள் சென்னையில் பணிபுரிந்தான். பிலடெல்பியாவில் தன் வாழ்க்கையை இப்போது நேர்த்தியாக

அமைத்துக்கொண்டுவிட்டான். அமெரிக்கர்களைப் போல மூக்கினால் ஆங்கிலம் பேச ஒரே மாதத்தில் கற்றுக்கொண்டுவிட்டான். அடுத்த மாதத்தில் ஸ்பானிஷ் பேசும் அமெரிக்கவாழ் பெண்ணைக் காதலித்தும்விட்டான். தன்னைவிட மூன்று வயது மூத்த அந்தப் பெண்ணைத் திருமணம் செய்யப்போவதாகத் தெரிவித்ததும், குடும்பத்தாரிடம் குமுறல்கள் உருவாகின. ஆனால், எல்லோருக்கும் ஆச்சரியத்தையும், வருத்தத்தையும் ஏற்படுத்தும் வகையில் நிகழ்வுகள் வேகமாக மாற்றம் கண்டன. அப்பாவாகும் நிலையில் அமெரிக்கக் குடியுரிமையை அபிஷேக் பெற்றுவிட்டான். அவனிடமிருந்து அடிக்கடி வரக்கூடிய மின்னஞ்சல்கள் ஹரிஷின் முகத்தில் சிரிப்பை வரவழைக்கும். ‘வெள்ளைத் தோலை விரும்பிய முட்டாள்’ என்று அவனைப் பற்றித் தனக்குத் தானே உரக்கச் சொல்லிக்கொள்வான். தன் நண்பர்கள் அடைந்திருக்கும் வெற்றிகளைக் கண்டு ஒருபோதும் பொறாமைப் பட்டதில்லை. அவர்களைக் குறித்து அவன் மகிழ்ச்சிதான் அடைவான். அவர்களைப்போலத் தானும் இருந்திருக்க வேண்டும் என்று ஒருபோதும் விருப்பியதில்லை. ‘அது அவர்கள் வாழ்க்கை. என் வாழ்க்கையை நான்தான் அமைத்துக்கொள்ள வேண்டும்.’ என்று தனக்குத் தானே சொல்லிக்கொள்வான். ஆனால், தனக்கு விருப்பமானதை ஒருவன் செய்வதற்கும், உலக வாழ்வில் வெற்றி காண்பதற்கும் இடையே உள்ள வேறுபாட்டினை அவன் மனம் சமீபமாக எடை போட ஆரம்பித்திருக்கிறது.

முடிந்ததைச் சிறப்பாகச் செய்திருக்கிறேன் என்று ஹரிஷால் உறுதியாகக் கூற முடியவில்லை. இலக்கியப் பாடத்தில் பி.ஏ. படிப்பை முடித்திருந்தான். சிறுசிறு வேலைகளைப் பார்த்து வந்தான். கிராமப்புறங்களில் இருந்து வந்திருப்பவர்கள், நடுத்தர வர்க்கத்தினர், நடுத்தர வயதுப் பெண்களுக்கு ஆங்கிலம் பேசப் பயிற்சி தருபவனாக ஹரிஷ் இருந்தான். பிறகு, இணையத்தில் பகுதி நேர மொழிபெயர்ப்பு வேலைகளைப் பார்த்திருக்கிறான். பஞ்சாரா மலைப்பகுதிப் புத்தகக்கடையில் விற்பனையாளனாக இருந்து, கடைசியில் அச்சக மேலாளராகப் பணியில் அமர்ந்துகொண்டான். அங்கு வந்து போகும் வரைகலை வடிவமைப்பாளர் உஷாவின் மீது சில மாதங்களில் தீவிரமான காதல்கொண்டான். அவள்

காபி-டேபிள் புத்தகங்களை வெளியிடும் வெளியீட்டாளர். சில வாரங்களில் உஷாவிடம் விருப்பத்தைத் தெரிவித்தான். அந்தக் காதலை அவள் ஏற்றுக்கொள்ள சில வாரங்கள் ஆயின. திருமணம் செய்துகொள்ளவதற்குக் கால அவகாசம் வேண்டும் என்று உஷா கருதினாள். ஆனால் எல்லாம் வேகமாக நடந்து முடிந்து திருமணத்தில் இணைந்தனர். அவர்களின் திருமண வாழ்க்கை பேரின்பத்துடன் கழிவதாக வெளி உலகத்தாருக்குத் தெரிந்தது. ஆனால், பேரின்ப வாழ்க்கை ஒரு வருடம் மட்டுமே நீடித்தது.

எதையும் சாதாரணமாக எடுத்துக்கொள்ளும் அவனின் போக்கும் வாழ்க்கையை அணுகும் முறையும் பகட்டு உஷாவை எரிச்சலடைய வைத்தது. தனக்கும், அவனுக்கும் இன்னும் அதிகமான தேவைகள் இருக்கின்றன என்று நினைத்தாள். வேலையில் அவன் உயர வேண்டும், அதிகமான நபர்களுடன் பழக வேண்டும் என்று விரும்பினாள். இவற்றில் எதையும் செய்ய ஹரிஷ் முன்வரவில்லை. இருப்பதைக்கொண்டு அவன் மகிழ்ச்சி அடைந்தான். உஷாவின் எரிச்சல் நாளடைவில் நச்சரிப்பாக மாறி ஆவேசப் பேச்சானது. பதிலுக்கு ஹரிஷ், உஷாவின் ஆடம்பர வாழ்க்கை முறையை ஆட்சேபித்துப் பேசினான். அதுவரையில் அவனுக்குப் பிரச்சினை எதுவும் இல்லாமல்தான் இருந்தது. உஷா இப்போதெல்லாம் விருந்துகளில் அதிகமாகக் குடிக்கிறாள். மற்ற ஆண்களோடு அதிக நேரத்தைச் செலவிடுகிறாள். வெளிப்படையான சச்சரவு தவிர்க்க இயலாததாக ஆகிப்போனது. திருமணமாகி மூன்று ஆண்டு களுக்குள் எல்லாமும் முடிந்துவிட்டது என்பது உலகுக்குத் தெரிந்து விட்டது.

ஹரிஷ் நொறுங்கிப் போனான். 'அம்மா இருந்திருந்தால் நான் வேறு மாதிரி இருந்திருப்பேனோ?' என்று அப்பாவிடம் கேட்டு விட்டான். வேண்டுமென்றே அப்படிக் கேட்கவில்லை, அப்படிக் கேட்ட தருணத்தில் அப்பாவின் மனத்திற்குள் எதிர்பாராத அதிர்வு ஏற்பட்டிருக்கும் என்று அவனுக்குத் தெரியும். தன்னந்தனி ஆளாக இருந்து அன்பையும் அக்கறையையும் காட்டி, ஒரே பிள்ளையான இவனை வளர்த்திருக்கிறார். அவரது திருமணமும் துயரமாகவே முடிந்திருந்தது. ஹரிஷின் அம்மாவும் திருமண வாழ்க்கை வேண்டாம் என்று உதறித் தள்ளி தானாகவே வெளியேறிவிட்டார். அப்போது

ஹரிஷுக்கு ஆறு வயது ஆகியிருந்தது. துரதிர்ஷ்டவசமாக ஹரிஷின் அம்மா இறந்தும் போனார். அப்போதிலிருந்தே மகனுடன் நண்பனைப் போல பழகி வாழ்ந்து வந்தார். தவறாகிப் போன ஒரு செயலுக்காக, நண்பனைப் போலிருந்த தந்தையை ஹரிஷ் இப்போது பொறுப்பாக்குகிறான்.

இது மோசமான கேள்வி என்பது ஹரிஷுக்குத் தெரிந்திருந்தது. உஷாவைத் திருமணம் செய்துகொள்ள வேண்டாம் என்று அப்பா கடுமையாக எதிர்த்தார். இதுபற்றி இருவரும் கடுமையாகச் சண்டையிட்டுக்கொண்டார்கள், திட்டிக்கொண்டார்கள். வேறு வழி இல்லாத நிலையில் 'ஹரிஷ் என்னை நம்பு. இது தவறான முடிவு. அவள் வேறு உலகத்தில் வாழ்பவள். உன்னால் அவளுக்கு ஈடுகொடுக்க முடியாது. நான் அனுபவித்த அதே வேதனையை நீயும் அனுபவிப்பதை நான் விரும்பவில்லை' என்று அப்பா சொல்லியிருந்தார்.

இதையெல்லாம் காதில் வாங்கிக்கொள்ளும் நிலையில் ஹரிஷ் அப்போது இல்லை. உஷாமீது கண்மூடித்தனமாகக் காதல்கொண்டிருந்தான். சம்மதம் தெரிவிப்பதைத் தவிர அவருக்கு வேறு வழியில்லாமல் போய்விட்டது. இருந்தபோதிலும், ஒரு மாமனாராக அவர் கருணை நிறைந்தவராக, இணங்கிப் போகக்கூடியவராக, மகனிடம் பழகுவதைப் போலவே உஷாவிடமும் நண்பரைப் போலப் பழகி வந்தார். ஆனால், ஏதோ ஒன்று தவறாகிவிட்டது என்ற உணர்ச்சி அவரிடமிருந்து ஒருபோதும் மறையவே இல்லை.

இப்போது காதலிலும் தோல்வி கண்டாகிவிட்டது. எப்படி இதைச் சமாளிப்பது என்று ஹரிஷுக்குத் தெரியவில்லை. சில காலம் ஓய்வெடுத்துத் தன்னளவில் வாழ்ந்திருந்து இழப்பை ஈடுசெய்துகொள்ள நினைத்தான். வருமானத்துக்கு என்ன செய்ய முடியும்?

பழைய நண்பன் பிரசாத் வர்த்தக சந்திப்புக்காக வந்த, சில மாதங்களுக்குப் பிறகு, அந்த வாய்ப்பு வந்தது. இருவரும் ஒன்றாகக் கலந்து பேசி நேரத்தைச் செலவிடும் பொருட்டுக் கூடுதலாக ஒரு நாள் தங்கி இருப்பதற்குப் பிரசாத் சம்மதித்தான். ஹரிஷின் எதிர்காலத் திட்டங்களுக்கான சாத்தியக்கூறுகள், வழி வகைகள் பற்றிப் பேசினர்.

'இப்படியே இருந்துவிட முடியாது ஹரிஷ், நீ மேற்கொண்டு ஏதாகிலும் செய்தாக வேண்டும்.' நண்பனிடம் பரிவுகொண்டு பிரசாத் பேசினான். 'முடிந்தது என்னவோ முடிந்ததுதான். நான் விரைவில் அந்தமானுக்குப் போகக்கூடிய சந்தர்ப்பம் இருக்கிறது. விருப்பம் இருந்தால் நீயும் என்னுடன் வரலாம். நான் அங்கிருக்கும் சமயத்தில் 'இன்போகஸ்' இதழுக்காகக் கட்டுரைகள் எழுதுவதற்கு உதவியாக யாராவது ஒருவர் தேவைப்படுகிறார். குறுகிய கால ஒப்பந்த அடிப்படையில் நீ என்னுடன் வரலாம், அதன் பிறகு அங்கேயே சில மாதங்கள் தங்கியிருக்கலாம்.'

என்ன செய்யப்போகிறோம் என்ற உறுதி ஹரிஷுக்கு இல்லாமல் இருந்தது. இவ்வளவு தொலைவில் இருக்கும் புதிய இடத்திற்குப் போய் சமாளித்துக்கொண்டு வாழ முடியுமா? என்ற சந்தேகமும் இருந்தது. முதலில் வேண்டாம் என்று மறுத்தவன், நண்பனின் வற்புறுத்தலுக்கு இணங்கி ஒப்புக்கொண்டான்.

'மனிதர்களிடமிருந்தும், ஊர்களிடமிருந்தும் நீ விலகி ஓடலாம், ஆனால், ஒருபோதும் உன்னிடமிருந்து நீ விலகி ஓடிவிடாதே. எனக்கு வயதாகிவிட்டது. இனிமேல் நான் வேறெங்கும் போவது இயலாத காரியம். நீ அங்குப் போவதற்கான பொறுப்பும் காரணமும் இருப்பதாகவே நான் நினைக்கிறேன். மிகவும் கடுமை யான போராட்டம் உன்னுடையது, நீதான் உன்னுள்ளிருந்து உன்னைக் கண்டுகொள்ள வேண்டும். நீ என்னை மன்னிப்பாய் என்று நம்புகிறேன்' என்று அப்பா அறிவுரை கூறினார்.

'இதெல்லாம் என்ன அப்பா?' உணர்ச்சிகளையும், வருத்தங் களையும் மறைக்க முயன்றபடி ஹரிஷ் தந்தையை இறுகத் தழுவிக் கொண்டான். 'நான் நன்றாக இருப்பேன். விரைவில் உங்களைச் சந்திப்பேன்' என்றான்.

ஹரிஷ் அந்தமான் தீவுகளில் நவம்பர் 2003இல் காலடி எடுத்து வைத்த விதம் இப்படித்தான். அவனையும் அறியாமல், ஆரவார மான இன்னொரு பயணத்துக்குத் தயாரானான். அந்தமான் தீவுகளின் உயிரின வாழ்க்கைச் சூழல் நிறுவனம்தான் இவர்கள் போய்ச் சேரவேண்டிய இடம். போர்ட் பிளேயரில் இருந்து

இருபது கிலோ மீட்டர் தொலைவில் அது இருந்தது. அதன் இயக்குநர் டாக்டர் டேவிட் பாஸ்கரன். இவர் பிரசாத்தின் மாமாவுக்கு மிகச் சிறந்த நண்பர். பிரசாத் சில சமயம் அந்தமானுக்கு வேலை நிமித்தமாகவும், பிறகு மனைவி, குழந்தைகளுடன் விடுமுறைக்காகவும் வந்திருக்கிறான்.

அந்தமான் தீவுகளில் வசிக்கும் 'ஆபத்தான' ஜாரவா மக்களைப் பற்றிய சில புதிய தகவல்கள், செய்தி புழங்கும் வட்டாரங்களில் ரீங்காரமிட்டுக்கொண்டிருந்தன. சில புதிய செய்திகளைத் தர வாய்ப்பிருக்கிறது என்ற எண்ணம் பத்திரிகையாளன் பிரசாத்தைப் பெருமளவுக்கு உற்சாகப்படுத்தியது.

இதற்கு முன்பு பார்த்திராத ஒன்றாக அந்த நிறுவனம் இருந்தது. உள் ஒதுங்கிய இடத்தில் இப்படி ஒரு நிறுவனம் இருக்கும் என்று அவன் எதிர்பார்க்கவில்லை. இரண்டு ஏக்கருக்கும் அதிகமான நிலப்பரப்பில் பரந்திருந்த நிறுவனம் கடலின் விளிம்பிலிருந்து சிறிது தூரத்தில் தெரியும் சிறிய பாறை மீது அமைந்திருந்தது. அந்த வளாகத்தின் தெற்குப் பக்கத்தில் சிறிய ஓட்டுத் துண்டம் போலச் சதுப்புக்காடுகள் இருந்தன. அதற்கும் அப்பால் வலப் பக்கமாக நிலம் லேசாக உயரே எழும்பி, சிறிய பீடபூமிபோலக் காணப்பட்டது. இங்கிருந்து பார்த்தால் வளைகுடாப்பகுதி அழகிய காட்சியாகத் தெரியும்.

வளாக நுழைவாயிலில் மரத்தால் கட்டப்பட்ட அழகான கட்டடம் இருந்தது. அது சமீபத்தில் கட்டப்பட்ட ஒன்று. எளிமையும், நேர்த்தியும் மிகுந்த மரக்கட்டுமானம் கைத்திறத்தோடு இப்போதும் உருவாக்கப்படுகிறது என்பதை அவனால் நம்ப இயலவில்லை. இரண்டு அடுக்கு மரக்கட்டுமானம். தரைத்தளத்தில் பெரிய முகப்புக்கூடம் இருக்கிறது. கூட்டங்களும் கருத்தரங்குகளும் இங்குதான் நடக்கும். மேல்தளத்தில் கணினிகளும், ஆராய்ச்சியாளர் பணிபுரிவதற்கான இடங்களும் நூலகமும் இருக்கின்றன. தீவுகளைப் பற்றி எழுதப்பட்டுள்ள சிறந்த புத்தகங்கள் நூலகத்தில் ஏராளமாக இருக்கின்றன.

கட்டடத்தின் வலப் பக்கத்தில் ஐந்து சிறிய மூங்கில் குடிசைகள் அமைக்கப்பட்டிருந்தன. இங்கு வரும் பார்வையாளர்களுக்கும் பணிபுரியும் விஞ்ஞானிகளுக்குமான வசிப்பிடங்கள் இவை. இவற்றில் ஒன்று ஹரிஷ் தங்கும் வீடாக அமையக் கூடும்.

சமையலறைக்கும் முதன்மைக் கட்டடத்திற்கும் இடையில் சதுக்கம் இருக்கிறது. கரடுமுரடான கற்கள் பதிக்கப்பட்ட பெரிய சதுர வடிவ அமைப்பு அது. ஓலைக்கூரை வேயப்பட்ட இடத்தில் சிறிய மேசையும், சில நாற்காலிகளும் போடப்பட்டிருந்தன. ஆராய்ச்சியாளர்களும் பார்வையாளர்களும் இரவு உணவுக்குப் பிறகு கூடும் இடம் இதுதான். பேச்சு நள்ளிரவைத் தாண்டியும் நீடிக்கும். அவர்களின் உரையாடல்களை ஒன்றிணைக்கும் இழையாக அந்தமான்தீவுகளே இருக்கும். அங்குக் கூடியிருக்கும் மனிதர்களைப் பொறுத்துப் பேச்சின் பன்முகத்தன்மையும், எல்லைகளும் இருக்கும். மானிடவியலாளர், வரலாற்றாசிரியர், அந்தமானின் இடைநிலை அதிகாரிகள் போன்றோர் நட்புக்காகவும், மாலை நேர விருந்துக்காகவும் அடிக்கடி வருவார்கள்; தங்களின் தீவுப் பயணம் சரியான காரணத்துக்குக்காக மேற்கொள்ளப்பட்டிருக்கிறது என்று தெரிவதற்காக எழுதப்படும் செய்திக் கட்டுரைகளுக்கான யோசனைகளைப் பெறுவதற்காக, இந்தியப் பெருநிலத்திலிருந்து பிரசாத் போன்ற பத்திரிகையாளர்கள் எப்போதாவது இங்கு வந்திருந்து உறவாடிச் செல்வார்கள்.

இவர்களைத் தவிர்த்துக் களப்பணியாற்றக்கூடிய உயிரியலாளர்களே அதிக எண்ணிக்கையில் இங்கு வரக்கூடியவர்கள். நாட்டின் மிகச் சிறந்த பறவையியலாளர், டாக்டர் ரவி சங்கரன் செயல்திறம் மிக்கவர். இந்தத் தீவுகளில் மட்டுமே வாழும், வெளியில் தெரிந்திராத பறவைகளைப் பற்றி ஆராய்ந்து பெயர் பெற்றவர். அந்தமான் தீவுகளில் மட்டுமே காணப்படும் 'நிகோபாரி மெகாபோட்' என்ற பறவையைப் பற்றிய விரிவான ஆராய்ச்சியை இவர்தான் முதன்முதலில் மேற்கொண்டார். இந்தப் பறவைகள் அந்தமான் நிகோபார் தீவுகளின் கடலோரத் தாழ் நிலக் காட்டுப்பகுதிகளில் அழுகிச் சிதைவுறும் பொருள்களை ஒன்றுசேர்த்து, கால்களால் மண்ணைச் சீய்த்து மேடாக்கித் தங்கு மிடங்களை அமைத்துக்கொள்கின்றன. யாரும் நெருங்க முடியாத இருண்ட குகைகளுக்குள், தனது எச்சிலைப் பயன்படுத்திக் கூடு

கட்டும் உழவாரக் குருவிகள் பற்றியும் இவர் ஆராய்ந்து வந்தார். கோகுல் மேத்தா இங்கு இருக்கும்போது பாம்புகளைப் பற்றிப் பேசுவதைப் போலவே, நிறுவனத்தில் சங்கரன் இருக்கும்போதெல்லாம் பறவைகளை நோக்கிப் பேச்சு திரும்பும். பறவைகளைப் பற்றி ஆராய்வது சங்கரனது தீரா வேட்கை. அது அவருடைய வாழ்க்கை.

தீவுகளில் உள்ள விஷத்தன்மைகொண்ட பாம்புகள் சவாலானவை, நடுங்க வைக்கக் கூடியவை. மேத்தாவுக்குப் பாம்புகள் ஒரு பொழுதுபோக்கு. அவரது கழுத்தினைச் சுற்றித் தொங்கிக் கொண்டிருக்கும் அழுத்தமான தங்கச்சங்கிலியும் மணிக்கட்டினைச் சுற்றி இருக்கும் தடிமனான கைவளையமும் அவருடைய தொழில் என்ன என்பதற்கான குறிப்பினை மறைமுகமாகத் தெரிவித்து விடும். மேத்தா பணக்காரப் பொற்கொல்லர் குடும்பத்தைச் சேர்ந்தவர். மும்பையின் புகழ்மிக்க ஜாவேரிபஜாரில் இருக்கும் பெரிய நகைக்கடை இவர்களுடையது. இதற்குக் கிளைகளும் ஏராளம். வருடத்தின் பதினொரு மாதங்களுக்கு இவர் தங்கத்தையும் தங்க நகைகளையும் விற்பனை செய்வார். ஜூலை மாதத்தில் மும்பையில் பருவமழை தொடங்கும்போது, மூட்டை முடிச்சுகளைக் கட்டிக்கொண்டு, ஒரு மாத காலப் பயணமாக இந்தத் தீவுகளுக்கு ஒவ்வொரு ஆண்டும் வந்து விடுவார். சேறும் சகதியும் அட்டைகளும் கொசுக்களும் நிறைந்த காடுகளில் முதுகுப் பையுடன் பயணப்பட்டுப் பாம்புகளைப் பிடித்து உப்பு நீரில் விட்டு ஆராய்வது, இவருக்கு உற்சாகத்தைத் தருகிறது. சதுக்கத்தில் நடைபெறும் உரையாடல்களில் பாம்புகள், ஊர்வன, நீர்நில வாழ்வன பற்றிப் பேசும்போது இவருக்கு ஆர்வம் பெருக்கெடுக்கும்.

எப்போதாவது அரிதாகப் பெண்களும் வருவார்கள். வௌவால், ஆந்தை பற்றி ஆராயும் ஒரு பெண் வந்திருந்தார். இன்னொருவர் சுற்றுலாப் பயணி. மூன்றாவதாக, அமெரிக்கக் கடல் உயிரியல் இளம் விஞ்ஞானியும் இருந்தார். இவர் வாண்டூரில் இருக்கும் மகாத்மா காந்தி தேசிய கடல் பூங்காப் பகுதியில் பவளத் திட்டுகள் பற்றி ஆராய்ச்சி செய்தபோது, கடல்நீரில் மூழ்கிப்போய்விட்டார். புதிதாக வந்திருப்பவர்களில் சீமா சந்திரனும் ஒருவர். அந்தமானைச் சேர்ந்த சீமா சந்திரன் முனைவர் பட்ட ஆய்வுக்காக வந்திருக்கிறார்.

இவர்களைத் தவிர பணியாளர்களும் உண்டு.

இங்கு எப்போதும் நிலையாக இருப்பவர் பேம் மாமாதான். மத்திய அந்தமான்தீவில் இருக்கும் மாயாபுந்தருக்கு அருகிலுள்ள 'வெபி' கிராமத்திலிருந்து வந்திருக்கும் வயதான கேரன்மனிதர். கேரன் என்பதற்கு, பர்மாவிலிருந்து எண்பது ஆண்டுகளுக்கும் முன்பாக இந்தத் தீவுகளுக்கு முதன் முதலில் அழைத்துவரப்பட்ட சிறு குழுவினர் என்று பொருள். அந்தமானில் வந்து குடியேறி யதும் முதன்முதலில் இவர்கள் உருவாக்கிய வசிப்பிடம் வெபி. இந்த இனத்தைச் சேர்ந்தவர்களில் சில ஆயிரம் பேர் வெபி யிலேயே தொடர்ந்து வாழ்ந்து வருகின்றனர். பேம் மாமாவின் பெரியகுடும்பமும் வெபியில்தான் வாழ்கிறது. தன் தலைமுறையைச் சேர்ந்த மனிதர்களைப் போல இல்லாமல், அகன்று பரந்திருக்கும் உலகினை ஆராய வெபியிலிருந்து கிளம்பி வெளியே வந்திருப்பவர் பேம் மாமா. இந்த நிறுவனம் உருவான சமயத்தில் டேவிட் நியமித்த முதல் மனிதர். இவர் உண்மையான தீவுக்காரரர். உள்ளூர் வழிகாட்டியாகவும், நிபுணராகவும் இவருக்கு இணையாக யாரையும் சொல்லமுடியாத அளவுக்குக் கடல், காடு இரண்டையும் பற்றி அறிந்திருக்கிறார். நிதானமும், அமைதியும், கனவுகாண்பவரைப் போன்ற தோற்றமும் கொண்டிருக்கும் இவர், ஆராய்ச்சியாளர் களுக்குப் பக்கத்தில் உட்கார்ந்திருப்பதை அடிக்கடி பார்க்க முடியும். அவரது முகத்தில் மூக்கு மட்டும் அகன்று நீட்டிக் கொண்டிருக்கும். கன்னத்து எலும்புகள் நன்றாகத் தெரியும். அகன்ற வட்ட முகத்தில் குறுகலான இமைக் கீற்றுகளுக்குள் இரண்டு கண்களும் மறைந்து கிடக்கும்.

ஆழம் காண முடியாத புதிரான தோற்றத்தைத் தரும் அவரது கண்கள் கவனக்குறைவாக இருப்பவரைப் போல அவரைக் காட்டும். மாமாவின் முகத்தைப் பார்த்து அவர் என்ன நினைக்கிறார் என்பதைக் கண்டறிவது இயலாத காரியம். தன்னைப் பற்றி மற்றவர்கள் என்ன நினைக்கிறார்கள் என்ற கவலையே இல்லாதவர் போல வெளிப்பார்வைக்குத் தெரிவார், தன் முனைப்பே இல்லாத பேம் மாமா, அன்றைய தினத்தின் மாலை நேரத்தில் வழங்கப்படும் ஒரு பெக் விஸ்கியோ ரம்மோ ஏதோ ஒரு மதுவுடன் சதுக்கத்தில் உள்ள மேசையில் இருந்தபடி எல்லாவற்றையும் கூர்மையாகக் கவனித்துக்கொண்டும், தனக்கு முன்னிருக்கும் வெளியை உற்றுப் பார்த்தபடியும் அமர்ந்திருப்பார். இந்த விதமான சூழ்நிலையில்

புதிதாக இவரைப் பார்க்கும் யாருக்கும் மாமா எதையுமே கவனிக்காதவரைப் போலவும், எதையுமே காதில் வாங்கிக் கொள்ளாதவரைப் போலவும், மது அருந்தியபடி மயக்கத்தில் மிதந்துகொண்டிருப்பதைப் போலவும் தெரியும். ஆனால், அது உண்மையல்ல என்பது இங்கு இருப்பவர்களுக்குத் தெரியும். மாமா எப்போதாவதுதான் பேசுவார். அவருடைய கருத்துகள் நயமாகவும் விவேகத்துடனும் இருக்கும். சொற்கள் மதிப்புமிக்கவையாக இருக்கும்.

வயதான இந்த கேரன் மனிதரால் ஹரிஷ் உடனடியாகக் கவரப் பட்டான்.

2

இங்கேயே பிறந்தவர்கள்

அந்த ஆண்டின் தொடக்கத்தில் தனது இருபத்தேழாவது ஆண்டு பிறந்த நாளுக்குச் சற்று முன்னதாக, தீவுகளுக்கு முதல் பயணத்தைச் சீமா சந்திரன் மேற்கொண்டிருந்தாள். டெல்லியில், நான்கு ஆண்டுகளைக் கழித்த பிறகு, 'அந்தமானில் பிறந்தவர்களின் சமூகப் பொருளாதாரப் பரிணாம வளர்ச்சி' என்ற தலைப்பில், முனைவர் பட்ட ஆய்வுக்காக டெல்லிப் பல்கலைக் கழகத்தில் பதிவு செய்திருந்தாள். அதே பல்கலைக்கழகத்தில்தான் மானுடவியலில் முதுநிலைப் பட்டத்தையும் முடித்திருந்தாள்.

இந்தத் தலைப்பை அவள் தெரிவித்தபோது ஆய்வுவழிகாட்டியான மானுடவியல் துறைத் தலைவர், 'அந்தமானிலேயே பிறந்தவர்களா? இவர்கள் எந்த வகையான மனிதர்கள்?' என்று அவளிடம் கேட்டார். 'அந்தமானில் ஆய்வுப் பணியை மேற்கொள்ள நீங்கள் விரும்பினால் நம்ப இயலாத புதிரான இயல்புகளைக் கொண்டிருக்கும் ஓங்கே, அந்தமான் பழங்குடிகள், ஜாரவாக்களை ஏன் ஆராயக் கூடாது?' என்று அவர் வாதிட்டார். 'உலகெங்கிலுமிருந்து ஆராய்ச்சியாளர்களும், மாணவர்களும் இந்தத் தீவுகளையும், இத்தகைய மனிதர்களையும் அணுகி ஆராய்வதற்குத் தயாராக இருக்கும்போது, இவை அனைத்தும் உன் புழக்கடையிலேயே இருக்கின்றனவே சீமா!' என்றார் பேராசிரியர். இத்தகைய வாய்ப்புப் பற்றி அவள் முன்பு எண்ணிப்பார்த்திருந்தாள், ஆனால், ஆராய்ச்சித் தலைப்பை மாற்றிக்கொள்ளும் தேவை இருப்பதாக அவள் மனம் ஏற்கவில்லை.

அவளுடைய ஆராய்ச்சித் தலைப்பைப் பார்த்த மற்ற பேராசிரியர்கள், உடன் பணிபுரிவோர், நண்பர்கள் இந்தத்

தலைப்பு ஆவலைத் தூண்டும் விதத்தில் இருப்பதாகத்தான் கருதினார்கள். 'என் சமூகத்தினரைப் பற்றி ஆராயவே விரும்பு கிறேன், நான் அந்தமானிலேயே பிறந்தவள்' என்று சீமா அவர் களுக்கு மகிழ்வுடன் பெருமையாக விளக்கம் தருவாள்.

அந்தமானிலேயே பிறந்தவர்கள் உண்மையில் தனித்துவமான மனிதர்கள். இயல்பாக வந்திராத அடையாளத்துக்குச் சொந்தக் காரர்கள். சையத் இக்பால், லலிதா ஆகிய எள்ளுத்தாத்தா - எள்ளுப்பாட்டி இருவருடனும் சீமாவின் மரபுவழி தொடங்குகிறது.

அந்தமானில் புகழ் பெற்ற செல்லுலார் சிறைச்சாலையில் **1925**ஆம் ஆண்டு வாக்கில் சையத் இக்பால் அடைக்கப்பட் டிருந்தார். பலரும் நம்புவதைப் போல இந்திய சுதந்திரப் போராட்டத்தில் பங்கு பெற்றதற்காக அவர் சிறைப்படவில்லை, லாகூருக்கு அருகிலுள்ள அவரது ஊரில் ஒரு போலீஸ்காரனைக் கொன்றதற்காகச் சிறையிலிருந்தார். அகலமான கத்தியினால் ஒரே வீச்சில் போலீஸ்காரனின் தலை துண்டாகிப்போனது. இவரது தங்கையை அந்தப் போலீஸ்காரன் கற்பழித்துவிட்டான். அந்தக் கொடுமை தாங்காமல் மணிக்கட்டை அறுத்துக்கொண்டு அவள் தற்கொலை செய்துகொண்டாள். வழக்கு விசாரணையின்போது கொலைக்குற்றத்தை சையத் ஒப்புக்கொண்டார். தன் தங்கையைப் பற்றிப் பேசியபோது இரண்டு முறை அவர் கதறி அழுதார். பழி வாங்குவதற்காகச் செய்யப்பட்ட கொலை என்பதாலும் கொல்லப்பட்டவர் அரசு ஊழியர் என்பதாலும் வழக்குச் சிக்கலாகி விட்டது. அவரது சகோதரிக்கு இழைக்கப்பட்ட கொடுமையின் தன்மை கருதியும், குற்றத்தைத் தாமாகவே ஒப்புக் கொண்டதாலும் அவருக்கு ஆயுள் தண்டனை விதிக்கப்பட்டது. அந்தமான் காலாபாணி சிறைக்கு சையத் அனுப்பி வைக்கப்பட்டார்.

விதி செய்த சதியாலும், தங்கையின் நினைவாலும், பக்கத்து வீட்டில் வசித்து வந்த துணி வெளுப்பவரின் மகள் 'தன்னோ' மீதுகொண்டிருந்த காதலாலும் துயருற்றிருந்த சையத், சிறையில் தொல்லைகளை அனுபவிக்காத கைதியாக இருந்தார். தண்டனைக் காலத்தைச் சிறையில் கழித்து முடித்தவுடன் கிராமத்துக்குத்

திரும்பிச் சென்று அங்கே தன் வாழ்க்கையைத் தொடர்வது என்று நினைத்திருந்தார். ஆனால், அது நடக்கவில்லை.

மூன்று ஆண்டு தண்டனைக் காலம் முடியும் சமயத்தில் வயதான அப்பாவிடமிருந்து வந்த கடிதம் அவரின் இதயத்தை நொறுங்கச் செய்தது. சையத்தின் அம்மா இனம்புரியாத நோயால் இறந்து விட்டார், தன்னோவுக்குத் திருமணம் நடக்க இருக்கிறது. எழுதப் பட்ட மூன்று மாதங்களுக்குப் பிறகுதான் கடிதம் அவரது கைக்கு வந்துசேர்ந்தது. தன்னோவின் திருமணத்துக்கு ஒரு நாள் முன்னதாக அந்தக் கடிதம் கிடைத்திருந்தது. எழுதுவதற்கு எத்தனையோ செய்திகள் இருந்தபோதும் தன்னோவின் திருமணத்தைப் பற்றி அப்பா ஏன் தனக்கு எழுதினார் என்று சையத் ஆச்சரியப்பட்டார். அது அப்படி ஒன்றும் பாதுகாக்கப்பட்ட ரகசியம் இல்லைதான்.

நடக்க வாய்ப்பில்லாத ஒன்றின் மீது, நீண்ட காலமாக சையத் நம்பிக்கை கொண்டிருந்தார் என்றுதான் சொல்ல வேண்டும். அது அவருக்கும் தெரிந்திருந்தது. ஒரு முஸ்லிமுக்கு, இது போன்ற தண்டனை பெற்றிருக்கும் ஒருவனுக்குத் தன்னோவை மணம் முடிக்க உண்மையில் வாய்ப்புகள் அரிது என்பது தெரியும். இருந்தாலும் நம்பிக்கைக் கீற்று மனத்தில் தொடர்ந்து ஊசலாடிக்கொண்டிருந்தது. இனிமேல் அதுவும் இருக்காது. அப்பா எழுதிய கடிதத்தை வாசித்த நாளன்றே பிறந்த ஊருக்கு ஒருபோதும் போகப் போவதில்லை என்று சையத் முடிவெடுத்து விட்டார். இங்கேதான் வாழ வேண்டும் என்று விதிக்கப்பட் டிருப்பதாக உணர்ந்தார். இதனிடையே நன் னடத்தை காரண மாகத் தண்டனைக் காலம் குறைக்கப்பட்டது. அவர் விடுதலை யாவதற்கு ஆறு மாதங்கள் இருக்கும்போது, சிறையில் இருந்த லலிதா என்ற பெண்ணை ஏற்றுக்கொள்ளும் மனநிலைக்கு அவர் வந்துவிட்டார்.

இளமையும், சுறுசுறுப்பும், அழகான கண்களும், நீண்ட தலை முடியும்கொண்ட லலிதா சிறையில் வெகுநாட்களுக்கு இருக்க வில்லை. எண்ணிக்கை அடிப்படையில் பார்த்தால் பெண் கைதிகள் அங்கு குறைவு என்றாலும், அந்தமான் தனிச்சிறைகளில் பெண்களும் இருந்தார்கள். இவர்களில் பெரும்பாலோர் ஏகாதிபத்திய அரசுக்கு எதிரான அரசியல் நடவடிக்கைகளில் பங்குகொண்டவர்கள்.

சையத் தோற்றத்தில் அழகானவர் அல்ல. ஆனால் தன்னை மறந்த நிலையிலிருக்கும் அவரது ஏக்கங்களும், கவனம் குன்றிய நிலையும் லலிதாவுக்கு நெருக்கமாக அவரைக்கொண்டு வந்து சேர்த்திருந்தன. ஒருவர் மேல் ஒருவருக்கு ஈர்ப்பு ஏற்பட்டிருந்தது. நன்னடத்தை உள்ள ஆண், பெண் கைதிகள் ஒவ்வொரு நாள் மாலையிலும் சிறை அறைக்கு வெளியில் நிற்பதற்கு அனுமதிக்கப் படுவார்கள். அப்போது பேசிக்கொள்ள வாய்ப்புக் கிடைக்கும். அந்த நேரத்தை எதிர்பார்த்து இருவரும் காத்திருப்பார்கள்.

உடனிருந்த கைதிகளின் நச்சரிப்பினால், சையத் காதலை வெளிப்படுத்த ஆரம்பித்தார். 'என் பெயர் சையத் இக்பால்' என்று தயங்கியபடியே சொன்ன அவர், 'உங்களின் தலைமுடி மிகவும் அழகாக இருக்கிறது' என்றார்.

லலிதா வெடிச்சிரிப்பு சிரித்தாள். 'என் பெயர் லலிதா' உங்களுக்குத் தலைமுடி நன்றாக இல்லாவிட்டாலும் உங்களை எனக்குப் பிடித்திருக்கிறது' என்று அவள் பதில் சொன்னாள்.

சையத் கூச்சத்தில் சிரித்தார்.

'ஒரு போலீஸ்காரனைக் கொன்றதற்காக நீங்கள் இங்கு இருக் கிறீர்கள் என்று கேள்விப்பட்டேன்.' இறுக்கமான குரலில் அவள் பேசினாள்.

'ஆமாம். நீங்கள் சொல்வது சரிதான்'. ஆனால்... ஆனால்...'

'அதனால்தான் நானும் இங்கே இருக்கிறேன்...' அவள் உரக்கச் சிரித்தாள். 'நாம் ஒருவருக்கொருவர் நல்ல துணையாக இருப்போம் என்று நினைக்கிறேன். நீங்கள் என்ன நினைக்கிறீர்கள்?'

அவர் முகத்தில் தெரிந்த அதிர்ச்சியைப் புறக்கணித்துவிட்டு, தான் எப்படி இங்கு வந்தேன் என்பதை விவரிக்கத் தொடங் கினாள். போபாலில் உள்ளூர்க் காவல் நிலையத்தில் நள்ளிரவில் புகுந்து தாக்குதல் நடத்தித் தீயிட்டுக் கொளுத்திய இளைஞர் குழுவில் லலிதாவும் ஒருத்தி. அந்தக் கட்டடம் தீயில் எரிந்து நாசமானது. அப்போது பணியில் இருந்த மூன்று பேருக்கு ஆபத்தான தீக்காயங்கள் ஏற்பட்டன. அவர்கள் ஒருவர் பின் ஒருவராக இறந்துபோனார்கள். தீ வைத்த குழுவின் தலைவர்களாக அடையாளம் காணப்பட்ட இருவருக்குத் தூக்குத் தண்டனை

விதிக்கப்பட்டது. லலிதா உட்பட மற்றவர்கள் காலாபாணிச் சிறைக்குள் அடைபட்டனர். 'அப்புறம்... அந்தப் போலீஸ்காரனுக்கு நீங்கள் செய்தது சரியானதுதான். உங்கள் இடத்தில் நான் இருந்திருந்தால் அவன் குரல்வளையை அறுத்திருப்பேன்' என்று அவள் முடித்தாள்.

இருவருக்கும் இடையிலான ஈர்ப்பு ஆழ்ந்த காதலாக மாறியது. கட்டுப்பாடுகள் தளர்த்தப்பட்டுத் தனிமையில் பேசிக்கொள்ள அனுமதிக்கப்பட்டனர். அனைவராலும் ஏற்றுக்கொள்ளப்பட்ட உறவாக அது இருந்தது. ஐந்து மாதங்கள் கழிந்த பிறகு லலிதாவின் வயிற்றில் சையத்தின் குழந்தை வளர்வதாகத் தெரிவிக்கப்பட்ட போது, அவர்களிடையே கொண்டாட்ட மனநிலை நிலவியது. தூர தேசத்தில் இருக்கும் இந்த நிலத்தில் இப்படிப் பலப் பல மனிதர்களும் வயது, சாதி, வர்க்கம், மதம் ஆகிய கணக்குகளைப் புறந்தள்ளிவிட்டுத் தோழமையும், அன்பும், உணர்ச்சிப் பிணைப்பும் கொண்டவர்களாக இருந்தனர். சையத் இக்பால்—லலிதாவின் திருமணம் சிறைக்குள்ளேயே நடத்தி வைக்கப்பட்டது. வயிற்றுக் குழந்தையுடன் லலிதாவும் இக்பாலும் இரண்டு மாதங்களுக்குப் பிறகு விடுவிக்கப்பட்டனர். வாழ்க்கையைப் புதிதாக நடத்து வதற்காக அவர்களுக்கு ஒரு ஏக்கர் நிலம் தரப்பட்டது. அந்தக் குழந்தைதான் சீமாவின் கொள்ளுத் தாத்தா. இதுபோன்ற சூழ்நிலை காரணமாக, அந்தமானிலேயே பிறந்த இவர்களைப் போன்ற ஏறக் குறைய மூவாயிரம் பேர் இருந்தனர். இவர்கள் 'அந்தமானில் பிறந்தவர்கள்' என்று அழைக்கப்பட்டனர்.

சையத்தையும், லலிதாவையும் போலவே தங்கள் கடந்த காலத்துடன் கட்டுண்டிருந்த அனைத்தையும் தகர்த்துப் புதிய மனிதர்களுடன் புதிதாக வாழ விதிக்கப்பட்ட பலரும் இருந்தனர். சொந்த ஊருக்கு இவர்கள் திரும்பிச் செல்லும்போது இவர்களால் பாதிக்கப்பட்டவர்களின் குடும்பத்தினர், இரத்தத்தைச் சுவைக்க வெறி கொண்ட நாய்களைப் போல, இவர்களைக் கொல்ல வழி தேடுவார்கள். ஆனால், இனி அது நடக்காது. இவர்கள் இருப்பதோ வெகு தூரத்தில் இருக்கும் தூர தேசம்.

இருபதுகளில் இருந்தே அந்தமான், முக்கியத்துடனும் பரபரப் புடனும் இருந்தது. அடுத்த பத்து ஆண்டுகளில் அந்தமான்

என்னும் அழகான மலர்க்கொத்தில் பல்வேறு இடங்களிலிருந்து வண்ண மலர்கள் சேர்ந்துகொண்டே இருந்தன. பிரிட்டிஷாருக்கு எதிராகக் கிளர்ச்சியில் ஈடுபட்ட மலபார் மாப்ளாக்கள் கைதிகளாகக் கொண்டுவரப்பட்டார்கள். வளமான கங்கைச் சமவெளியிலிருந்து பண்டூஸ் இனத்தவர் நாடோடிகளாக வந்துசேர்ந்தார்கள். போக்கிரிகள், கொள்ளைக்காரர்கள், தண்டிக்கப்பட்டவர்கள், புத்த மதத்தைத் தழுவிய குடும்பத்தினர் என்று பலரும் இங்கு வந்து சேர்ந்தனர்.

ஏகாதிபத்திய அதிகாரிகள் எப்போதும் சுறுசுறுப்பாகச் செயல்பட்டுக்கொண்டிருந்தனர். அந்தமான் தீவுகளின் மிகவும் உள்ளடங்கிய பகுதிகளுக்கு சந்திப்புக் குழுவினர் சென்று அடர்ந்த காடுகளில் வசித்துவரும் ஆபத்தான, பூர்வீகப் பழங்குடிகளுடன் தொடர்புகளை ஏற்படுத்த முயன்றனர். தாவரவியல், விலங்கியல் ஆராய்ச்சிகளுக்காக விரிவான பயணங்களும் மேற்கொள்ளப்பட்டன. அந்தமான் வட்டாரத்தில் பிறந்தவர்களை ஒருங்கிணைப்பதற்குத் துணை நின்று, ஒரு கூட்டமைப்பை உருவாக்க ஓர் அதிகாரி உதவி செய்தார்.

அதே சமயம் இந்திய ரயில்வேக்குத் தேவைப்பட்ட தேக்கு மரங்களை அந்தமான் காடுகளிலிருந்து எடுத்துவர வேண்டிய தேவை உருவானது. இதனால், வனத்துறைக்குத் தொழிலாளர்கள் தேவைப்பட்டனர். பணியாளர்களைத் திரட்டுவதற்காக ஆட்சியாளர்கள் இரு திசைகளில் கவனத்தைத் திருப்பினர். மேற்கே இந்தியப் பெருநிலத்தில் அடர்ந்த காடுகள் இருக்கும் சோட்டா நாகபுரிப் பகுதிக்கும், கிழக்கே தேக்கு மரக்காடுகள் இருக்கும் பர்மாவின் பக்கமும் பார்வை திரும்பியது.

ஏகாதிபத்திய அரசுக்கு உதவ திருச்சபை காத்திருந்தது. ஏராளமாகப் பொருள் கிடைக்கும், வளமான வாழ்வு கிடைக்கும் என்ற வாக்குறுதிகளைக் கொடுத்துத் தீவுகளுக்கு வேலைக்கு ஆட்களைக் கொண்டு வந்துசேர்க்கும் நியமன இடமாக திருச்சபைகள் மாறின. முண்டாஸ், ஓரோவோன்ஸ், சந்தால் பழங்குடியினரை இந்தியாவில் ராஞ்சியிலிருந்து திருச்சபை வேலைக்குத் அமர்த்தியது. அந்தமான் தீவுகளில் இவர்கள் 'ராஞ்சிஸ்' என்று அழைக்கப்பட்டனர். பாப்டிஸ்ட் சமயப் பரப்புக் குழுவினர், பர்மாவில் பாசிப் பகுதியில்

இருந்து கேரன்களை அழைத்து வந்தனர். அருட்திரு. லுக்யி என்பவரின் மேற்பார்வையின் கீழ் பேம் மாமாவின் தந்தையார் தலைமையில் கேரன்கள் வந்துசேர்ந்தனர்.

1920களிலிருந்து 1930ஆம் ஆண்டு வரையிலும் அந்தமானில் குடியேறியிருந்த இருபதாயிரத்திற்கும் அதிகமான மக்களால் முப்பது விதமான மொழிகள் பேசப்பட்டு வந்தன—உருது, இந்தி, வங்காளம், தமிழ், அந்தமானிஸ், தெலுங்கு, மலையாளம், பர்மீஸ் மொழிகள் பேசப்பட்டன. கலாச்சாரங்கள் ஒன்றுகூடிக் கலக்கும் இடமாக அந்தமான் தீவு ஆகியிருந்தது.

கால ஓட்டத்தில் வழக்காறுகளும், சடங்குகளும் பிணைந்து கொண்டன. சில சடங்குகள் முற்றிலும் வழக்கொழிந்து போயின. புதிதாகச் சில உருவாயின. டார்வினியப் பெருவிருப்பத்துக்கேற்ற வகையில் இனக்கலப்பு துரிதமாக ஏற்பட்டது. தசாப்தங்கள் செல்லச்செல்ல புதிய சமூகம் வளர்ந்தது.

மாப்ளாக்கள், பண்டூஸ், வங்காளிகள், கேரன்கள் அந்தமான் வட்டாரத்தில் பிறந்து வளர்ந்தவர்கள் ஆகியோர் தனித்தனி யாகவோ, ஒட்டுமொத்தமாகவோ, காலனியத் திட்டங்களுக்குப் பொருத்தமில்லாத கசடுகள் என்று புறக்கணிக்கப்பட்டனர். நினைவொழிந்து போன இந்தத் தன்மை பற்றி சீமாவுக்கு உள் ளுக்குள் அசௌகரியம் இருந்தது. இத்தகைய அடையாளங்கள் இந்தத் தீவுகளில் வாழ்க்கைப் பாதைகளை அமைத்துக் கொடுத்த துடன், இந்த நிலத்தின் எல்லைக்கோடுகளையும் வளமார்ந்த கதைகளையும், முன்னோர் வழி வந்த நீடித்து நிலவும் பண்பு களையும் வடிவமைத்திருக்கிறது. இருந்தபோதிலும், அத்தகைய கடந்த காலம் அவ்வளவாக முக்கியத்துவம் இல்லாதது என்று இப்போது கருதப்பட்டு வருகிறது.

அந்தமான் மண்ணில் பிறந்தவர்களின் சமூகம் எண்ணிக்கையில் பெருகி, வகுப்புப் பேதமற்ற, சமயச் சார்பற்ற சமூகமாக, சீமாவின் காலம் வரையிலும் மெய்யான இயல்புகளை அழியாமல் காத்து வந்திருக்கிறது. இப்போது கிட்டத்தட்ட நாற்பதாயிரம் பேர்

களைக் கொண்டுள்ள இவர்கள் அந்தமான் மக்கள்தொகையின் முக்கிய அங்கமாக உருவாகியிருக்கின்றனர். தாங்கள் பிறந்த மண் இது என்று உரிமை கோருகின்றனர். இந்தத் தீவுகள் அவர்களுக் கான இல்லம்.

சீமாவின் தலைமுறையைச் சேர்ந்த பலரும் இந்தியப் பெரு நிலத்துக்குப் புலம்பெயர்ந்து கொண்டிருக்கின்றனர். தங்கள் மரபின் மூலம் பற்றி இவர்கள் அறிந்து வைத்திருக்கின்றனர். அவர்களின் வரலாற்றில் இழிவு எதுவும் கிடையாது. மாறாக, தீவுகளுக்கு உருக் கொடுத்திருக்கிறோம் என்ற பெருமை இருக்கிறது. இருப்பினும் அடைத்துவைக்கப்பட்டது போன்ற உணர்வைத் தரும் இந்தச் சிறிய தீவுகளில் இருந்துகொண்டு என்ன செய்வது என்று பலருக்கும் தெரியவில்லை. இங்கிருந்து வெளியேறிய பலரும் இந்தியப் பெருநிலத்திலேயே இருந்துவிடுவதென்று உறுதி மேற் கொண்டுவிட்டார்கள்.

தனது தலைமுறையைச் சேர்ந்தவர்களைப் போலவே சீமாவும், உலகத்தைக் கண்டறியும் விருப்பத்துடன் தீவுகளிலிருந்து புறப் பட்டு வந்தவள்தான். தன்னைப் போன்றவர்களின் வரலாற்றிலும், தனது சுயவரலாற்றிலும் சம அளவு ஆர்வம்கொண்டவளாக இருந்தாள். தான் வாழ்ந்த பகுதி பற்றியும், மக்கள் கதைகள் மீதும் ஆர்வம் கொண்டாள். முந்தைய நிலை தலைகீழாகப் புரண்டிருப் பதைத் திருப்பிப் பார்க்கிற கண்ணாடி வில்லையாக அவள் நிலை ஆனது. இந்திய வரலாற்றில் அந்தமானுக்கு என்று ஒரு சில பத்தி களே போதுமானவை. பிரிட்டிஷ் வரலாற்றின் அடிக்குறிப்புகளாக மட்டுமே இடம்பெறத் தகுந்ததுதான் அந்தமானின் வரலாறு என்பது சரியானதாக அவளுக்குப்படவில்லை. இந்தத் தீவுகளுக்கும், இங்கு வசிப்பவர்களுக்கும் வரலாறு இருக்கிறது.

'நாமே அந்தமானில் பிறந்தவர் என்றால் ஜாரவாக்களும் ஓங்கேயும் அந்தமான் பழங்குடிகளும்தான் இங்கு முதன் முதலில் பிறந்தவர்கள்' என்று ஏன் கருதக் கூடாது? வெகு காலத்திற்கு முன்பே பிறந்த இவர்கள் தொன்றுதொட்டு இங்கேயே வசித்து வருகிறார்கள். அதனை நாம் முழுமையாக ஏற்றுக்கொள்ளவோ, அடையாளம் கண்டறியவோ இல்லையே! இங்கு வாழ்ந்துவரும் சீமாவைப் போன்ற மக்களின் பாரம்பரியம் ஒரு நூற்றாண்டுக்கும்

அதிகமாகப் போகாது. அந்தமான் தீவில் அண்மைக் காலங்களில் பிறந்தவர்களுக்கு அப்பாலும் பார்வையைச் செலுத்துவதற்கு, இந்த ஆர்வம் வலுவாக அவளை உந்தித் தள்ளியது.

மரபணு வகை, மரபணு ஓர்மை போன்ற சமீப கால மரபியல் ஆராய்ச்சிகள் அந்தமான் பழங்குடியினரை இருபதாயிரம் முதல் அறுபதாயிரம் ஆண்டுகளுக்கு இடைப்பட்ட ஏதோ ஒரு காலத்திலிருந்து இங்கு வாழ்ந்துவருகின்றனர் என்று குறிப்பிடுகின்றன. இந்த ஆராய்ச்சி விவரம் பல்கலைக்கழகத்தில் முதலில் வெளியான போது, சீமா மிகுந்த உற்சாகமடைந்தாள். முதன்முதலாக நடைபெற்ற மரபணு ஆய்வுகளில் ஒன்றான, ஐரோப்பிய அருங்காட்சியகச் சேகரிப்பில் வைக்கப்பட்டிருக்கும் அந்தமான் பழங்குடியினரின் தலைமுடி ஆராயப்பட்ட நிகழ்வில் மிகப் பழமையான மரபணு கண்டறியப்பட்டது. இந்தத் தீவுகளில் நாம் நினைப்பதைவிடவும் மிகப் பழங்காலத்திலிருந்தே அவர்கள் வாழ்கின்றனர் என்பதற்கான வலுவான ஆதாரத்தை அந்தக் கண்டுபிடிப்பு அளித்தது.

எனினும், அறம் சார்ந்த பிரச்சினைகள் அவளுக்குக் கவலை யளித்தன. இந்த மக்களிடமிருந்து உயிரியல் மாதிரிகள் இப்போதும் எடுக்கப்பட்டு வருகின்றன. இதன் தாக்கங்கள் பற்றிய புரிதல் அவர்களுக்கு இல்லாத நிலையிலும் இது தொடர்ச்சியாக நடந்துவருகிறது. இத்தகைய சிக்கல்கள் எவையும் சீமாவால் தீர்த்து வைக்க முடியாதவை.

சீமா தன் பள்ளிக்கூட நாட்களின்போது நகரத்தின் போற்றப்படாத ரத்தினமான - போர்ட்பிளேர் அரசு நூலகத்துக்கு அடிக்கடி போய் வருவாள். அன்புடன் பழகுகிற உதவி நூலகர் பாத்திமா போஸ் வயதான பெண்மணி. பொக்கிஷப் புதையலான இந்த நூலகத்தின் மீது போர்ட்பிளேர் மக்கள் குறைவாகவே அக்கறை காட்டுகிறார்கள் என்பதற்காக அவர் வேதனைப்படுவார். தான் பேசுவதைக் கேட்கக்கூடிய யாரிடமும் இது பற்றிப் புகார் தெரிவிப்பார்; திருமதி போஸை அவள் விரும்பினாள். இருவரிடமும் பொதுவாகக் காணப்பட்ட புத்தகங்களை நேசிக்கும் விருப்பம் இருவரின் பிணைப்பை மெல்லமெல்ல உறுதிப்படுத்தியது.

திருமதி போஸின் மிகப் பெரிய புகாரே அவரது மேல் அதிகாரியைப் பற்றியதுதான். தலைமை நூலகரான அவர்

எப்போதாவதுதான் நூலகத்துக்கு வருவார். யாருமே வராத நூலகத்தை மேற்பார்வை செய்வதைக் காட்டிலும் மேலான பல வேலைகள் இருப்பதாக அவர் கருதிக்கொண்டார். அரசியல் ரீதியாக வலுவான தொடர்புகள் அவருக்கு இருந்தன.

'நட்சத்திரங்களைப் பற்றி எருமைக்கு எவ்வளவு தெரியுமோ அவ்வளவுக்குத்தான் புத்தகங்களைப் பற்றி அவருக்குத் தெரியும்' என்று சீமா மீது நம்பிக்கை வைத்து திருமதி போஸ் ஒரு முறை தெரிவித்தார். சீமா சத்தமாக சிரிக்கவே, அவளது சிரிப்பை அடக்குவதற்குக் கையை வாயில் வைத்துப் பொத்தினாள் போஸ். 'எ... ரு... ம...' அவள் மெதுவாகவும், வேண்டுமென்றே அழுத்தியும் சொன்னபோது, சீமாவுக்கு அடக்க முடியாத வெடிச்சிரிப்பு மறுபடியும் பீறிட்டுக் கிளம்பியது. நான் சொன்னதாக யாரிடமும் சொல்லிவிடாதே என்று ரகசியக் குரலில் சொல்லிவிட்டு வெளியே போய்விட்டாள். அன்று முதல் பாத்திமா என்று பெயர் சொல்லி அழைக்கும் அளவுக்குத் திருமதி போஸ் நட்பாகிவிட்டாள். இருவருக்கும் நெருக்கமான நட்பு உதயமானது.

உண்மையைச் சொல்ல வேண்டுமானால், தன் மேலதிகாரி நூலகத்துக்கு வராமல் இருப்பதையும், நூலக நிர்வாகத்தின் முழுக் கட்டுப்பாட்டையும் தன்னிடம் கொடுத்திருப்பதையும் நினைத்துத் திருமதி போஸ் மகிழ்ச்சியாகத்தான் இருக்கிறார். விருப்பமான விதத்தில் வேலை பார்ப்பதற்கான சுதந்திரத்தை அவளுக்கு அது கொடுத்திருக்கிறது. மிகுந்த ஆர்வத்துடன் நூல்களைப் படிக்கக் கூடிய இளம் வாசகர்கள் அரிதாக இருந்தனர். இருந்தபோதிலும் சீமாவை அக்கறையுடனும், அன்புடனும் அவள் நடத்தினாள். நூலகத்தில் அந்தமான் நிகோபார் பிரிவில் உள்ள புத்தகங்களைத் தேடிப் படிப்பதில் பல மணி நேரங்களைச் சீமா செலவிட்டாள். சீமா சில சமயங்களில் புத்தகங்களை வீட்டுக்கு எடுத்துச் சென்று குறிப்புகள் எடுத்துக்கொள்ள விதிமுறைகளுக்கு மாறாக திருமதி போஸ் அனுமதி அளித்தாள்.

அப்படி எடுத்து வந்த ஒரு புத்தகம்தான் நூற்றாண்டுப் பழமை யுடைய நூல். இரண்டாயிரத்துக்கும் அதிகமான பக்கங்களில் நன்றாக அச்சிடப்பட்டிருந்தது. இந்த நூலை, கர்னல் ஜி.இ.ஜெரினி எழுதியிருந்தார். ராயல் ஆசியாட்டிக் கழகமும் ராயல் புவியியல் கழகமும் இணைந்து இந்த நூலை வெளியிட்டிருந்தன.

இரண்டாயிரம் வருடங்களுக்கு முன்பே தாலமி ஒட்டுமொத்த உலகத்தையும் எப்பேர்ப்பட்ட வரைபடமாக ஆக்கியிருக்கிறார்! அவர் சந்தித்த சவால்கள், பயணங்கள், பேரார்வம், அவர் உருவாக்கியிருந்த இந்த மாபெரும் புத்தகம் என்று தாலமியைப் பற்றிய பல தகவல்களைச் சீமாவிடம் திருமதி போஸ் கூறியிருந்தாள். அவள் சொல்வதைச் சீமா உன்னிப்பாகக் கவனித்து வந்தாள். கவனிப்பின் முடிவில் சீமா தெரிவித்த பகுப்பாய்வு ரத்தினச்சுருக்கமாக இருந்தது. 'இந்தத் தாலமி கிறுக்குத்தனமான வெறிகொண்டவராக இருந்திருக்க வேண்டும்.' என்று தனக்குப் பிடித்தமான, வயதில் மூத்த ஒரு உறவினரைப் பற்றிக் குறிப்பிடுவதைப் போல அன்பு மீதூர சீமா கூறினாள். 'இந்த கர்னல் ஜெரினி மட்டும் என்னவாம்? நிச்சயமாக அவர் இன்னும் அதிக வெறிகொண்ட மனிதர். இது போன்ற வேலைகளைச் செய்ய வேண்டும் என்று மனிதர்கள் அப்போதே எப்படி சிந்தித்திருக்க முடியும் பாத்திமா?' என்று சீமா ஆர்வத்துடன் கேட்டாள்.

ஜெரினியின் புத்தகத்தில் அந்தமான் நிகோபார் தீவுகளுக்காக ஐம்பது பக்கங்கள் ஒதுக்கப்பட்டிருந்தன. அந்தப் பிரிவை சீமா ஒளிப்படங்களாக எடுத்துக்கொண்டாள். தாலமியின் வரைபடத்தில் 'பசாகடா' என்று குறிப்பிடப்பட்டிருக்கும் பகுதி உண்மையில் அந்தமான் தீவுகளே என்றும், அஜின்னாட்டை என்று தாலமி குறிப்பிடுவது ஆடைகளின்றி இங்கு வாழ்ந்து வரும் ஜாரவா, ஓங்கே, அந்தமான் பழங்குடியினர் போன்ற நீக்ரிடோ மனிதர்களையே என்றும் ஜெரினி தனது நூலில் குறிப்பிட்டிருப்பது சீமாவுக்கு வியப்பினை அளித்தது. காலின் என்று தாலமி குறிப்பிடும் பகுதி இப்போதைய கார் நிகோபார் பகுதியாக இருக்க வேண்டும், நிலநடுக்கோட்டுப் பகுதியில் இருப்பதாக தாலமி குறிப்பிடும் அகதோடியா மோனோஸ் எனும் தீவு, கிரேட் நிகோபார் தீவு என்றும் ஜெரினி குறிப்பிட்டிருக்கிறார்.

தீர்மானமான முடிவுகளுக்கு வர வேண்டும் என்பதற்காகச் சீன, சயாமிய, தமிழ், சமஸ்கிருத, பாலி வார்த்தைகளுக்கு இடையில் இருக்கும் நுட்பமான தொடர்புகளையும் ஜெரினி குறிப்பிட்டிருக்கிறார். ஜாதகக் கதைகள் பற்றிய குறிப்புகளைத் தெரிவிப்பதோடு, பர்மிய எழுத்துகளைக் கற்று ஆராய்ந்து, சீன

வரலாற்று இலக்கியங்களைப் படித்துப் பார்த்து, சமீப கால பிரிட்டிஷ் பயணிகளின் ஆய்விதழ்களை ஆராய்ந்து, தான் குறிப்பிடுவனவற்றுக்கு ஆதாரமாக ஏராளமான கூறுகளை முன் வைத்திருக்கிறார். ஜெரினியின் விளக்கங்களும், முடிவுகளும் சீமாவை ஈர்த்தன

சீமாவின் மாமா ஒருவர்-வண்ணத்துப் பூச்சி மாமா என்று அழைக்கப்பட்டார். மழைக்காடுகளில் இருக்கும் வண்ணத்துப் பூச்சிகள் பற்றி ஆராய்வதற்காக பெங்களூரில் இருந்து அந்தமான் தீவுகளுக்கு எப்போதாவது வருவார். சீமாவின் மீது செல்வாக்கு செலுத்தியவர்களில் அவரும் ஒருவர். தீவுகள் பற்றி அறிந்து கொள்வதில் சீமாவுக்கு இளம் பிராயத்திலேயே ஆர்வமும், ஆற்றலும் இருப்பதைக் கண்டு, அவள் மீது மிகுந்த அன்பு செலுத்தி வந்தார். அவர்கள் இருவரும் அடிக்கடி தகவல்களைப் பரிமாறிக் கொள்வார்கள். தீவுகள் பற்றிய புத்தகங்கள், கட்டுரைகள், எழுத்துகளைப் பற்றித் தனக்குத் தெரியவரும் போதெல்லாம் அவளுக்கும் தவறாமல் அவர் தெரிவித்துவிடுவார்.

உயர்நிலைப் பள்ளிப் படிப்பை முடித்திருந்த சமயத்தில் தீவுகள் பற்றிய புத்தகங்கள் பலவற்றை சீமா சேர்த்து வைத்திருந்தாள். அவற்றில் ஏதோ சில பகுதிகள்தான் அவளுக்குப் புரியும். சில பகுதிகள் புரியவே புரியாது. விஸ்வஜித் பாண்டியா எழுதிய நூலும் அவற்றுள் ஒன்று. வண்ணத்துப்பூச்சி மாமாவோடு விஸ்வ ஜித்தின் வீட்டுக்குப் போனபோது நூலாசிரியரே கையொப்பமிட்டு அந்த நூலினைப் பரிசாகத் தந்தார்.

புதிதாகக் கிடைத்த பரிசினைப் பார்த்து சீமா முறுவலித்த போது, 'குட்டி அந்தமான் தீவில் ஓங்கே இனத்தவர்களுடன் விஷ்வஜித் தங்கியிருந்து அவர்களின் வாழ்க்கை, நம்பிக்கைகள் பற்றி எழுதிய புத்தகம்தான் இந்தப் புத்தகம்' என்று வண்ணத்துப் பூச்சி மாமா விவரித்தார். அந்தமான்காரியாக இருந்தும் போர்ட் பிளேயரில் இருந்து ஆறு மணி நேரக் கப்பல் பயணத் தூரத்தில் இருக்கும் குட்டி அந்தமான் தீவுக்கு அவள் போனதே இல்லை. அவளுக்குத் தெரிந்த வரையில் அவளுக்கு நெருக்கமான உறவுடைய குடும்பத்தினர் யாருமே அங்குப் போனதில்லை. இருந்தபோதிலும், தொலைதூரத்தில் இருந்து இங்கே வந்து

காடுகளுக்குள் வசித்துவரும் பழங்கால மனிதர்களைப் பற்றி விஸ்வஜித் ஆராய்ந்திருக்கிறார்.

'இவர்கள் காட்டுவாசி இல்லையா?' என்று டாக்டர் விஸ்வஜித் பாண்டியாவிடம் சீமா கேட்டாள். 'இவர்கள் காட்டுவாசிகள்தான்' என்று அவர் அழுத்தந்திருத்தமாகக் கூறினார். கிராமங்களில் வசிப்பவர்களை கிராமவாசி என்றும், டெல்லியில் வசிப்பவர்களை டெல்லிக்காரர் என்றும், ஆஸ்திரேலியாவில் வசிப்பவர்களை ஆஸ்திரேலியர் என்றும் கூறுவதைப் போல காடுகளில் வசிப்பவர்கள் காட்டுவாசிகள் எனப்படுகின்றனர். காட்டுவாசிகள் என்பதால் அவர்கள் காட்டுமிராண்டிகள், பண்பாடற்றவர்கள் என்று நாம் அர்த்தப்படுத்திக்கொள்ளக் கூடாது. 'அவர்கள் அப்படி இல்லை' என்று சற்றே இடைவெளி விட்டு கூறினார் பாண்ட்யா.

ஓங்கே இனத்தைச் சேர்ந்த மனிதர்கள் மொத்தமே நூறு பேர்தான் இருப்பார்கள் என்பது அவளுக்குக் கவலையளிப்பதாக இருந்தது. பாண்டியா இதைச் சொன்னபோது, 'நீங்கள் வேடிக்கைக் காக அப்படி சொல்கிறீர்கள்' என்றாள். 'இந்தக் குடியிருப்பில் வசிப்பவர் எண்ணிக்கையில் பாதி அளவுக்குத்தான் இப்போது அவர்கள் இருக்கின்றனர். போர்ட்பிளேயரில் அதைவிட அதிக மான எண்ணிக்கையில் நாய்கள் இருக்கின்றன' என்று அவள் உணர்ச்சிகரமாகப் பேசிவிட்டு தன்னுடைய கவனக்குறைவான ஒப்பீட்டிற்காக சீமா வருந்தினாள்.

அவர்களின் மக்கள்தொகை குறைந்து போனது எப்படி? குட்டி அந்தமானிலும், அங்கிருக்கும் காடுகளிலும் எஜமானர்களாக இருந்த ஓங்கே மனிதர்கள் இரண்டாந்தரக் குடிமக்களாக ஆகிப் போனது எப்படி என்பது பற்றி சிறிய விளக்கத்தை அளித்தார் பாண்டியா. 'உண்மையில் அது துன்பகரமானது' என்று மனச் சோர்வுடன் அவர் முடித்துக்கொண்டார். 'நீ வளர்ந்த பிறகு இது பற்றி ஆராய்வதற்கு விரும்பக்கூடும்' என்றார்.

விஸ்வஜித் பாண்டியா 'தேவையற்ற' கருத்துகளை தனது மகள் மீது திணிப்பதும் நீண்ட காலம் படித்துக்கொண்டே இருக்க சீமா விரும்பியதும், அதையும் தொலைதூரத்திலிருக்கும் இந்தியப் பெருநிலத்தில் மேற்கொள்ள நினைத்ததும் அவள் அம்மாவுக்குப் பிடிக்கவில்லை. அதோடு மருத்துவம், வணிகவியல், நிர்வாகவியல்,

பொறியியல் போன்ற படிப்புகளில் ஆர்வம் காட்டாமல் கடவுளே கைவிட்டுவிட்ட மானிடவியலைத் தேர்ந்தெடுத்துச் சீமா படிப்பதில் அம்மாவுக்கு விருப்பமில்லை. 'இது என்ன படிப்பு? அந்தமான் பிராந்தியத்தில் பிறந்தவர்களைப் பற்றி ஆராய்வது எதற்கு?' என்று எரிச்சலுடன் வினவினாள் சீமாவின் அம்மா. 'நாங்கள் எல்லோரும் இங்கே தானே இருக்கிறோம். எங்களை விட்டுவிட்டு ஓங்கே, ஜாரவா மனிதர்களைப் பற்றி நீ அக்கறை செலுத்துகிறாய்! அந்தப் பாண்டியாவைப் பார்த்ததுமே எனக்குத் தெரிந்துவிட்டது. இது போன்ற அற்பமான யோசனைகள் அவரிடமிருந்துதான் உனக்கு வந்திருக்கின்றன.' ஆனால், சீமாவைத் தடுத்து நிறுத்த முடியாது என்பதும் அவளுக்குத் தெளிவாகவே தெரிந்திருந்தது.

இந்தப் பெண்ணுக்கு அவளது அப்பா ஆதரவு கொடுத்தது நல்ல வாய்ப்பாக அமைந்தது. அது பற்றி புரியாத போதிலும், அவளது ஆராய்ச்சிச் சிந்தனையை அப்பா மதித்தார்.

தங்கள் பெண்ணின் விருப்பத்தை ஏற்றுக்கொண்ட பிறகு, அவளின் ஆராய்ச்சியைக் காரணம் காட்டி அந்தமான் தீவுகளுக்குத் அவளைத் தங்களுடன் திரும்ப அழைத்துக்கொள்ளலாம் என்று சீமாவின் பெற்றோர் காத்திருந்தனர்.

3

சீமா தீவுக்குத் திரும்புதல்

அந்தமானுக்குத் திரும்பி வந்ததும், சீமாவின் ஆராய்ச்சி எதிர்பாராத வகையில் உற்சாகமூட்டும் கண்டுபிடிப்புடன் தொடங்கியது. போர்ட் பிளேரின் அனிகெட் குடியிருப்பு பற்றியது அது. இங்குதான் சீமா பிறந்து வளர்ந்தாள்—அவள் வாழ்க்கையில் பின்னிப் பிணைந்து இருக்கும் பகுதி. அதைப் பற்றி அவள் நினைக்கத் தவறியதில்லை. என்றாலும், அனிகெட் நீண்ட காலத்துக்கு நிலைத்திருக்கவில்லை. அனிகெட் உருவான கதை, அழகானது. கிழக்கு ஆசியப் புவியியல் பற்றிய தாலமியின் நூல் தொடர்பாக, ஜெரினி செய்திருக்கும் ஆராய்ச்சிகளிலிருந்து சில வற்றை அவள் தெரிந்துகொண்டாள். அவளது ஆய்வு அதிலிருந்து தான் தொடங்கியது. எனினும், மிகப் பெரிய வேறுபாடு ஒன்று இருந்தது. ஜெரினியின் கருத்துகள் கறுப்பு வெள்ளையில், அழியாது அச்சிடப்பட்ட எழுத்துகளாக இருந்தன. நீங்கள் அதனைக் காணவும், பிறருக்குக் காட்டவும் முடியும். சீமாவிடம் அகமதுமியா சொன்ன விவரங்கள் வெறும் வாய்மொழி கதைகள்தாம். சொல்லி முடித்தவுடன் அவை காற்றில் கலந்துவிடும், கேட்டவர் நினைவுகளில் மட்டுமே நிலைத்திருக்கும்.

சையத் இக்பாலுக்கும், லலிதாவுக்கும் வாழ்க்கையைத் தொடங்குவதற்காகத் தரப்பட்ட ஒரு ஏக்கர் நிலம், எங்குமே இல்லாத ஒரு நிலம் என்றே குறிப்பிடலாம்—எங்குமே இல்லாத ஒரு இடம், அதன் அமைவு, இருப்பிடம், அதற்கான அடையாளம் எதுவுமே இல்லை. சிறை அமைந்திருக்கும் இடத்திலிருந்து சில

கிலோமீட்டர் தொலைவில், மழைக்காட்டில் அது இருந்தது. அந்தக் காலத்தில் மற்ற ஜோடிகளுக்கும் இப்படித்தான் நிலங்கள் தரப்பட்டன. நிலைமை சமாளிக்க இயலாததாக ஆகிவிட்டது. இதன் காரணமாக, எங்கே இருக்கிறது என்றே தெரியாத நிலப் பகுதியில் தண்டனைக் கைதிகளாக இருந்தவர்களுக்காக இரண்டு குடியேற்றங்களைத் திட்டமிட்டு ஒழுங்கு செய்து உருவாக்கித் தரும் பொறுப்பு, இளநிலை அதிகாரியாக இருந்த லெப்டினென்ட் ஆல்பர்ட் வில்லியத்திடம் தரப்பட்டது. வில்லியம் கடவுள் பயம் உள்ள ஆன்மீகவாதி, நட்பாகப் பழகக்கூடிய அதிகாரி. தீவுகளில் இவருடன் பணிபுரியும் பலரைவிட இவரையே உள்ளூர் மக்கள் அதிகம் நேசித்து வந்தனர். உழைப்பாளிகளாக இங்கே அனுப்பப்பட்டிருக்கும் தண்டனைக் கைதிகளும், மற்றவர்களும், சையத் இக்பால், லலிதா போன்று தற்போது விடுதலையாகி வந்திருப்பவர்களும் அதிகாரி வில்லியமுடன் சேர்ந்து இரவு பகலாக வேலைபார்த்து வன்மையான காட்டுப்பகுதிகளைச் சீரமைத்து, வீடுகளைக் கட்டி, சாலைகளை அமைத்து, அடிப்படைக் கட் டமைப்புகளை உருவாக்கினர்.

சிறப்பான இயல்புகளுடனும், அடையாளத்துடனும் தெளி வாகத் தெரியக்கூடிய ஓர் இடமாக இந்த இடம் உருமாறியது. வில்லியமுக்கு மிகப்பெரிய தனிப்பட்ட துயரம் ஒன்று ஏற்பட்டு விட்டது. என்னவென்றே கண்டுபிடிக்க முடியாத ஒரு காய்ச்சல் அனி, கட்டே என்ற அவரது இரட்டைப் பெண் குழந்தைகளையும் மூன்று வயது முடியும் முன்பாகவே விழுங்கிவிட்டது. போர்ட் பிளேரில் கால்வாயைப் போல இருக்கும் கடல் பகுதியின் மறுபுறத்தில் ரோஸ் தீவுக் கல்லறையில் அடக்கம் செய்யப்பட்டனர். இதில் தங்களால் செய்ய முடிந்தது எதுவுமே இல்லை என்றாலும், கடமை தவறிவிட்டதாகக் கருதி கணவன், மனைவி இருவரும் குற்ற உணர்வில் தவித்தார்கள்.

வில்லியமுக்கும் அவரது மனைவி ஜேனுக்கும் இந்தியப் பெரு நிலப் பகுதிக்கோ இங்கிலாந்துக்கோ திரும்பிச் செல்லும் உரிமை யிருந்தது. முதன்முதலாகத் தங்களுக்குப் பிறந்த குழந்தைகளை இந்த முறையில் விட்டுவிட்டுக் கிளம்புவது, சாவுக்கு அவர்களைப் பறிகொடுத்ததை விடவும் பெரிய பாவம் என்று தோன்றியது.

இங்கேயே இருக்கலாம் என்று முடிவெடுத்து வேலைகளில் ஆழ்ந்து போனார்கள். மன்னிப்பையும், விமோசனத்தையும் நாடியபடி வெறுங்கையுடன் கடுமையாக உழைத்தார்கள்.

அந்தமான் தீவுகளில் புதிதாகக் குடியேறிய இவர்களுக்குத் தங்களின் கடப்பாடு, நன்றியறிதலைத் தெரிவிப்பதற்கான சந்தர்ப்பம் வந்தமைந்தது; முதல் இருபது குடும்பங்கள் குடியேறியபோது, இறந்து போன அந்த இளம் ஆன்மாக்களின் பெயரை இந்தக் குடியேற்றப் பகுதிக்குச் சூட்டுவது என முடிவு செய்தனர். அந்தக் குடியிருப்பின் ஒரு பகுதிக்கு அனி என்றும், இன்னொரு பகுதிக்கு கட்டே என்றும் பெயரிட்டனர். வில்லியம் தம்பதிகள் உணர்ச்சிப்பெருக்கில் திக்குமுக்காடிப் போனார்கள், நன்றிப் பெருக்கும், துயரமும் பெருக்கெடுத்த நிலையில் ஆனந்தக் கண்ணீர் வடித்தார்கள். ஒருவேளை இது, அவர்கள் வேண்டிக் கொண்டிருந்த மன்னிப்பாக இருக்கலாம். கடவுள் காட்டும் வழிகள் விந்தையானவை.

'இப்படிப் பெருமைப்படுத்தியதற்கு நன்றிக்கடன்பட்டிருக் கிறோம். ஆனால் நாங்கள் இதனை ஏற்றுக்கொள்ள மாட்டோம். இது சரியான செயல் அல்ல. புதியவர்களின் வாழ்க்கையிலும், எதிர்காலத்தின் மீதும் எங்களை வலிந்து திணித்துக்கொள்ள விருப்பமில்லை' என்று ஆல்பர்ட் வில்லியம் விளக்கமளித்தார்.

வாழ்க்கையைப் புதிதாகத் தொடங்கும் குடியேற்றவாசிகளுக்கு அது சுமையாகத் தெரியவில்லை. விருப்பத்துடன் அவர்களே தேர்ந் தெடுத்துக்கொண்ட ஒன்று அது. அங்கு கூடியிருந்த அனைவர் சார்பாகவும் லலிதா பேசினாள், 'மதிப்புக்குரிய வில்லியம் தம்பதி யினரே, நீங்கள் தவறு செய்கிறீர்கள். உங்கள் ஒப்புதலை நாங்கள் கோரவில்லை. உங்களுக்குத் தகவல் மட்டுமே தெரிவிக்கிறோம். இது பற்றி முன்பே முடிவெடுத்துவிட்டோம். அதை மாற்றும் உரிமை உங்களுக்கு இல்லை. நாங்கள் குடியிருக்கும் பகுதிகள் அனி, கட்டே இருவரின் பெயரிலும்தான் இருக்கும்.' உறுதியுடன் பேசிய போதிலும், அவளுடைய வார்த்தைகள் அன்பில் குழைந்தவையாக கனிவுடன் இருந்தன. இப்படித்தான் அது முடிவானது.

கால ஓட்டத்தில், குடியேற்றப் பகுதிகள் வளர்ச்சி அடைந்தன. இரண்டு குடியிருப்புகளையும் பிரித்திருந்த நீண்ட முகடு ஒன்றின்

உச்சிவரையிலும் வீடுகள் அமைந்துவிட்டன. இருபது குடும்பங் களாக இருந்தவை காலப்போக்கில் நாற்பதாகி, நூறு குடும்பங்களாகி விட்டன. தடையின்றிக் கிடைக்கக்கூடிய குடிநீராலும், நன்கு விளையக்கூடிய நிலங்களாலும் கவர்ந்திழுக்கப்பட்டு வெளியாட் களும் இங்கு வந்து குடியேறினார்கள். அடுத்த இருபது ஆண்டு களில் குடியிருப்புகள் உச்சி வரையிலும் வந்துவிட்டன. அனியிட மிருந்து கட்டேவை இனிமேலும் பிரித்துப் பார்க்க முடியவில்லை. வில்லியம் தம்பதியரும், அவர்கள் தலைமுறையைச் சேர்ந்த அனைவருமே இறந்துவிட்டார்கள். இந்த இரட்டைக் குழந்தை களின் நினைவு நாளின்போது சிறு அளவில் ஒரு பூஜை மட்டும் தொடர்ச்சியாக நடந்து வருகிறது.

காலம் செல்லச்செல்ல அனி, கட்டே ஆகிய இரு குடியிருப்பு களுக்கும் இடையில் இருந்த எல்லைக்கோடு மங்கிப்போனது; இப்போது இவை அனி-கட்டே என்று மக்கள் அழைக்க ஆரம்பித்திருக்கும் ஒற்றைப் பகுதிதான். சில காலத்திற்குப் பிறகு இந்த இணைவும் அழிந்துவிட்டது. அனியும் கட்டேவும் மறக்கப் பட்டுவிட்டனர். அவர்களின் நினைவு நாளில் சடங்குகளும் செய்யப்படுவதில்லை. சிறு நீரோடைகள் இயல்பாக ஒன்றுகூடி பெரு நீரோடையாவது போல அவர்களின் விதியும், அடையாளங் களும், வாழ்க்கைமுறைகளும் தீவு மண்ணோடு அவர்கள் கலந்துவிட்டதைப் போலவே ஒன்றிணைந்துவிட்டன. அனி, கட்டே என்ற இரு குடியிருப்புகளும் ஒன்றாகி உள்ளூர் மொழியில் அனிகெட் என்றாகிவிட்டது. இப்போது, அனிகெட் என்பது வீடு வாசல் இல்லாமல் சுற்றித் திரிபவரைக் குறிக்கும் சொல்லாக இருக்கிறது.

சீமா இந்தக் கதையை நம்பவே இல்லை. ஆனாலும் வயதான அகமது மியா சொல்லுவதால் உண்மையாகத்தான் இருக்க வேண்டும். வில்லியம்சை நேரில் பார்த்தவர்களில் இவர் ஒருவர் தான், அனிகெட் பகுதியில் உயிரோடிருக்கிறார். இவையெல்லாம் நடந்தபோது அவருடைய வயது குறைவு. ஆனாலும் அத்தம்பதி யினர் பற்றிய நினைவுகள் உயிர்ப்புடன் இருக்கின்றன.

குழந்தைப் பருவத்திலிருந்தே அகமது மியாவைச் சீமா அறிவாள். அவர் மீது மிகுந்த பற்றுகொண்டவள். அவள் விரும்பக்கூடிய

தகவல்கள் அனைத்தும் அவரிடம் இருக்கும் என்பது அவளது சிந்தனையில் இதுவரையிலும் தோன்றவில்லை.

'போர்ட் பிளேரில் இப்படிப்பட்ட எத்தனை கதைகள் இருக்கின்றன! இத்தனை ஆண்டு காலமும் நீங்கள் என்ன செய்து கொண்டிருந்தீர்கள் அகமது மியா? இத்தகைய கதைகள் தொடர்பாக நீங்கள் ஏதாவது செய்யக் கூடாதா?' என்று அவள் உற்சாகத்துடன் கேட்டாள். 'அத்தனைக் கதைகளையும் புதை குழிக்குள் உங்களுடன் எடுத்துச்சென்றுவிட எண்ணமோ?' என்றாள்.

'கல்லறைக்கா?' பல் இல்லாத வாயால் கவலை தோய்ந்த சிரிப்பு சிரித்தார் அகமது மியா. 'என்னுடைய நேரமும்கூட விரைவில் வந்துவிடும்'.

'அந்த அர்த்தத்தில் நான் சொல்லவில்லை அகமது மியா.'

'யாரும், எதுவும் அதிலிருந்து தப்பிவிட முடியுமா, என்ன?' அவர் பேசிக்கொண்டே போனார். 'ஒரு மனிதன் தன் உடலை மட்டும்தான் கல்லறைக்கு எடுத்துச்செல்ல முடியுமே தவிர, வேறு எதையும் எடுத்துச் செல்ல முடியாது'. 'ஆனால்', சீமாவின் பக்கமாகத் திரும்பி, தன் முகத்தில் ஊக்கமும், குழப்பமும் நிறைந்தவராக அவர் கூறினார்: 'மகளே, நீயே சொல்! இந்தத் தீவு பற்றியும், இங்கு என்ன நடந்தது என்பது பற்றியும் தெரிந்துகொள்ள யாருக்கு அக்கறை இருக்கிறது? என்னைப் போன்ற மனிதர் மீது யாருக்கு அக்கறை? ஒரு கணம் இடைவெளி விட்ட அவர், கடந்த நாற்பதாண்டுகளில் இது பற்றி எத்தனை பேர் என்னிடம் கேட்டிருக்கின்றனர்?' கேள்விக்குப் பதில் வரும் முன்பாக அவர் மீண்டும் இடைவெளி விட்டார். 'ஆனால், இது பற்றிக் கேட்டவள் நீ ஒருத்திதான்'. அவரது விரல் அவளைச் சுட்டிக்காட்டியது. அது நீதான்! இத்தனை ஆண்டு காலமாக நீ எங்கு இருந்தாய்?'

'எனக்கு வயதாகிவிட்டது.. உனக்கு இதில் ஆர்வமிருப்பது எனக்குத் தெரிந்திருந்தால், எல்லாவற்றையும் முன்பே எடுத்துச் சொல்லியிருப்பேன்.'

'ஆனால், அகமது மியா...' 'இந்த வரலாற்றின் முக்கியத்துவத்தை யாரோ ஒருவரின் ஆர்வம் மட்டுமே முடிவு செய்வதில்லையே. மற்றவருக்கு இது ஒரு பொருட்டாக இல்லாமல் இருக்கலாம்,

நமக்கு இதெல்லாம் முக்கியமில்லையா..? இவை கல்லில் செதுக்கப்பட்டவை இல்லையா? அனிகட்டேயின் எலும்புகளை போல நிஜமானவையல்லவா? யாருமே இதை கவனிக்கவில்லை என்பதற்காக, அது இல்லை என்று ஆகிவிடுமா? மழையோ, காற்றோ, வெயிலோ எதனாலும் இதை அழிக்க முடியாது.'

அகமது மியா வெடிச்சிரிப்பு சிரித்தார். 'ஏய்', போலியான அவசர உணர்வுடன் எழுந்தார், 'நான் போய் உன் அப்பாவைப் பார்த்து, நீ யாரை மகளாகப் பெற்றிருக்கிறாய் தெரியுமா என்று கேட்க வேண்டும். அந்த லலிதாவின் இரத்தத்தில் பெரும்பகுதி உனக்குள் ஓடுகிறது. நீ தத்துவவாதியாக உருவாகியிருக்கிறாய் குட்டிப் பெண்ணே' என்றார்.

பிறகு, தன் சிரிப்பைத் திடீரென நிறுத்திவிட்டு, 'இருக்கலாம் மகளே, இப்போது காலம் கடந்துவிட்டது. இத்தனை காலமாக என்ன செய்யப்பட்டதாம்?' என்று கேட்டார். இது சீமாவுக்கான ஒரு கேள்வியாகக்கூட இருக்கலாம், ஆனால் அதற்கான விடையை பெரும்பாலும் தன்னிடமிருந்தே தேடுபவராக அவர் இருந்தார்.

சற்று நேர இடைவெளிக்குப் பிறகு 'ஏதாவது செய் பெண்ணே, ரோஸ் தீவுக்கு ஒரு முறை சென்று வா. இடிபாடுகளுடன் கிடக்கும் தேவாலயத்தின் பக்கத்தில் பழைய கல்லறை இருப்பது உனக்கு தெரியுமல்லவா? அங்கிருக்கும் பெரிய ஆலமரத்தின் அருகிலிருக்கும் மூலையை நன்றாகக் கவனித்துப் பார். அங்குதான் அனியும், கட்டேவும் புதைக்கப்பட்டனர். வில்லியம் சாகேப் அங்கே ஒரே மாதிரியான இரண்டு கல்லறைக் கற்களை நட்டு வைத்திருக்கிறார். அவை இன்னமும் அங்கு இருக்கக் கூடும். அதன் பிறகு உனக்குப் புரியும், அனிகெட்டின் இந்தக் கதை உண்மைதான் என்பதற்கு ஆதாரம் இருக்கிறது.'

'நீங்களே ஒரு ஆதாரம்தான் அகமது மியா, நான் அடிக்கடி வந்து உங்களுடன் உட்கார்ந்துகொள்கிறேன். நடந்தவை அனைத் தையும் சொல்லுங்கள். அவற்றை நான் குறிப்பெடுத்துக்கொள் கிறேன்' என்றாள் சீமா.

காலம் கடந்துவிட்டது என்று அகமது மியா சொன்னது சரி தான். மறுநாள் மதிய உணவுக்குப் பிறகு குட்டித்தூக்கம் போடச் சென்றவர் இந்த உலகைவிட்டு அமைதியாகப் பிரிந்து சென்று

விட்டார். எல்லாவற்றையும் தன்னுடன் கல்லறைக்கு எடுத்துச் சென்றுவிட்டார்.

சீமா ஊர் திரும்பியது முதலே கண்டுபிடிப்பும், இழப்பும் கலந்த கலவையாகவே அவளது இருப்பு இருந்திருக்கிறது. அகமதுமியாவை அவள் இழந்துவிட்டாள். அவரைக் கண்டுணர்ந்த உடனேயே அவரின் ஊடாக மூலை முடுக்குகள், மறைந்து கிடக்கும் இடங்கள், தள்ளிவைக்கப்பட்ட இடங்கள், செறிவான வரலாற்றின் மறைந்திருக்கும் பக்கங்கள் முழுவதையும் காண அவள் முற்பட்டிருந்தாள்.

டெல்லி பரபரப்பான இடமாக இருந்தது. ஆனால், அது ஒருபோதும் போர்ட்பிளேர் ஆக ஆகிவிட முடியாது. கைகால்களைப் பரப்பிக்கொண்டு கிடக்கிற, புகைக்கரியை சுமக்கிற, வளர்ந்துகொண்டே இருக்கும் அமீபாவைப் போல எல்லாப் பக்கங்களிலும் முடிவில்லாமல் விரிந்து செல்கிற, மூச்சுமுட்டச் செய்கிற நிலப்பரப்புதான் டெல்லி. போர்ட்பிளேர் இப்போதும் கூட எளிதில் சென்று வர முடிகிற, திறம்பட நிர்வகிக்கக்கூடிய, கச்சிதமான, சின்னஞ்சிறு பகுதிதான். கடலோரச் சிறு நகரங்களில் மட்டுமே இருக்கக்கூடிய தூய காற்றோட்டம் நிறைந்திருக்கும் ஓர் இடம். மூச்சை நன்றாக உள்ளிழுத்து வலிமையுடன் சுவாசிக்கும்படி போர்ட்பிளேர் வேண்டி விரும்பி உங்களைக் கேட்டுக்கொள்ளும்.

போர்ட்பிளேரில் உள்ள சிறுபாதைகளையும், மூலைமுடுக்குகளையும் உள்ளங்கைரேகை போல சீமா அறிந்து வைத்திருக்கிறாள். இங்குள்ள மவுண்ட்பேட்டன் திரையரங்கம் மரத்தூண்களுடன் கூடிய பழங்கால உலகத்தின் மயக்க வைக்கும் அழகினைக் கொண்டிருக்கிறது. கடற்கரைச் சாலையிலிருந்து பார்க்கும்போது துறைமுகத்துக்குள் கப்பல்கள் நுழைவது அகலத் திரையில் காட்சியைப் பார்ப்பதுபோலத் தெரியும். பீனிக்ஸ் வளை குடாவில் உள்ள கடல்சார் பணிமனை, வரலாற்றினை உங்கள் கைகளில் பிடித்துக்காட்டக்கூடிய வாய்ப்பைத் தரக்கூடிய இடம். உடைக்கப்பட்ட ஜெர்மானியக் கப்பலிலிருந்து கிடைத்த விளக்கு அங்கே இருக்கிறது. அது மிகவும் மதிப்புமிக்கதாக அவளுக்குத்

தெரிகிறது; செல்லுலார் சிறையின் உச்சியிலிருந்து பார்க்கும் போது தெரியக்கூடிய ரோஸ் தீவின் காட்சி; எல்லோரும் மறந்துவிட்ட சென்டினல் பகுதி முழுக்கவும் இரண்டாம் உலகப் போரில் பயன்படுத்தப்பட்ட ஜப்பானியப் பதுங்கு குழிகள் காணப் படுகின்றன. போர்ட்பிளேரின் கடற்கரைச்சாலை, மறுபக்கத்தில் கார்பின்கோவ் வரையிலும் போய் முடியும் வகையில் நீண்டு போய்க்கொண்டேயிருக்கும்.

ஊரைவிட்டுச் செல்லாமல் அங்கேயே வாழ்பவர்களுக்கு மாற்றங்களை உணரக்கூடிய அனுபவம் மறுக்கப்படுகிறது. ஆனால், சில காலங்களுக்குப் பிறகு ஊர் திரும்புவர்களுக்கு அந்த அனுபவம் மறுபடியும் கிடைக்கிறது. சீமா வெளியூரில் இருந்த காலங்களில் போர்ட்பிளேர் குறிப்பிடத்தகுந்த அளவில் மாற்றம் அடைந்துள்ளது. வளர்ச்சிக்கே உரிய இன்ப துன்பங்களை அனுபவித்துவரும் நகரமாக—சிறு குழந்தைப்பருவ நிலையில் இருக்கும் நகரத்தைப் போல அது இருக்கிறது. தன்னைப் போற்றியபடி, தன்னிடத்தில் வாழ்ந்து வருபவர்கள் தன்னைப் பற்றிய கண்டுபிடிப்புகளைச் செய்யும்படி இந்த நிலம் சீமாவின் நினைவில் இருந்ததை விடவும் அதிகமான மக்கள் கூட்டத்துடன் மாறி இருக்கிறது. அமைதியின்மை அதிகரித்த வண்ணம் இருக் கிறது—ஏராளமான வாகனங்கள், அதிவேகம், அதிக நட மாட்டங்கள், செயல்பாடுகள், ஆசையிலும், பகட்டிலும் ஆர்வம் கூடிக்கொண்டே போகின்றது. தெருமுனைகளிலும், சாலைகளிலும் குப்பைகள் பெருகிவிட்டன; அழுக்கும், கழிவும் அதிகரித்து வருவதற்கு இணையான அளவில் தெரு நாய்களும் பெருகி விட்டன. நாய்க்கடிபடுபவர்கள் கடந்த மூன்று ஆண்டுகளில் அதிகமாகிவிட்டனர்; இதற்கு முன்பு பிச்சைக்காரர்கள், பிக்-பாக் கெட்காரர்களைப் பார்த்ததே இல்லை. இப்போது கடைத் தெருக் களில் அவர்களின் தொழில் நடக்கிறது. தெருக்களில் திரியும் போக்கிரிச் சிறுவர்கள் நீர் நிரம்பி வழியும் பிரிட்டிஷ் காலச் சாக்கடைகளில் மலம் கழிக்கின்றனர். அபர்தீன் கடைத்தெருவில் போக்குவரத்து நெரிசல் வழக்கமான அம்சமாகிவிட்டது. போர்ட் பிளேரில் போக்குவரத்து நெரிசலா? ஆம்! இதுவும் இன்ன பிறவும் சில ஆண்டுகளில் அதிகரித்து இருக்கின்றன.

மரத்தால் ஆன பழைய மவுண்ட்பேட்டன் திரையரங்கம் விரைவில் இல்லாமல் ஆகப் போகிறது. கண்ணாடி முகப்புகளைக் கொண்ட ஷாப்பிங் மால் அந்த இடத்தில் அமையப் போகிறது. மரத்தினால் கட்டப்பட்ட அரசின் பழங்காலத் தலைமைச் செயலகமும் இல்லை; இவை அனைத்தையும் மாற்றிவிட்டு நவீன யுகத்தின் அரக்கத்தனமான கட்டடங்கள் எழுந்து நிற்கின்றன; தேக்கு மரக்கட்டடங்களை அப்புறப்படுத்திவிட்டு கான்கிரீட் கட்டடங்கள் உருவாகிவருகின்றன. கரையான்களுக்கு இனி வேலை இருக்காது.

மாநில அரசின் நூலகம், சீமாவுக்கு கவலையை உருவாக்கி விட்டிருக்கிறது. அடிக்கடி உடம்பு சரியில்லாமல் போனதால் பாத்திமா முன்கூட்டியே ஓய்வில் போக நேரிட்டது. அவளுடைய அதிகாரியான தலைமை நூலகர், முக்கிய அரசியல்வாதியாகி விட்டார். நூலகம் போன்ற அற்ப காரியங்களில் கவனம் செலுத்த அவருக்கு நேரமில்லை. பாத்திமாவுக்குப் பதிலாக யாரும் அமர்த்தப் படவில்லை. நூலகம் அமைதியாகப் பாழ்பட்டுவிட்டது. 'அர்ப் பணிப்புள்ள ஒற்றை மனிதர் ஏற்படுத்தக்கூடிய மாற்றங்கள்தாம் எத்தனை? பாத்திமா மறுபடியும் இங்கே வந்தால் இந்த நூலகத்தின் நிலை அவருக்கு எத்தகைய வேதனையைத் தரும்?'

படிப்பு, ஆராய்ச்சி இவற்றின் ஆரம்ப நாட்களில் தனக்கு வழிகாட்டும் என்று அரசாங்க நூலகத்தையே சீமா நம்பி இருந்தாள். அந்தமானிலேயே பிறந்து வளர்ந்தவர் பற்றிய தகவல்கள் எதுவுமே இல்லாதது சீமாவின் ஆராய்ச்சிக்கு இன் னொரு பிரச்சினையாக இருந்தது. இவர்களைப் பற்றி எதுவுமே எழுதப்பட்டிருக்கவில்லை என்பதோடு கிடைத்த சிலவும் துண்டு துண்டானவை; ஒப்பிட்டு ஆராய்ந்து பார்க்க இயலாதவை. அவள் நினைத்ததைவிடக் கூடுதலாகப் பின்னோக்கிச் சென்று ஆய்வை ஆரம்பிக்க வேண்டிய தேவை ஏற்பட்டிருந்தது. கண்முன் நடக்கும் நிகழ்காலக் காட்சிகளை உணர்ந்துகொள்வது தெளிவில்லாத, நாடித்துடிப்பைப் போல இருந்தது. அகமதுமியாவைப் போல வேறு சிலரும் இருப்பார்கள். ஆனால், அவரை இழந்தது தனிப் பட்ட இழப்பாக இருக்கிறது. காலம் கடந்துவிட்டதாக அவர் சொன்னது சீமாவைத் தொந்தரவு செய்தது.

உள்ளூர்க்காரர்களுக்கான குழு ஒன்று இருந்தது. அதன் உறுப்பினர் எண்ணிக்கை ஆயிரக்கணக்கில் இருந்தது. இந்தத் தீவு களில் துடிப்புடன் செயல்படும் அமைப்பாக அது இருந்தது. இப் போது, பழைய தலைமுறையைச் சேர்ந்த—சில நூறு உறுப்பினர்கள் மட்டும இருக்கின்றனர்—உறுப்பினர் எண்ணிக்கை சரிந்துவருகிறது. அவர்களில் சிலருடன் மேற்கொள்ளப்பட்ட தொடக்க நிலைக் கலந்துரையாடல்களில் எதிர்பாராத பிரச்சினைகள் தெரியவந்தன. அமைதியில்லாத உணர்வை அவை வெளிப்படுத்தின. தீவுகளின் வளர்ச்சி நிலைக்கு நாங்கள்தாம் காரணம் என்று பெருமைப்பட்டுக் கொண்டவர்களும் இவர்கள்தாம். ஆனால், அந்தப் பெருமிதத்தில் சிறிது மட்டும்தான் சீமாவின் கண்களுக்குப் புலப்படுகிறது. இந்தச் சமூகம் எதற்காக அறியப்பட்டதோ, அந்த ஆர்வத்தையும், வீரியத் தையும் அவளால் எங்குமே காண முடியவில்லை. அவர்களின் அடையாளமே கேள்விக்குள்ளாகி இருக்கிறது.

'இதில் உறுப்பினராக யாருக்கும் ஆர்வமில்லை' என்று கூட் டமைப்பின் செயலாளர் கிருஷ்ணராஜ், சீமாவிடம் சலிப்புடன் சொன்னார். அவரது நடவடிக்கைகளைக் கவனித்தபோது, கோபப் பட வேண்டும் என்று சீமாவுக்குத் தோன்றிய போதிலும், கோபப்பட முடியவில்லை. 'இப்போதெல்லாம் நாங்கள் ஒன்று மில்லாதவர்களாக இருக்கிறோம்' என்று அவர் சொன்னார்.

இந்த முரண் வலிமையானது. உணர்ச்சி சாராமல் ஆராய்ந்து பார்க்கின்ற வாய்ப்பினை தூரமும், காலமும் வழங்குகின்றன. யதார்த்தத்துடனான தொடர்பை இழந்துவிட்டதை அவர்கள் உறுதிப்படுத்துகின்றனர். தன் விஷயத்தில் இதில் எது உண்மை என்று சீமாவுக்குத் தெரியவில்லை. இந்தத் தீவுகளில் வசிப்பவர்களுக்கு முக்கியத்துவம் கொடுக்காமல் மற்றவர் திணிப்பதை ஏற்க முடி யாது என்று அவள் கண்டாள். அந்தமானிலேயே பிறந்தவர்கள் முக்கியமில்லை என்று கிருஷ்ணராஜே கூறுகிறார். அவள் இப்போது செய்ய வேண்டியதெல்லாம் இதுதான்: பகட்டு மேற்பூச்சினை நீக்கிவிட்டு, மறைந்திருக்கிற அத்தனையும் வெளியே தெரிகிற மாதிரி செய்ய வேண்டும்.

'உனக்கு வரலாற்றில் ஆர்வம் உண்டா?' என்று கிருஷ்ணராஜ் கேட்டார், 'அது எங்கும் ஓடிப்போய் விடாது. ஆனால், எந்த

விதமான எதிர்காலமும் எங்களுக்கு இல்லை என்பது உனக்குத் தெரியுமா? எங்களுக்கென்று ஒரு வரலாறு உண்டு. ஆனால் எங்களுக்கென்று எதிர்காலம் இல்லை. இதைப் பார்'. மஞ்சள் நிறத்திலிருந்த மெல்லிய துண்டறிக்கையைக் கோப்பிலிருந்து எடுத்தார். 'போன வாரம் இது வெளியானது. மாயாபுந்தர், திக்லிபுர் பகுதிகளில் சமரேஷ் பாசுதான் இதனைக் கொடுத்துக் கொண்டிருக்கிறார்.'

துண்டறிக்கையில் உள்ள வங்காளி எழுத்துகளை உற்றுப் பார்த்தபடி, 'சமரேஷ் பாசுவா, அவர் யார்?' என்று சீமா கேட்டாள்.

'சமரேஷ் பாசுவைத் தெரியாதா?' இந்தத் தீவுகளின் வட பகுதியில் இருக்கும் செல்வாக்கு மிகுந்த அரசியல்வாதி, நாற்பது ஆண்டுகளாக இங்கு வசிக்கிறார். இந்த இழிபிறவி என்ன செய்து கொண்டிருக்கிறான் தெரியுமா?' அவருடைய முகம் கோபத்தில் கொந்தளித்துச் சிவந்தது. அந்தத் துண்டறிக்கையைச் சீமாவிடம் திணித்தார். 'என்னுடைய பேச்சுக்காக மன்னித்துவிடு...வனப் பகுதியை ஆக்கிரமித்துக்கொண்டுள்ள ஒவ்வொருவருக்கும் மூன்று ஏக்கர் நிலம் தர வேண்டுமாம். வனப்பகுதிகளை ஆக்கிரமித்திருக்கும் இவர்கள் யார் என்று தெரியுமா?'

'தெரியாது' என்று சீமா தலையை அசைத்தாள். 'கடந்த பத்தாண்டு களிலோ, அதற்கும் குறைவான காலத்திலோ இந்தத் தீவுகளுக்கு வந்து குடியேறியவர்கள்.' அவர்களைப் பற்றி அக்கறை கொள்பவ னாக பாசு இருக்கிறான். 'ஏன் தெரியுமா? ஓட்டுக்காகத்தான். கேவலமான ஓட்டு வங்கியை உருவாக்கி வருகிறான். தேர்தல்கள் நெருங்கிவருகின்றன. இந்த முறை இவன் பயன்படுத்தப்போகும் துருப்புச் சீட்டு இதுதான். நான் இந்தத் தீவில் பிறந்து வளர்ந்தவன். என்னிடம் ஒன்றிரண்டு ஏக்கர் நிலம் இருக்கிறது. ஆனால் பாசு— அவன் மட்டும் அல்ல. அவனைப் போன்ற எவருமே எங்களுக்காக எதையும் கோருவதில்லை.' கிருஷ்ணராஜ் முனைப்புடன் பேசினார். மெலிந்த அவரது உடல் நடுங்கியது. 'அதனால்தான் நான் சொல்கிறேன், நாங்கள் எவருக்குமே முக்கியமில்லை என்று... இந்த உலகம் எந்த நிலைக்கு வந்திருக்கிறது என்று பார்! சட்டத்துக்குக் கட்டுப்பட்டு வாழ்ந்து கெட்டழிந்து போ, அல்லது சட்டத்தை மீறி அச்சமின்றி ஆக்கிரமிப்பு செய் - வெகுமானம் பெற்றுக்கொள்.

இதுதான் நிலை. இந்த ஐம்பது ஆண்டுகளில் என்னிடமிருக்கும் நிலத்தை விடவும் அதிகமான நிலம் ஐந்தே ஆண்டுகளில் இவர்களிடம் இருக்கிறது. இவ்வளவு காலமாக நிலங்களை ஆக்கிரமிக்காமல் இருந்ததால் நான் முட்டாளாகி விட்டேன். நாம் அனைவருமே முட்டாள்கள். இங்கேயே பிறந்து, இங்கேயே வாழும் முட்டாள்கள். நான், லோபோ, இப்போது இறந்து போன அகமது, உன் தகப்பனார் எல்லோருமே அப்படித்தான். 'இதைப் பார்' என்று கூறியபடி அவர் சிறிய புத்தகத்தை வெளியில் எடுத்தார். மடித்து வைக்கப்பட்டிருந்த பக்கத்தைப் பிரித்தார். 'இவையெல்லாம் மக்கள் தொகைக் கணக்குகள்' என்றவர் அந்தப் பக்கத்தில் இருந்த அட்டவணையில் விரலை வைத்துக் காட்டினார். அந்தப் பக்கம் அடிக்கடிப் புரட்டப்பட்டு பயன்படுத்தப்பட்டிருக்கிறது. '1951இல் அந்தமான் மக்கள்தொகை வெறும் பத்தொன்பதாயிரம்தான். இவர்களில் பெரும்பாலானோர் இங்கேயே பிறந்தவர்கள். இந்தக் கணக்கில் வருபவர்களில் நானும் ஒருவன். இந்த எண்ணிக்கை இன்று இரண்டு லட்சத்து ஐம்பதினாயிரத்துக்கும் மேலாக அதிகரித்திருக்கிறது.'

கிருஷ்ணராஜ் அமைதியானார். மூச்சினை இழுத்து விட்டார். ஒரு மடக்குத் தண்ணீர் குடித்தார். 'அரே, என்னை மன்னிக்க வேண்டும். கொஞ்சம் டீ குடிக்கிறாயா?' என்று கேட்டார்.

'பரவாயில்லை.'

'அது சரியாக இருக்காது, 'சோட்டு, சீக்கிரம் டீ கொடு'. ஜன்னல் வழியாக உரக்கக் குரல் கொடுத்தார். 'இதையெல்லாம் பார்க்கும்போது உண்மையில் எனக்குக் கோபம் வருகிறது. உணர்ச்சிவசப்படக் கூடாது என்று டாக்டர் எச்சரித்திருக்கிறார். இந்தக் கேள்வியை நான் வேறு விதமாக முன்வைக்கிறேன்', சிரித்துக்கொண்டே தலையை ஆட்டியபடி அவர் சொன்னார்: '...இந்த மக்கள்தொகை எப்படி அதிகரித்தது? இந்த இரண்டு லட்சத்து ஐம்பதினாயிரம் பேரும் இங்கே பிறக்கவில்லை. பெரும்பாலானவர் வெளியில் இருந்து இங்கே வந்தவர்கள். இந்தியப் பெருநிலத்திலிருந்து உழைப்பாளிகளாக, வணிகர்களாக, சிறு சிறு தொழில் செய்பவர்களாக வந்தவர்கள். பிறகு அவர்கள் நிலம் கிடைக்குமா என்று நோட்டம் பார்த்து உள்ளே ஊடுருவினார்கள்.

இவர்களைப் பாதுகாப்பதற்காகப் பாசு போன்ற ஞானப் பிதாக்கள் வந்திருக்கிறார்கள்.'

'உயர்ந்து எழுந்து உள்ளே நுழையும் அலையைப் போன்றது இது. இந்த அலை உயர்ந்துகொண்டே போகிறது. திரும்பிச் செல்ல மறுக்கின்றது.' அலை உயர்ந்துகொண்டே போவதைக் காட்டும் விதத்தில் அந்தக் கிழவரின் வலது கரம் அவரது மார்பிலிருந்து கழுத்தை நோக்கி உயரே நகர்கிறது. 'அலை அதிகரிக்கிறது, அதிகரிக்கிறது. நாம் அனைவருமே விழுங்கப்படுகிறோம்.'

'நாம் இப்போதுதான் விழுங்கப்படுகிறோமா? இல்லை, இல்லை' என்று சொல்லி தன்னைத் தானே அழுத்தம் திருத்தமாக அவர் சரிப்படுத்திக்கொண்டார். 'நாம் ஏற்கனவே விழுங்கப்பட்டுவிட்டோம். இதற்கு என்ன செய்ய முடியும் என்று எனக்குத் தெரியவில்லை' என்றார்.

தடாகம் ❖ 61

4

ஜாரவா

ஆராய்ச்சி நிறுவனத்தில் தங்கியிருந்த முதல் நாள் இரவில் ஹரிஷ் சாப்பிட்ட உணவு, நீண்ட காலத்துக்குப் பிறகு நினைவில் நிற்கத் தகுந்ததாக, சுவையாக அமைந்திருந்தது. சாதாரண உணவுதான். பருப்பு, சப்பாத்தி, சாதம், உருளைக்கிழங்கு - வெங்காயக் கறி. பிரசாத்தும், டேவிட்டும் பேசிக்கொண்டே சாப்பிட்டனர். வசீகரமான அந்தப் பேச்சு உணவுக்குப் பிறகும் நீடித்தது. அந்தச் சமயத்தில் அவர்களுடன் இருந்த ஒரே நபர் பேம் மாமா மட்டுமே. ஆராய்ச்சி நிறுவன இயக்குநராகவும், விவரம் அறிந்த வல்லுநராகவும் இருப்பதால் அதிகம் பேசியது டேவிட்தான்.

ஊர்ந்து செல்லும் விலங்குகளைப் பற்றி ஆராய்ச்சி செய்பவன் டேவிட். அவனது ஆர்வம் முதலைகளும், உடும்புகளும்தாம். இந்தத் தீவுகளின் நாடித்துடிப்பினை அறிந்திருப்பவன் டேவிட். இங்கு வாழும் மக்களுக்கு மத்தியில் ஏற்பட்டிருக்கும் வளர்ச்சிகளை அறிந்திருப்பவன். உள்ளூர் அரசியல், சிறு நகர அரசியல், அற்பமான வம்புப் பேச்சுகள் ஆகியவையும் இந்த அறிவுத்திறத்தில் அடங்கும். டேவிட்டுடன் தொடர்பில் இருக்கும், விஷயம் தெரிந்த பலருடைய அதிகாரப்பூர்வமற்ற விரிவான தொடர்புகள் இவனுக்குப் புதுப்புதுத் தகவல்களைத் தந்தபடி இருக்கின்றன.

மிகச் சிறந்த முதலை வசிப்பிடங்கள் ஜாரவாக் காப்புக்காடுகளில் இருக்கின்றன என்று அவன் நடத்திய விரிவான கணக்கெடுப்பு அவனை நம்ப வைத்திருக்கிறது. முரண்கள் நிறைந்த அந்தமான் தீவுப்பகுதிகளில் ஒன்று ஜாரவாக் காப்புக்காடு. தனித்தன்மை மிக்க உறுதியான பகுதி அது. இந்தக் காடுகளுக்குள் எண்ணற்ற மர்மங்கள் மறைந்து கிடக்கின்றன, இன்று வரையிலும் வெளி உலகத்தால்

ஆராய்ந்தறியப்படாத ஒன்றாக இந்தக் காடு நீடித்திருக்கிறது. இந்தக் காடுகள் ஜாரவா வசிப்பிடமாக இருக்கின்றன.

ஜாரவாக்களின் நுட்பமான, சிக்கலான பற்பல அம்சங்கள்; இன்னது என்று அறிய முடியாத அவர்களின் தோற்றுவாய்; அவர்கள் எப்படி வந்தார்கள்; வரலாற்றுத் தொடர்புகள், அந்தமான் பழங் குடியினரிடம் அவர்களுக்கிருந்த தொடர்புகள், மகிமை, இந்தத் தீவுகளின் மற்ற பூர்வகுடிகள்; எழுபதுகளில் இருந்து ஜாரவாக் காடுகளின் தேக்கு மரங்களை வெட்டி எடுத்துச் சென்ற செயல் பாடுகள், எல்லையோரப் புறக்காவல் வனமுகாம்கள்; இந்தியப் பெருநிலப் பகுதியிலிருந்து புலம் பெயர்ந்து வந்த ஆயிரக்கணக்கான குடும்பங்களுக்கு அமைத்துத் தரப்பட்டிருக்கும் குடியேற்றப் பகுதிகள்; ஜாரவாப் பிரதேசத்தின் நடுவாகப் புகுந்து செல்லும் அந்தமான் நெடுஞ்சாலை, ஜாரவா அம்புகளால் கொல்லப்பட்ட குடியேற்றக்காரர்கள்; கடலோரமாக வந்து அவர்களுடன் நட்பு பாராட்டுவதற்காகச் செய்யப்படும் முயற்சிகள், ஜாரவாக்களுடன் முதன் முதலாகத் தொடர்பை ஏற்படுத்தியதில் பக்தவார் சிங் பெற்ற வெற்றி. இவை போன்ற பலவற்றையும் பிரசாத் தெரிந்து வைத்திருந்தான். இவை பற்றி விரிவாக எழுதி இருக்கிறான். ஜாரவாக்களின் தற்போதைய நிலை பற்றி டேவிட் பேசினான்.

'ஜாரவாக்களின் மனநிலையிலும், புலன் உணர்விலும் பெரிய மாற்றங்கள் ஏற்பட்டிருப்பதைப் போலத் தெரிகிறது' என்று டேவிட் ஆரம்பித்தான். 'சமீப கால வரலாற்றில் முதல்முறையாகக் காடுகளுக்குள்ளே இருந்து வெளியேறி காடுகளின் விளிம்பில் இருக்கும் குடியேற்றப் பகுதிகளுக்கு, குறிப்பாகக் கடம்தாலாவிலும் அதனைச் சுற்றிலும் உள்ள பகுதிகளுக்கு ஆயுதம் ஏதும் எடுக் காமல் அவர்கள் வந்திருக்கிறார்கள்.' 'பட்டப்பகலில் கைகளில் ஆயுதம் ஏதும் இல்லாமல்!' என்று அழுத்தம் திருத்தமாக அவன் கூறினான். 'உங்களால் நம்ப முடிகிறதா? ஆயுதங்கள் ஏந்திக் கொண்டு சடுதியாக வந்து, வந்த வேகத்தில் மறைந்து போகிற, நள்ளிரவுத் தாக்குதல்களை நடத்துகிற; எங்கிருந்து வந்தார்கள் எந்த திசையில் திரும்பிப் போனார்கள் என்று எவருமே அறியமுடியாத நிலையெல்லாம் இப்போது இல்லை. அவர்கள் இப்போது அம்புகள் எய்வதில்லை. அவர்களிடம் பகை உணர்வேதும் இல்லை.

இருண்டு உள்ளடங்கியிருக்கும் காட்டுக்குள் வசிக்கிற, எளிதில் விட்டுக்கொடுக்காத, நட்புடன் பழக மறுக்கிற, விரோதம் பாராட்டும் வன்முறையாளர் ஜாரவாக்கள் என்று இட்டுக்கட்டிப் புனையப்பட்டிருந்த கதைகள் இப்போது தகர்ந்து போயிருக்கின்றன.

'குடியேற்றக்காரர்களின் எதிர்வினை மிகை உணர்ச்சியுடன் கூடியதாக இருந்தது. ஜாரவா இளைஞர்கள் உள்ளே நுழைந்த அடுத்த கணமே அங்கே பீதி பரவிவிடும். வீட்டுக்குள் புகுந்து தாழிட்டுக் கொள்வார்கள் அல்லது வீட்டைவிட்டு வெளியே ஓடிவிடுவார்கள். அவர்கள் திரும்பி வந்து பார்க்கும்போது சில உலோகப் பாத்திரங்களும், வாழைப்பழங்களும், தேங்காய்களும் மட்டுமே காணாமல் போயிருக்கும். குடியேற்றக்காரர்கள் இது வரையிலும் ஜாரவாக்களை இடைமறித்துத் தடுத்து நிறுத்தியதே கிடையாது. எனவே சராசரியாக மூன்று நாள்களுக்கு ஒரு முறையாவது ஜாரவாக்கள் விருப்பம்போல இங்கு வருவார்கள், போவார்கள். பிரசாத், நீங்கள் இதனைத் தெளிவாக உணர்கிறீர் களா?' டேவிட்டின் குரல் துயரம் நிரம்பியதாக இருந்தது. 'இது ஒரு வரலாற்றுத் தருணம். இதன் தாக்கங்கள் மிகவும் அதிகமான விளைவுகளை ஏற்படுத்தும்.' தான் சொன்னவற்றைப் பற்றி ஒரு கணம் அவன் ஆழ்ந்து சிந்தித்தான். 'இது எதை அர்த்தப்படுத்து கிறது என்று நமக்குத் தெரியவில்லை. மோசமாக எதுவும் நடந்துவிடுமோ என்று நான் அஞ்சுகிறேன். அந்தமான் பழங் குடியினருக்கும், ஓங்கே இனத்தவருக்கும் என்ன நடந்தது என்ப தையும் பார்க்க வேண்டியிருக்கிறது. இவ்விரு இனத்தவரும் பகைமைப் போக்கினை குறைத்துக்கொண்டதுதான் தவறாகி விட்டது. அழிவுப் பாதையை நோக்கிய முதல் அடியாக அது இருந்துவிட்டது.'

'அழிவு', டேவிட்? உண்மையில் இது கடுமையான வார்த்தை. இந்த வகையான மாற்றம் ஏற்பட்டு இருப்பதாக நீங்கள் ஏன் நினைக் கிறீர்கள்? எதனால் இது நடக்கிறது என்று நமக்கு முழுமையாகத் தெரியாது' என்று ஹரிஷ் இடைமறித்தான். டேவிட் அதற்குப் பதில் கூறினான், 'உடனடியாக ஏற்பட்ட தூண்டுதலுக்குக் காரணம் தனுமெய் என்ற அந்த இளைஞன்தான். இது மிகவும் வெளிப்படையான ஒன்று.

குறிப்பேட்டைக் கையில் எடுத்துப் பேனாவைத் தயாராக வைத்துக்கொண்டான் பிரசாத்.

'போன வருடம் மார்ச் மாதத்தில் ஹோலிக்கு முன்பாக அது நடந்தது. ஜாரவாக் குழாம் முழு நிலா நாளில் கடம் தாலாவின் தெற்கு விளிம்பில் உள்ள பூல்தலாவில் சிறிய குடியேற்றப் பகுதி வீடுகளை நோக்கிக் கூட்டமாக வந்தது. எப்போதும் போலவே திறமையாகச் செயல்பட்டு தோட்டங்களில் இருந்து வாழைப் பழங்களை எடுத்துக்கொண்டு வேகமாக வெளியேறிவிட்டனர். எப்போதும் நடக்கக்கூடிய சாதாரண நிகழ்வுதான். ஆனால் இந்தக் கதையில் ஒரு சிறிய திருப்பம் இருக்கிறது.'

டேவிட் சொல்வதைக் கேட்டுக்கொண்டிருந்தவர்களின் ஆர்வம் உச்சத்தை அடைந்தது. தொடந்து வெளிப்பட்ட டேவிட்டின் வார்த்தைகள் சுவையில் இறக்கம் காண ஆரம்பித்தன. 'உண்மையில் என்ன நடந்தது என்று தெரியாது. இது பற்றி தெரிந்துவைத்திருக்கும் ஒருவரிடமிருந்து நாளை நாம் கேட்டுத் தெரிந்துகொள்ளலாம். கடம்தாலா அருகில் பின்டு என்ற ஒரு மீனவர் இருக்கிறார். நம் சமையல்காரர் மோண்டுவின் தூரத்து உறவினர் அவர். அவருக்கு இந்தக் கதை முழுவதும் தெரியும். நாம் எல்லோரும் நாளைக்கு அங்கே போகிறோம். மோண்டு மூலம் பின்டுவுக்குத் தகவல் போயிருக்கிறது. காலை ஐந்து மணிப் பேருந்தில் நாம் போகலாம்; மதியத்துக்குள் நாம் அங்கே இருந்தாக வேண்டும். அந்தமான் சாலைத் தடத்தில் சில ஜாரவா இளைஞர்களை எதிர்கொண்டு போராட வேண்டியும் நேரலாம். அதற்கான வாய்ப்பும் இருக்கிறது.'

அடுத்த நாள் சாலைப் பயணத்தில் பேருந்து சிறு பழுதடைந் ததைத் தவிர வேறேந்த சம்பவமும் நடைபெறவில்லை. டேவிட், பிரசாத், ஹரிஷ் மூவரும் கடம்தாலாவுக்கு வந்தபோது நண் பகலாகியிருந்தது. பேருந்து நிறுத்தத்தின் அருகிலிருக்கும் தேநீர்க் கடையைச் சுற்றி வந்துகொண்டிருந்த ஒரு சிறுவன், பின்டுவின் வீட்டுக்கு அழைத்துப் போக முன்வந்தான். அரசாங்க விருந்தினர் விடுதியில் பைகளை வைத்துவிட்டு அவர்கள் அங்குச் சென்றனர்.

பின்டு, குட்டையான தடித்த மனிதர். வழுக்கைத்தலை காரணமாக அவரின் முன் நெற்றி பெரிதாகத் தோற்றமளித்தது. துருத்திக்கொண்டிருக்கும் தொப்பை ரஷ்ய நாட்டு மார்ட்டே பாஸ்கா பொம்மையை ஹரிஷுக்கு நினைவூட்டியது. அவருடைய சிரிப்பு இனிமை நிறைந்ததாக இருந்தது. இந்தியப் பெருநிலப் பரப்பிலிருந்து விருந்தினர்கள் வந்திருப்பதால் மகிழ்ச்சியுடன் இருந்தார். அவர்களை நன்றாகச் சாப்பிடும்படி வலியுறுத்தினார்.

மதிய உணவு முடிவுற்றது. முதல் நாள் இரவு டேவிட் விட்ட இடத்திலிருந்து கதை தொடர்ந்தது; பிரசாத்தின் குறிப்பேட்டுக்கு வேலை வந்துவிட்டது.

ஜாரவா இளைஞர்கள் சூறையாடிவிட்டுப் போன அந்த இரவினை அடுத்துப் புலர்ந்த அதிகாலை நேரத்தில் தனது படகு இருந்த இடத்தை நோக்கிப் பின்டு சென்றான்.

'படகிற்கு அருகில் சென்றபோது தூரத்தில் சிறிய இருண்ட உருவம் தெரிவதை நான் பார்த்தேன்.' என்று சரளமான இந்தியில் பின்டு ஆரம்பித்தான். 'முதலில் அது காட்டுப்பன்றியைப் போலத் தெரிந்தது. பொருத்தமில்லாத இடத்தில் அது இருந்ததைப் போலத் தெரிந்தது. ஓடிப்போய்விட்டதாக நான் நினைத்தேன், ஆனால் அங்கேயே நின்றுகொண்டிருந்தது. என் கண்களே என்னை ஏமாற்றுகின்றன என்று கருதிக்கொண்டேன். இந்தக் காடுகளை நன்றாக அறிவேன், ஆனாலும் அவை குழப்ப மூட்டுவதைப் போல இருக்கின்றன. சில சமயங்களில் வழி தெரியாமல் சிக்கியிருக்கிறேன்.' அவன் ஒரு கணம் இடைவெளி விட்டான், 'குறிப்பிட்ட திசையில் போவதாகக் நினைத்துக் கொண்டு நான் போவேன், ஆனால் வேறெங்கோ போய்ச்சேர்ந் திருப்பேன். தவறான திசையில் போய்க்கொண்டிருக்கிறோம் என்று சில சமயங்களில் தெரிந்தாலும், என்னால் அதனைப் புறக்கணிக்க இயலாது—என் மனம் எனக்கு எதையோ சொல்லிக்கொண் டிருப்பதுபோலத் தோன்றும். ஆனால், வேறு ஏதோ ஒரு சக்தி என்னை ஆட்படுத்தி வேறொரு திசையில் அழைத்துச் செல்லும். இந்தக் காடுகள் ரகசியங்கள் நிறைந்தவை, அறியப்படாத தடங் களைக்கொண்டிருப்பவை. ஆவி உருவைப் பற்றி எப்படி ஒருவரால் நிச்சயமாகத் தெரிந்துகொள்ள முடியாதோ, அதைப் போலவே ஜாரவாக்கள் பற்றியும் தெரிந்துகொள்ள முடியாது. உண்மையில்

ஜாரவாக்கள் வனத்தின் ஆவியைப் போன்றவர்கள்; அமைதியாகவும், அதிவேகமாகவும் இருப்பவர்கள். அமைதி மிகுந்த வேகம்.'

பின்டு இடைவெளிவிட்டு, சரியான வார்த்தைகளைத் தேட முயன்றான். 'திரும்பிப் பார்ப்பதற்குள் மறைந்துவிடக் கூடிய அம்பினைப் போல, நிழலினைப் போல அவர்கள் மறைந்து விடுவார்கள். காற்று வந்து சென்றதைத் தெரிவிப்பது எது? இலைகளின் சலசலப்புதானே..? கண்ணுக்குப் புலப்படாமல் வீசும் காற்றினைப் போல காடுகளுக்குள் கலந்துவிடுவார்கள். இந்தச் சதுப்புக்காடுகளுக்கு உள்ளேயும், அந்தக் குன்றுகளின் மீதிருக்கும் காடுகளுக்குள்ளும் எப்போது நான் சென்றாலும்... கண்காணிக்கப் படுவதைப் போலவே ஒவ்வொரு சமயத்திலும் நான் உணர் கிறேன். என்னைச் சுற்றி யாரும் இருப்பதில்லை. ஆனாலும் கண்காணிக்கப்படுகிறேன். காடுகளின் மீதிருக்கும் விருப்பத்தின் காரணமாக அங்கு போகிறேன், அவர்களுக்கும் அது தெரியும் என்று நான் நம்புகிறேன்.'

'அவர்கள்?' டேவிட் இடைமறித்தான்.

'அந்த ஆவிகள்... அந்த ஜாரவாக்கள்... தீய அர்த்தத்தில் இப்படிக் குறிப்பிடவில்லை. நான் ஒருபோதும் அஞ்சியதில்லை, மிரட்டப்பட்ட தாக உணர்ந்ததும் இல்லை. இதுநாள் வரையிலும் எனக்கு எதுவுமே நேர்ந்ததில்லை. அன்று காலையில் அங்கு நடப்பது என்ன என்பது பற்றிய நிச்சயமற்ற நிலையில் இருந்தேன். அந்த நிழல் உருவத்தைப் புறக்கணித்துவிட்டு வேறு பக்கம் திரும்பி வீட்டுக்குப் போக முடிவெடுத்தேன்.' அதிகாலையில் வந்த அந்த ஆவியின் பிம்பத்தை சிந்தனையில் உருவாக்கிப் பார்க்க முயல்பவனைப் போல பின்டு கண்களை மூடினான். 'நான் நடக்க ஆரம்பித்தபோது, அந்த நிழலுருவம் நடந்து செல்வதாகத் தெரிந்தது. ஒரு மனிதக் குரல் எனக்குக் கேட்டது, தேம்பி அழும் குரல். யாரோ அழுவது போலத் தோன்றியது. இது ஆவியாக இருக்க முடியாது. ஆவிகள் அழுவதில்லை.' பின்டுவின் கண்கள் மூடியபடியே இருந்தன. அவனது குரலின் ஓசை அடங்கியிருந்தது.

'நான் அந்தத் திசையை நோக்கி நடந்தேன். நான் பார்த்ததை என்னால் நம்ப முடியவில்லை. நான் நிற்கும் இடத்துக்கு வெகு அருகிலேயே ஜாரவா இளம்பருவ ஆடவன்—புதிதாகப் பிறந்த

குழந்தையைப் போல ஆடையின்றி, இரவு நேர அமாவாசை வானம்போலக் கறுப்பாக அமர்ந்திருந்தான். மரத்தின் மீது சாய்ந்திருந்தான். வலதுகாலை, இடதுகாலுக்குக் கீழே மடித்து வைத்திருந்தான். லேசாகக் குனிந்து தன் இடது தொடையை இரு கைகளாலும் இறுகப் பற்றிப் பிடித்துக்கொண்டிருந்தான். முகத்தில் வலியின் கொடுமை தெரிந்தது. கருநிறக் கன்னங்களில் வழிந் தோடிய கண்ணீர் தெளிவான இரண்டு கோடுகளை உருவாக்கி யிருந்தது. அவன் அழுதுகொண்டு இருப்பதுபோலத் தெரிந்தது' நான் அதிர்ச்சி அடைந்தேன். என்ன செய்வது என்று தெரிய வில்லை. அவன் என்னைக் கவனித்தபோது அவன் கண்களில் எரிமலையைப் போல பயம் பீறிடுவதைப் பார்த்தேன். அவன் எழுந்து நிற்க தனது இடது பாதத்தை நகர்த்திய அந்தக் கணமே, தொடையை மேலும் இறுக்கமாகப் பற்றிப் பிடித்துத் துயரத்தினால் கதறினான். அவன் பாதத்தில் காயம்பட்டிருக்கிறது என்று புரிந்து கொண்டேன். குடியேற்றப் பகுதியில் சியாமல்டாவின் வீட்டுக்கு முதல்நாள் இரவு வந்திருந்த சிறுவர்களில் ஒருவனாக இவனும் இருந்திருக்க வேண்டும். அங்கிருந்து வெளியேறியபோது, ஒரு வேளை சதுப்பு நிலத்தாவரத்தின் வேர்களில் இடறி இப்போது அவன் உட்கார்ந்திருக்கும் இந்த இடத்தில் விழுந்திருக்கலாம். தன்னுடன் வந்தவர்களை நிர்க்கதியாக விட்டுவிட்டுப் போகும் பழக்கம் ஜாரவாக்களிடம் இல்லை. இவனை மட்டும் ஏன் இப்படி விட்டுவிட்டுப் போனார்கள்?'

'என்னைச் சுற்றிலும் மிகப் பெரிய காடு இருப்பதை திடீரென உணரத் தொடங்கினேன். மற்ற ஜாரவாக்கள் சுற்றுப்புறத்தில் ஒளிந்துகொண்டு இந்தப் பையனை அழைத்துப் போவதற்காகக் காத்திருக்கிறார்களா? இவனுக்கு நான் தீங்கு செய்யப்போவதாக நினைத்துத் தாக்குவார்களா? நான் இங்கிருந்து போய் விட வேண்டுமா? சுற்றும்முற்றும் பார்த்தேன். கவனித்துப் பார்த்து விட்டேன் என்று சொல்லிவிட முடியாது. இந்தக் காடுகளில் ஜாரவாக்களை நீங்கள் பார்க்கவே முடியாது. அவர்கள் இருக் கிறார்கள் என்பதை உணரத்தான் முடியும். அதுவும் இந்தக் காடு களை நீங்கள் நன்றாக அறிந்திருந்தால் மட்டுமே.'

'நான் இருக்கும் இடத்திலிருந்து பத்தடித் தூரத்தில் அந்தச் சிறுவன் இருந்தான். அவனுக்கு அருகில் செல்ல விரும்பினேன்.

ஆனால், நம்மைப் போன்ற மனிதர்கள் ஜாரவாக்களைக் கண்டு பயப்படுவதைப் போலவே, அவனும் பயந்தவனாக இருந்தான். தீங்கு ஏதும் செய்யப் போவதில்லை என்று அவனுக்கு உறுதியளித்தாக வேண்டும் என்பதை நான் உணர்ந்தேன். சிறிது நேரம் அசையாமல் நின்றிருந்தேன். அவன் எவ்வளவு நேரமாக இங்கே கிடக்கிறான் என்று தெரியவில்லை. அவன் இருக்கும் நிலையில் நான் இருந்திருந்தால் எனக்கு என்ன தேவைப்பட்டிருக்கும்? குடிக்கத் தண்ணீரும், சாப்பிட ஏதாவதும் தானே? என்று உணர்ந்தேன். பையிலிருந்து தண்ணீர்ப் பாட்டிலை வெளியில் எடுத்தேன். அது என்னவென்று அவனுக்குப் புரியவைக்க பாட்டிலைத் திறந்து சிறிது தண்ணீரைக் குடித்தேன். அவனை நான் தொந்தரவு செய்யப் போவதில்லை என்று புரிந்துகொண்டதைப் போலத் தெரிந்தது. நான் முன்னோக்கி அடியெடுத்து தண்ணீர்ப் பாட்டிலைக் கொடுத்தேன். பாட்டிலில் மீதமிருந்த தண்ணீரை ஆர்வத்தோடு குடித்து விட்டு பாட்டிலைத் திருப்பிக் கொடுத்தான். இழந்துவிட்ட நம்பிக்கை மீண்டும் கிடைத்திருப்பது போலத் தோன்றியது.'

'எங்களின் குடியேற்றப்பகுதி தொலைவில் இல்லை, நான் அங்குச் சென்று இந்தச் சிறுவனுக்கு உதவி பெற்றுத் தர முடிவெடுத்தேன். இங்கிருந்து அவனை அழைத்துச் செல்ல வேண்டும், அவனுக்கு மருத்துவ உதவி தேவைப்படுகிறது. நான் நினைப்பதை அவன் உடனடியாகப் புரிந்துகொண்டதைப் போலத் தெரிந்தது. ஏனெனில் கிளம்ப நான் எத்தனித்தபோது, அவன் உதடுகளைச் சுருக்கி, கண்களை அகலத் திறந்து, தலையை மென்மையாக அசைத்தான். போக வேண்டாம் என்று அவன் சொல்கிறான். சைகையின் மூலமாக திரும்பவும் வருவேன் என்று அவனுக்கு உறுதியளிக்க முற்பட்டேன்.'

'நான் பத்து நிமிடத்தில் வீட்டை அடைந்தேன். வீடு பூட்டியிருந்தது. இவ்வளவு சீக்கிரமாக வீடு திரும்புவேன் என்று எதிர்பார்த்திருக்க மாட்டார்கள். என் மனைவியும், மகன் புபுலும் கடைத்தெருவுக்குப் போயிருக்கக் கூடும். நான் காவல் நிலையத்துக்குப் போவதா? ஆரம்ப சுகாதார நிலையத்திற்குப் போவதா? என்று கவலையுடன் சிந்தித்தேன். மருத்துவ மையத்தை நோக்கி

ஓடினேன். மருத்துவ அதிகாரி டாக்டர் பந்தோபாத்யாய் பாபு உள்ளே நுழைந்துகொண்டிருந்தார். நான் பார்த்ததை அவரிடம் தெரிவித்தேன். முதலில் அவர் நம்ப மறுத்தார். அவர் பயப்படு கிறார் என்று நினைத்துக்கொண்டேன். காட்டுக்குள் சென்று அந்த ஜாரவாச் சிறுவனைத் தேடிப்பிடித்து இங்கே கொண்டுவர வேண்டும் என்று அவரிடம் கேட்டுக்கொண்டேன். ஜாரவாக்கள் தாக்கினால் என்ன செய்வது? அவர் இதைச் சொல்லவில்லை. ஆனால், அவர் மனத்தில் எழுந்திருக்கும் கேள்வி இதுதான் என்பது எனக்குத் தெரியும். கடைசியில் வருவதற்கு ஒப்புக்கொண்டார். ஆனால், காவல் நிலையத்தில் அனுமதியும், உதவியும் பெற்று வந்தால் மட்டுமே தன்னால் அங்கு வரமுடியும் என்று டாக்டர் தெரிவித்தார். பழங்குடிகள் நல அலுவலருக்குத் தகவல் தெரி வித்தாக வேண்டும்.'

பின்டு இடைவெளிவிட்டான்.

'பாருங்களேன், பழங்குடிகள் நல அதிகாரி என் பழைய நண்பர் ஷ்யாம். அவர் உடனே ஒப்புக்கொண்டார். இது அவர் செய்ய வேண்டிய பணிதான் என்று அவருக்குத் தெரியும். 'நானும் வருகிறேன்' என்று அவர் கூறினார். 'ஆனால் நமக்குப் போலீஸ் பாதுகாப்பு தேவைப்படும்', என்று அவர் வலியுறுத்தினார். 'ஒரு வேளை ஜாரவாக்கள் திரும்பி வந்து நம்மைத் தாக்கினார்கள் என்றால்... நாங்கள் காவல் நிலையத்தை நோக்கிச் சென்றோம்.'

'காவல் நிலைய அதிகாரி - அந்த இழிமகன் - காவல் நிலையத்தில் இல்லை.' பின்டு இப்போது விஷயத்தைவிட்டு முற்றிலுமாக விலகிச் சென்றான். இந்த விஷயம் அவன் நெஞ்சுக்கு நெருக்கமானது என்பது தெளிவாகத் தெரிந்தது. கதை கேட்டுக்கொண்டிருந்த அவனுடைய விருந்தினர்கள் அவனை இடைமறிக்கவில்லை. 'இவனைப் போன்ற போலீஸ்காரர்களிடமிருந்து கடவுள்தான் நம்மைக் காப்பாற்ற வேண்டும்—தங்களின் சொந்த நலன்களைத் தவிர வேறெதிலுமே அவர்களுக்கு அக்கறை இல்லை. பக்கத்துக் கிராமத்தில் போன வருடம் நடந்த ராமா என்பவனின் கொலையில், ராமாவைக் கொலை செய்த அந்த டெல்கி மீனவர்களை இவன் விடுவித்து விட்டான். அதற்காக ஐயாயிரம் ரூபாய் வாங்கிக்கொண்டதாகச் சிலர் சொன்னார்கள். நீங்கள் இதை நம்ப மாட்டீர்கள். ஆனால்

ராமாவின் மனைவி - அந்தச் சிறுக்கி, இந்த போலீஸ்காரன் ஹல்தாருடன் ஒவ்வொரு இரவும் படுக்கையைப் பகிர்ந்து கொள்கிறாள். அந்தப் பெண்ணை என்னால் புரிந்துகொள்ள முடியவில்லை. இவனை மாதிரி நபர்களிடம் இவள் எதைக் கண்டாள்? ஒருவேளை அவளை மிரட்டியிருக்கலாம், அவளுக்கு வேறு வழியில்லாமல் போயிருக்கலாம்... ஆனால் அவனது படுக்கையில் ஆறு மாதத்துக்கு ஒரு தடவை புதிய பெண்கள் இருப்பார்கள். அவனுடைய மனைவி பாவப்பட்டவள்! இந்த இழிமகனை நான் எங்கே பார்த்தேன் என்று உங்களுக்குத் தெரியுமா?...' கேள்வியோடு நிறுத்தினான் பிண்டு.

பழைய கதைக்குப் பிண்டு இப்போது திரும்பவும் வந்தான். 'கடைத்தெருவில் ஒரு தேநீர்க்கடையில் என் மனைவியுடன் அரட்டை அடித்துக்கொண்டிருந்தான் ஹல்தார். நான் ஏன் தேடி வந்திருக்கிறேன் என்பதை அவனிடம் விளக்கினேன். 'அந்தக் காட்டுவாசிகள்... பெரிது பெரிதாக வைத்திருக்கிற அந்தப் பெண்கள்,' என்று என்னைப் பார்த்துக் கண் சிமிட்டிக்கொண்டு, உள்ளங்கையைத் தன் மார்புக்கு முன்பாக கிண்ணம்போல குவித்துக் கேலி பேசினான். 'நீயும் சிலதைப் பார்த்திருப்பாயே?' என்றான். என் மனைவி பக்கத்தில் இருக்கும்போது இதுபோல அவன் பேச வேண்டியது அவசியம்தானா, சொல்லுங்கள். அவள் வெடுக்கென்று எழுந்து புல்புல்லைத் தன்னுடன் இழுத்துக்கொண்டு போய்விட்டாள்.'

'இவனுங்கள கொல்லணும் - மாதர் சோத்' என்று கடுங் கோபத்துடன் திட்டிவிட்டு கதையைத் தொடர்ந்தான் பிண்டு.

'யார் இவனுங்க? நேற்றிரவு கிராமத்துக்கு இவங்களை யார் வரச் சொன்னது? என் வாழ்க்கையை மகிழ்ச்சியற்றதாக ஆக்கி விட்டார்கள். என்னிடம் உத்தரவு வாங்கிக்கொண்டா அங்கே வந்தார்கள். இப்போது யாரோ ஒரு இழிப் பிறவி காட்டினுள் எலும்பை உடைத்துக்கொண்டு கிடக்கிறது என்றால் அது என்னுடைய பிரச்சினை இல்லை. எனக்கு வேலை இருக்கிறது. நான் தானாவுக்குப் போக வேண்டியிருக்கிறது. என்னால் அங்கு வரமுடியாது' என்றான் ஹல்தார்.

'சரி, நீங்கள் வர வேண்டாம். டாக்டர், பழங்குடி அதிகாரி, நான் மூவரும் போகிறோம்' டாக்டரும், பழங்குடி அதிகாரியும் ஜாரவா விவகாரங்களில் உதவி கோரினால் நீங்கள் மறுக்க முடியாது என்று உங்களுக்குத் தெரியுமா? நாங்கள் போகிறோம். அங்கு ஏதேனும் நடந்தால் அதற்கு நீங்கள்தான் பொறுப்பு என்று அவனிடம் நான் சொன்னேன். ஹல்தாருக்கு வேறு வழி தெரியவில்லை. முணுமுணுத்தபடி திட்டிக்கொண்டே விருப்பமில்லாமல் எழுந் தான். அவன் பயந்துவிட்டான்.'

'ஆக நாங்கள் அனைவரும் அங்கே இருந்தோம்—டாக்டர், ஷியாம், நான், நோயாளிக்கான ஸ்ட்ரெச்சருடன் வந்த இரண்டு உதவியாளர்கள், ஹல்தார், துப்பாக்கி ஏந்திய இரு காவலர்கள் —அனைவருமாகச் சென்றோம். அரசல் புரசலாக செய்தியறிந்து வேடிக்கைப் பார்க்க வந்த சிலரும் அங்கே வந்துசேர்ந்துவிட்டனர். காட்டுக்குள் செல்ல பெரிய ஊர்வலம் புறப்பட்டுவிட்டது. அங்கே ஒரு ஜாரவாச்சிறுவன் மரத்தில் சாய்ந்து காயம்பட்டுக் கிடக்கிறான் என்று ஒவ்வொருவரிடமும் நான் சொல்லிக்கொண் டிருந்தேன். என் வீட்டினைக் கடந்து சென்றோம், நெல் வயல் களைத் தாண்டி காட்டுப்பாதைக்குள் நுழைந்தோம்.' என்று கூறிய பின்டு தன் விரல்களால் சுட்டிக்காட்டிச் சொன்னான், 'இந்த வழியாகத்தான் தினமும் என் படகினை நோக்கிப் போவேன். ஆனாலும் இப்போது திடீரென பீதி தொற்றிக்கொண்டது.' பின்டு தன் கை விரல்களைத் தன்னியல்பாக இறுக மூடிக்கொண்டான். 'உண்மையில் நான் ஜாரவாச்சிறுவனைத்தான் பார்த்தேனா? அவன் அங்கே இருப்பானா? காட்டின் மாய மந்திரத்தால் ஏமாந்து போனேனா? கிராமம் முழுக்க என்னைப் பார்த்துச் சிரிக்கும் படியாக ஆகப் போகிறேனா? நீங்கள் நம்பவே மாட்டீர்கள். மிகச் சரியாக அதுதான் நடந்தது.'

காட்டுக்குள் திரும்பவும் வந்துசேர்ந்துவிட்டதாக பின்டு நினைத்துக்கொண்டான். கிராமத்தினர் முன்பாக பெரும் குழப்பத் துடன் அவன் நிற்கிறான் என்பது அவனது முகத்திலேயே தெரிந்தது. 'நான் குழந்தையாக இருந்ததிலிருந்து இந்த வீட்டில் வாழ்ந்து வந்திருக்கிறேன், எனக்கு நினைவு தெரிந்த நாளிலிருந்தே இந்தக் காடுகளில் அலைந்து திரிந்திருக்கிறேன். காட்டுக்குள்

நுழைவதற்கு எல்லோரும் பயந்த சமயத்திலும், உள்ளே நுழைந் திருக்கிறேன். இந்தக் காடு பற்றி எனக்குத் தெரியும்...', பின்டு அழுத்தம் திருத்தமாகக் கூறினான். 'ஆனால் அன்று காலை பந்தோபாத்யாய் பாபு, ஹல்தார், ஷியாமுடன் அங்கு போன போது குழப்பமான வழியில் செல்வதைப் போல இருந்தது. 'அந்தச் சிறுவன் எங்கே இருந்தான் என்பதுதான் நமக்குத் தெரியுமே என்று நினைத்து நேரடியாக அங்குச் சென்றேன், ஆனால் வேறொரு திசையில் சென்றுகொண்டிருப்பதாக நான் உணர்ந்தேன்.'

ஏமாற்றத்தில் தன் கைகள் இரண்டையும் காற்றில் வீசியபடி மெதுவாக பின்டு தொடர்ந்தான். 'நான் குழம்பிவிட்டேன். குழப்பம் என் முகத்தில் தெரிவதற்கு நான் எப்படி அனுமதிக்க முடியும்? சற்று நேரம் நான் நின்றேன். எதிர்பார்த்ததைப் போலவே எல்லோர் கண்களும் என் மீதே இருந்தன. என்ன செய்வது என்று தெரியவில்லை, எந்தத் திசையில் போவது என்றும் புரியவில்லை. நான் அந்தச் சிறுவனைப் பார்த்தேன். அவனுக்குக் குடிப்பதற்குத் தண்ணீர் கொடுத்தேனே! திரும்பி நடந்து என் கால்தடங்களைக் கண்டறிந்து மறுபடியும் புறப்பட வேண்டும் என்று நினைத்தேன். அந்தச் சிறுவன் தென்படுகிறானா என்று மீண்டும் பார்த்தேன். அந்தக் கணமே அவன் விம்மி அழும் சத்தத்தைக் கேட்டேன். அந்த விம்மல் ஒலியை ஒருபோதும் என்னால் மறக்கவே முடியாது. முன்பு அவன் எங்கே இருந்தானோ அதே இடத்தில் தான் மரத்தில் சாய்ந்தபடி இருந்தான். என்னிடமிருந்து ஐம்பது மீட்டர் தொலைவில் அவன் இருக்கிறான்.' பின்டு இடைவெளி விட்டான். 'தன்னைப் பார்க்க வந்திருப்பவர்களை ஆறுதல் நிறைந்த சிரிப்புடன் அவன் நோட்டமிட்டான். பார்க்க வந்தவர்களும் அதனை எதிர்பார்த்துச் சிரித்தனர்.'

'நான் மரத்தை நோக்கி நகர்ந்தேன். அமைதியாகப் பின் தொடர்ந்து வந்த கும்பலும் அவனைப் பார்த்துவிட்டது. அவர்கள் உறைந்து நின்றனர்; ஷியாம், பந்தோபாத்யாய் பாபு, அந்த ஹல்தார் மூவரும் அவன் இருப்பதைப் பார்த்துவிட்டார்கள். காயம்பட்டிருந்த அந்தச் சிறுவனை நோக்கி நான் தன்னந் தனியனாக நடந்தேன். அவனுடைய இடது கால் நீட்டியபடியே இருந்தது. அவனுக்கு வலி அதிகரித்திருப்பதாகத் தெரிந்தது.

கொண்டுவந்திருந்த மூன்று வாழைப் பழங்களை பையைத் திறந்து எடுத்தேன். அவன் கைகளை மெதுவாக நீட்டினான். தண்ணீர் வேண்டும் என்பதைப் போல சைகை செய்தான். அவனிடம் பாட்டிலைக் கொடுத்தேன். அவன் ஒரு மிடறு தண்ணீர் குடித்தான். மரத்தின் மீது தலையை சாய்த்து வாழைப்பழத்தை உரித்துக் கொஞ்சம் கடித்தான்.'

'இவை அனைத்துக்கும் ஒரு சில நிமிடங்களே பிடித்திருக்கும். கூட்டம் தூரத்தில் நின்று கழுத்தை நீட்டியும், வளைத்தும் என்ன நடக்கிறது என்பதைப் பார்க்க முயன்றது. நன்றாகப் பார்க்க வேண்டும் என்பதற்காக இளையவர்கள் மரங்களின் மீது ஏறிக்கொண்டார்கள். ஷியாம், ஹல்தார் இருவரும் நின்றிருந்த பக்கமாகத் திரும்பி அவர்களை வருமாறு அழைத்தேன். அப்போது கூட்டத்தினரின் ஆர்வம் பொங்கி வழிந்துகொண்டிருந்தது. அவர்கள் எழுப்பிய ஒலி, பால் பொங்குவதைப் போல காதுகளில் ரீங்காரமிட்டது. கூட்டம் முன்னேறி வராமல் காவலர்களில் ஒருவன் தடுத்துக்கொண்டிருந் தான்; இன்னொரு காவலர் ஹல்தாரின் பின்னால் வந்து கொண்டிருந்தான். ஹல்தாரின் கரம் இடுப்புப் பட்டையில் இருந்த துப்பாக்கி மீது இருந்தது. நாங்கள் கிராமத்திலிருந்து புறப்பட்ட போதிலிருந்தே அந்தக் கரம் அப்படியேதான் இருக்கிறது. அந்த இழிபிறவி பயந்து போய் இருக்கிறான்.'

'என்ன நடக்கிறது என்பது அந்த ஜாரவாச் சிறுவனுக்கும் தெரிந்தது. அவனை நோக்கிவரும் பெரிய மீசை வைத்திருக்கும் துப்பாக்கி ஏந்திய காவலன் உட்பட ஒவ்வொருவரையும் அவன் பார்த்தான். அந்தச் சிறுவனை அச்சம் பற்றிக்கொண்டது. அவன் மீண்டும் அழ ஆரம்பித்துவிட்டான். நீரோடைபோல அவன் கன்னங்களில் கண்ணீர் வழிந்தது. அவனுக்காக நான் வருத்தப்பட்டேன். அவனால் ஓட முடியாது, சண்டையிட முடியாது! அவனுக்குத் தொந்தரவு எதுவும் தரமாட்டோம் என்று உறுதியளிப்பதற்கு நான் முயன்றேன். ஆனால், என் அங்க அசைவுகள் அனைத்தும் பயனற்றுப் போயின. கூட்டம் அவனை நெருங்கி வந்தது. வேறொரு உலகத்தின் காட்சிப்பொருளைப் பார்ப்பதைப் போல ஒவ்வொருவரும் அந்தப் பையனைப் பார்த்தனர். ஒரு ஜாரவாவை இவ்வளவு நெருக்கத்தில் பார்ப்பது பலருக்கும் இதுதான் முதல்

முறையாக இருந்தது. உண்மையில் அவர்கள் நிர்வாணமாகத்தான் இருப்பார்களா? அவர்களுக்கு சுருட்டை முடி இருக்கிறதா? அவர்களின் தோல் மெழுகினைப் போல அத்தனை மென்மையானதா? அவர்களில் சிலருக்கு உண்மையிலேயே நச்சுப்பற்கள் உண்டா? 'இந்தப் பேய்கள்' எப்படி மூச்சுவிடுகின்றன? இருண்ட இரவுகளில் விரைந்து நழுவிச் செல்லும் நிழல்களைப் போன்றவர்களாகவே ஜாரவாக்கள் இதுவரையிலும் இருந்து வந்திருக்கிறார்கள். எல்லா நிழல்களும் ஒன்றுதானே? இல்லையா? உங்களுடைய நிழல், என் நிழல்.' டேவிட்டை சுட்டிக்காட்டியபடி அவன் சொன்னான். 'உங்களுடையது' என்றபடி ஹரிஷையும் அடுத்து பிரகாசையும் பின்டு சுட்டிக்காட்டினான். 'நிழலை உங்களால் பிடிக்க முடிந்திருக்கிறதா? நிழல் நிஜமாக உருமாறியதைப் போல இந்தச் சிறுவன் இதோ இங்கே இருக்கிறான். ஜாரவாக்களைப் பற்றி பல ஆண்டு காலமாகக் கேட்டு வந்த இட்டுக்கட்டிய கதைகளைப் புரிந்துகொள்ள முயன்றபடி மக்கள் ஆர்வமாக அவனைப் பார்த்தனர். உருவத்துடன் கூடிய பழங்கதை. எடையுடன் கூடிய நிழல். ஜாரவாக்கள் உண்மையிலேயே யார் என்று பல கதைகள் கிராமங்களில் உலவுகின்றன. ஆம். கதைகள்தாம். புரிந்துகொள்ளாத வரையில் எல்லாமே கதைகள்தானே. கிராமங்களில் குடியேறி இருப்பவர்களிடம் உலவுவதைப் போலவே, இந்தக் காடு நெடுகிலும் பல கதைகள் இருக்கின்றன. ஜாரவாக்கள் வந்து சென்ற கிராமங்களில், அவர்கள் வந்துகொண்டிருக்கும் கிராமங்களில்...' தான் சொல்லிக்கொண்டிருந்த கதையிலிருந்து நழுவிச் செல்வதாகப் பின்டு புரிந்துகொண்டான்.

'அவனது அச்சத்தை நீக்கி திரும்பவும் உறுதியளிக்கும் விதத்தில், என் கைகளை நீட்டி அந்தச் சிறுவனின் தோள் மீது இதமாக வைத்தேன். விந்தையானதோர் அனுபவமாக அது இருந்தது. நம்மைப் போன்ற இன்னொரு மனிதனைத்தான் தொடுகிறோம் என்றாலும், அது வித்தியாசமாகத் தெரிந்தது; மனிதர்கள் அல்லர் என்று நாம் நம்பிக்கொண்டிருக்கிற மக்கள் இவர்கள். இவனுக்கும் இரண்டு கைகள், இரண்டு கால்கள், இரண்டு காதுகள், இரண்டு கண்கள் இருக்கின்றன. நம்மைப் போலவே அவனும் மூச்சு விடுகிறான். நாம் அழுவதைப் போலவே அவனும் அழுகிறான். நம்முடன் இருப்பவர்கள், ஜாரவாக்கள் எச்சில் துப்பியே கொன்று

விடுவார்கள் என்று சொல்லுகின்றனர். இவர்களின் உமிழ்நீர் நச்சுத்தன்மை கொண்டது என்கின்றனர். நான் இதை ஒருபோதும் நம்பியதே இல்லை. அவனுடன் இருந்த குறுகிய நேரத்தில், நானோ எனது மகனோ வெளிப்படுத்தக்கூடிய அதே மாதிரியான உணர்ச்சிகளைத்தான் அவனும் வெளிப்படுத்தினான். அவனுடைய குடும்பம் அவனுடன் இருப்பதாகவே நம்பினான் என்று நான் நிச்சயமாக நினைக்கிறேன். இதைத் தவிர வேறு எதனை ஒருவன் விரும்புவான்?'

'அவனது தோளைத் தொட்டபோது அவன் அஞ்சி விலகினான். அவனுடைய இயலாமையையும், பயத்தையும் உணர்ந்துகொள்ள முடிந்தது. விதிப்படி நடக்கட்டும் என்று பொறுமையாக அவன் இருந்ததைப் பார்க்க முடிந்தது. அவனால் வேறு என்ன செய்ய முடியும்? அவனை இதமாகத் தூக்கிப் படுக்கையில் வைத்து ஆரம்ப சுகாதார நிலையத்துக்குக் கொண்டுசென்றோம். நாங்கள் எல்லோரும் காத்திருந்த வேளையில் பந்தோபாத்யாய் பாபு அந்தச் சிறுவனைச் சோதித்துப் பார்த்தார். அவன் நன்றாக இருக்கிறான். இடப் பாதத்தில் கணுக்கால் எலும்பு உடைந்துவிட்டது. அங்குப் பல முறிவுகள் ஏற்பட்டிருந்தன. நான் நினைத்தது சரிதான். உடனடியாக அவனை போர்ட் பிளேருக்குக்கொண்டு செல்ல வேண்டும்.'

'அதன் பிறகு எங்கள் அனைவரையும் பெருவெள்ளம் தாக்கியது போல இருந்தது. ஏராளமான வேலைகளைப் பார்க்க வேண்டியிருந்தது. மருத்துவம், பழங்குடியினர் நலம், காவல்துறை, பொதுப் பணித்துறை ஆகிய அனைத்துத் துறைகளும் போர்ட் பிளேரில் உள்ள தங்கள் அதிகாரிகளுக்குத் தகவல் தெரிவித்துவிட்டதாகப் புரிந்துகொண்டோம். துணைநிலை ஆளுநரின் அலுவலகத்துக்கும் தகவல் சொல்லப்பட்டிருப்பது வெளிப்படையாகத் தெரியவந்தது. ஜாரவாச் சிறுவனுக்கு மருத்துவ சிகிச்சை கவனமாகத் தரப்பட வேண்டும் என்று உத்தரவுகள் வந்தன. ஒரு மணி நேரத்துக்குள்ளாக அவசர ஊர்தி தயாராகிவிட்டது. ஜாரவாச் சிறுவனை ஸ்ட்ரெச்சரில் வைத்து ஊர்தியில் ஏற்றி பந்தோபாத்யாய் பாபு, ஷியாம், ஒரு காவலர் ஆகியோர் போர்ட் பிளேருக்குக்கொண்டு சென்றனர்.'

'அதன் பிறகு சில நாட்களுக்கு ஜாரவாச் சிறுவனைப் பற்றிய விவாதம் சூடாக நடைபெற்றுக்கொண்டிருந்தது; ஜாரவாக்கள்

அவனைத் தேடி வரக் கூடும் என்ற அச்சமும் மனத்தில் ஒளிந் திருந்தது; தங்களில் ஒருவனை இந்தக் கிராமம் விழுங்கிவிட்டதாக நினைத்து அவர்கள் தாக்குதல் நடத்தக் கூடும்.'

'அதிர்ஷ்டவசமாக அப்படி எதுவும் நடக்கவில்லை. ஜாரவாச் சிறுவனைப் பற்றி, அந்த சம்பவம் பற்றி, அவனைக் காப்பாற்றியது பற்றிய பேச்சுகள் முடிவில் மறைந்துவிட்டன. எப்போதாவது ஒரு முறை அந்தப் பேச்சு கிளம்பும். அதன் பிறகு எங்கள் கிராமங்களைக் கைவிட்டுவிடுவது என்று முடிவெடுத்துவிட்டதைப் போல, அங்கு வருவதை ஜாரவாக்கள் முழுமையாக நிறுத்திக்கொண்டார்கள். என்ன நடந்தது என்று யாருக்குமே தெரியாது.'

பின்டு பேச்சை நிறுத்திவிட்டு மூச்சை ஆழமாக இழுத்து விட்டான். 'இது நடந்தது மார்ச் மாதத்தில், இப்போது நவம்பர் மாதம். ஜாரவாக்களின் உலகம் மாறிப் போய்விட்டது என்பதை உங்களுக்கு நான் சொல்லியே ஆக வேண்டும்.'

டேவிட் சிரித்தபடி கேட்டான், 'பின்டு, அந்த ஜாரவாச் சிறுவன் தனுமெய் திரும்பி வந்தான் இல்லையா? அவனை நீங்கள் மறு படியும் பார்த்தீர்களா, இல்லையா? ஜாரவாச் சிறுவன் திரும்பி வந்தபோது அவனை நீங்கள் சந்தித்ததைப் பற்றி முன்பொரு சமயத்தில் மோண்டு என்னிடம் சொல்லியிருக்கிறார்.'

'அவர் சொன்னாரா?' வெளிப்படையான சங்கடத்தோடு பின்டு கேட்டான். 'ஆமாம், உண்மைதான், மூன்று மாதங்களுக்கு முன்பு ஆகஸ்டில் அது நடந்தது. என் நினைவு சரியாக இருக்குமானால் அது ஆகஸ்ட் இருபத்தொன்பது, வியாழக்கிழமை. தனுமெய் போர்ட் பிளேரில் இருந்த சமயத்தில். அங்கு என்ன நடந்தது என்று எனக்குத் தெரியாது. அங்கும் இங்குமிருந்து சிற்சில தகவல்கள் காதுக்கு வந்ததோடு சரி, ஆனால் உறுதியாக எதுவும் தெரியாது. அவன் தொலைக்காட்சி நிகழ்ச்சிகளை விரும்பிப் பார்ப்பவனாக ஆகியிருந்தான். அரைக்கால் அங்கியும், மேல் சட்டையும் அணிந்து கொள்ள ஆரம்பித்தான். முக்கியஸ்தர்களுக்கான அம்பாசிடர் காரில் அழைத்துச் சென்று போர்ட்பிளேர் முழுவதையும் அவனுக்குச் சுற்றிக் காட்டியிருக்கிறார்கள். அங்கு அவன் முக்கியப் பிரமுகராக இருந்திருக்கிறான். அவனுக்கும் பொழுது நன்றாகக் கழிந்திருக்கும்' என்று சொன்ன பின்டு உடனடியாகத் தன்னைத் திருத்திக்கொண்டு,

'இல்லை இல்லை, அவனுக்குப் பொழுது நன்றாகக் கழிந்திருக்காது' என்றான். என்னைப் போன்ற ஒரு கிராமத்தானே போர்ட் பிளேர் போன்ற ஓரிடத்தில் குழம்பி நிற்கும்போது, வனாந்திரத்தில் இருந்து வந்த ஒரு சிறுவன் எப்படி உணர்ந்திருப்பான் என்று என்னால் கற்பனையில் காண முடிகிறது. காட்டுக்குத் திரும்ப வேண்டும் என்று கொஞ்ச நாளில் அவன் சொல்லிக்கொண்டிருப்பதாகக் கேள்விப்பட்டோம். உண்மையில் அங்கு என்ன நடந்தது என்று எனக்குத் தெரியாது. உறுதியாக எதையும் சொல்ல இயலாது. இங்கே என்ன நடந்தது என்பதுதான் எனக்குத் தெரியும். அந்தத் தனுமெய் சிறுவன் கிராமம் முழுவதும் என்னைப் பார்த்து சிரிக்கும் படி செய்துவிட்டிருந்தான்' என்று பொய்க் கோபத்துடன் பின்டு தொடர்ந்தான்.

'ஏன்? என்ன நடந்தது?' டேவிட் மறுபடியும் அவனைத் தூண்டினான்.

பின்டு தயக்கத்துடன் ஆரம்பித்தான். 'தனுமெய் கடம்தாலாவுக்கு ஒரு நாயகனைப் போலத் திரும்பி வந்தான். நகர்ப் புறங்களில் இருக்கும் வாழ்க்கை முறைகள் சிலவற்றை அவன் தெரிந்து வைத்திருக்கிறான் என்ற கதைகளை நாங்கள் கேள்விப் பட்டிருந்தோம். பழுப்பு நிற மனிதர்களிடமிருந்து கறுப்பு நிற மனிதன் கற்றுக்கொண்டிருக்கிறான். இப்போது அவன் எப்படித் தோற்றமளிக்கிறான் என்பதைப் பார்ப்பதற்கு ஒவ்வொருவரும் ஆசைப்பட்டனர். அவன் மாறியிருக்கிறானா? வித்தியாசமாக நடந்துகொள்கிறானா? உங்களுக்கு உண்மையைச் சொல்ல வேண்டுமானால்...', பின்டுவின் குரலில் இப்போது தீவிரம் தென் பட்டது, 'நான் கொஞ்சம் கவலைப்பட்டேன். என்னை அவனுக்கு நினைவிருக்குமா? எதன் பொருட்டு என்னை அவன் நினைவில் வைத்திருப்பான்? காட்டிலிருந்து அவனை அப்புறப்படுத்தி வந்ததற்கு நான் பொறுப்பாக மாட்டேனா?' சிறிது நேரம் பின்டு அமைதி காத்தான். 'தனுமெய் திரும்பி வந்துவிட்டான் என்று தெரிய வந்தபோது, அவன் ஆரம்ப சுகாதார நிலையத்தில் இருந்தான். நான் அங்கே போனபோது மகிழ்ச்சி நிறைந்த சூழ்நிலை காணப்பட்டது. ஆரம்ப சுகாதார நிலையத்துக்கு மக்கள் போய்வந்தபடி இருந்தனர். அது திருவிழாவைப் போல இருந்தது.

நல்லுணர்வு நிரம்பிய சூழல் அங்கு நிலவியது. நான் போய்ச் சேர்ந்த கணத்தில் திட்டமிடப்பட்டதைப் போன்ற நிசப்தம் நிலவியது. உள்ளே நுழைந்தபோது எனக்குச் சந்தேகம் உருவானது. தனுமெய் அங்கே உட்கார்ந்திருந்தான். உடனடியாக என்னை அவன் அடையாளம் கண்டுகொண்டான். அவன் முகத்தில் பெரிதாகச் சிரிப்பு படர்ந்தது.'

'அதன் பிறகு அங்கு அத்தனை அமைதி நிலவியது. முற்று முழுதான நம்பிக்கையுடனும், வெகுளித்தனத்துடனும் தனுமெய் தொடங்கினான்: 'என் பெயர் தனுமெய், உங்கள் பெயர் என்ன?' என்று கேட்டான். 'ஜாரவாச் சிறுவன் இத்தனை சிறப்பாக இந்தியில் கேட்கிறான். எனக்கு மிகுந்த ஆச்சரியமாகப் போய்விட்டது. என்ன சொல்வது என்று எனக்குத் தெரியவில்லை. பி.. பி.. என் பெயர் தொண்டையில் சிக்கிக்கொண்டு, குரலில் வெளிப்படாமல் திணறியது.' அந்தப் பிற்பகல் பொழுதின் மகிழ்ச்சியினை நினைவு கூர்ந்தபோது பின்டுவின் கண்கள் பிரகாசித்தன.

'பின்டு என்று சொல்வதற்கு நான் தடுமாறினேன்; அறையி லிருந்த அனைவரும் பேரிரைச்சலுடன் சிரித்தார்கள். அந்த தனுமெய் தரையில் புரண்டபடி கலகலவெனச் சிரித்தான். 'பின்டு... என்னுடைய பெயர் பின்டு. ஒரு வழியாக நான் என் பெயரைச் சொன்னேன். நானும் சிரித்துக்கொண்டே நாற்காலியில் அமர்ந்துகொண்டேன்.' நடந்ததை பின்டு அப்படியே நடித்துக் காட்டியபோது ரஷ்ய நாட்டுப் பொம்மையைப் போன்ற அவனது தொப்பை சின்னஞ்சிறு அசைவுகளுடன் நெளிந்தாடியது. அதைப் பார்த்து டேவிட், பிரசாத், ஹரிஷ் மூவரும் சிரித்தனர். பின்டு மறுபடியும் ஆரம்பித்தான். ஆனால், இந்த முறை அவனது குரல் திடீரென கவலை தோய்ந்த நிலைக்குப் போய்விட்டிருந்தது.

'தன் இருப்பிடத்துக்கு தனுமெய் திரும்பிச் செல்லும் பயணமும் வந்துசேர்ந்தது. போர்ட் பிளேரில் இருந்து வந்திருந்த மருத்துவர், தனுமெய், நான், போலீஸ் ஆகியோர் புறப்பட்டோம். போலீஸ் இந்த முறை மற்ற அனைவரையும் தடுத்து நிறுத்திவிட்டது. சதுப்புக் காட்டுக்குள் முதன் முதலில் அவனைச் சந்தித்த அதே இடத்துக்குத் திரும்பவும் அவனை அழைத்துச் சென்றோம். சிறைப்பட்ட பறவை யாக இருந்த தனுமெய் மறுபடியும் சுதந்திரத்தைக் காணப்

போகிறான். அவன் முகத்தில் விடுதலைச் சிரிப்பும், அவனது நடையில் துள்ளலும் கூடியிருந்தது. அதற்கு என்ன அர்த்தம் என்பதை நாங்கள் ஒருபோதும் அறிந்திருக்கவில்லை.' பின்டு இப்போது விருந்தினர்களை நேருக்கு நேராகப் பார்த்தான். 'சிறையில் இருந்தால்தான் விடுதலையின் மகிழ்ச்சியை உங்களால் உணரமுடியும். 'தனுமெய் மரம்' என்று இப்போது நான் குறிப் பிட்டுவரும் அந்த மரத்தை நாங்கள் அடைந்து சில கணங்கள் அமைதியாக நின்றோம். பிறகு தனுமெய் வலது பக்கமாகத் திரும்பி குன்றுகளை நோக்கி நடக்க ஆரம்பித்தான். காடுகள் வெகு தொலைவில் இல்லை. சிறிது தூரம் அவன் பின்னாலேயே நடந்து விட்டு நாங்கள் நின்றுகொண்டோம். தனுமெய் நிற்பதும், திரும்பிப் பார்ப்பதுமாக தன் விருப்பத்துக்கு நடந்து போய்க்கொண்டிருந்தான். அவன் சிரித்தான், கைகளை அசைத்தான். பிறகு திரும்பி, தன் இருப்பிடத்தை நோக்கிக் குறிக்கோளுடன் நடந்து சென்றான். தனக்கு அந்நியமான ஓரிடத்தில் ஆறு மாத காலம் இருப்பது நெடியதுதான். நீங்கள் என்ன நினைக்கிறீர்கள்?' பின்டுவின் கேள்வி இப்போது குறிப்பாக யாரையும் நோக்கி வரவில்லை.

'நான் கவனித்துக்கொண்டிருந்த போதே, பேராற்றல் மிகுந்த பெருங்காட்டின் இனம் புரியாத பிழம்புருவான வானத் திரைச் சீலையில் இருண்ட அந்த உருவம் கலந்து போனது.' பின்டு இப்போது மிகுந்த மரியாதையுடன் பேசினான். 'வலுவிழந்த புகையின் சிறு கீற்றைப் போல பழங்காலக் காட்டுக்குள் கரைந்து போனான். வினோதமான சில ரகசியப் பேச்சுகளை நான் கேட்டேன்', பின்டுவின் கண்கள் மீண்டும் மூடின. சில கணங்களுக்கு அங்கு மௌனம் நிலவியது. அதற்கு ஒப்புதல் அளிப்பதைப் போல மென்மையான தென்றல் சிற்றலைகளாக ஊடுருவிச் சென்றது. அவன் கண்களைத் திறந்து விருந்தினர்களைப் பார்த்துச் சிரித்தான்.

'நான் சொல்வது அர்த்தமற்றதாக இருக்கலாம்; ஆனால் என்னை நம்புங்கள்'. ஆழமாக மூச்சினை இழுத்துவிட்டு, 'ஒரு பெரும் புயல் ஒன்று வந்துகொண்டிருப்பதாக இந்த மென்தென்றல் நமக்கு எச்சரிக்கை செய்கிறது!' என்றான்.

5

தனுமெய் திரும்பவும் வந்தான்

பெருங்காட்டுக்குள் தனுமெய் கலந்து போன பிறகு வந்த காலம், வினோதக் கவலைகள் நிரம்பியதாக இருந்தது. குடியேற்றக்காரர்களின் வாழ்க்கையில் பத்து வருடங்களாக இருந்து வந்த ஜாரவாச் சூறையாடல்கள் இப்போது நின்றுவிட்டன. காடு வழக்கத்திற்கு மாறான அமைதியுடன் இருந்தது, அதன் எல்லையோரங்களில் அமைதி நிலவியது. ஜாரவா மனங்களிலும் அவர்கள் வசிக்கும் காடுகளிலும் உள்ளூர என்ன உருவாகிக்கொண்டிருக்கிறது என்பது பற்றிய பேச்சு இல்லை. அடர்ந்து பரந்திருக்கும் காட்டின் இருளிலும்கூட உங்கள் மார்பைக் குறி பார்த்து அவர்களால் அம்புகளை எய்ய முடியும். ஏதோ நடக்கப்போகிறது என்ற சங்கட உணர்வு தொடர்ந்து இருந்து வந்தது.

ஒரு மாதத்துக்குப் பிறகு அது நடந்தது. மீண்டும் தனுமெய் வந்தான். அவன் தனியாக வரவில்லை. இளம் ஜாரவாச் சிறுவர்களைக் குழுவாகச் சேர்த்துக்கொண்டு வந்தான். திடீரென ஒருநாள் காலையில் 'உட்டாரா' படகுத்துறையில் அவர்கள் காட்சி தந்தனர். பூல்தாலா சாலைக்குக் கீழாக இறக்கத்தில் சில கிலோமீட்டர் தொலைவில் இருக்கிறது உட்டாராப் படகுத்துறை.

விடலைப் பருவத்தின் முன்பகுதியில் இருக்கும் ஜாரவாச் சிறுவர்கள், அன்று காலையில் தோன்றினார்கள். பயணிகள் அறையின் பின்புறமாக மரங்களுக்குத் தண்ணீர் ஊற்றிக்கொண்டிருந்த ஒரு பயணியின் அச்சம் நிறைந்த கூக்குரல் அவர்களின் வருகையை அறிவித்தது. 'ஜாரவா..!' வேலையை அரைகுறையாகப் பாதியில் போட்டுவிட்டு அவன் கத்தினான்; ஓடி வந்து பயணிகள் அறையில் பாதுகாப்புத் தேடி ஒளிந்துகொண்டான். அந்த அறையில் இருந்த எவருக்கும் அவன் கத்தியது கேட்கவே இல்லை; அவர்களின்

காதுகளும், கவனமும் அறையின் மூலையில் வைக்கப்பட்டிருந்த வானொலிப் பெட்டியில் ஒலிபரப்பாகிக்கொண்டிருந்த கிரிக்கெட் வர்ணனையின் மீது இருந்தது:

'ஷாகிப் அக்தர் எட்டாவது ஓவரில் கடைசிப் பந்தினை வீசுவதற்காக ஓடி வருகிறார். இப்போது அதைச் சச்சின் டெண்டுல்கர் எதிர்கொள்வாரா? நம்ப முடியாத இன்னிங்ஸ் இது... அக்தர் உள்ளே வருகிறார், விக்கெட்டுக்கு மேலே இடது கரம். இந்தப் பந்து குறைந்த தூரத்துக்கே செல்கிறது, ஸ்டம்புக்குப் பக்கத்தில் சிறு தொலைவில் வெளியே செல்கிறது...' வானொலிப் பெட்டியிலிருந்து பெரிய ஆரவாரச் சத்தம் வெளிப்பட்டது... 'அந்தப் பந்து போய்விட்டது.' வர்ணனையாளர் தானே ஓடியாடி ரன் குவிப்பதைப் போல மூச்சு வாங்கியபடி பேசிக்கொண்டிருந்தார். 'ஒரு திறமையான இன்னிங்க்ஸ்—கை தேர்ந்த ஒரே பேட்ஸ்மேன் சச்சின் டெண்டுல்கருக்கு இது இன்னொரு சதம்.'

வர்ணனையாளர் உரக்கக் கத்தியபடி இருந்தார், கூடியிருந்த கூட்டம் மகிழ்ச்சியுடன் ஆரவாரக் குரல் எழுப்பியது. மரங்களுக்கிடையில் நின்றிருந்த ஒரு மனிதன் பட்டம்போல கைகள் படபடக்க காட்டுத்தனமாக ஓடி வருவதை இந்தச் சத்தத்துக்கு இடையில் சிலர் கவனித்தனர். சச்சின் டெண்டுல்கர் சதம் அடித்ததன் காரணமாக உற்சாகத்தைக் கட்டுப்படுத்த முடியாமல் அவன் ஓடி வருவதாக அவர்கள் நினைத்தனர். ஜாரவாக்கள் அவனுக்குப் பின்னால் நிதானமாக நடந்து வந்த சில கணங்களுக்குப் பிறகு, வானொலிப்பெட்டி சடாரென நிறுத்தப்பட்டது. இரைச்சல்கள் உடனடியாக அடங்கின. உள் கூரையில் உட்கார்ந்திருந்த சிட்டுக் குருவிகளின் கீச்சிடும் ஒலி தெளிவாகக் கேட்டது.

ஜாரவாக்கள் காட்டைவிட்டு வெளியில் வந்திருக்கிறார்களா? பட்டப்பகல் வெளிச்சத்திலா? ஆயுதங்கள் இல்லாமலா? அவர்கள் வந்திருக்கும் தகவல் பூல்தாலாவிலும், கடம்தாலாவிலும் அச்சத்தையும் பீதியையும் ஏற்படுத்தியிருந்தன. அவர்கள் ஆயுதங்களை எடுத்துக்கொண்டு வரவில்லை. ஆனாலும் அவர்கள் ஜாரவாக்கள். அவர்களை நம்பக்கூடாது. பல மாதங்களுக்கு அடங்கியிருந்து விட்டு, இப்போது அவர்கள் ஒரு திட்டத்துடன் திரும்பவும் வந்திருக்கின்றனர். இந்த வருகை முன்னோட்டமாக இருக்கலாம்.

தங்களின் அம்புகளையும், வில்லையும் அருகிலுள்ள சதுப்புக்காடுகளில் ஒளித்து வைத்திருக்கக் கூடும். அவர்களுடைய கூட்டம் இவர்களின் சாடைக் குறிப்புகளுக்காகவும், தாக்கு தலுக்குச் சரியான தருணத்தை எதிர்பார்த்தும் அக்கம் பக்கத்தில் பதுங்கி இருக்கலாம்.

சதிச் செயல்களுக்கும், அவற்றைத் திட்டமிட்டு நிறைவேற்று வதற்கும் வனவாசிகளின் இந்தக் காட்டுப்பகுதி தோதான இடம் தான். சுமார் நூற்றைம்பது ஆண்டுகளுக்கு முன்பாக, இருண்ட காடுகளில் வசித்துவரும் வேறு வகைப்பட்ட கறுத்த மனிதர்களான அந்தமான் பழங்குடிகள், இதைப் போலவே ஒரு நிகழ்வைத் திட்டமிட்டு நடத்தியிருந்தனர். இன்னமும் ஒவ்வொருவரும் பேசிக் கொண்டிருக்கும் சம்பவம் அது. அந்தமானில் இருந்த தண்டனைக் கைதி 286 - துத்நாத் திவாரியின் கதையும் அவர்கள் மத்தியில் பேசப்பட்டு வருகிறது.

துத்நாத் திவாரி வங்காளக் காலாட்படையில் பதின்நான்காவது படைப்பிரிவின் சிப்பாய். இருப்பிடம்: பஞ்சாபில் ஜீலம். மாபெரும் சிப்பாய்க் கலகம் தந்த ஊக்கம் காட்டுத் தீயினைப் போல பரவியது. முடிவில் அது அடக்கப்பட்டது. சில மாதங்களுக்குள் சில நூறு கலகக்காரர்கள், அதில் துத்நாத் திவாரியும் ஒருவர். அந்தமானின் திகிலூட்டும் காலாபாணிப் பகுதிக்குக்கொண்டு வந்து விடப்பட்டனர். 1858ஆம் ஆண்டு ஏப்ரல் மாதத்தில் துத்நாத்தும் அவருடன் இருந்த மற்ற தொண்ணூறு கைதிகளும் என்ன நடந்தாலும் சரி, தப்பித்துப் பர்மாவுக்குப் போய்விடலாம் என்று முடி வெடுத்தனர்.

விதி அவர்களை அப்படிச் செய்யும்படி வைத்தது. எண்ணற்ற கடலோரப் பகுதிகளையும், மோசமான காடுகளையும், குணப்படுத்த முடியாத காய்ச்சலையும், அங்கு வசித்துவரும் பூர்வகுடிகளின் அம்புகளையும் அவர்கள் எதிர்கொண்டனர். இதில் துத்நாத் திவாரி மட்டுமே உயிர் பிழைத்தார். தப்பி ஓடிய வழியில் மற்ற அனைவரும் இறந்துவிட்டனர். துத்நாத் திவாரியின் வலது தொடையை

அம்புகளால் ஒரு காட்டுவாசி துளைத்திருந்தார். இன்னொருவர் இடது தோள் பட்டையில் அம்பை விட்டுத் தாக்கியிருந்தார். அதே காட்டுவாசி மனிதர்களே இவரது உயிரைக் காப்பாற்றியும் கொடுத்தனர். அவர்கள் ஏன் அவரைக் காப்பாற்றினார்கள் என்பது விளக்கமளிக்க இயலாத செயலாகவே இருந்து வருகிறது. காயம் பட்ட துத்நாத்தை அந்தமானியப் பழங்குடியினர் தத்தெடுத்துக் கொண்டனர். அவருக்கு வைத்தியம் பார்த்து, உணவு கொடுத்து அவர் உடல்நலம் பெற உதவினர். வேட்டையாடுவது, மீன் பிடிப்பது, அந்தக் காட்டுவாசியினர் வாழ்ந்துவரும் அதே விதமான வாழ்க்கையையே வாழ்வது, அவர்களின் சடங்குகளைப் பின்பற்றுவது, அவர்களின் ஆன்ம வழக்கத்தை உள்ளீர்த்துக் கொள்வது என்று அவர்களில் ஒருவராகவே துத்நாத் ஆகிவிட்டார். ஒரு வருடத்துக்கும் கூடுதலான காலத்தில் அவர் அந்தமானியப் பழங்குடிப் பெண்கள் இருவரைத் திருமணம் செய்துகொண்டு ஒரு குழந்தையையும் பெற்றார். அதன் பிறகுதான் விதி தன் பகடையை மறுபடியும் உருட்டிவிட்டது.

பிரிட்டிஷார் மீதும், அபதீனில் உள்ள அவர்களின் குடியிருப்புகளின் மீதும் அந்தமான் பழங்குடிகள் எந்தக் கணமும் நடத்த இருக்கிற தாக்குதல் பற்றி துத்நாத் கேள்விப்பட்டிருந்தார். கலகக்காரரர்கள் சண்டையிடுவதற்காக இணைந்திருந்தனர். ஆனால் இவரோ தனக்குக் கொடையளித்திருக்கும் அந்தப் பழங்குடி மக்களைக் கைவிட்டுவிட்டு, அவர்களின் பகைவர்களை நாடிச் சென்றுவிட்டார். துத்நாத் திவாரி பிரிட்டிஷாருக்கு துப்பு கொடுத்திருந்ததால் அவர்கள் பாதுகாக்கப்பட்டனர். திவாரியின் இந்தச் செய்கை பிரிட்டிஷாரால் பாராட்டப்பட்டது. அபர்தீனைக் காப்பாற்ற பிரிட்டிஷாருக்கு உதவியதற்காக அவருக்கு மன்னிப்பு அளிக்கப்பட்டது. சில மாதங்களுக்குப் பிறகு அவர் இந்தியப் பெருநிலத்தின் வடக்குச் சமவெளியில் காணாமல் எங்கோ மறைந்து போய்விட்டார்.

அபர்தீனில் நடந்ததை நினைவுகூர்வதில் சரித்திரத்தின் விளக்கங்கள் வெவ்வேறு பாதைகளில் பயணிக்கின்றன. சிலருக்கு இது முக்கியத்துவம் இல்லாத ஒரு தாக்குதல். உள்ளூர்க்காரரர்கள் நடத்திய முட்டாள்தனமான தாக்குதல். சிலர் மாபெரும் ‘அபர்தீன்

போர்' என்று இதனை நினைவில் கொள்கின்றனர். அந்தமானியரின் மகிமை மிக்கப் போராட்டம், போர்ட் பிளேரில் இருக்கும் கல்வெட்டில் பதிக்கப்பட வேண்டிய போராட்டம் இது என்று கருதுகின்றனர். பிரிட்டிஷ் ராஜாங்கத்தின் அடக்குமுறைகளுக்கும், பழிவாங்கும் கொள்கைகளுக்கும் எதிராக, 1859இல் அமர்தீன் போரில் தைரியத்துடன் பங்கேற்ற அந்தமானியப் பழங்குடியினரின் நினைவாக இந்த நினைவுச் சின்னம் போர்ட் பிளேரில் அமைக்கப் பட்டது. அந்தமானியப் பழங்குடிகள் தோற்றுப் போனதற்கான காரணம் அவர்கள் ஏமாற்றப்பட்டதுதான். துத்நாத் திவாரியின் துரோகச் செயல் இந்தத் தீவுகளின் சரித்திரப் போக்கினை மாற்றி விட்டது என்று இந்த வகைப்பட்டவர்கள் வாதிடுகின்றனர். இல்லாவிட்டால், பிரிட்டிஷார் முழுவதுமாக இங்கே முறியடிக்கப் பட்டிருப்பார்கள்.

அந்தமானியப் பழங்குடிகள் பிரிட்டிஷாருக்கு எதிராகத் திட்ட மிட முடிந்திருக்கிறது என்றால், ஜாரவாக்களாலும் அது போன்ற திட்டமிடலை நிச்சயமாகச் செய்யமுடியும்.

இருந்த போதிலும், அன்று காலையில் உட்டாரவில் இருந்த வர்கள் கவலைகொள்ள காரணம் ஏதுமில்லை. அந்த ஜாரவாச் சிறுவர்களே பலாபலன்களை ஆராய்பவர்களாக இருந்தார்கள். எதனை எதிர்பார்க்கிறோம் என்ற நிச்சயமில்லாமல் அச்சத்துடன் காணப்பட்டார்கள். தனுமெய் மட்டுமே கொஞ்சம் நம்பிக்கையை வெளிப்படுத்துபவனாக இருந்தான். வெளி உலகத்தில் சிறிது காலம் அவன் வாழ்ந்திருக்கிறான்.

விரைவில் கூட்டம் சேர்ந்தது. அந்த ஆறு ஜாரவாச் சிறுவர் களுக்கும் அப்பால் போதுமான தூரத்தில் கூட்டத்தை நிறுத்த போலீஸ்காரர்கள் குறுக்கிட வேண்டியிருந்தது. அவர்கள் ஆறு பேரும் பயணியர் கூடத்தில் தங்கி இருந்தனர். என்ன செய்வதென்று யாருக்குமே தெரியவில்லை. இதற்கிடையே பழங்குடி நல அதி காரியும் வந்துவிட்டார். கொஞ்சம் வாழைப்பழங்கள் சிறுவர் களிடம் தரப்பட்டன. படகை எடுத்துவரும்படி பின்டுவும்

அழைக்கப்பட்டான். இந்தச் சிறுவர்களைக் காட்டுக்குள் விட்டு விட்டு வர வேண்டும். சிற்றோடையில் படகை நன்றாகச் செலுத்துவதில் வல்லவரான பின்டுதான் இதற்குப் பொருத்தமான நபர்.

இதைப் போல வேறொரு சம்பவம் நான்கு நாட்களுக்குப் பிறகு நடந்தது. இந்த முறை வந்த குழாம் பெரியது. அதன் பிறகு வழக்கமாக அடிக்கடி நடைபெறக் கூடிய ஒன்றாக இது ஆகிவிட்டது. காடுகளில் இருந்து வெளியே வரும் ஜாரவாக்களின் எண்ணிக்கை இன்னொரு மாதத்தில் இருபதாக அதிகரித்தது. இவர்கள் கிராமங்களுக்குள் அடிக்கடி வந்து போனார்கள். எல்லாக் கூட்டங்களிலும் தனுமெய் இருந்தான்., குழாமினை வெளியே அழைத்துக்கொண்டு வருபவன் அவன்தான்; ஜாரவா விடலைகளின் கொண்டாட்டத்துக்கென தேர்ந்தெடுக்கப்பட்ட இடமாக உட்டாரா ஆகிவிட்டது. அவர்கள் தங்கள் விருப்பம்போல வந்து போய்க்கொண்டிருந்தார்கள். வாழைப்பழங்களையும், தேங்காய்களையும் கிராமத்திலிருந்து விருப்பம்போல எடுத்துச் சென்றனர். தடுத்தபோது, முரட்டுத்தனமான எதிர்ப்பைக் காட்டினர். தொந்தரவு கொடுப்பவர்களாக ஜாரவாக்கள் மாறிவிட்டனர்.

தனுமெய் சம்பவத்துக்கும் முன்பாக எப்போதாவது அரிதாக நடைபெற்று வந்த இரவு நேரச் சூறையாடல்கள் தீங்கில்லாதவை என்று இப்போது நினைத்துப் பார்க்கப்பட்டன. ஜாரவாக்கள் பற்றிய அச்சம் இருக்கிறது. ஆனால் அந்த அச்சம் வடிந்து ஆத்திரமும், பொறுமையின்மையும் கலந்த உணர்வாக மாறிவிட்டது. ஜாரவாக்களுக்கும், தீவுகளில் குடியேறிவர்களுக்கும் இடையேயான சிக்கலான உறவில் புதிய அத்தியாயம் உதயமாகிக் கொண்டிருக்கிறது.

பின்டு சொன்ன கவர்ச்சிகரமான கதையின் முடிவுக்குப் பிறகு, பிரசாத்தையும் ஹரிஷையும் மூர்க்கத் தாக்கத்தின் முகடுக்குள்ளாக டேவிட் அழைத்து வந்திருக்கிறான். பின்டுவைப் பார்க்க வந்துள்ள இவர்களின் வருகைக்கு முந்தைய வாரத்தில்தான் ஜாரவாக்களின் சூறையாடல் நடைபெற்றது.

உண்மையில் எதுவும் மாறவில்லை, வனவாசிகள் ஒரே வேலையைத்தான் செய்து வருகின்றனர்; வில்லும் அம்பும் காணாமல் போய் நாணமில்லா நடத்தை உருவாகியிருக்கிறது. தனுமெய் நன்றி மறந்தவனாகிவிட்டான் என்ற கருத்து கிராமங்களில் உருவாகிக்கொண்டிருந்தது.

'தனுமெய் தானே தலைமை தாங்கி தன் இனத்தவரை வெளியில் அழைத்துக்கொண்டு வருகிறான். எப்போது என்ன நடக்கும் என்பதை நம்மால் நிச்சயமாகச் சொல்ல முடியாது.' இதுதான் பிண்டுவின் முடிவு.

6

படகுத் துறையில் ஜாரவாக்கள்

அடுத்த நாள் காலையில் முதல் பேருந்தைப் பிடித்து வடக்கிலுள்ள ரங்கத்துக்குப் போவதாகப் பிரசாத் திட்டமிருந்தான். அந்த நிலப்பரப்பு மக்களிடம் பேசி, செய்திக் கதைக்கான விவரங்களைப் பெற்று மேற்கோள்களைச் சேகரிப்பதற்காக போக விரும்பினான். டேவிட்டும், ஹரிஷும் அதைத்தான் செய்ய வேண்டும், காட்டுக்குள்ளிருந்து ஜாரவாக்கள் வெளியேறி வரக்கூடிய இடங்களைப் பார்க்க வேண்டும் என்பதும், அங்கு குடியேறியிருப்பவர்களில் சிலரைச் சந்திக்க வேண்டும் என்பதும் விருப்பமாக இருந்தது.

பின்டு சொல்லியிருந்த ஜாரவாச் சிறுவன் தனுமெய்யின் கதை மனத்தில் நிறைந்திருந்த நிலையில், மறுநாள் அதிகாலை நேரத்தில் ஹரிஷும், டேவிட்டும் படகுத்துறையை நோக்கிப் போனார்கள். அங்கே வாகனங்களும், பரபரப்பு மிகுந்த செயல்பாடுகளும் தென்பட்டன. படகுத்துறையில், நீரின் விளிம்பு நெடுக திரளான மக்கள் வரிசையாக நின்றிருந்தார்கள், அவர்கள் அனைவரும் கழிமுகத்திலிருந்து தொலைவில் இருக்கும் மறுகரையை வெறித்தபடி இருந்தார்கள். நடப்பதைத் தெளிவாகப் பார்ப்பதற்காகப் பயணிகள் அறையின் மேற்கூரையிலும் இளைஞர்கள் பெருங்கூட்டமாகத் தொற்றிக்கொண்டிருந்தார்கள். மறுகரையில் என்னவோ நடந்து கொண்டிருக்கிறது என்பது தெளிவாகத் தெரிந்தது. ஆனால் என்ன என்பது யாருக்கும் தெரியவில்லை.

ஹரிஷும், டேவிட்டும் நெருக்கியடித்து அங்கே நுழைந்தார்கள். கூட்டம் பெரியது. குறைந்தது நூற்றைம்பது பேர் இருந்தனர்— ஆனாலும் இயல்பை மீறிய அமைதியுடன் இருந்தனர்.

'என்ன ஆச்சு?' கடுமையாக வியர்த்துக் கொட்டிய நிலையில் பக்கத்தில் நின்றுகொண்டிருந்தவனிடம் ஹரிஷ் கேட்டான்.

‘ஜாரவாக்கள்’ என்று தலையைத் திருப்பாமலேயே சீராக ஒலி எழுப்பினான் ஒருவன். தொலைதூரத்தில் அவன் பார்வை பதிந்திருந்தது.

‘என்ன நடந்தது?’

‘இனிமேல்தான் தெரியவரும்’ என்று பதில் வந்தது.

கழிமுகத்தின் மறுகரையில் ஜாரவாக்கள் ஏராளமாகக் கூடி யிருந்தனர். முதல் நாள் இரவு அவர்கள் கொலை செய்து போட்டிருந்த அந்தமான் பொதுப்பணித்துறை ஊழியரின் சடலம் அங்கு கிடந்தது.

சற்று நேரத்தில் மறுகரையிலிருந்து ஒரு படகு கிளம்பி இங்கே கூடி நிற்கும் கூட்டத்தாரை நோக்கி வர ஆரம்பித்தது. படகு அருகில் வந்தபோது காக்கி உடையிலிருந்த இரண்டு போலீஸ்காரர்கள் கண்களுக்குத் தெரிய ஆரம்பித்தனர். படகை ஓட்டிவரும் பின்டுவை ஹரிஷும் அடையாளம் கண்டுகொண்டு விட்டான்.

‘சடலத்தை எடுத்து வருகிறார்கள்’, என்று பயணியர் அறையின் மேற்கூரையிலிருந்த ஒருவன் உரக்கக் கத்தினான்.

படகு நெருங்கி வந்து படகுத்துறைப் பக்கமாக நின்றபோது, பதற்றம் நிறைந்த நிசப்தம் பற்றிக்கொண்டது. படகில் வைக்கப் பட்டிருந்த ஸ்ட்ரெச்சரில் வெள்ளை ஆடையுடன் ஒரு உடல் இருந்தது. நீள் வட்ட வடிவத்தில் ஒரு வெண்ணிற மாலை இருந்தது. மறுமுனையில் பூக்கள் தூவப்பட்டிருந்தன. படகுத்துறையில் காத்திருந்த போலீஸ்காரன் உதவி செய்வதற்காகப் படகினுள் தாவிக் குதித்தான். எல்லோரும் சேர்ந்து அந்த உடலைத் தூக்கிக் கரைக்குக்கொண்டுவந்தார்கள்.

படகுத் துறையில் நின்றுகொண்டிருந்த மக்களின் கோபம் தெளிவாகத் தெரிந்தது. ‘ஹராமி’ என்று ஒருவன் அலறினான்.

‘காட்டுவாசிகள், மொத்த பேரும் ஜாரவாக்கள்!’ என்று வேறொருவன் கத்தினான்.

‘அவர்களைக் கொல்லுங்கள்’ என்று இன்னொருவன் குரல் எழுப்பினன்.

பெருங்குரலெடுத்துத் திட்டினார்கள், வேறெதுவுமே காதில் விழாத மாதிரி கூச்சலும், ஆரவாரமும் பெரும் சப்தமாக மாறி யிருந்தது. மனத்தில் இரத்த வெறிகொண்ட ஒழுங்கற்ற கும்பலாக அது மாறிக்கொண்டிருந்தது.

'சடலத்தை எடுத்து வருவதை அனுமதிக்க மாட்டோம்.' இன்னொரு குரல் ஏற்றத்துடன் ஒலித்தது.

'சடலத்தை எடுத்து வருவதை நாங்கள் அனுமதிக்க மாட்டோம்.'

ஒற்றைக் குரலில் கும்பல் அதை எதிரொலித்தது.

'இதைச் செய்த ஜாரவாக்களைப் பிடியுங்கள்... அத்தனை பேரும் ஹராமி'

முற்றிலும் வேறுபட்ட பலர் நிறைந்திருந்த மாபெரும் கூட்டம், ஒன்று போலவே நினைத்தது. ஒரே கேள்வியையே கேட்டது. கொல்லப்பட்ட அந்த மனிதன் யார்? அவன் எப்படி இறந்தான்? ஜாரவாக்களில் யாரெல்லாம் இதற்குப் பொறுப்பாவார்கள்?

போலீஸ்காரர்களுக்குக் கவலை அதிகரித்தது. சூழ்நிலை, கட்டுப் பாட்டை விட்டு வேகமாக நழுவியது. அவர்கள் சடலத்தைப் படகிலேயே வைத்தார்கள். அவர்களில் ஒருவன் கைகளை உயர்த்தி அமைதியாக இருக்கும்படி கூட்டத்தினரிடம் சைகை செய்தான்.

'இங்கே பாருங்கள்!' கைகளைத் தட்டி, அவன் கத்தினான். யாரும் அவனைப் பொருட்படுத்தவில்லை. கூட்டம் நிலை பெயர்ந்து விளிம்புக்கு அருகில் வந்தது. ஒருவரை ஒருவர் தள்ளியபடியும், கேள்விகளால் திகைக்க வைத்தபடியும் நெருங் கியது. அலை அலையாக எழும்பிவரும் கூட்டத்தைக் கட்டுப் படுத்த படகுத்துறையில் நின்றிருந்த போலீஸ்காரர்கள் லத்தியை நீட்டினார்கள்.

கூட்டம் அமைதியிழந்து வருவதைப் பார்த்தபடி படகின் முனையில் உட்கார்ந்த பின்டு எழுந்து நின்றான். போலீஸ்காரர் களைப் போலவே இவனும் இரு கைகளை மேலே உயர்த்தி, அமைதியாக இருக்கும் படி சைகை செய்தான். இதனால் சிறிது பயன் ஏற்பட்டது.

‘இங்கே பாருங்கள்’ என்று அவன் கத்தினான், போலீஸ்காரர் களைச் சுட்டிக்காட்டியபடி, ‘அவர்கள் என்ன சொல்கிறார்கள் என்பதைக் கேளுங்கள்’ என்றான்.

‘சரி சரி...’ கூட்டத்திலிருந்து ஒரு குரல் வந்தது. ‘என்ன அது?’

வாய்ப்புக்காகக் காத்திருந்த போலீஸ்காரன் பேசினான். ‘அந்த ஜாரவாக்கள்...’ என்று ஆரம்பித்தபோது கூட்டத்தினரின் கவனத்தை அவன் கவர்ந்துவிட்டான். சற்றே இடைவெளி விட்டு அவன் மறுபடியும் ஆரம்பித்தான். ‘ராஜிப் பாபுவை ஜாரவாக்கள் கொல்லவில்லை.’

‘ராஜிப் பாபு?’ இந்தக் கேள்வி கூட்டத்தினரின் மத்தியில் பயணித்தது.

‘ஆமாம்’, போலீஸ்காரன் தொடர்ந்தான். தனது காலடியில் கிடந்த சடலத்தைக் காட்டியபடி. ‘இவர்தான் ராஜிப் பாபு’ என்றான். கடவுள் அவரது ஆன்மாவுக்கு அமைதியைத் தரட்டும்; கொஞ்சம் இடைவெளி விட்டு அழுத்தம் திருத்தமாக சொன்னான்: ‘ஜாரவாக்கள் அவரைக் கொலை செய்யவில்லை.’

ஜாரவாக்கள் இந்த மனிதரைக் கொல்லவில்லை. இவர் பொதுப் பணித்துறை ஊழியரும் இல்லை.

‘ராஜிப் பாபுவை உங்கள் அனைவருக்கும் தெரியும்’ என்று சொன்ன போலீஸ்காரன் தனது தொப்பியை எடுத்து, அப்பாடா தப்பித்தோம் என்ற நினைப்பில் தலையைச் சொறிந்துகொண்டான். ‘படகுத்துறையிலிருந்து சில கிலோமீட்டர் தூரத்தில் இவரது சடலம் கிடந்தது.’ அக்கரையைக் கைகாட்டி அவன் பேசிக்கொண் டிருந்தான். அவனது தொப்பி மறுபடியும் தலையில் அமர்ந்து கொண்டது. ‘நள்ளிரவு நேரத்தில் இவர் அங்கே ஏன் போனார் என்பது கடவுள் ஒருவருக்குத்தான் வெளிச்சம், நள்ளிரவில்தான் இவர் அங்கே போயிருக்க வேண்டும். எவ்வளவு பெரிய குடிகாரர் இவர் என்பது நமக்குத் தெரிந்ததுதான். எப்போதையும் விட இவர் நேற்றிரவு அதிகமாகவே குடித்திருந்தார். சாலையில் கட்டுப் பாடில்லாமல் தள்ளாடிக்கொண்டிருந்ததை அடாஜிக் பகுதியைச் சேர்ந்த சிலர் பார்த்திருக்கிறார்கள். சூரிய உதயத்துக்கு சற்று முன்பாக பொதுப்பணித்துறை வாகனம் இவர்மீது ஏறியிருக்கிறது.’ பதற்றம் விரைவில் தணிந்துபோனது.

‘வாகன ஓட்டியையும் குற்றம் சொல்ல முடியாது’ போலீஸ் காரன் தொடர்ந்தான். அவனது சுட்டு விரல் கழிமுகத்துக்கு அப்பால் நின்றுகொண்டிருக்கும் லாரியைச் சுட்டிக்காட்டியது. ‘இருந்தாலும் நாங்கள் லாரி டிரைவரை விசாரணைக்காக அழைத்து வந்திருக்கிறோம். தயவுசெய்து வழிவிடுங்கள், எங்களது வேலையைச் செய்ய விடுங்கள்’ என்றபடி படகிலிருந்து குதித்தான்.

கூட்டம் கலைந்து சென்றது. ராஜிப் பாபுவின் உடல் படகுத் துறையில் கிடத்தப்பட்டது. போலீஸ்காரர்கள் பின்டுவின் படகில் தாவி ஏறிக்கொண்டார்கள். பாதி வேலை முடிந்திருக்கிறது. அக்கரையில் ஏராளமான ஜாரவாக்கள் கூட்டமாக நிற்கின்றனர். அவர்களையும் கையாள வேண்டும். காட்டுக்கு வெளியே கிளம்பி வரும் பயணங்கள் இப்போது ஜாரவாக்களுக்கு வழக்கமாகி விட்டது. அடிக்கடி வருகிறார்கள். அப்படிப்பட்ட பயணம் ஒன்றைத்தான் தற்போது மேற்கொண்டிருக்கிறார்கள். அவர்களின் இப்படிப்பட்ட ஒவ்வொரு பயணமும் ஒவ்வொன்றையும், ஒவ் வொருவரையும் அசைத்து விடுகிறது. அமைதியின்மையை அதிகரிக்கும் விதத்தில், யூகிக்கமுடியாத நிலையில் ஒவ்வொரு முறையும் ஒவ்வொரு விதமான அடியெடுப்பை ஜாரவாக்கள் மேற்கொள்கிறார்கள், இப்போது நடப்பது - இதுதான் விளிம்பை நோக்கிய பயணமா?

ஹரிஷும், டேவிட்டும் அங்கு இருப்பதைப் பின்டு பார்த்து விட்டான். படகில் ஏறிக்கொள்ளுமாறு சைகை செய்கிறான், போலீஸ்காரர்கள் கடுமையாக மறுக்கிறார்கள், ஆனால் இப் போதைய சூழ்நிலையில் பின்டுவை உதாசீனப்படுத்திவிட முடி யாது; காவலர்களின் அன்றைய பொழுதைப் பின்டு காப்பாற்றி யிருக்கிறான்.

விருந்தினர்கள் படகில் தாவி ஏறியதும் படகு மறுகரையை நோக்கிப் புறப்பட்டபோது, ‘ஒரு சூறைக்காற்று வந்துகொண் டிருக்கிறது என்று உங்களிடம் சொன்னேன் இல்லையா?’ என்று திருப்தி கலந்த புன்னகையுடன் பின்டு கேட்டான்.

ஜாரவாக்களைப் பற்றி இரண்டு நாட்களாக கேள்விப்பட்ட படியே அவன் இருக்கிறான். எதிர்பாராத விதத்தில் மறுகரையில் தன் கண்களுக்கு முன்னால் அவர்கள் திடீரென நிற்கிறார்கள்: அந்த ‘ஜாரவாக்கள்’, அந்த ‘மற்றவர்கள்’, ‘அந்த அவர்கள்’...

மழை கழுவிய நிலவின் வெண்மையைப் போலப் பளபளக்கும் பற்களுடன், மனித உருவிலான இருண்ட இரவினைப் போல இருக்கும் கருநிற வனாந்திர மனிதர்கள்.

ஜாரவா ஆண்களும், பெண்களும் ஆடையின்றி நின்றிருந்தார்கள். பெரும்பாலான பெண்கள் சிவப்பு நூலில் இலைகளைக் கோத்து, இடுப்பைச் சுற்றிக் கட்டியிருந்தார்கள். இளம்பெண்கள் கழுத்தில் கிளிஞ்சல் ஆபரணங்கள் தொங்கின. மற்றவர்கள் மென்சிவப்பு நிறத்திலும், வெண்மை நிறத்திலும் ஆன மலர்களால் செய்யப்பட்ட தலையணியை அணிந்திருந்தனர். சிறுவர்கள் சிவப்பு நூலில் தலைக் கச்சினை அணிந்திருந்தார்கள். மரப்பட்டைகளால் ஆன மார்புக் குஞ்சங்களும், சீரான கோடுகளாலும், சிக்கலான வடிவமைப்பினாலும் ஆன குஞ்சங்களும் சிலரின் உடல் பகுதியை மூடியிருந்தன.

இதுவரை ஹரிஷ் வாழ்ந்து வந்திருக்கும் உலகம், தற்போது அவன் இருக்கும் இந்த உலகத்திலிருந்து இவ்வளவு தூரம் விலகி இருக்க முடியுமா? ஹரிஷ் திகைத்து நின்றான். 'இரண்டு உலகங்களும் எப்படி உண்மையானவையாக இருக்க முடியும்?' 'ஒரே சமயத்தில்?' என்று ஆச்சரியத்தில் மூழ்கினான்.

சீற்றம் மிகுந்த நடவடிக்கைகளும், முழுமையான குழப்பமும் அங்கு நிலவியது. பான், பிஸ்கெட்டுகள், சிகரெட், சுக்கா, டீ போன்றவற்றைச் சாலையோர விற்பனையாளர்கள் விற்றுக்கொண்டிருந்தார்கள். ராஜிப் பாபுவைக் கொன்ற பொதுப்பணித்துறை லாரி அங்கே நிறுத்தி வைக்கப்பட்டிருந்தது. போர்ட் பிளேரில் இருந்து மாநிலப் போக்குவரத்துச் சேவையின் பயணிகள் பேருந்து அங்கு வந்து நின்றது, வாகனத்தை அக்கரைக்கு ஏற்றிச் செல்லும் படகுக்காக அது காத்துக்கொண்டிருக்கிறது. வழக்கமாக பேருந்தில் இருக்கும் பயணிகள் ஒட்டுமொத்தமாகக் கீழே இறக்கிவிடப்படுவார்கள். ஆனால் ஜாரவாக்கள் அங்கு நின்றிருப்பதால் பெரும்பாலானோர் பேருந்துக்கு உள்ளேயே காத்துக் கிடந்தனர். அவர்கள் முகங்களில் பதற்றம் தெரிந்தது. பேருந்துக்குள் இருந்த பல பேர் ஜாரவாக்களை இப்போதுதான் முதன்முதலாகப் பார்க்கிறார்கள். ஆர்வமும், அச்சமும் நிரம்பிய கண்கள் பேருந்தின் ஜன்னல் கம்பிகளுக்கு

தடாகம் ❖ 93

அப்பால் நோட்டம்விட்டன. ஜன்னல் வழியாகத் தலையை நீட்டி எட்டிப்பார்த்த சிறுவனை அவனது தாயார் உள்பக்கமாக இழுத்துக்கொண்டாள். துணிந்து எதையும் செய்ய முடியாது. கற்பனையில் மட்டுமே காணக்கூடிய காடுகளில் வாழக்கூடிய பேய்களைப் போலவோ, கடவுள்களைப் போலவோ, பெரும் புதிரானவர்களைப் போலவோ ஜாரவாக்கள் தெரிந்தார்கள். அந்தக் காலைப் பொழுதில் படகுத்துறையில் மற்றவர்களும் இருந்தனர். அவர்களின் வயல்களும், தோப்புகளும், வீட்டுப்பொருள்களும் ஜாரவாக்களால் சமீபத்தில் சூறையாடப்பட்டிருந்தன. இவர்களில் பின்டுவைப் போல ஜாரவாக்களின் காடுகளுக்கு உள்ளே வெகு தூரம் நுழைந்து சென்று வந்திருப்பவர்களும் உண்டு. இத்தகைய மோதல்களின் முன்னணியில் பல வருடங்களாக நிற்பவர்களும் இதில் உண்டு. காடுகளைப் பற்றி இவர்களுக்கு நன்றாகத் தெரியும். தொடர்ச்சியாகச் சட்டவிரோதமாக ஜாரவாக் காடுகளுக்குள் நுழைந்து மான்கள், பன்றிகளை வேட்டையாடியும் தேனை எடுத்துக்கொண்டும் இருக்கின்றனர்.

முதல் முறையாகக் காட்டுக்கு வெளியே வந்திருப்பவர்கள்தான் ஜாரவாக்களின் மத்தியில் அதிகமாக இருந்தார்கள், இந்த முன்னெடுப்புகள் புதிய பயணத்தின் அடியெடுப்பாக ஆகலாம். முன்பின் தெரியாத உலகத்தைப் பற்றிய அச்சமும், ஆர்வமும் ததும்பி நிற்கும் ஜாரவாக்களின் கண்கள் அவை. இளைஞர்களில் ஐந்து பேர் பொதுப்பணித்துறை லாரியின் திறந்திருந்த பின் பகுதியில் ஏறிக்கொண்டனர். ஒரு சிலர் பயணிகள் பேருந்தில் ஏறினர். சிலர் அதன் மேற்கூரை மீது இருந்தனர். இரண்டு ஜாரவா இளைஞர்கள் அந்தக் கூட்டத்தில் தனித்துத் தெரியும்படி நின்று கொண்டிருந்தார்கள். ஒருவன் போலீஸ்காரனின் காக்கி அரைக்கால் சட்டையை தன் இடுப்பைச் சுற்றி வைத்துக்கொண்டு, கறுப்பு நிற பேஸ்பால் தொப்பியைத் தலையில் அணிந்திருந்தான். இன்னொருவன் சற்றே பொருத்தமில்லாதவனாகத் தெரிந்தான், நகைப்புக்கு இடமானவனாகவும் இருந்தான். ஒரு ஜோடி புதிய வி.ஐ.பி.

அழுக்கான உள்ளாடையை அவன் அணிந்திருந்தான். தோலின் கருநிறத்துக்கு அப்பட்டமான பேதத்துடன் அது காட்சியளித்தது.

முன்னோர் வழி வந்த வரலாற்றுப் பண்புகளின்படி வாழ்ந்து வரும் சமூகம் ஒரு புறம். அவநம்பிக்கையாலும், அச்சத்தாலும் ஒதுங்கி நின்று வாழ்ந்துவரும் சமூகம் மறுபுறம். அருகருகே வாழ்ந்துவரும் இரு வேறு உலகங்களின் வினோதமான சாலையோரச் சந்திப்பு இங்கே நடக்கிறது.

காக்கி அரையாடையில் நின்றிருந்த அந்தச் சிறுவன் தனுமெய் ஆக இருக்க வேண்டும் என்று ஹரிஷுக்குப் பட்டது. அவனுடைய தோற்றம் சார்ந்த நடத்தை, தன் முனைப்பு, வெளியில் இருக்கும் இன்னொரு உலகத்துடன் அவனுக்குக் ஏற்கனவே கிடைத்திருக்கும் நெருக்கமான தொடர்பு ஆகியவை தனித்துத் தெரிந்தன. இந்த ஜாரவாச் சிறுவன், அங்கே ஆணைகள் பிறப்பித்துக்கொண்டிருந்த போலீஸ்காரரிடம் சென்று வேடிக்கையாக வணக்கம் வைத்தான். அவன்தான் பின்டுவுக்குப் பிடிக்காத காவல் நிலைய 'ஹராமி' அதிகாரி ஹல்தார். இருவரும் சில வார்த்தைகளைப் பரிமாறிக் கொண்டனர். ஹல்தார் என்ன சொன்னார் என்பதைத் தன் கூட்டத்தாரிடம் தெரிவிப்பதற்காக அவன் சென்றான். நன்கு அறிமுகமானவனைப் போல சாலையோர வியாபாரிகளிடம் பேசிச் சிரித்தபடி இருந்தான்.

ஹரிஷ், டேவிட் இருவரும் இருந்த இடத்துக்குப் பின்னால் அந்தச் சிறுவன் சென்றான். ஹரிஷ் சொல்வது சரிதான்.

'அவன் தனுமெய்தான்' காக்கி அரையாடையில் இருந்த இளைஞனைக் காட்டி பின்டு கூறினார். 'இரவுக்கும், பகலுக்கும் உள்ள வித்தியாசத்தைப் போல இது இருக்கிறது' என்று தலை யைக் குறுக்கியபடி பின்டு சொன்னார். 'அந்த தனுமெய்தான் இவன் என்பதை நம்ப முடியவில்லை.'

ஹரிஷ் விரைவாக ஜாரவாக்களைக் கணக்கெடுத்தான் எழுபது பேர்வரை இருக்கலாம்.

'எழுபத்திரண்டு' என்று டேவிட் வியப்புடன் கூறினான். தனியாக அவனும் எண்ணிக் கணக்கிட்டிருந்தான். 'மக்கள்தொகைக் கணக்கீடு சரியாக இருக்குமானால் ஒட்டுமொத்த ஜாரவா மக்கள் தொகையில் கால் பங்கினர் இங்கு இருப்பார்கள். இதற்கு முன்பு இவ்வளவு அதிகமான எண்ணிக்கையில் ஜாரவாக்களை ஒரே இடத்தில் யாரும் இப்படிப் பார்த்ததில்லை.' பயணியர் தங்கும்

இடத்தில் என்ன நடந்துகொண்டிருக்கிறது என்பதைப் பார்ப்பதற்காக ஹரிஷ் போய்க்கொண்டிருந்தபோது, 'இது முக்கியமான நிகழ்வு' என்று டேவிட் சொன்னான்.

தனுமெய்யின் பேச்சு, புகையிலை வேண்டுமென்று கேட்கும் பக்குவமற்ற வேண்டுகோள் பற்றி பின்டு வெறுப்புகொண்டான்.

ஹரிஷும் அதிர்ந்தவனாக 'இந்தப் பேச்சை அவன் எங்கே கற்றுக்கொண்டான்? அதற்கு என்ன அர்த்தம் என்று அவனுக்குத் தெரியுமா?' என்று கேட்டான். தன் முன் இருக்கும் முகங்களின் மறுதலிக்கும் தோற்றங்களைத் தனுமெய் புரிந்துகொள்ளவில்லை.

'சுக்ஹா கியூன்?' விசாரிக்கும் தொனியில் ஹரிஷ் கைகளை உயர்த்தினான்.

அப்போதுதான் சிறிய கைகலப்பு பக்கத்தில் ஏற்பட்டது. தனுமெய் குறுக்காக விரைந்தான்.

இறுக்கமான ஜீன்சும், தகிக்கும் ஆரஞ்சு நிறச் சட்டையும் அணிந்திருந்த இளைஞன் ஒருவன் மூலையில் நின்றுகொண்டு ஒரு ஜாரவாப் பெண்ணை இச்சையுடன் பார்த்தபடி இருந்தான். ஹரிஷ் அவனை ஏற்கனவே கவனித்திருந்தான். அவன் அவளை நெருங்கினான். தற்செயலாகப்படுவதைப் போல ஆடையற்ற அவளது பிட்டத்தில் வலது கரத்தை உரசினான். அவள் அவனைப் பிடித்துக் கீழே தள்ளி எதிர்ப்பைக் காட்டினாள். அவன் தடுமாறி விழுந்தான். கூட்டம் இரண்டு பக்கத்திலிருந்தும் அவனை நோக்கி ஓடியது, திடீர் பதற்றம் சூழ்ந்துகொண்டது. இரண்டு போலீஸ்காரர்கள் லத்தியை சுழற்றியபடி குறுக்காக ஓடி, ஜாரவாக்களைப் பயணிகள் அறையை நோக்கி விரட்டிச் சென்றார்கள்.

ஹரிஷ் காமிராவை வெளியில் எடுத்தான். காமிராவை எடுத்துச் செல்லும்படி பிரசாத் அவனிடம் வலியுறுத்தியிருந்தான். ஒரு சில படங்கள்தான் எடுத்திருப்பான், போலீஸ்காரர்கள் எதிர்ப்பு தெரிவித்ததால் அதனைப் பைக்குள் வைத்துவிட்டான்.

'போகலாம்' என்று பேருந்தின் நடத்துநர் கூறினார். ஆடையில்லாமல் நின்றிருந்த ஒரு பெண்ணைப் பார்த்துக்கொண்டிருந்ததைக் கைவிட்டு, கால் கவட்டினைச் சொறிந்தபடி பயணிகளுக்கு எச்சரிக்கை தெரிவித்தார் நடத்துநர். பிரச்சினை ஏதும்

வந்துவிடக் கூடாது என்று நினைத்த போலீஸ்காரர்கள் கிளம்பிப் போகும்படி நச்சரித்ததால் 'போகலாம் வாங்க' என்று நடத்துநர் கூப்பிட்டார். பேருந்தைச் சுமந்துகொண்டு அக்கரைக்கு செல்லும் படகும் வந்துவிட்டது. படகில் பேருந்து பூரணமாகப் பொருந்திக் கொண்டது. ஒரு கிரேனைகொண்டு பேருந்தைத் தூக்கிப் படகில் வைத்தது போல இருந்தது.

காட்டை விட்டு எதற்காக ஜாரவாக்கள் வெளியில் வந்தார்கள் என்று யாருக்கும் தெரியவில்லை. அதற்குக் காரணம் இருக்க வேண்டும் என்ற அவசியம் இல்லை. இப்போது அவர்கள் கேட்ப தெல்லாம் தேங்காயும், வாழைப்பழங்களும் மட்டுமே; இவற்றைக் கொடுக்காவிட்டால் போகவே மாட்டோம் என்று அடம்பிடிக் கிறார்கள். கழிமுகத்தின் அக்கரைக்கு வருமாறு பின்டு அழைக்கப் பட்டபோது, இத்தகைய உரையாடல்கள் நடந்தன. மூன்று பெண்களைப் படகில் அழைத்துக்கொண்டு பின்டு இக்கரைக்குத் திரும்பி வந்தான். அவர்களில் இருவர் வங்காளிகள், இன்னொருவர் தமிழராக இருப்பதற்கு வாய்ப்பு அதிகம். காவல்நிலைய அதிகாரி ஹல்தார் அவர்களை அழைத்து வந்திருந்தான்.

'இந்த மனிதன் அவர்களை எதற்காக இங்கே அழைத்து வருகிறான்?' என்று தனக்குள் ஹரிஷ் நினைத்துக்கொண்டான். 'குழப்பங்கள், தொந்தரவுகளுக்கு சாத்தியம் உள்ள நிலையில் இந்தப் பெண்களை இங்கு அனுப்பியது ஏன்?'

சேலை அணிந்த ஒல்லியான வட்ட முகம்கொண்ட பெண் படகைவிட்டு முதலில் இறங்கினாள். இளஞ்சிவப்பு நிற குர்தா அணிந்திருந்த பெண் இரண்டாவதாக வந்தாள். அவள் ஹல்தாரை போல உருவ ஒற்றுமை உடையவளாக இருந்தாள். அவனுடைய உறவுக்காரியாக இருக்கும். மூன்றாவதாக வந்தவள், பெருத்தவள், மிகவும் அடங்கிப் போகக்கூடியவளாக இருந்தாள். மற்ற இரண்டு பெண்களுக்குப் பின்னால் அவள் நடந்து வந்தாள், ஒரு பக்கமாக சாதுவாக நின்றுகொண்டிருந்தாள். பின்டு முன்னால் நகர்ந்து ஹரிஷ், டேவிட்டுடன் நின்றுகொண்டான்.

'இங்கு என்ன நடக்கிறது? யார் இந்தப் பெண்கள்?' என்று டேவிட் வினவினான்.

'ஹல்தாரின் மனைவி, அவன் சகோதரி. காவலர் ராமசாமியின் மனைவி.' போலீஸ் பதவிகளில் இருந்த படிநிலை அந்தப் பெண்கள் மத்தியிலும் எதிரொலித்தது. ஹல்தாரின் மனைவி கையில் சிறிய அட்டைப் பெட்டியுடன் குடுகுடுவென ஓடிவந்து அமைதியைக் கலைத்தாள்.

ராமசாமி தனுமெய்யுடன் விரைவாகத் திரும்பி வந்தான். வலது மார்பில் சிறு குழந்தையுடன் ஒரு பெண் பின்னால் வந்தாள். இணக்கமில்லாத நிலைமை தெரிந்தது. ஹல்தாரின் மனைவியும், ஜாரவாப்பெண்ணும் சங்கடத்துடன், ஒருவரை ஒருவர் பார்த்தபடி சில கணங்கள் நின்றிருந்தனர்.

ஹல்தாரின் மனைவி முன்னோக்கி நகர்ந்து ஜாரவாப் பெண்ணின் கரத்தைப் பற்றினாள். அந்தப் பெண், குழந்தையை வலப்பக்கம் இடுப்பில் மாற்றி வைத்துக்கொண்டு கையைக் கொடுத்தாள். குழந்தை தேம்பி அழ ஆரம்பித்துவிட்டது. ஜாரவாப் பெண், குழந்தையை உடனடியாக ஆட்ட ஆரம்பித்தாள். உடல் சூடும், பசியும் காரணமாக இருக்கலாம். எல்லோருக்கும் நிம்மதி தரும் வகையில் அந்தக் குழந்தை அமைதியானது.

ஹல்தாரின் மனைவி அட்டைப் பெட்டியைத் திறந்து சிவப்பு, பச்சை நிறக் கண்ணாடி வளையல்களைக் கொத்தாக வெளியில் எடுத்தாள். இதற்காகத்தான் அவள் காத்திருந்திருக்கிறாள். ஆவலுடன் காத்திருந்த கூட்டம் என்ன நடக்கிறது என்பதைப் புரிந்துகொண்டது. ஹல்தாரின் மனைவியைப் பொறுத்தவரை, ஜாரவாப் பெண்ணின் கண்களில் திருப்தி வெளிப்பட்டதாகப் புரிந்துகொண்டாள். ஒரு பெண் எப்படி இருக்கக் கூடாதோ அப்படி இந்தப் பெண் இருக்கிறாள். தன் உடலைப் பற்றிய நினைவின்றியும், ஆடையின்றி இருப்பதைப் பற்றி கொஞ்சம்கூட கூச்சமோ, அவமானமோ இல்லாமலும் இந்தப் பெண் இருக்கிறாள். ஹல்தாரின் மனைவி ஜாரவாப் பெண்ணின் வலக் கரத்தைப் பிடித்துக் கொத்தாக வளையல்களை எடுத்து கறுத்த வெற்று மணிக்கட்டில் லகுவாக அணிவித்தாள்.

இந்தச் செயலின் தவறான தன்மை குடலைப் புரட்டுவதாக ஹரிஷ் உணர்ந்தான். 'என்ன நினைத்துக்கொண்டு இதைச் செய் கிறார்கள்?'

ஹரிஷை நோக்கி பின்டு தலையைத் திருப்பினான். ஹரிஷின் முகத்தில் குழப்பம் தெரிந்தது. 'ஏன்? இதிலென்ன தவறு? அவள் பெண்ணில்லையா? அவளுடன் ஒரு குழந்தை இருக்கவில்லையா? நாமெல்லாம் இந்தியர்கள் அல்லவா?' என்றான் பின்டு.

ஹல்தாரின் மனைவி கொஞ்சம் குங்குமத்தை ஜாரவாப் பெண்ணின் தலை வகிட்டில் பொட்டாக வைத்தாள். இப்போது ஹல்தாரின் சகோதரி வந்தாள்; அவள் அண்ணியைப் போலவே பெட்டியில் இருந்து சில வளையல்களை எடுத்து ஜாரவாப் பெண்ணின் வலது மணிக்கட்டில் போட்டுவிட்டாள். ராமசாமியின் மனைவி செய்வதற்கு ஏதுமில்லை. அவள் ஆர்வமில்லாமல், சங்கடத்துடன் நின்றுகொண்டிருந்தாள். மற்றவர்களின் பின்னால் நிற்பதே அவளது வேலை. திருப்தி தரும் விதத்தில் அதனை அவள் செய்துகொண்டிருந்தாள். ஹல்தாரின் மனைவி தனது நாத்தனார் செய்வதைக் கவனித்தபடி இருந்தாள். மேலும் சிலவற்றைச் செய்ய வேண்டுமென்று திடுமென உணர்ந்தாள்——ஜாரவாப் பெண்ணின் நாணத்தைப் பேணுவதற்காக அவளது உடலைச் சுற்றிலும் ஒரு புடவையைப் போர்த்துவதற்கோ குறைந்தபட்சம் திறந்து கிடக்கும் அவளது மார்பகங்களை மூடி ஒரு தாவணித் துணியைப் போட்டு விடுவதற்கோ அவள் விரும்பினாள்.

முதன்முதலாக இவளைப் பார்க்கிறோம். இப்போதைக்கு இவ்வளவுதான் செய்ய முடியும். விரைவில் இன்னொரு சந்தர்ப்பம் கிடைக்கும். அப்போது பார்த்துக்கொள்ளலாம் என்று அவள் புரிந்துகொண்டாள்.

அவர்கள் வந்த வேலை முடிந்துவிட்டது. மூன்று பெண்களும் அவர்கள் ஏறி வந்திருந்த படகை நோக்கித் திரும்பினார்கள். தவறான வழிகாட்டல் போலவும், முற்றிலும் வேடிக்கையான செயல் போலவும் ஜாரவாப் பெண்களின் முகங்கள் குறிப்பு காட்டின. கண்ணாடி வளையல்கள் மோதிக்கொள்ளும்போது எழும் கலகல வெனும் ஒலி அவர்களுக்குக் கிளர்ச்சி ஊட்டியது. பிறகு யாரோ ஒருவர் வளையல் கரத்தைப் பிடித்து ஆட்டிவிட்டார்கள். அப் போது எழுந்த ஒலியைக் கேட்டு முதலில் புன்சிரிப்பு சிரித்த அவர்கள் அனைவரும் பிறகு கவலை இன்றி உரக்கச் சிரித்தார்கள்.

ஒரு பக்கமாக நின்றுகொண்டிருந்த உயரமான ஒரு ஜாரவா ஆடவன் அங்கு நடப்பதைக் கவனத்துடன் மனத்தில் ஏற்றிக் கொண்டிருப்பதை ஹரிஷ் கவனித்தான். அவனுடைய பார்வை யிலிருந்து எதனையும் அறிந்துகொள்ள இயலவில்லை. ஹரிஷ் முன்பே அவனைப் பார்த்திருக்கிறான். ஆனால் இப்போது அவனது மும்முரமான கண்களில், வலுவான ஒவ்வாமையைக் காண்கிறான். அங்கு கூடியிருந்த ஜாரவாக்களில் இவன்தான் வயதானவன். ஆனால் எந்தச் செயலையும் செய்யாமல், எந்த அறிவுறுத்தலையும் கூறாமல் சுவரில் சாய்ந்தபடி நின்றிருந்தான். அங்கு நடப்பனவற்றைக் கண் காணித்தபடியும் உற்றுநோக்கியபடியும் இருந்தான்.

ஹரிஷ் சற்று தொலைவில் நின்று அவனைப் பார்த்தபடி இருந்தான். அவன் பார்வையும், ஹரிஷின் பார்வையும் எதிர்பாராத சமயத்தில் சந்தித்தபோது மும்முரமான அந்தக் கண்களில் தென் பட்ட நோட்டத்தைப் புரிந்துகொள்ள அவன் முயன்றான். தெருச் சண்டைக்காரன் சரியாகக் குறி வைத்து வன்மையாக ஒரு குத்து விடுவதைப் போல அந்தப் பார்வை ஹரிஷைத் தாக்கிப் பின் னோக்கித் தள்ளியது. கோபம், பெருமிதம், கவலை யாவும் கலந்த ஆற்றல்மிக்க கலவையாக அந்தப் பார்வை இருந்தது. ஒரு கணம் மட்டுமே ஹரிஷால் அந்தப் பார்வையைத் தாங்கிக்கொள்ள முடிந்தது.

ஹரிஷ் கண்களைத் தாழ்த்திப் பார்வையைப் பின்வாங்கி டேவிட்டின் பக்கம் பார்த்தான். உள்ளுணர்வு உந்தியதால் மறு படியும் அவனைத் திரும்பிப் பார்த்தபோது, அவன் ஹரிஷையே உற்றுப் பார்த்துக்கொண்டிருந்தான். அந்தப் பார்வை அகலவே இல்லை. தான் மட்டும் தனிமைப்படுத்திப் பார்க்கப்படுவதாக ஹரிஷ் உணர்ந்தான். ஆட்டம் கண்டவனாகத் திரும்பி எட்டி நடந்து நீரின் விளிம்பை நோக்கிச் சென்றான். ஜாரவாக்களுக்காக வாழைப்பழங்களையும் தேங்காய்களையும் ஏற்றிக்கொண்டு வந்த படகு அங்கு வந்துசேர்ந்தது.

பயணியர் கூடத்திலிருந்து சொல்லிவைத்ததைப் போல சில ஜாரவாச் சிறுவர்கள் விரைந்து வெளியே ஓடி வந்தனர். கழிமுகத்தின் குளிர்ச்சியான நீரில் களிப்பு மீதூர அவர்கள் தலைகீழாகப் பாய்ந்தனர். சிறிது தூரத்துக்கு நீந்தினர். படகுத்துறையில்

நின்றிந்த படகில் ஏறிக்கொண்டனர். அவர்களில் ஒருவன் ஓரசைச் சொல்லில் உரக்க ராகம் பாடத் தொடங்கினான். தாள கதி காற்றை நிரப்பியது. இன்னொரு சிறுவனும் சேர்ந்துகொண்டான். படிப்படியாக ஒலியைப் பெருக்கிக்கொண்டே போனார்கள்.

ராமசாமி சுறுசுறுப்பாகப் படகை நோக்கி நடந்து வந்து அதில் தாவி ஏறிக்கொண்டான். பாடுவதை நிறுத்தும்படி அந்தச் சிறுவர்களிடம் கூறினான். அவர்களில் ஒருவனின் பிட்டத்தில் தடியால் நையப் புடைத்த பிறகுதான் அவனும், இன்னொருவனும் பாடுவதை நிறுத்தினார்கள். தலையிருந்த கிரீடம் கீழே விழுந்து விட்டதைப் போல சிறுவர்களின் முகங்கள் மாறியிருந்தன. என்ன தவறு செய்தோம் என்பது அவர்களுக்கு உறுதிபடத் தெரியவில்லை. போலீஸ்காரனின் உத்தரவுப்படி படகிலிருந்து இறங்க அவர்கள் முற்பட்டனர்.

படகுத்துறையில் இறக்கப்பட்ட தேங்காய்களும், வாழைப்பழங்களும் ஜாரவாக்களுக்கு வழங்கப்பட்டன. ஆளுக்கு இரண்டிரண்டு தேங்காய்களும் சீப்புசீப்பாக வாழைப்பழங்களும் தரப்பட்டன. அந்த நாளில் அவர்கள் மேற்கொண்ட வீர சாகசம் முடிவுற்றது.

அன்று மாலை சந்தித்தபோது பிரசாத்துக்கு நம்பமுடியாத கதையாக அது இருந்தது. ஹரிஷ் எடுத்திருந்த படங்கள் சில இருந்தன. பிரசாத் மகிழ்ச்சியுடன் இருந்தான். நம்ப முடியாத செய்தியாக இது ஆகப்போகிறது - முதல் பக்கத்திலேயே வரலாம். ஜாரவாக்கள் பற்றி மக்களின் கவனத்தை ஈர்க்கும் செய்திகள் சிலவற்றைப் பிரசாத் சேகரித்திருந்தான்.

பின்டு இயல்புக்கு மாறாக அமைதியாக இருந்தான். பிரசாத் அருகில் சென்றபோது ஆர்வமில்லாமல் புன்னகைத்தான். 'நீங்கள் சொன்னது சரிதான் பின்டு. அந்த மென்தென்றல் பற்றி எனக்குத் தெரியாது. ஆனால், நீங்கள் சொன்ன சூறாவளி வந்துகொண்டு இருக்கிறது' என்று அமைதியாக அவனிடம் சொன்னான் பிரசாத்.

மறுநாள் நிறுவனத்திற்கு வந்தபோது பிரசாத்தும் ஹரிஷும் செய்தித் தயாரிப்புக்காக வெறித்தனத்துடன் வேலை பார்த்தனர்.

ஓரிரு நாட்களில் பிரசாத் புறப்படுகிறான். அதற்குள் தன்னால் எவ்வளவு முடியுமோ அவ்வளவையும் செய்து முடிக்க விரும்பி னான். பிறகு இருவரும், மாலையில் நீண்ட நேரம் விவாதித்தனர். 'மேலோட்டமாகப் பார்க்கும்போது ஏராளமான கேள்விகள் இருக்கின்றன டேவிட்', என்று ஹரிஷ் ஆரம்பித்தான். 'இவற்றைப் புரிந்துகொள்வது இருக்கட்டும், இவற்றைக் கூர்ந்து கவனிக்கக்கூட நாம் ஆரம்பிக்கவில்லை.' விடையளிக்கப்படாத கேள்விகள் இருக் கின்றன, ஜாரவாக்கள் ஏன் காடுகளை விட்டு வெளியில் வர வேண்டும்? அவர்கள் என்ன நினைக்கிறார்கள்? அவர்கள் உலகத்தில் என்ன நடக்கிறது? இதில் தனுமெய்யின் பங்கு என்ன? ஜாரவாக்கள் வெளி உலகத்தைப் பற்றி என்ன நினைக்கிறார்கள்? அவர்களின் எதிர்காலம் எதை நோக்கிப் போவதாகக் கருதுகிறார்கள்? கொஞ்ச நேரம் இடைவெளி விட்டாலும் எதையாவது மறந்து விடுவோம் என்பதைப் போல ஒரே மூச்சில் படபடவென்று பேசி அனை வரையும் ஹரிஷ் கலங்கடித்து விட்டான்.

'இத்தகைய கேள்விகளுக்கு விடையேதும் இல்லை, இருக்கவும் இயலாது' என்று ஒரு கணம் குழம்பியவனாக டேவிட் சொன்னான். ஜாரவாக்களை நெருங்க முடியாது. அவர்களது காடுகளைப் பற்றியும் அவர்களை எப்படிக் கண்டுபிடிப்பது என்பதும் தெரி யாது. நீயோ, நானோ, வேறு யாரோ காட்டுக்குள் சென்றால் வரவேற்கப்படுவோமா என்பது தெரியாது. அணுகுவது என்று நான் சொன்னதற்கு அர்த்தம் அதுவல்ல. தனுமெய் உனக்கருகில் தான் நின்றுகொண்டிருந்தான், ஆனால் இணக்கத்துடன் அவனை அணுக இயலவில்லையே. மொழித்தடை, பற்பலத் தடைகள் குறுக்கே நிற்கின்றன, ஹரிஷ். புரிந்துகொள்வதற்கு யாருமில்லை. பதில் சொல்வதற்கும் யாரும் இல்லை. 'நீ என்ன நினைக்கிறாய் பிரசாத்?' என்று உற்றுக் கவனித்தபடி இருந்த பிரசாத்தை நோக்கி டேவிட் கேட்டான்.

'அது உண்மைதான். நான் ஒரு கேள்வி கேட்கிறேனே! ஜாரவாக்களைப் பற்றி ஜாரவாக்களைத் தவிர வேறு யார் அறிவார்?' பிரசாத் மறுபடியும் நிறுத்தினான். 'ஜாரவாக் காடுகளைச் சுற்றிலும் வாழும் மக்கள் இவர்களைப் பற்றி அறிவார்களா?' பின்டாஸ்,

பூல்தாலா, கடம்தாலா பகுதிகளில் வசிப்பவர்கள், அந்தப் போலீஸ் கார்கள், காடுகளில் வேலை பார்ப்போர், தொடர்ச்சியாகக் காட்டுக்குள் போய்வரும் வேட்டைக்காரர்கள், ஜாரவாக்கள் வசிக்கும் இடங்களின் எல்லைப் பகுதிகளில் வாழ்ந்துகொண் டிருக்கிற மீனவர்கள்? யாராவது அறிவார்களா?'

'அதனால் என்ன?' என்று ஹரிஷ் கேட்டான்.

'இந்த மனிதர்கள் அனைவரும் பற்பலவிதமான கண்ணாடிகள். ஒவ்வொருவரும் ஜாரவாக்களை பற்றிய சிறு பகுதியைப் பிரதி பலிக்கிறார்கள். இவர்களை உற்றுநோக்குவது இவர்களின் அனு பவங்கள், பார்வைகள் மூலமாக ஜாரவாக்களைக் கவனிப்பது போன்றதாகும்.'

'அந்தச் சித்திரம் உண்மையானதாக இருக்குமா பிரசாத்?' என்று யோசனையுடன் டேவிட் கேட்டான்,

'நீ சொல்வது சரிதான் டேவிட், மெய்யான ஒன்று நமக்குத் தெரியாதபோது, கிடைக்கிற சித்திரம் பற்றி யார் என்ன உத்திரவாதத்தைத் தர முடியும்?' என்ன சொல்கிறோம் என்பதில் பிரசாத் தெளிவாக இருந்தான். 'அது கோணல்மாணலானதுதான், பலவகைக் கோணல்கள். மெய்யான உருவத்தின் படிமம் என்ப தால், ஒரு கட்டத்தில் முறையான ஒன்றாக அது காட்சி தரும். யதார்த்தம் எப்படி அமைந்து இருக்கிறதோ, அதைப் போன்ற துண்டு துணுக்குகளாகத்தான் அது பிரதிபலிக்கப்படும். இதைப் பற்றியும் அதைப் பற்றியுமான ஒட்டுப்படம் போல ஓட்டை உடைசலாகத்தான் பிரதிபலிக்கும். ஜாரவாக்களின் வசிப்பிடங்களை ஒட்டிய விளிம்புப் பகுதிகளிலிருந்து அவற்றைக் கூட்டிப் பெருக்கி, ஒற்றைச் சித்திரமாக ஆக்க வேண்டும். நான் என்ன சொல்கிறேன் என்பது தெரிகிறதா?' தனக்கு முன்னாலிருந்த முகங்களை எதிர்பார்ப்புடன் பிரசாத் பார்த்தான். பெரிதாக எதையும் அவை வெளிப்படுத்தவில்லை, மீண்டும் தொடர்ந்தான்.

'ஜாரவாக் காடுகளின் விளிம்புகளில் வசித்துவரும் மக்களை தெரிந்துகொண்டு, ஜாரவாக்களின் வாழ்க்கையைக் கற்றுணர் வோம்.' ஹரிஷ் பக்கமாகப் பிரசாத் திரும்பினான். 'ஹரிஷ் கண்டிப்பாக இதனை நீ முயற்சி செய்து பார்க்க வேண்டும்.'

டேவிட் நீ என்ன நினைக்கிறாய்?' பிரசாத் தன் கவனத்தை டேவிட்டை நோக்கித் திருப்பினான். 'இப்படிச் செய்வது பயனளிக்கும், அதன் மூலம் ஜாரவாக்கள் பற்றியும், அவர்களின் வனங்களைப் பற்றியும் முக்கியமான தகவல்கள் நமக்குக் கிடைக்கும். காட்டைச் சுற்றிலும் வாழக்கூடிய பிற மனிதர் பற்றிய தகவல்களும் கிடைக்கும் என்று நான் உணர்கிறேன்.'

டேவிட் யோசித்தான். உறுதிப்படுத்தும் விதத்தில் தலையசைத்தான். நண்பனின் தெளிவான பேச்சைக் கேட்டு வியந்தபடி ஹரிஷும் தலையாட்டினான்.

'கோணல்மாணலான வடிவங்கள்? பலவிதமான கோணல்கள்!' என்று கூறியபடி ஹரிஷ் சிரித்தான்.

மூவரும் வாய்விட்டுச் சிரித்தார்கள்.

ஹரிஷ் இந்தத் தீவுகளுக்கு வந்து ஒரு வாரம்தான் ஆகிறது. ஆனால், அவன் விட்டுவிட்டு வந்திருக்கும் உலகம் தொலைதூரத்தில் இருப்பதாக உணர்ந்தான். திரைப்படங்களை நடுநடுவே மாற்றி மாற்றிப் பார்ப்பதைப் போன்றது இது. மெதுவாக நகரும் படத்தைப் பார்ப்பதிலிருந்து விலகி, உணர்ச்சிமயமான படத்தையும் பிறகு மர்மப்படத்தில் நடக்கும் விறுவிறுப்பான புலனாய்வையும் மாற்றி மாற்றிப் பார்ப்பது போன்றது இது.

இப்படி ஒன்றிலிருந்து மற்றொன்றுக்கு மாறிமாறி ஓடிக்கொண்டிருப்பது பெருமளவில் அவனுக்கு உதவுவதாக நிரூபணமாகி இருக்கிறது. இன்னும் கூடுதலான காலத்துக்கு இங்குத் தங்கியிருக்கலாம் என்று முடிவெடுத்தான். உஷா வெகு வேகமாகப் பின்வாங்கிப் பின்புலத்தில் மறைந்துகொண்டிருந்தாள். தந்தைக்கு ஏற்படுத்திய கவலை பற்றி ஹரிஷுக்கு இருந்து வந்த குற்ற உணர்வு கணிசமாகக் குறைந்திருந்தது. முக்கியமாக, தான் செய்வதற்கு ஏதோ இங்கு இருக்கிறது என்று அவன் உணர்ந்தான்; தானே முயன்று அவிழ்க்கவிருக்கும் முடிச்சு. அது என்னவாக இருக்கப் போகிறது? இந்தக் கேள்விக்கான விடையைத்தான் ஹரிஷ் கண்டு பிடித்தாக வேண்டும்.

7

ஹரிஷ் சீமா சந்திப்பு

பிரசாத் புறப்பட்டுச் செல்வதற்கு முன்பாக, ஹரிஷ் செய்ய வேண்டிய வேலைகள் பற்றிய எழுத்து வடிவம் உருவாக்கப்பட்டது. இந்தப் படைப்பை உருவாக்க அவன் வேலை செய்தாக வேண்டும். சிதைந்த படிமங்கள், கூட்டிப் பெருக்கிச் சேர்க்கப்பட்ட தகவல்கள், ஜாரவாக் காடுகளின் விளிம்புகளில் இருந்து சேகரிக்கப்பட்ட அரைகுறைத் தகவல்கள்.

ஹரிஷுக்குத் தெரியாமல், டேவிட்டிடம் பிரசாத் அவனைப் பற்றிப் பேசியிருந்தான், ஹரிஷ் மேற்கொண்டு இங்கே தங்க வேண்டுமென்று டேவிட் விரும்பினான். இந்த இளைஞனின் மீது அவனுக்கு விருப்பம் கூடியிருந்தது. ஹரிஷ் உற்சாகத்துடன் செய்து வரும் பணிகளின் மதிப்பை அவன் அறிந்திருந்தான்.

தொடர்ந்து வந்த நாட்களில், ஹரிஷ் அந்த நிறுவனத்தின் கட்டுப்பாடுகளுக்கு இசைவுடன் ஒத்துப் போனான். அன்றாடப் பராமரிப்பு வேலைகளை ஆர்வத்துடன் முன்வந்து செய்தான். அங்கிருக்கும் பணியாளர்களுடன் நல்லுறவைப் பேணி வந்தான்.

ஹரிஷ் பெரும்பாலும் நிறுவன நூலகத்தில் இருப்பான். நேரம் கிடைக்கும்போது, டேவிட்டுடன் கலந்துரையாடலுக்கான வாய்ப்பினை எதிர்பார்த்திருப்பான். ஹரிஷின் களப்பணியையும், ஆய்வுகளையும் வடிவமைப்பதற்கான வழிமுறைகள் பற்றி அவர்கள் இருவரும் விவாதிப்பார்கள்.

ஜாரவாக்கள் பகைமை பாராட்டிக் கொலை செய்பவர்கள் என்ற கருத்துருவம் யதார்த்த நிலையிலிருந்து முற்றிலும் மாறுபட்டதாக இருந்தது.

வேலையைத் தொடங்குவதற்கான வழிமுறைகளை ஹரிஷுக்குப் பிரசாத் குறிப்பிட்டுக் காட்டியிருந்தான். குடியேறி வாழ்பவர்களின் பார்வையில் ஜாரவாக்களைப் புரிந்துகொள்வது மட்டுமின்றி, ஜாரவாக்களுக்கு அண்டை அயலில் வசித்துவரும் குடியேற்றக்காரர்களைப் பற்றி அறிவதும் முக்கியமானதாக இருக்கும். தங்களைச் சுற்றிலும் என்ன நடக்கிறது என்பதைக் கிரகித்துக் கொள்வதற்கும், தீர்மானிப்பதற்கும் முயல்கிற அதே சமயத்தில், குடியேற்றச் சமுதாயத்தைச் சேர்ந்த இந்த மக்கள் தங்களுக்கே உரிய வகையில் ஓர் அர்த்தத்தைக் கட்டமைத்துக் கொண்டிருப்பார்கள். இவர்களின் போராட்டத்தைப் புரிந்துகொள்வதும், மனத்தில் ஏற்றிக்கொள்வதும் ஜாரவாக்களைச் சுற்றி நிலவும் புதிர்களுக்கான திறவுகோலை வழங்கக் கூடும்.

ஜாரவாக் காடுகள் நெடுக வாழ்ந்துவரும் குடியேற்றக்காரர்கள் மத்தியில் தன் வேலையைத் தொடங்கலாம் என்று ஹரிஷ் முடிவு செய்தான். அவர்கள் வாழும் பகுதியின் புவி அமைப்பினைப் புரிந்துகொள்ள டேவிட் உதவினான்; ஜாரவாக் காப்புக்காடுகளின் எல்லை பற்றி பரவலான அளவில் அறியவும் எல்லையோரக் குடியேற்றக் கிராமங்களைக் கண்டறியவும் வரைபடங்கள் பயன்பட்டன. அந்தமான் நெடுஞ்சாலை வேலைகளை எளிதாக்கியது. போர்ட்பிளேரில் இருந்து வடக்காக இந்தச் சாலையின் வலப் பக்கமாக ஒருவர் பயணித்தால் ஜாரவாக் காப்புக்காடுகளை அடையலாம். இந்தக் காப்புக்காடுகள் எல்லை நிர்ணயம் செய்யப் பட்டும், பாதுகாக்கப்பட்டும் வருகின்றன. சாலையின் மறுபுறமாக இருக்கும் பகுதி காப்புக்காடுகளுக்கு அப்பாற்பட்ட பகுதி. இத்தகைய பகுப்பில் புதிரான முரண்பாடு மறைந்திருக்கிறது. இந்த எல்லைகள் பற்றி எல்லாம் ஜாரவாக்களுக்குத் தெரியுமா? சாலைக்கு இடப்புறமாக இருக்கும் காடுகளை ஜாரவாக்கள் ஒரு போதும் பயன்படுத்தியதில்லையா? இந்தப் பகுப்பு எப்போது செய்யப்பட்டது? எப்படிச் செய்யப்பட்டது?

அடுத்தடுத்து வந்த வாரங்களில், பலவிதமான வாய்ப்புகள் ஹரிஷுக்குக் கிடைத்தன. ஆமைகளைப் பற்றி ஆராய்ச்சி செய்து வரும் உயிரியலாளர் ஒருவர் ஒடிசாவிலிருந்து வந்திருந்தார். அவருடன் சேர்ந்து குட்டி அந்தமானின் மேற்குக் கடற்கரைக்கும், பிறகு தூரக்கிழக்கில் உள்ள நிக்கோபார் பெருந்தீவுக்கும் டேவிட்டும்

ஹரிஷும் சென்றனர். இந்தப் பகுதிகளில் தோல் முதுகுடைய மிகப் பெரிய ஆமைகளையும், பச்சை நிறங்கொண்ட கடல் ஆமைகளின் மென் மணற்பரப்பு வாழ்விடங்களையும், நிலவில்லாத இருள் நிறைந்த இரவுகளில் பார்த்தபோது அவன் வசப்பட்டுப் போனான். பிறகு பேம் மாமாவுடன் தெற்கு சென்டினலில் தனிமைப்பட்டுக் கிடந்த குட்டித் தீவுக்கு உற்சாகமாகச் சென்று வந்தான். மிகப் பெரிய தேங்காய் நண்டுகளுக்கு இந்தத் தீவு பெயர்பெற்றது. திரும்பி வரும்போது அந்தமான் நிகோபார் நிர்வாகத்தின் படகில் ஏறி, யாரும் வசிக்காத பேர்ரன் தீவுகளை (Barren Island) சுற்றிப் பயணித்துவிட்டு வந்தான். அந்தமான் தீவுக்கூட்டங்களிலேயே செயல்திறத்துடன் இருக்கும் ஒரே ஒரு எரிமலை இந்தத் தீவில்தான் இருக்கிறது. சமீபத்தில் இந்த எரிமலை புகையையும் ஆவியையும் வெளியேற்ற ஆரம்பித்தது.

பிரசாத்துக்கு நன்றி தெரிவித்து ஹரிஷ் சிறு கடிதம் எழுதி யிருந்தான். தான் என்ன செய்கிறேன் என்பது பற்றியும், ஜாரவாக் களைப் பற்றி எழுதுவதற்கு உதவக்கூடிய அளவுக்கு முன்னேற்றம் ஏற்படவில்லை என்றும் எழுதியிருந்தான்.

தன் தந்தைக்கும் கடிதம் எழுதியிருந்தான், நன்றாக இருக் கிறேன், உற்சாகமாகச் செயல்படுகிறேன் என்று தெரிவித்தும், கவர்ந்திழுக்கும் அழகான இந்தத் தீவுக்குக் கூடிய விரைவில் வந்து போகுமாறு அவரை அழைத்தும் கடிதம் அமைந்திருந்தது.

பிரசாத், ஹரிஷ் இருவரும் எழுதிய ஜாரவாக்கள் பற்றிய அட்டைப்படக் கட்டுரை தில்லியில் வெளியாகியிருந்தது. அனைத்துப் பகுதிகளிலும் கணிசமான ஆர்வத்தை அது ஏற் படுத்தியது. சீமாவின் பேராசிரியர் போர்ட்பிளேருக்கு ஒரு பிரதியை அனுப்பியிருந்தார். தன்னுடைய தீவுகள் பெரிய அளவில் ஊடக வெளிச்சத்தைப் பெறுவதைக் கண்டு வியப்புற்ற சீமா, இந்தக் கட்டுரை ஜாரவாக்களின் உலகத்தில் நடைபெற்றுவரும் மாற்றங்களைப் பற்றிய விவாதங்களை எழுப்பி, இத்தீவுகளுக்கு உயிர்ப்பினைத் தரும் என்று நம்பினாள். அப்படி எதுவுமே நடக்கவே இல்லை.

இந்தத் தீவுகளைப் பொறுத்தவரையில் ஜாரவாக்கள் முக்கிய மில்லாத சின்னஞ்சிறு கூறுதான். 2004 ஆரம்பத்தில் தனிப்பட்ட கவனத்துடன் இந்த விவாதங்கள் நடத்தப்பட்டன. சில மாதங்களில் வரவிருக்கும் தேசியத் தேர்தலை முன்னிறுத்தி இவை நடந்தன. இந்தத் தீவு இந்திய நாடாளுமன்றத்துக்கு ஒரே ஒரு பிரதிநிதியை அனுப்பி வைக்கிறது. குட்டித் தீவுகளின் நலன்களைப் பற்றி முழுமையாக அக்கறை கொள்ளாமல் பெரும் அரசியல் விவாதங்கள் அதனை விழுங்கிவிடுகின்றன.

போர்ட் பிளேருக்குச் சீமா வந்ததற்கு மூன்று காரணங்கள் இருக்கின்றன. இங்கிருப்பவர்கள், மற்றவர்களுடன் வேறுபாடில்லாமல் தங்களைப் பிணைத்துக்கொள்கிறார்கள். இது அலுவல் ரீதியான காரணம், மற்றொன்று வாழ்வாதாரம் சார்ந்தது. மூன்றாவது தனிப்பட்ட காரணம்.

புத்தகங்களும், ஆராய்ச்சிக்குத் தேவைப்படுபவையும் போர்ட் பிளேரில் கிடைக்கவில்லை. அரசு நூலகம் சிறப்பான இடம்தான். ஆனால், பாத்திமா போன பிறகு, பயனுடைய எதுவும் கிடைக்கவில்லை. இரண்டாவது பிரச்சினை, தில்லியிலிருந்து சொந்த ஊருக்குத் திரும்பியதால் உருவானது. தாய் என்ற இயல்பான தூண்டுதலின் காரணமாக சீமாவின் தாயார், மேலோங்கிச் செயல்பட்டு வந்தார். சீமாவின் திருமணம் மையப் பொருளானது. அவளுடைய வயது மறைமுகமாகத் தெரிவிக்கப்பட்டது. திருமணம் செய்துகொண்டு வாழ்க்கையில் நிலைபெற வேண்டிய தேவை அவள் காதுகளில் விழ வேண்டும் என்பதற்காக நேரடியாகவும், குறிப்பாகவும், குசுகுசுவென்று பேசியும், மனக்குறையைத் தெரிவித்தும் அது பற்றிப் பேசப்பட்டது. அங்கிருந்து வெளியேறுவதன் மூலம்தான் இந்தப் பிரச்சினையைக் கையாள முடியும் என்று சீமா தெரிந்துகொண்டாள். போர்ட்பிளேர் போன்ற சிறிய இடத்தில், அதுவே தன் சொந்த ஊராகவும் இருக்கிற நிலையில், இது செயல்படுத்துவதற்குக் கடுமையான ஒன்று. தில்லியில் அவள் பெற்றுப் பழகியிருந்த சில சுதந்திரங்களைத் தியாகம் செய்திடவும் அவள் விருப்பம்கொண்டிருந்தாள். ஆனாலும், திருமணம் பற்றிய நச்சரிப்பு தாங்க முடியாததாக இருந்தது. டேவிட்டின் இந்த நிறுவனம்தான் அவளுக்கு ஒரு வழியினை அமைத்துக் கொடுத்திருக்கிறது.

வரலாற்றாசிரியர் ஆர். சி. மஜூம்தார் எழுதிய 'அந்தமானில் தண்டனைக் கைதிகளின் குடியேற்றம்' என்ற நூலை போர்ட் பிளேரில் தேடியும் கிடைக்காமல் போகவே, நூலைத் தேடி சீமா இந்த நிறுவனத்துக்கு வந்திருந்தாள். போர்ட் பிளேர் நகரம் இப்படி அக்கறையில்லாமல் இருப்பது பற்றி அவள் கோபப்பட்டாள். இதைப் போன்ற முக்கியமான புத்தகத்துக்கும் அங்கே இடமில்லை. தான் தேடி வந்த புத்தகம் இந்த நிறுவன நூலகத்தில் கிடைத்திருப்பது பெரிய ஆறுதலை அளித்தது. அவள் திரும்பவும் இங்கே வந்தாக வேண்டும்.

தன் குடும்பத்தை நம்ப வைப்பதைக் காட்டிலும், டேவிட்டை நம்பவைப்பது அவளுக்கு எளிதாக இருந்தது. அந்தமான் தீவுகளின் பல்வேறு கூறுகள் பற்றி ஆராய வந்திருக்கும் ஆர்வத்துடிப்பு மிக்க ஆய்வாளர்கள், ஆர்வமில்லாத இளம் ஆய்வாளர்கள் ஆகிய அனைவரிடமும் மூத்த சகோதரனைப் போல டேவிட் பாஸ்கரன் நடந்துகொண்டான். தன் அமைப்புக்குச் சீமா நன்மதிப்பினைச் சேர்ப்பாள் என்று டேவிட் உணர்ந்துகொண்டான்.

எளிதாக ஒப்புதல் கிடைத்த காரணத்தால், சீமாவின் குடும்பமும் அதனை ஏற்றுக்கொண்டது. சீமா ஆர்வத்துடன் கிளம்பி வந்து ஹரிஷைப் போலவே இந்த நிறுவனத்துடன் நயமாகக் கலந்து விட்டாள்.

இந்த நகர்வை சீமா மேற்கொள்ள அந்தரங்கமான காரணம் ஒன்றும் உதவியது. ராஜபுத்திர உயர் குடிமரபைச் சேர்ந்த அமித் சௌஹான், ராஜஸ்தானின் அரண்மனைகள், கோட்டைகள் பற்றிய முனைவர் பட்ட ஆய்வை அப்போது முடித்திருந்தான். தான் மிகவும் நேசித்த அவனை தில்லியிலேயே விட்டுவிட்டு வர வேண்டிய நிர்ப்பந்தம் சீமாவுக்கு ஏற்பட்டுவிட்டது. அவனோடு தொலைபேசியில் பேசி தொடர்பில் இருந்து வந்தாள். ஆனால் அவன் ஒழுங்கற்றவனாக இருந்தது அவளை அதிருப்தியடையச் செய்தது. நிறுவனத்தின் தொலைபேசி வீட்டில் இருப்பதை விடவும் மோசமானதாக இருந்தது. ஆனால், தனக்கு வரும் அழைப்புகளையும் கடிதங்களையும் எந்தவிதமான அச்சமும் இல்லாமல் பெறக்கூடிய வாய்ப்பு இங்கு இருந்தது. மூக்கை நுழைக்கும் உறவினர் யாரும் இங்கு இல்லை. இருவரும் மிக

அதிகமான காலத்திற்குப் பிரிந்திருப்பது இதுவே முதல் முறை. சீமா அவனைப் பார்க்காமல்தான் இருந்து வந்தாள். நிறுவனத்துக்கு வந்து தன்னைச் சீரமைத்துக்கொண்ட பிறகு அவள் செய்த முதல் வேலை அவனுக்குக் கடிதம் எழுதியதுதான். அதில் தன் புதிய முகவரியை ஆர்வத்துடன் கொடுத்திருந்தாள். அவனிடமிருந்து தகவலறிய விரும்புவதாக எழுதியிருந்தாள்.

சீமாவைப் போல அமித் கடிதங்கள் எழுதுவதில் சிறந்தவன் அல்ல, ஆனால் அது அவளின் நம்பிக்கையைக் குலைத்துவிட வில்லை. ஆச்சரியம் தரும் விதத்தில், சில வாரங்களில் அவனது முதல் கடிதம் நிறுவன முகவரிக்கு வந்துசேர்ந்தது.

சீமா சந்திரன் என்று எழுதப்பட்ட கடித உறையைத் திறக் காமல் புதிதாகவே வைத்திருப்பதும், என்ன இருக்கிறது என்று ஆச்சரியத்துடன் பார்த்திருப்பதும் அவளுக்குச் சிலிர்ப்பு தரும் செயலாக இருந்தது.

அவளால் விரும்பப்பட்டவன் அமித். தீவுகளில் வசிக்கும்போது தனக்கு வந்திருக்கும் முதல் கடிதத்தை கையில் வைத்துக் கொண்டிருந்தாள். அமித், தன் கடிதத்தில் இருவரும் ஒன்றாகச் சேர்ந்திருந்த முதல் இரவின் நினைவுகளை ஞாபகப்படுத்தி எழுதி யிருந்தான் - அவளுடைய நீளமான கூந்தல் எப்படி அவனை வசப்படுத்தியிருந்தது, அவள் உதடுகளில் தந்த முத்தம், அவளது சிறிய மார்பகங்களை முதன் முதலாகப் பார்த்தது, ஆடையில்லாத அவளின் பின்புறத்தைத் தொட்டு உணர்ந்தது, அழகு மிகுந்த உடல் வளைவுகளைச் சிற்பம் போல வருடியபோது அவனது விரல்கள் அடைந்த கூச்சம், ஆடையில்லாத தன் உடல் அவள் உடலுடன் பின்னிக்கொண்டிருந்தபோது ஏற்பட்ட உணர்வு...

காதல் செய்த அந்த முதல் இரவின் நினைவுகள், தீவுகளில் உள்ள தன் அறையில் இருந்த சீமாவின் மனத்தையும், புலன்களையும் இன்பத்தாலும், வேட்கையாலும் நிறைத்தன. மலர்ச்சி கண்டு கொண்டிருந்த உணர்ச்சிகளை, அவள் அறியாதிருந்த வழிகளில் எல்லாம் அமித் அப்போது தூண்டிவிட்டிருந்தான். கடுமையான துயரத்துடன்தான் அவனை அவள் பிரிந்திருக்கிறாள். அவள் கையில் இருந்த கடிதம் அமைதியின்மையை அதிகரித்திருக்கிறது. பெருவிருப்பத்திலும், குற்ற உணர்வு நிரம்பிய கலக்கத்திலும்

அவளை அது தள்ளியிருக்கிறது. அவனிடமிருந்து இவ்வளவு தொலைவுக்கு விலகி வந்து இங்கு அவள் என்ன செய்து கொண்டிருக்கிறாள்? தன்னை விட்டுப் போக வேண்டாம் என்று கனிவான வகையில் வாதாடிய பிறகும், இருவரும் வெகு தொலைவில் தனித்தனியாகப் பிரிந்திருக்கிறார்கள், இவளை இழந்ததால் அவனும் அதிகம் தவிப்பான்தான்.

'எனக்கு மட்டுமே நீ அதிகம் மதிப்பளிப்பாய் என்று தெரியும். நான் விரைவில் திரும்பி வருவேன். நீ இல்லாமல் என்னால் வாழ முடியாது' என்று குறும்புத்தனமாகப் பதில் அனுப்பியிருந்தாள் சீமா.

நீரோடை போல அமித்திடம் இருந்து அடுத்தடுத்து எட்டு கடிதங்கள் வந்திருந்தன - கடிதம் எப்போது வரும் என்ற எதிர் பார்ப்பு, கிடைத்த பின்பு ஏற்படும் உற்சாகம், கையில் வைத்திருத்தல் ஆகியவற்றின் சீரான லயத்தைக் கடிதங்கள் உருவாக்கியிருந்தன. இந்த உணர்ச்சிகள் சீமாவின் ஆராய்ச்சிக் காலத்தைத் தனிச் சிறப்புடையதாக ஆக்கியிருந்தன.

நிறுவனத்தில் தங்கியிருக்கும் சக மனிதர்களோடு நட்புடன் பழகத் தொடங்கியிருந்தாள் சீமா. சக்தி மிகுந்த, உயிர்த்துடிப்புள்ள பழகும் விதம் சுற்றி இருந்தவர்களுடன் அவளை நெருங்கும்படிச் செய்துவிட்டது. அவள் அணியக்கூடிய வண்ணமிகு குர்தாக்களில் சுறுசுறுப்பான அவளுடைய ஆளுமை தெளிவாகப் புலப்பட்டது

சீமா அங்கு வந்த நாளில் மேல் ஆடையில்லாமல் நிறுவன நுழைவாயில் முன்பு குழாயில் ஹரிஷ் துணி துவைத்துக்கொண் டிருந்தான். அன்று காலையில் அவன் மட்டுமே தனியாக இருந்தான்; பேம் மாமாவும் அவருடைய உடன் பிறந்தாரின் மகனும் பக்தியுள்ள கிறிஸ்தவர்கள் என்பதால், ஞாயிறு காலைப் பிரார்த்தனைக்காகத் தேவாலயத்துக்குப் போயிருந்தனர். சமையல் காரன் மோண்டு கடம்தாலாவுக்கு விடுமுறையில் சென்றுவிட்டான். நீண்ட காலமாகத் திட்டமிட்டிருந்த வார விடுமுறைக்காக டேவிட் போர்ட் பிளேருக்குப் போயிருந்தான்.

அந்த நேரத்தில் அங்கு யாரும் வருவார்கள் என்று எதிர் பார்க்கவில்லை, ஒரு டாக்சி உள்ளே நுழைந்ததைப் பார்த்ததும் ஹரிஷ் ஆச்சரியத்தை அடக்கிக்கொண்டான்.

சூரியகாந்தியின் மஞ்சள் நிறத்தில் குர்தா அணிந்திருந்த இளம் பெண் ஒருத்தி கீழே இறங்கி இவனை நோக்கி நடந்து வந்தாள்.

கையை அசைத்து 'ஹாய்' என்று ஹரிஷை அழைத்தாள். குழாயிலிருந்து தண்ணீர் அதிவேகமாக வந்துகொண்டிருந்தது! போர்ட் பிளேரில் இதில் பாதியளவு தண்ணீர் குழாயில் வந்தாலே நாம் அதிர்ஷ்டக்காரர்கள்தாம்!

தன்னம்பிக்கை நிறைந்த, அழகான இந்தப் பெண், அறிமுக மானவளைப் போல கையசைத்து வருவது ஹரிஷ் எதிர்பாராததாக இருந்தது.

மறுபடியும் 'ஹாய்' என்றபடி ஹரிஷிடம் அவள் கையை நீட்டினாள். அவன் இன்னமும் குழாயடியிலேயே உட்கார்ந்து இருந்தான். 'நீங்கள் ஹரிஷ் தானே?'

அவன் முகத்தில் குழப்பம் வெளிப்படையாகத் தெரிந்தது.

'நீங்கள் இங்கே இருப்பீர்கள் என்று டேவிட் சொன்னார். என் பெயர் சீமா... சீமா சந்திரன்.'

'ஓ.. சீமா. ஆமாம் நிச்சயம் சீமாதான்.' ஹரிஷ் படபடப்புடன் திகைப்புற்றுக் காணப்பட்டான்.

உடலில் மேலாடை இல்லாமல் இருப்பதைச் சங்கடமாக உணர்ந்தபடி 'ஒரு நிமிடம். நான் உடனே வருகிறேன்' என்று அறைக்குச் சென்று சட்டை போட்டுக்கொண்டு வேகமாகத் திரும்பி வந்தான்.

'ஹாய் சீமா.., நான் ஹரிஷ். இன்று நீங்கள் வருவதாக இல்லையே..?' என்று கேட்டபடி அவன் சமநிலையைப் பெற முயன்றான்.

'ஆமாம், ஆமாம்..' என்று அவனை சீமா இடைமறித்தாள். 'நாளை வருவதாக இருந்தேன், ஆனால் என் அம்மாவை விட்டு விட்டு ஓடி வர வேண்டியிருந்தது.' போலியான அவசரம் தொனிக்கும் குரலில் அவள் சொன்னாள், 'இப்பவே கல்யாணம் செய்து வைத்துவிட வேண்டும் என்று அம்மா விரும்புகிறாள். உங்களை அவள் சந்திக்க நேர்ந்திருந்தால் இந்நேரம் கல்யாணமே முடிந்தும் இருக்கலாம். நீங்கள் அழகான வாலிபர்...'

'என்ன..?'

'அய்யோ, சும்மா விளையாட்டாகப் பேசுகிறேன் பாபா, எனக்கு ஏற்கனவே ஜோடி இருக்கிறது'.

அவளின் நட்புடன் கூடிய விழைவு அவனது வலிமையைக் குறைத்து, அச்சுறுத்துவதாக இருந்தது. எனினும், காலப்போக்கில் அது பெரிதும் மாறியது. அவனுடைய அமைதியான, திறமையான அணுகுமுறைகளை அவளும் விரும்பினாள். பரிச்சயம் வளர ஆரம்பித்து இணக்கமான நட்பாக மாறியது.

விடுதிக்குள்ளேயே அவர்கள் இருப்பதற்கு மழையும் துணை புரிந்தது. பொருத்தமான நூல்கள், ஒரு தலைப்பைப் பற்றிய தனி நூல், அறிக்கைகள், ஆவணங்கள் எனப் பலவற்றை நிறுவனத்தின் அபூர்வமான ஆவணக் காப்பகத்திலிருந்து கண்டுகொண்டனர். படித்துக்கொண்டும், தகவல்களை சேகரித்துக்கொண்டும், ஆய்வுப் பரப்பின் தோற்றத்தைக் கண்டறிந்தபடியும் இருந்தார்கள்.

அவர்களை ஒன்றாக இணைத்தது ஒரே ஒரு அக்கறை மட்டும் தான். உள்ளூரிலேயே பிறந்தவரான கிருஷ்ணராஜின் வார்த்தை களை ஒரு கலந்துரையாடலின்போது ஹரிஷிடம் சீமா தொகுத் துரைத்தாள். 'இங்கேயே பிறந்து வளர்ந்து வாழ்பவர்கள் வெளி யிலிருந்து வீசும் அலையினால் சேற்றுக்குள் அழுத்தப்படுகிறார்கள். அலை ஓய்வதற்கான அறிகுறி ஏதுமில்லை' என்றாள்.

ஹரிஷின் பதில் உள்ளுணர்வு சார்ந்து விரைவாக வெளிப்பட்டது. 'உள்ளூரில் பிறந்தவர்கள் மூழ்கடிக்கப்பட்டுக்கொண்டிருக்கிறார்கள் என்றால் ஜாரவாக்களுக்கு மட்டும் என்ன நம்பிக்கை இருக்க முடியும்?' என்று அவன் பதிலுக்குக் கேட்டான்.

'அதுவும் உண்மைதான்' சிந்தனை வயப்பட்டவளாகச் சீமா பதில் சொன்னாள். 'நாம் அனைவரும் யாரோ ஒருவராலோ, மற்ற வர்களாலோ மூழ்கடிக்கப்படுகிறோம், ஏதேனும் ஒன்றோ மற்றதோ எல்லா நேரங்களிலும் நம்மைத் தோற்கடித்துக்கொண்டிருக்கிறது.'

இதற்கிடையில் சீமாவும், அவளுக்கு வந்துகொண்டிருக்கும் கடிதங்களும் நிறுவனத்தில் வேடிக்கையாகவும், விளையாட்டாகவும் பேசப்படும் பொருளாகி இருந்தன. தங்களின் சமூகத்துடன் வந்து சேர்ந்திருக்கும் அன்பான அந்த இளம் பெண்ணை பேம் மாமா விருப்பத்துடன் கிண்டல் செய்தார். ஒரு நாள் மாலையில் மாமா, சீமா, டேவிட், ஹரிஷ் நால்வரும் சதுக்கத்தில் உட்கார்ந்து தேநீர் அருந்தியபோது, தனது இளமைக்காலப் புகைப்படத்தை எடுத்து சீமாவின் முன்பாக மாமா வைத்தார். 'இதைப் பார், எனக்கு வயதாகி இருக்கலாம். ஆனால் நான் அமித்தைப் போலச் சிறப்பானவன். தீவுகளில் வாழும்போது, தீவுக்காரரையே துணையாகத் தேர்ந்தெடுத்துக் கொள்ளப்பாருங்கள் என்று ஏன் சொல்கிறார்கள் தெரியுமா?' என்று விளையாட்டாகப் பேசினார் பேம் மாமா. சீமா சிரித்துக்கொண்டாள்.

'உன்னுடையவனிடமிருந்து நீண்ட நாளைக்கு விலகி இருந்து விடாதே. இந்தக் காலத்தில் ஆண்கள்...' என்று இழுத்தார் பேம் மாமா.

'இல்லை மாமா' என்று சீமா எதிர்ப்பு தெரிவித்தாள், தன் கரத்தை முன் நெற்றிக்கு உயர்த்தி பாலிவுட் பாங்கில் 'என் அமித் அப்படிப்பட்டவன் இல்லை' என்றாள் கூச்சத்துடன்.

அவர்கள் சிரித்தார்கள், கேள்வி மேல் கேள்வி கேட்டுத் தொடர்ந்து அவளைத் திகைக்க வைத்துக்கொண்டே இருந்தார்கள்.

8

மீண்டும் கொலைகார ஜாரவாக்கள்

தீவுச் செய்தி
அக்டோபர் 1, 2004

கொலைகார ஜாரவாக்களின் அதே செயல், மறுபடியும்

திரூர் ஜாரவாக்கள் ஒவ்வொரு நாளும் துணிகரமானவர்களாக ஆகிக்கொண்டிருப்பது போலத் தெரிகிறது. முன்பு கிராமத்தவர்களை மட்டுமே தாக்கிய அவர்களின் இலக்கு இந்த முறை காவலர் ஒருவர் மேல் பாய்ந்திருக்கிறது. திரூர் வனக்காவல் முகாமில் பணிபுரியும் காவலர் பிள்ளை கொடூரமான முறையில் கொல்லப்பட்டிருக்கிறார். சிதைந்து கிடந்த அவரது உடல் காவல் முகாம் இருக்கும் பகுதியோடு கிராமக் குடியிருப்புகளை இணைக்கும் சாலையில் புதன் கிழமை அதிகாலையில் கண்டெடுக்கப்பட்டது.

காவலர் பிள்ளை மூன்று நாள் விடுப்பில் இருந்தார். அவரது உடல் கண்டெடுக்கபட்ட அந்த நாளன்று தான் விடுப்பு முடிந்து பணியில் அவர் சேர வேண்டியிருந்தது. அதிகாலையில், கைகள் துண்டிக்கப்பட்ட நிலையில் அவரது உடலைக் கண்ட ராம்கிருஷ்ணா, 'கடந்த இரண்டு இரவுகளாக என்னால் தூங்கவே முடியவில்லை. ஜாரவாக்கள் அபாயகரமான பிரச்சினையாக மாறி வருகின்றனர்' என்றார்.

காவல் துறையினர் அறிக்கை எதுவும் அளிக்கவில்லை. என்ன நடந்தது என்பதைக் கண்டுபிடிக்க விசாரணை நடந்து வருவதாகவும், நடவடிக்கைகள் விரைவில் எடுக்கப்படும் என்றும் தெரிவித்தனர். திரூர் கிராமவாசிகள் தங்களின்

பாதுகாப்பையும், இடையூறு இல்லாத நிலையையும் உறுதி செய்யுமாறு கோரிக்கை மனுவைத் துணை நிலை ஆளுநரிடம் அளித்துள்ளனர்.

மழைக்காலம் முடிந்திருக்கிறது. ஹரிஷ் களப்பணிகளைத் தொடங்குவதற்கான நேரம் வந்திருக்கிறது.

ஜாரவாக் காடுகளின் தெற்குக்கோடி எல்லைப் பகுதியில் அமைந்திருக்கும் சிறிய கிராமம்தான் திரூர். இந்தியப் பெருநிலப் பரப்பிலிருந்து வந்தவர்களுக்காக அறுபதுகளில் உருவாக்கப்பட்ட குடியிருப்புப் பகுதி இது. ஆண்டுகள் செல்லச் செல்ல இந்தப் பகுதியில் கணிசமான அளவில் மோதல்கள் நடப்பதாக செய்திகள் வெளியாயின. தாக்குதல் நடத்துவதற்கான ஜாரவாக்களின் முதன்மை இலக்குகளில் திரூரும் ஒன்று.

திரூர் பகுதியிலிருக்கும் ஜாரவாக்கள் வேறு வகைக் குழுவைச் சேர்ந்தவர்கள் என்ற நம்பிக்கை அங்கே நிலவியது, சில வாரங் களுக்கு முன்பாக உட்டாராப்படகுத்துறையில் பார்த்த குழுவினரை விடவும் இவர்கள் வேறுபட்டவர்கள், இந்த இரண்டு குழுவினரும் ஒருவரை ஒருவர் நேருக்கு நேர் பார்த்துக்கொள்வதே இல்லை. இந்த இரண்டு பகுதிகளுக்கும் இடையே உள்ள நூறு கிலோ மீட்டருக்கும் அதிகமான இடைவெளி இத்தகைய தன்மைக்கு நிச்சயம் வழி செய்திருக்கும். இருப்பினும், இவை அனைத்துமே யூகங்கள். ஜாரவாக்கள் பற்றிய அனைத்துமே யூகங்கள்தாம்.

இன்னும் சில நாட்கள் கழித்துத் திரூருக்குப் போகலாம் என்று ஹரிஷ் முடிவு செய்திருந்தான்; காவலர் கொல்லப்பட்டிருக்கும் சூழ்நிலையில் அங்குச் சென்று இறங்க விரும்பவில்லை. சில நாள் கழித்து பயணத்தை மேற்கொண்டால் பிரச்சினைகள் ஓய்ந்திருக்கும், அப்போது சிலவற்றைச் சாதிக்க முடியும் என்று அவன் கருதினான்.

அந்த நாளும் வந்தது. திரூருக்குப் போகும் அதிகாலைப் பேருந்து காலியாகச் சென்றது. ஹரிஷ் மூன்றாவது வரிசையில் ஜன்னல் ஓரமாக உட்கார்ந்திருந்தான். அழுக்கான, கசங்கிய குர்தா அணிந்திருந்த வயதான ஒருவருக்குப் பின்னால் இருந்த இருக் கையை வேண்டுமென்றே தேர்ந்தெடுத்திருந்தான். இந்தப் பேருந்தில் அடிக்கடி போய்வருபவரைப் போல அவர் தெரிந்தார், நடத்துநரை அவருக்கு நன்றாகத் தெரிந்திருந்தது. அவர் பேருந்தில்

ஏறிய அடுத்த கணமே இருவரும் விளையாட்டுத்தனமான பேசிக் கொண்டார்கள். நடத்துநர் முதியவரிடம் சென்று கொஞ்சம் புகையிலை கேட்டான். சில பயணிகளுக்கு மட்டுமே பயணச்சீட்டு வழங்கப்பட்டிருந்தது. பேருந்து புறப்பட்டது.

ஹரிஷ் தன் இருக்கையிலிருந்து முன்னோக்கி நகர்ந்து அந்தக் கிழவரிடம் பேச்சு கொடுத்தான். 'நீங்கள் திரூரில் இருக்கிறீர்களா?' என்று மென்மையாக வினவினான்.

பேருந்தின் இரைச்சல் அந்தக் கேள்வியை மூழ்கடித்துவிட்டது. அவன் குனிந்து 'நீங்கள் திரூரா தாத்தா?' என்று கேட்டான்.

கிழவர் ஜன்னலுக்கு வெளியே தலையை நீட்டி, வாய்க்குள் இருந்த மொத்த புகையிலையையும் துப்பிவிட்டு ஹரிஷை நோக்கி, 'ஆமாம். அங்குதான் இருக்கிறேன்' என்று எரிச்சலுடன் கூறினார்.

'நீங்கள்..?' என்றபடி ஹரிஷிடம் பேசுவதற்காகக் கிழவர் திரும்பினார். 'ஜாரவாக்களுக்காக வந்திருக்கிறீர்கள் இல்லையா? உங்களுக்கு வேறெந்த வேலையும் இல்லையா?' அந்தக் கிழவரின் மேல் வரிசைப் பற்கள் காணாமல் போயிருந்தன. மற்ற பற்களும் சிதைவின் உச்சத்தில் இருந்தன. பல வருடங்கள் இடைவிடாமல் புகையிலையை மென்று வந்திருப்பதன் சாட்சியாகச் சிவப்புக் கறையும் கறுப்புக்கறையும் படிந்திருந்தன.

'ஆமாம்' என்று ஹரிஷ் பதில் சொன்னான். 'ஜாரவாக்கள் அந்தக் காவலரை என்ன செய்தார்கள் என்று நான் படித்தேன். அவர் பெயரை மறந்துவிட்டேன்...'

'பிள்ளை' என்று எடுத்துக் கொடுத்தார் கிழவர். 'அந்தப் படுபாவி... நல்லதுதான்...' வார்த்தைகளை நிறுத்திநிறுத்தி கிழவர் பேச ஆரம்பித்தார். சொல்லக் கூடாததைச் சொல்கிறோமோ என்று திடீரென உணர்ந்ததின் வெளிப்பாடாக அது இருக்கலாம். சுற்றிலும் இருப்பவர்கள் யார் என்று கவனமாக நோட்டமிட்டார்; யாரும் கேட்கவில்லை என்பதை உறுதிசெய்துகொண்டார். பெரும் அமளிதுமளியோடு போய்க்கொண்டிருந்த பேருந்தின் சத்தத்தில், கிழவருக்குப் பின்னால் உட்கார்ந்திருந்த போதிலும் அவர் என்ன சொல்கிறார் என்பதை ஹரிஷால் புரிந்துகொள்ள இயலவில்லை.

‘ஆமாம், பிள்ளை செத்துவிட்டார். பரிதாபத்துக்குரியவர்...’ கிழவர் அதிகம் பேசாமல் தவிர்க்கிறார் என்பது தெரிந்தது. ‘இந்த ஜாரவாக்கள் பெரிய தொந்தரவாகிவிட்டார்கள். அவர்களை ஏதாவது செய்தாக வேண்டும். போகப் போக வாழ்க்கை கஷ்ட மாகிக்கொண்டே வருகிறது. பிள்ளையின் கைகளை வெட்டிப் போட்டுவிட்டனர்!’ பேருந்தின் இரைச்சலில் கிட்டத்தட்ட அமுந்திப் போன வார்த்தைகளை அறிந்துகொள்ள ஹரிஷ் காது களை வருத்திக்கொண்டான். ‘இது போல ஒருபோதும் நடந்த தில்லை. எவ்வளவு துணிச்சல் பாருங்கள்... முதலில் வீடுகளுக்குள் புகுந்து சூறையாடினார்கள்.. இருப்பதை எடுத்துக்கொண்டு ஓடி னார்கள்... சில சமயங்களில் அம்புகளை எய்து தாக்கினார்கள்.’

‘எதைத் தாக்கினார்கள்?’ ஹரிஷ் எழுந்து கிழவருக்குப் பக்கத்தில் காலியாக இருந்த இருக்கையில் அமர்ந்துகொண்டான்.

‘அம்பு பாபா அம்பு, ஜாரவாக்களுக்கு இன்னும் துப்பாக்கி கிடைக்கவில்லை’ கிழவர் கிண்டலாகக் கூறினார். ஜாரவாக்களின் அம்புகள் பாய்ந்து காயப்பட்ட பலர் எங்கள் கிராமத்தில் இருக் கிறார்கள். ‘ஆனால் இது?...’ கிழவர் இடைவெளி விட்டார். ‘பிள்ளைக்கு செய்திருப்பது மாதிரியான எதையும் இதுவரை அவர்கள் யாருக்கும் செய்தது இல்லை’.

‘அப்புறம் பிள்ளைக்கு மட்டும் ஏன் அப்படி?’ ஹரிஷ் தயக்கத் துடன் கேட்டான். ‘பிள்ளை விஷயத்தில் என்ன நடந்தது?’

‘பிள்ளை விஷயத்தில் ஏன் இவ்வளவு அக்கறை? அவர் உங்க ளுக்கு சொந்தக்காரரா?’ கிழவர் வேண்டுமென்றே கேட்டார்.

‘இதற்கும் என் குடும்பத்துக்கும் என்ன சம்பந்தம்?’ ஹரிஷ் இகழ்ச்சியுடன் கேட்டான். எப்போதும் சண்டைக்கு வருவது போலப் பேசும் அந்தக் கிழவரின் குணத்தைப் பற்றிக் கோபம்கொண்டான். ‘பிள்ளை கொல்லப்பட்டார், இல்லையா? கொல்லப்பட்டவர் பெயர்கூட எனக்கு நினைவில் இல்லை. நீங்கள்தான் அவர் பெயரைச் சொன்னீர்கள். பேசுவதற்கு விருப்பம் இல்லை என்றால், பேச வேண்டாம். இப்படி எதற்குக் கோபப்படுகிறீர்கள்?’ என்றான் ஹரிஷ்.

'சரி, சரி!' என்று சொல்லி ஹரிஷின் முழங்காலில் அந்தக் கிழவர் தட்டினார். ஆனால் நான் வீட்டுக்குப் போன பிறகுதான் இது பற்றிச் சொல்வேன், பேருந்தில் சொல்ல முடியாது. 'வீட்டுக்கு வாருங்கள். வந்து முதலில் ஒரு கோப்பை தேநீர் அருந்துங்கள்.'

ஹரிஷ் சிரித்தான். 'வந்தாக வேண்டும் என்று நீங்கள் விரும்பி னால் நிச்சயமாக வருகிறேன் தாத்தா, நன்றி!'

'அப்போ சரி', கிழவர் பல் இல்லாத செம்மறியாடு போலச் சிரித்தார்.

அடுத்த பதினைந்து நிமிடங்கள், ஒரு வார்த்தைகூடப் பேசாமல் கழிந்தது. கிழவர் தூங்கிவிட்டார்.

திரூர் ஒரு கிலோமீட்டர் என்று எழுதியிருந்த அடையாளக் கல்லைக் கடந்து சாலையின் கடைசிப் பகுதியைப் பேருந்து சென்றடைந்தது. அதற்கு அப்பால் சாலை இல்லை. பெரிய சுவரைப் போல காடு கண்ணுக்குத் தெரிய ஆரம்பித்தது. அதோடு பாதை முடிந்துவிட்டது. அதற்கப்பால் போக முடியாது. இந்த இடத்தில் பேருந்து திரும்பி நின்று இருபது நிமிடத்தில் போர்ட் பிளேருக்கு புறப்பட்டு விடும்.

ஹரிஷின் ஆவல் தூண்டப்பட்டது. மெல்லிய தெளிவான கோடு இரு வேறு உலகங்களைப் பிரிக்கிறது. இடப் பக்கம் இருந்த நிலப்பகுதி லேசாகச் சரிந்து ஆழமற்ற சிறிய பள்ளம்கொண்ட பெரும் பரப்பாக விரிந்திருந்தது. அவை பசுமையான நெல் வயல் களாக இருந்தன. உள்ளே நுழைய முடியாத, பசுமை மாறாக்காடுகள் உயர்ந்து வளர்ந்து வரம்பு கட்டிய பெரிய கோப்பையைப் போல அந்தப் பகுதி இருந்தது.

'அது, திரூர் வனக்காவல் முகாம் 1.' ஹரிஷ் நோட்டமிடுவதைப் பார்த்த கிழவர் சொன்னார், அவர்கள் நின்றுகொண்டிருந்த இடத் துக்கு அருகில் மூங்கிலாலும் மண்ணாலும் ஆன கூரைக்குடிசை யைக் காட்டியபடி,. 'இதுதான் ராம் கிருஷ்ணாவின் வீடு'. வலக் கோடி வரையிலும் எல்லா வீடுகளும் ஒன்றோடு ஒன்று நெருக்க மாக இருப்பதை ஹரிஷ் கவனித்தான். காடுகளின் மர வரிசை களிலிருந்து முடிந்த வரை தூரமாக இருக்கும்படி அவை அமைந் திருந்தன. ஆயினும், ராம் கிருஷ்ணாவின் வீடு மறுகோடியில் மற்ற

வீடுகளிலிருந்து தள்ளி, கிராமத்திலிருந்து ஒதுக்கி வைக்கப்பட்டுள்ள வீட்டினைப் போல இருந்தது.

மற்றபடி இந்தக் காட்சி வழக்கமான இந்தியக் கிராமப்புறத்தின் அதிகாலை நேரக்காட்சியை ஒத்ததாக இருந்தது. காலைச் சமையல் காரணமாக வெளிப்படும் வெள்ளையும், சாம்பல் நிறமும் கலந்த புகை ராம் கிருஷ்ணாவின் வீட்டிலிருந்து வெளி யேறிக்கொண்டிருந்தது. வீட்டோடு சேர்ந்திருந்த முற்றத்தில் இரண்டு சிறுவர்கள் விளையாடிக்கொண்டிருந்தனர். சில பசுக்கள் வெளியில் மேய்ந்தன. ஒரு இளம் பெண், தலையில் சேலை முந்தானையால் முக்காடு போட்டுக்கொண்டு முற்றத்தைக் கூட்டிப் பெருக்கிக்கொண்டிருந்தாள். புழுதிக்கற்றை அடர்ந்தும், மெலிந்தும் காற்றில் மேலே உயர்ந்து, கடிகாரச் சுற்றுக்கு எதிர்த் திசையில் சுழன்று வில்லினைப் போல எழுந்தது.

வீட்டுக்குள் யாரோ ஒருவர் வானொலிப் பெட்டியைத் திருகிக் கொண்டிருக்கிறார். தமிழ்ச் செய்தியறிக்கை ஒலிபரப்பைப் போல ஒலிக்கத் தொடங்கி, இந்தித் திரைப்படப்பாடல் காதில் விழுந்து, கோகோ கோலா விளம்பரத்தில் வந்து நின்றது. செய்தி வாசிக்கும் பெண்ணின் குரல் குறுக்கிட்டு ஒலித்தது. 'ஆகாசவாணி...' அவள் மேற்கொண்டு பேசுவதற்கு முன்பாகவே, எதைக் கேட்பது என்ற நிச்சயமில்லாத அந்த மனிதர் முள்ளை வேறு பக்கம் நகர்த்திவிட்டார்.

ஹரிஷ் வாழ்ந்திருந்த இந்தியப் பெருநிலப்பரப்பில் நகரின் வெளிப்புற ஊர்களில் மட்டுமே வானொலிப் பெட்டி இருந்தது. அவன் இந்தத் தீவுகளுக்கு வந்த பின்னால், வானொலி இல்லாமல் எதுவுமே இங்கு இல்லை - கப்பல்களின் வருகை, புறப்பாடு, முன்னறிவிப்பு, பொழுதுபோக்குப் பாடல்கள், உலக நடப்புகள், செய்திகள் இதற்கெல்லாம் - வானொலியைவிட வேறெதுவும் நம்பகத்தன்மை மிகுந்ததாக, எளிதில் அணுகக்கூடியதாக இல்லை. இங்கு வாழ்க்கையின் அங்கமாகவே வானொலி மாறிவிட்டிருக்கிறது.

'என்னுடன் வாருங்கள்....', நடக்க ஆரம்பித்த கிழவன் ஹரிஷை நோக்கிக் கூறினான். 'ஒரு கோப்பை தேநீர் அருந்துங்கள். பிறகு நான் உங்களை ராம் கிருஷ்ணாவின் வீட்டுக்கு அழைத்துப் போகிறேன்'

வானொலிப் பெட்டியைத் திருகிக் கொண்டிருந்தவர் செய்தி அறிக்கையைக் கேட்கத் துணிந்துவிட்டார். 'தமிழகத்தில் அரசியல்

நெருக்கடி அதிகமாகி இருக்கிறது. முதலமைச்சர்...', என்று செய்தி வாசித்துக் கொண்டிருந்தது வானொலி.

'ராம் கிருஷ்ணா, உங்களைப் பார்ப்பதற்காக விருந்தாளி ஒருவர் வந்திருக்கிறார்.' முற்றத்தின் மண் சுவரைக் கடக்கும்போது கிழவர் உரத்த குரலில் தெரிவித்தார். 'அவரை டீ குடிப்பதற்காக அழைத்துக்கொண்டு போகிறேன். அரைமணி நேரத்தில் திரும்பி வருவோம்.' திடீரென அமைதி நிலவியது. பன்னிரண்டு வயது சிறுவன் வெளியில் ஓடிவந்தான். 'ஏ புக்லு, பள்ளிக்கூடம் போக வேண்டிய நேரமில்லையா?' என்று கேட்டபடியே நிற்காமல் நடந்தார் கிழவர்.

கிழவரின் வீடும் ராம் கிருஷ்ணாவின் வீட்டைப் போலவே இருந்தது. ஒன்றாகச் சேர்ந்திருந்த ஐந்து வீடுகளில் மண், மூங்கிலான மற்ற வீடுகளை விடக் கொஞ்சம் உயரம் கூடியதாக, அசைந்தாடும் நெற்கதிர் வயல்களுக்கு இடையில் வீடு அமைந்திருந்தது. அவர்கள் நின்ற முற்றத்தில் இருந்து பார்க்கும்போது வீடு பெரியதாக, காற்றோட்டமாக இருந்தது. குறைவான செலவில் கட்டப்பட்டிருந்தது. சமீபத்தில்தான் சுவர்களில் சாந்து பூசப்பட்டிருந்தது. பசுஞ்சாண வாசனையும், ஈர மண்ணின் வாசனையும் காற்றில் கலந்து பரவியது.

வீட்டுக்கு வந்து விட்டதால் கிழவர் கடுமை தணிந்தவராகத் தோற்றமளித்தார். 'உட்காருங்கள்' என்று முற்றத்தில் பாயை விரித்தபடி தொடங்கினார். 'இப்போது வங்காள தேசம் என்று ஆகியிருக்கும் பகுதியிலிருந்து 1969இல் நானும் என் மனைவியும் இங்கு வந்தோம். எங்கள் கையாலேயே காடுகளை வெட்டி அழித்தோம், வயல்களை உருவாக்கினோம். நீர்வழிகளை ஏற்படுத்தி நெல் பயிரிட ஆரம்பித்தோம்...', அப்பால் தெரிந்த வயல்களைக் காட்டிச் சொன்னார். 'அது மிகவும் கடுமையான வாழ்க்கை...' 'மின்னு', திடீரென அவர் உரக்கக் குரல் எழுப்பி, 'மின்னு சீக்கிரம் ரெண்டு டீ போடு' என்றார்.

'ஹூம், நான் என்ன சொல்லிக்கொண்டிருந்தேன்?' கிழவரின் பக்கம் ஹரிஷ் திரும்பினான். 'ஆமாம், இங்கே ஜாரவாக்கள் இருக்கின்றனர் என்பது அரசாங்கத்துக்குத் தெரியாதா என்ன? ஜாரவாக்கள் பல காலமாக வசித்துக்கொண்டிருக்கிறார்கள், இந்த

தடாகம் ❖ 121

நிலப்பகுதியை எங்களுக்கு ஏன் கொடுக்க வேண்டும்? யாரோ ஒருவன் வந்து என் நிலத்தில் பயிர் செய்ய ஆரம்பித்தால் நான் எதிர்த்துப் போராடாமல் இருப்பேனா? இங்கே பாருங்கள்...' சுவர் போலத் தூரத்தில் தெரியும் மரங்களைக் கிழவன் சுட்டிக் காட்டினான். 'ஜாரவாக்கள் காடுகளின் நிழல்களைப் போன்றவர்கள். மென்மையாகத் தலையசைக்கும் நெல் வயல்கள் இங்கு இருக்கின்றன' இப்போது அவர் இன்னொரு திசையைச் சுட்டிக்காட்டினார். 'இவை யாவுமே முன்பு இருண்ட வனங்களாக இருந்தவை. ஜாரவாக்கள் விவசாயம் செய்வதில்லை. வேட்டையாடுகின்றனர். தேனைச் சேகரிக்கின்றனர். எனவே... அவர்களின் காடுகள் வெட்டி யழிக்கப்படும்போது மகிழ்ச்சியை இழந்துவிடுகின்றனர். பழைய காலங்களில் அவர்கள் வில், அம்புகொண்டு எங்களைத் தாக்குவார்கள். ஒன்றிரண்டு பேர் இறந்துவிட்டார்கள். நாங்கள் எதிர்ப்புத் தெரிவித்தோம். எங்களால் இங்கே வாழ முடியாது என்று தாசில்தாரிடம் கூறினோம். ஒரு தீர்வு எட்டப்படும் வரையிலும் இங்கிருக்கும் பதினைந்து குடும்பங்களும் போர்ட் பிளேருக்கு இடம் பெயர்கிறோம். எங்களுக்குப் பாதுகாப்பு அளியுங்கள். இல்லாவிட்டால் நாங்கள் எப்படி வாழ்வது? என்று கேட்டோம்.'

கிழவர் மறுபடியும் திரும்பி 'மின்னு' என்று அழைத்து, டீ போடுகிறாயா, இல்லையா? சீக்கிரம், மகளே' என்றார்.

'அப்போதுதான் திரூர் எண் ஒன்று வனக்காவல் நிலையம் இங்கே அமைக்கப்பட்டது. குன்றின் மீதிருக்கும் அந்தச் சிறிய கட்டடத்தைப் பார்த்தீர்கள் அல்லவா? அதுதான் காவல் நிலையம். துப்பாக்கி வைத்திருக்கும் மூன்று காவலர்கள் இங்கே நியமிக்கப்பட்டிருந்தனர். இந்த இருண்ட வனங்களில் உண்மையில் அவர்களால் ஏதாவது செய்ய முடியும் என்று நினைக்கிறீர்களா? இந்த வனங்கள் முன்பு இன்னமும் அடர்ந்து இருந்தன. ஜாரவாக்கள் எங்கு இருக்கிறார்கள் என்பதை உங்களால் ஒருபோதும் கண்டுபிடிக்கவே முடியாது; அவர்கள் எங்கிருந்து எப்போது வெளிப்பட்டுத் தோன்றுவார்கள் என்று சொல்லவே முடியாது.'

'ஜாரவாக்கள் வருவது பற்றிய எச்சரிக்கை கிடைக்க வேண்டும் என்பதற்காக நாங்கள் நாய் வளர்க்க ஆரம்பித்தோம். படுமோசமான இந்தப் போலீஸ்காரர்களைவிட, நாய்கள் சிறந்தவை. நாய்களை

வைத்துக்கொள்ள வேண்டிய தேவை போலீஸ்காரர்களுக்கும் ஏற்பட்டது. இந்தச் சமயத்தில்தான் துப்பாக்கி சுடும் பயிற்சியினைப் போலீஸ்காரர்கள் எடுத்துக்கொண்டனர். ஜாரவாக்களை அச்சுறுத்துவதற்காக ஒவ்வொரு இரவிலும் மூன்று முறை சுடுவார்கள். அந்திசாயும் வேளையில் ஒரு முறையும், நள்ளிரவில் ஒரு முறையும் காற்றில் சுடுவார்கள். இத்தகைய துப்பாக்கிச் சுடுதல்கள் நன்றாகப் பலனளித்தன; ஜாரவாத் தாக்குதல்கள் குறைந்து போயின. ஆனால், அவை முற்றிலும் நின்று போய்விடவில்லை. ஒவ்வொரு இரவிலும் நாங்கள் அச்சத்தோடு இருப்போம். ஜாரவாக்கள் எப்போது தாக்குவார்கள்? எங்கிருந்து வருவார்கள்? இன்றும் நாங்கள் கவலைப்படுகிறோம். ஜாரவாக்கள் பற்றி ஒரு போதும் எதையும் உறுதியாக உங்களால் கூற முடியாது. அவர்களைப் பற்றி ஒன்றுமே உங்களுக்குத் தெரியாது.'

'ஆனால் பிள்ளை..?' உற்சாகமான பேச்சினை கிழவர் சிறிது நேரம் நிறுத்தியதைப் பயன்படுத்திக்கொண்டு ஹரிஷ் கேட்டான்.

பேருந்தில் கோபப்பட்டதைப் போல கிழவர் இப்போது கோபப்படவில்லை, அவரது குரல் ஓசை அடங்கி இருந்தது. 'பிள்ளை படுபாவி' உண்மையில் அந்த நாளில் இருந்த போலீசார் அனைவருமே...' என்று கிழவர் சொல்லிக்கொண்டிருக்கும்போதே குட்டையான தடித்த பெண் ஒருத்தி வாயை மென்றபடியே ஆரவாரத்துடன் முற்றத்தில் நுழைந்தாள். அவளைப் பார்த்ததும் கிழவரின் குரல் கம்மியது.

'இங்கதான் இருக்கீங்களா?' பான் வாடை அடிக்கும் அவளது வார்த்தைகள் கிழவர் மீது வெடித்தன. 'நேத்து ராத்திரி எங்க போனீங்க? மறுபடியும் ரோட்ல படுத்துக் கிடக்கிறீங்களா? குடிக்கிறத நிறுத்துங்கன்னு எத்தனை தடவ சொல்லியிருக்கேன்? எருமமாட்டு மேல மழை பேஞ்ச மாதிரிதான் எல்லாமும். அது சரி இவரு யாரு?'

'இது வந்து...' கிழவர் தடுமாறினார்.

'ஹரிஷ்' என்று ஹரிஷே பதில் சொன்னான்.

அந்தப் பெண் எச்சிலை வெளியே துப்பினாள். 'ஜாரவாக்கள் பற்றித் தெரிந்துகொள்ள வந்திருக்கிறார் போலிருக்கு. உங்களுக்கு

வேற வேலையே இல்ல. அவங்களால பெரிய தலைவலிதான். இந்தக் கிழவன்...', அவள் கிழவரின் பக்கமாகத் திரும்பி 'வீட்டுக்கு அடிக்கடி புதுப்புது மனுஷங்கள அழைச்சிக்கிட்டு வர்றார்... இவருக்கு டீயாவது குடுத்தீங்களா?'

'ஆமாம், மினுவை டீ போடச்சொன்னேன். போட்டிருப்பாள்' என்றான் கிழவன்.

'ஆமாம், டீ வந்துகிட்டு இருக்கும்' என்று முகத்தைச் சுழித்துக் கோணங்கி செய்து கேலியாகச் சொன்னாள். 'டீ என்ன வானத்துல இருந்து வந்தா குதிக்கும்? மினு கிட்ட சொன்னீங்களா? எப்போ? மினு, லஷ்மி வீட்டுல இருக்கா. எனக்குப் பின்னால வந்துகிட்டு இருக்கா. இந்தக் கிழவன் எதுக்கும் லாயக்கில்ல' என்று முணு முணுத்தபடி உள்ளே போனாள். 'நான் டீ போட்டுத் தர்றேன்' உள்ளே இருந்தபடி குரல் கொடுத்தாள். 'அவர் கிளம்பிடப் போறார். இருக்கச் சொல்லுங்க.'

திடீரென பலமான காற்று எங்கிருந்தோ வந்து தாக்கியதைப் போலவும், நடுக்கமுற்றவர் போலவும் கிழவர் தெரிந்தார். 'என் மனைவி. அவர் கொஞ்சம் சூடானவள், ஆனால்...' கிழவருக்கு மேற்கொண்டு என்ன சொல்வதென்றே தெரியவில்லை. 'நல்லா டீ போடுவா' என்றார்.

'பிஸ்கட்டும் எடுத்து வா'. தேவைக்கும் அதிகமான சத்தமாக அது தெரிந்தது.

'கொல்லப்பட்டபோது பிள்ளை எங்கிருந்தார் என்று உங்களுக்குத் தெரியுமா?' கிழவர் முந்தைய பேச்சுக்குத் திரும்பினார்.

'அவர் மூன்று நாள் விடுப்பில் இருந்தார். அவர் பணியில் சேரவேண்டிய நாளன்று கொல்லப்பட்டிருக்கிறார் என்று செய்தி வந்திருக்கிறது' ஹரிஷ் பதில் சொன்னான்.

'ஆமாம்', இந்த மூன்று நாளும் அவன் என்ன செய்து கொண்டிருந்தான்? யாருமே இது பற்றி உங்களுக்குச் சொல்ல மாட்டார்கள் - இரண்டு போலீஸ்காரர்களைத் துணைக்கு சேர்த்துக் கொண்டு காட்டுக்குள் வேட்டையாடப் போயிருக்கிறான்.'

'அது உங்களுக்கு எப்படித் தெரியும்?' ஹரிஷ் வியப்புடன் கேட்டான்.

‘எனக்கு எப்படித் தெரியுமா? அரே, இந்தப் போலீஸ்காரர்கள் துப்பாக்கியையும், அதிலுள்ள குண்டுகளையும் வைத்துக்கொண்டு என்ன செய்கிறார்கள் என்று நினைக்கிறீர்கள்? அவர்களுக்குப் பொழுதுபோக்கே காட்டுப்பன்றிகளையும், மான்களையும் வேட்டை யாடுவதுதான். இது எப்படி எனக்குத் தெரியும்? நான் இப்போது வயதான கிழவன். ஒரு காலத்தில் இள வயதுக்காரனாக இருந்த போது இந்தப் போலீஸ்காரர்களுடன் சேர்ந்து, ஏன் இந்தப் பிள்ளையுடன் சேர்ந்தே வேட்டையாடப் போயிருக்கிறேன்.’

அப்போதுதான் பச்சை நிற சல்வார் கம்மீஸ் அணிந்த நீண்ட தலைமுடிகொண்ட இளம்பெண் உள்ளே வந்தாள். இவர்கள் உட்கார்ந்திருப்பதைப் பார்த்து ஒரு கணம் தயங்கி நின்ற அவள் வேகமாக வீட்டுக்குள் ஓடினாள்.

‘மினு, என் பேத்தி’, கிழவன் ஒரு கணம் அவளைப் பார்த்த படி ஆசையாகச் சொன்னான். ‘நமக்கு நினைவில் இல்லாமல் போயிருக்கலாம். ஆனால் ஜாரவாக்கள் ஒருபோதும் மறந்துவிட வில்லை. பெரும்பாலான போலீஸ்காரர்கள் காடுகளுக்குள் சென்று, மான்களையும், காட்டுப்பன்றிகளையும் வேட்டையாடி வரு வார்கள். பிள்ளைக்கு இதைத் தவிர வேறெதிலும் ஆர்வம் கிடை யாது. அவன் ஜாரவாக்களின் குடிசைகளை மூன்று முறை சேதப் படுத்தியிருக்கிறான் என்று நாங்கள் கேள்விப்பட்டிருந்தோம். அவன் அதை விரும்பிச் செய்ததுடன், அது பற்றி மற்றவர்களிடம் பெருமையாகவும் பேசிக்கொள்வான். பல மாதங்களுக்கு முன்பு, காற்றில் துப்பாக்கிச் சூடு நடத்தி ஜாரவாப் பெண் ஒருத்தியை வளைத்திருக்கிறான். கூட இருந்தவர்கள் பயந்து ஓடிவிட்டனர். உங்களால் இதனை நம்ப முடிகிறதா?’ கிழவர் தலையைத் திருப்பி வெறுப்பில் காரி உமிழ்ந்தார். ‘அந்தப் பெண்ணைத் தன் இச்சைக்கு இரையாக்கிவிட்டு ஆண்மையைப் பறைசாற்றித் திரிந்திருக்கிறான். பிள்ளையை மட்டும்தான் ஜாரவாக்கள் அப்படிக் கொடூரமாகக் கொன்றிருக்கிறார்கள். அவனோடு போயிருந்த மற்றவர்களை எதுவுமே செய்யவில்லை. இது வினோதமாக இல்லையா? ஜார வாக்கள் எதையும் மறப்பதில்லை’, அவர் திரும்பவும் சொன்னார். பிள்ளையை அவர்கள் எப்படிப் பிடித்தார்களோ எனக்குத் தெரி யாது, யாருக்குமே தெரியாது, யாரும் தெரிந்துகொள்ளவும் முடி யாது. அவனை எப்படியோ பிடித்துவிட்டார்கள்; அவனுடைய

உடலில் அம்பு துளைத்த அடையாளம் இல்லை. கொடூரமாகக் கொலை செய்திருக்கிறார்கள். அந்தச் சடலத்தைப் பார்ப்பதற்குக் கஷ்டமாக இருந்தது. தோள்பட்டையோடு கைகளை வெட்டி எடுத்து விட்டிருந்தார்கள். கிராமத்தின் வெளிப்புற எல்லையில் துப்பாக்கியோடு சேர்த்து அவனது உடலைத் தூக்கிப் போட்டு விட்டார்கள். கிழவரின் குரலும், உடல்மொழியும் மாற்றம் காண ஆரம்பித்தன. 'ஜாரவாக்களுடன் ஒருபோதும் நண்பர்களாகிவிட முடியாது. ஆனால் நாம் அவர்களுக்கு எதிரிகளாக இருக்க வேண்டியதில்லை. அவர்களுடைய நிலங்களைப் பறித்துக்கொண் டோம், அவர்களைத் தொந்தரவு செய்யாமல் இருக்கும் வரையிலும் எது நடந்தாலும் அதனை அவர்கள் ஏற்றுக்கொள்கிறார்கள். படுமோசமான இந்த போலீஸ்காரர்கள்தாம் இதற்குக் காரணம். வனவாசிகளிடமிருந்து எங்களைப் பாதுகாப்பதற்காகவே அவர்கள் துப்பாக்கியை வைத்திருந்தார்கள். ஆனாலும், எங்களுக்குத் தொந் தரவு தருவதற்காகவே அவர்கள் அதிகம் செயல்பட்டார்கள்.'

மிகுந்த வெட்கத்துடன் மினு, வெளியே வந்தாள். கண்ணாடிக் குவளைகளில் தேநீரும், சிறிய தட்டில் குளுக்கோஸ் பிஸ்கட்டு களும்கொண்டுவந்தாள்.

வந்திருப்பவரை 'ஹரிஷ் பாபு' என்று கிழவர் பேத்திக்கு அறிமுகம் செய்தார். 'வணக்கம் சொல்லு'.

வணக்கம் சொல்லிவிட்டு இருவரும் சற்று நேரம் அமைதியாக இருந்தனர். பிஸ்கட்டுகளைக் கடித்து, டீயைக் குடித்தனர்.

கிழவருக்கு யோசனை தோன்றியது. 'வனக்காவல் முகாமில் இருக்கும் போலீஸ்காரர்களைச் சந்தியுங்கள். அவர்கள் என்ன சொல்கிறார்கள் என்பதைத் தெரிந்து கொள்ளுங்கள்' என்றார்.

டீயும் பிஸ்கட்டும் முடிந்துவிட்டன. கிழவரின் அனுமதி பெற்று வீட்டுக்குள் ஹரிஷ் சென்றான். சமையலறையை எட்டிப் பார்த் தான். மினுவுக்குத் தலை பின்னியபடி கிழவி அடுப்பின் அருகே உட்கார்ந்திருந்தாள். வனவாசிகளின் வாழ்க்கைக்கும், நாகரிக வாழ்க்கைக்கும் இடைப்பட்ட வாழ்வின் அமைதி இந்தக் காடு களின் விளிம்பில் இருக்கிறது. இதைப் பற்றித்தான் ஹரிஷ் புரிந்துகொள்ள முயற்சி செய்துகொண்டிருக்கிறான். காடுகளின் விளிம்பில் அமைந்திருக்கும் போலீஸ் முகாமுக்குப் புறப்படும்

முன்பாக, இங்கு சிறிது காலம் வாழ விரும்புவேன் என்று தனக்குத் தானே அவன் நினைத்துக்கொண்டான்.

கிழவரின் தர்க்கம் நம்பக்கூடியதாக இருந்தது, ஆனால் இவரை எவ்வளவு தூரத்துக்கு நம்ப முடியும்? ஹரிஷைத் திரூருக்கு அழைத்து வந்த பத்திரிகைச் செய்தி, பிள்ளையின் சாவுக்கு ஜாரவாக்கள்தான் காரணம் என்பதைச் சந்தேகத்துக்கிடமின்றி உறுதிப்படுத்திவிட்டது, இதற்கான பொறுப்பு எதிர் முகாமின் மீது முழுவதுமாகச் சுமத்தப்பட்டிருக்கிறது.

உட்டாராவில் அவன் பார்த்ததை விடவும் நேரெதிரான நிலையில் திரூரின் நிலவரம் இருந்தது. குறைவான எண்ணிக்கையில் இருக்கும் குடியேற்றவாசிகள், சாலைகள் இல்லாத நிலை, அடர்ந்த காடுகள்... திரூரின் இந்தச் சமநிலை ஜாரவாக்களுக்குச் சாதகமாக இருக்கிறது, உட்டாராவில் ஜாரவாக்களுக்கு எதிராக அது இருக் கிறது. ஜாரவாக்களின் பக்கத்தில் என்ன நியாயம் இருக்கிறது என்பது ஒருபோதும் தெரியப் போவதில்லை. ஆனாலும், ஹரிஷ் யூகித்தறியக் கூடியதாக சில விஷயங்கள் இருக்கத்தான் போகின்றன.

'ஓய், எங்கே போகிறீர்?' கரடுமுரடான உரத்த குரல் அவனை இடைமறித்து ஒலித்தது. அவன் முன்னோக்கிப் பார்த்தான். அவனிடமிருந்து நூறு அடி தொலைவில் ஒரு காவலன் காக்கிச் சட்டையுடன் நின்றுகொண்டிருந்தான். அவனது தலை வழுக்கை யாக இருந்தது. வீரப்பனைப் போலக் கைப்பிடி மீசை வைத் திருந்தான். 'அங்கேயே நில்லுங்கள். உங்களுக்கு என்ன வேண்டும்?' முரட்டுத்தனமாகக் கேட்டான்.

'நான் ஓர் ஆராய்ச்சியாளன்,' 'பிள்ளைக்கு என்ன நடந்தது என்பதைத் தெரிந்துகொள்ள விரும்புகிறேன்' என்றான் ஹரிஷ்.

'அதெல்லாம் உங்களுக்கு அவசியமில்லை, உங்களை இங்கு அனுப்பியது யார்?' போலீஸ்காரன் குரைத்தான்

ஹரிஷ் பயந்துவிட்டான். முன்நெற்றியில் வியர்த்தது. தன்னை அமைதிப்படுத்திக் கொள்ள நினைத்தான். 'யா... யா... யாருமில்லை' ஹரிஷ் தெளிவற்றுப் பேசினான். 'அந்தமான்காடுகளைப்பற்றி ஆராய்ச்சி செய்துகொண்டிருக்கிறேன். விவரங்கள் சேகரிப்பதற்காக வந்திருக்கிறேன்.' அந்த போலீஸ்காரன் அதனை நம்பத் தயாராக

இல்லை. 'அப்புறம் ஏன் பிள்ளையைப் பற்றிப் பேசினீர்?' என்று திருப்பிக் கேட்டான்.

'பிள்ளையை விட்டுவிடலாம், கொஞ்சம் தண்ணீர் தர முடியுமா?' ஹரிஷ் அடக்கமாகப் பேசிப் பார்த்தான். ஏற்பட்டுவிட்ட பாதிப்பைச் சீர் செய்ய முயன்றான். காவல் முகாமை நோக்கி நடக்க ஆரம்பித்தான்.

'அங்கேயே நில்', என்று போலீஸ்காரன் உரக்கக் கத்தினான். தண்ணீர் வேண்டுமென்றால் அதோ அங்கிருக்கும் வீடுகளுக்குப் போய்க் கேளுங்கள். தொந்தரவு செய்ய வேண்டாம். எங்களுக்கு நிறைய வேலைகள் இருக்கின்றன.'

'இங்கே பாருங்கள்', குடிப்பதற்குத் தண்ணீர்தான் நான் கேட்கிறேன். உங்கள் முகாமில் தண்ணீரே இல்லையா?' ஹரிஷ் உறுதியுடன் கேட்டான்.

'பெரிய புத்திசாலி போல நடந்துகொள்ள வேண்டாம்', போலீஸ்காரன் தடிப்பாகப் பேச ஆரம்பித்தான். அவனது உரத்தக் குரலைக் கேட்டு வேறு சில போலீஸ்காரர்களும் கட்டடத்திலிருந்து வெளியே வந்தனர்.

அவர்களில் லுங்கி கட்டியிருந்த ஒருவன் ஹரிஷிடம், 'உங்களுக்கு என்ன வேண்டும்?' அமைதியாக அளவான குரலில் கேட்டான். 'திரும்பிப் போகுமாறு சொன்ன பிறகும் ஏன் இங்கே வருகிறீர்கள்? இங்கே நீங்கள் வரக்கூடாது!'

'நான் குடிப்பதற்குத் தண்ணீர்தான் கேட்டேன். உங்கள் முகாமில் தண்ணீரே இல்லையா?', ஹரிஷ் வளைந்து கொடுக்கத் தயாராக இல்லை.

'நீங்கள் இங்கே வரக் கூடாது', லுங்கி கட்டியிருந்தவன் திரும்பவும் உறுதியாகச் சொன்னான். திரும்பிப் போங்கள் இல்லாவிட்டால்...'

'இல்லாவிட்டால்... என்ன இல்லாவிட்டால்..? என்னை அச்சுறுத்துகிறீர்களா?' தனக்குள் ஆத்திரம் அதிகரிப்பதை ஹரிஷ் உணர்ந்தான்.

‘விதண்டாவாதம் பேசுவதை நிறுத்துங்கள்’ முதல் போலீஸ்காரன் துப்பாக்கியை உயர்த்தி ஹரிஷுக்கு நேராக நீட்டினான். ‘நான் நிதானத்தை இழப்பதற்குள் திரும்பிப் போய்விடு’

‘நீ என்ன சுடப் போகிறாயா? சுடு, பிறகு எதற்குப் பயப்படுகிறாய்?’ ஹரிஷ் அவனிடம் நேரடியாகப் பாய்ந்தான். ‘நீங்கள் எதை மறைக்க நினைக்கிறீர்கள்? காட்டுப் பன்றிகளை வேட்டையாடவில்லையா? அவன் உணர்ச்சி ததும்ப வீரியத்துடன் கேட்டான். போலீஸ்கார் முகங்களில் அச்சம் தெரிந்தது. ஆனால், ஹரிஷ் நிறுத்தவில்லை. ‘நான் உங்களிடம் பண்புடன் நடந்து கொண்டிருக்கிறேன், நீங்கள் துப்பாக்கியை நீட்டுவீர்களா? நான் என்ன திரூரில் வசிக்கும் கிராமத்து ஆளா, உங்களைக் கண்டு பயப்படுவதற்கு? நீங்கள் நினைத்தபடி எல்லாம் நடந்து கொள்ளலாம் என்றா நினைக்கிறீர்கள்? இது என்ன உங்கள் வீட்டுச் சொத்தா? கொஞ்சம் பொறுத்திருந்து பாருங்கள்’. போலீஸ்காரனிடம் தான் காட்டிய பகட்டுத்தனத்தை நினைத்து மகிழ்ந்தபடியே திரும்பி நடந்த ஹரிஷ், ஏதோ நோக்கத்தோடு திரும்பிப் போகிறவனைப் போல நடந்தான்.

அவன் திரும்பி வந்துகொண்டிருக்கும்போது, ராம் கிருஷ்ணாவின் வீட்டருகில் சிறு கூட்டம் நிற்பதைக் கண்டான். அவர்களை நோக்கி அவன் வந்துகொண்டிருந்த சமயத்தில் அவர்களின் பார்வை அவன் வரும் திசையை நோக்கி இருந்தது. தான் கிளப்பி விட்டிருக்கும் கொந்தளிப்பு பற்றிய சிந்தனையுடன், அடுத்து என்ன நடக்கும் என்றே தெரியாத நிலையில் ராம் கிருஷ்ணாவின் வீட்டை நெருங்கி மெதுவாக நடந்தான். இந்தச் சிறிய கூட்டத்தில் குறைந்தபட்சம் ஒருவரையாவது தனக்குத் தெரிந்திருக்கும் என்பது அவனுக்கு ஆறுதலாக இருந்தது. கொஞ்ச நேரத்துக்கு முன்பாக தன்னுடன் தேநீர் அருந்திய அந்தக் கிழவர்தான் அவர். ஹரிஷ் நெருங்கி வந்த போது கூட்டத்திலிருந்த இரண்டு பெண்கள் திடீரென வீட்டுக்குள் சென்று மறைந்துகொண்டனர்; மூன்று ஆண்கள் மட்டுமே அங்கு இருந்தனர்.

கிழவன் ராம் கிருஷ்ணாவுக்கு ஹரிஷை அறிமுகம் செய்து வைத்தான்.

அழுக்கான வேட்டி, அலட்சியமாக இடது தோளில் குறுக்காகப் போடப்பட்டிருக்கும் துண்டு. ராம் கிருஷ்ணா கைகளை ஒன்றிணைத்து 'நமஸ்தே' என்றார். லேசான புன்னகையுடன் ஹரிஷும் பதிலுக்கு 'நமஸ்தே' என்றான். மண்ணின் மைந்தனைப் போல ராம் கிருஷ்ணா தெரிந்தார். அவருக்கு வயது நாற்பத்தைந்தோ சற்றுக் கூடுதலாகவோ இருக்கலாம் என்று ஹரிஷ் யூகித்துக்கொண்டான்.

'இவர்களுக்கு என்ன வந்தது?' இவர்கள் எப்போதுமே இப்படித்தான் நடந்துகொள்வார்களா?', துப்பாக்கி ஏந்திய மீசைக்காரப் போலீஸ்காரன் தன்னைக் குறி வைத்தபடி இன்னமும் அங்கேயேதான் நின்றுகொண்டிருப்பான் என்ற அரைகுறையான எதிர்பார்ப்புடன் திரும்பிப் பார்த்துக்கொண்டே கேட்டான். 'அவன் இதையேதான் எப்போதும் செய்வான்'. ராம் கிருஷ்ணா பேச ஆரம்பித்தார். வேகமாக அவர் பக்கமாகத் திரும்பினான் ஹரிஷ். அந்தப் போலீஸ்காரன் அங்கேயே நின்றிருந்தான். ராம் கிருஷ்ணா பேச ஆரம்பித்ததும் ஹரிஷ் வேகமாகத் திரும்பினான். 'இந்தப் போலீஸ்காரர்கள் ராஜாக்களைப் போல நடந்து கொள்கிறார்கள். உங்களை ஏன் நெருங்க விடாமல் செய்தார்கள் தெரியுமா? நேற்றிரவு வேட்டையாடிக்கொண்டு வந்த காட்டுப் பன்றிகளை வெட்டும் வேலையில் ஈடுபட்டிருப்பார்கள், அதனால்தான்.' என்றார் ராம் கிருஷ்ணா.

'இது வெளிப்படையான ரகசியம். நேற்றிரவு ராம்லாலும் இவர்களுடன் போனான் என்பது எனக்குத் தெரியும்.' ஹரிஷின் அதிர்ச்சி மிகுந்த பதிலுக்கான எதிர்வினையாக ராம் கிருஷ்ணா தொடர்ந்தார்.

'ராம்லால் யார்?' ஹரிஷ் கேட்டான்.

'ராம்லால், ஓ!, பக்கத்தில் நின்றுகொண்டிருந்த ஒருவனின் தோளில் ராம்கிருஷ்ணா கையை வைத்தார், 'என் சின்னத்தம்பி' ஹரிஷ் அவனிடம் வாழ்த்துகளைப் பரிமாறிக்கொண்டான்.

'இங்கே பாருங்கள்' மூத்த சகோதரர் தொடர்ந்தார்... 'காடுகளை நன்றாகத் தெரிந்து வைத்திருந்த ஒரே போலீஸ்காரன் பிள்ளை மட்டும்தான். மற்றவர்கள் தீவுக்குப் புதியவர்கள். பெரிய மீசை

வைத்திருக்கும் அந்தப் போலீஸ்காரன் பெரிய கோழை. ஆயுதம் இல்லாமல் வெளியில் வர மாட்டான்.'

'நீங்கள் ஏன் வேட்டைக்குப் போகிறீர்கள்?' ராம்லாலை நோக்கி ஹரிஷ் கேட்டான். 'அது ஆபத்தானதில்லையா?, நீங்கள் பிரச்சினையில் சிக்கிக்கொள்ளக் கூடுமே?'

ராம்லால் குற்ற உணர்ச்சியோடு மெலிதாகப் புன்னகைத்தான். 'போலீஸ்காரர்களுடன் போகும்போது என்ன பிரச்சினை வந்து விடும்? உண்மையான ஒரே பயம் ஜாரவாக்கள்தாம், ஆனாலும் அதிலும் பிள்ளை போன்ற மனிதர்களுக்குத்தான் ஆபத்து அதிகம்.'

'ஏன்? பிள்ளை என்ன செய்தார்?'

இந்தக் கேள்வியை முன்கூட்டியே அறிந்தவன் போல ராம்லால் பேசினான். 'நான் காட்டுக்குள் போகும்போது அங்கே மான்களும், காட்டுப் பன்றிகளும்தான் எனது இலக்கு. ஒருபோதும் நான் ஜாரவாக்களின் குடியிருப்புகளுக்கு அருகில் போனதே இல்லை. பிள்ளை வேறு மாதிரி. ஜாரவாக்கள் எதையுமே மறந்து விட மாட்டார்கள். தங்களுக்குக் கிடைத்த முதல் வாய்ப்பிலேயே அவனைப் பிடித்து விட்டார்கள்.'

'நான்தான் சொன்னேனே' அதுவரை அமைதியாக நின்றிந்த கிழவர் இப்போது குறுக்கிட்டார். 'பிள்ளைக்கு அது தேவைதான் என்று நினைக்கிறேன்.'

'ஜாரவாக்கள் கொலைகாரர்கள், கொடூரமானவர்கள் என்றெல் லாம் வரக்கூடிய பத்திரிகைச் செய்திகள் எல்லாம் எப்படி?' ராம் கிருஷ்ணாவை நோக்கி ஹரிஷ் கேள்வி எழுப்பினான்.

அதற்குப் படாரென பதில் வந்தது. 'அந்தப் பத்திரிகைகளை ஜாரவாக்களா வெளியிடுகிறார்கள்? சொல்லுங்கள். அவர்களிடம் யார் போய் கேட்கிறார்கள்?'

9

கடைசி நம்பிக்கை

கூர்ந்து ஆராயும் ஹரிஷ் மாலையில் நிறுவனத்துக்குத் திரும்பியபோது நினைத்துநினைத்து ஏங்கக்கூடிய தன்மைகொண்ட சீமாவைச் சந்தித்தான். திரூரின் நேரடி அனுபவக் கதையை அறிவதற்கு அவள் ஆர்வம்கொண்டிருப்பாள் என்று நினைத்தான். ஆனால், சீமாவோ அமித்தால் தூண்டப்பட்ட ஏக்கத்தில் மூழ்கிக் கிடந்தாள். ஹரிஷ் திரும்பி வந்தபோது, சீமாவை மாமா கேலி செய்துகொண்டிருந்த அமர்வில் கலந்துகொண்டான். கொஞ்ச நேரமாக அது நடந்துகொண்டிருந்தது.

தொடர்ச்சியாகப் பல வாரங்களுக்கு அமித்திடமிருந்து வந்து கொண்டிருந்த கடிதங்கள் சீமாவை ஏக்கம் கொள்ள வைத்திருக் கின்றன; எதுவுமே தன்னுடன் தொடர்ந்து வருவதில்லையே என்ற நினைவில் கலக்கமுற்று, வருத்தம் அடைந்திருந்தாள். கடிதம் வந்து கொண்டிருப்பதாக முதலிலும், எங்கோ ஓரிடத்தில் கடிதம் சிக்கிக் கொண்டிருக்கலாம் என்று பிறகும், அமித் சில நாட்கள் தாமதமாக எழுதியிருப்பானோ என்றும் அவள் நினைத்துக்கொண்டிருந்தாள். ஐந்து வாரங்கள் காத்திருந்த போதிலும், கடிதம் வரவில்லை.

இயல்பாக இருப்பதைப் போல நடிக்க முயன்று, கடைசியில் கட்டுப்பாட்டை இழந்துவிடும்போது, இரங்கத்தக்கவளாகத் தான் இருப்பதை அவள் அறிகிறாள். பேச மறுத்து அழுதுகொண்டிருக்கும் சீமாவுக்கு ஆறுதல் கூறிப் பேச பேம் மாமா முயன்றார்.

கடைசியில் மாமா தனக்குரிய பணியைச் செய்யத் தொடங்கி யிருந்தார். ‘இங்கே பார் சீமா, மன அமைதியைக் கெடுத்துக் கொள்ளாதே’ ஹரிஷ் வந்தபோது அவளிடம் இதை சொல்லிக் கொண்டிருந்தார். அவர் ஹரிஷிடம் திரும்பி ‘ஹரிஷ், சீமா இப்படி மனத்தளர்வுற்று இருப்பதற்கு ஏதாவது காரணம் உண்டா?’ என்றார்.

தரையில் அமர்ந்திருந்த சீமாவை நோக்கித் திரும்பினார். 'அவன் உன்னைக் கைவிட்டுப் போய்விடவில்லை. போய்விட்டானா என்ன? கடிதம்தானே. அது வந்துகொண்டிருக்கும். எங்கோ ஓரிடத்தில் அது சிக்கிகொண்டிருக்கலாம்.' அவர் தொடர்ந்தார், 'நீ அதிர்ஷ்டசாலி. கடந்த நான்கு மாதங்களில் உனக்கு எத்தனை கடிதங்கள் வந்தன? நாலா ஆறா?

'எட்டு' என்றாள் சீமா மென்மையாக. மாமாவின் கூர்மையான கண்களிலிருந்து தப்ப முடியாது என்ற குற்ற உணர்வோடு, வெகுளியாகப் பேசினாள்.

'எட்டு' மிகைப்படுத்தப்பட்ட எதிர்வினையாக அவர் கைகளை உயர்த்தினார்.

'நாலு மாதத்தில் எட்டுக் கடிதங்கள் வந்திருக்கின்றன. அப்படியும் நீ குறை சொல்லுகிறாய்.' சீமா தன் பார்வையை மேலே உயர்த்தினாள்.

'எனக்குக் கல்யாணமாகி முப்பத்தைந்து வருஷமாகுது. இவ்வளவு வருஷத்தையும் சேர்த்துப் பார்த்தாலும் எனக்கு இத்தனை கடிதங்கள் வந்ததில்லை. அதனால், அந்தக் கிழவியை நான் கைவிட்டதாக அர்த்தமில்லை', அவர் கண் சிமிட்டியபடி முணுமுணுத்தார். 'அப்படியே கைவிட்டாலும் வேறு யாராவது ஒரு கிழவனை அவள் கண்டுபிடித்துவிடுவாள்'.

'பெண்களால் அப்படி இருக்க முடியாது மாமா.' கடைசியில் அவள் பேசினாள். கொஞ்சம் இடைவெளிவிட்டு, மாமாவைக் கேலி செய்யும் விதத்தில் 'உங்களைப் போன்ற கிழவர்களிடம் என்ன வசீகரத்தை அத்தையால் காண முடியும்? என்ன சொல்றீங்க?' என்று கேட்டுவிட்டு ஹரிஷின் பக்கமாகத் திரும்பிச் சிரித்தாள்.

'நிச்சயமாக, இதை நாம் கண்டுபிடித்துத்தான் ஆக வேண்டும்' என்று பேம் மாமா பதில் கூறினார்.

நகரத்திலிருந்து டேவிட் திரும்பி வந்திருந்தான். வெற்றிக் களிப்பில் அவன் மிதந்துகொண்டிருந்தான். 'கிடைத்துவிட்டது!'

என்று மகிழ்ச்சியுடன் சொன்னபடி, கத்தையாகக் காகிதங்களை மேசை மீது போட்டுக் கூச்சலிட்டான்.

தெற்கு அந்தமான், மத்திய அந்தமான் தீவுகளின் மேற்குக் கடற் கரை ஓரமாக முதலைகளைக் கணக்கெடுக்க அவன் விரும்பினான். இப்போது அனுமதி கிடைத்திருக்கிறது. அந்தக் கடலோரப் பகுதியை ஜாரவாக் கடற்கரை என்று டேவிட் சொல்வான். இந்தத் தீவு களில் ஆறு வருடங்களாக முதலைக் கணக்கெடுப்புகள் செய்து வருகிறான். ஆனாலும், அந்தப் பகுதிகளுக்கு அவன் சென்றதே இல்லை. அதிகம் தொந்தரவுக்கு உள்ளாகாத பழங்குடிகளில் ஒரு பிரிவினர் இங்கு வாழ்ந்து வருகின்றனர் என்று அவன் நம்பிக் கொண்டிருந்தான்; மிகவும் ஆரோக்கியமான, சிறந்த வகை முதலைக் கூட்டங்களை ஜாரவாக் கடற்கரை நெடுகக் காணமுடியும்.

இந்தக் கணக்கெடுப்புப் பயணம் நீண்டகாலமாகத் திட்டமிடப் பட்டு வந்தது. பொதுவாக அமைதியாக இருக்கக் கூடிய டேவிட் சில சமயங்களில் அமைதியிழப்பான். அவனுக்கு அனுமதி தர வேண்டிய அலுவலகக் கோப்பு, கடைநிலை அலுவலரிடம் தங்கிக் கிடந்தது. அந்த அலுவலருக்கு லஞ்சம் வாங்குபவர் என்ற நற்கீர்த்தி இருந்தது. அவனிடம் மோதுவது என்று டேவிட் கடைசியில் முடிவெடுத்து விட்டான்.

'ஆனால்... போனால்... என்று இதற்கு மேலும் சொல்லாதீர்கள் சார்' டேவிட் பிரகடனப்படுத்தினான். 'இந்தத் தீவுகளில் பத்து ஆண்டுகளாக இருக்கிறேன். அனுமதி கேட்கும் என் வேண்டுகோள் எப்போதும் சரியாகவே இருக்கும். இதற்கு முன்பு இப்படியான தொந்தரவுகளைச் சந்தித்ததே இல்லை. நீங்கள் எனக்குத் தொல்லை கொடுத்து வருகிறீர்கள்' என்று சொன்ன டேவிட், 'இன்று மாலைக்குள் என் கோப்பு நகராவிட்டால்...', என்று இடைவெளி விட்டான். அவன் குரலில் அச்சுறுத்தும் தொனி தென்பட்டது. 'உமக்குப் பாடம் கற்பிக்கப்படும்.' அந்த அலுவலரின் முகத்தில் என்ன மாறுபாடு தெரிகிறது என்பதைப் பார்ப்பதற்காகக் காத் திராமல் திரும்பிச் செல்ல ஆரம்பித்தான்.

அந்தக் கோப்பு அன்று மாலையே நகர ஆரம்பித்தது. சதுர் வேதியின் அலுவலகத்துக்கு அது வந்துசேர்ந்துவிட்டது. ஒரு

நாள் கழித்து டேவிட்டின் கரங்களில் அனுமதிக்கடிதம் இருந்தது. மூன்றே நாளில் யாவும் நடந்துவிட்டன.

நிச்சயமாகத் தன்னுடன் களப்பணிக்கு ஹரிஷ் வருவான் என்று டேவிட் யூகித்திருந்தான். நானும் வரலாமா என்று சீமா கேட்டாள்.

பயணத்தை டேவிட் திட்டமிட்டான். நிறுவனத்தின் நாட்டுப் படகில் வடக்கு நோக்கி இண்டர்வியூதீவுகள் வரை பயணம் செய்து, ஆஸ்டின் நீர்ச் சந்தி வழியாக மாயாபுந்தரை அடைவதாகத் திட்டம். இதற்குப் பத்து நாட்கள் ஆகிவிடும்.

'நாள் முழுவதும் நாம் தண்ணீரின் மேலே இருக்கப்போகி றோம்' என்று டேவிட் சொன்னான், இந்தக் காலம் முழுவதும் படகுதான் வீடு. ஒரு வாரத்தில் நாம் புறப்பட வேண்டும்.'

இவை சீமாவுக்கு உற்சாகமளித்தன, ஆனால் அவள் முகத்தில் சில சந்தேகங்கள் தெளிவாகத் தென்பட்டன.

'ஆமாம் சீமா. படகுதான் நம்முடைய வீடு, கவலைப்படாதே நம்மால் சமாளிக்க முடியும். இந்தப் பயணம் கேளிக்கை மிகுந்தது.'

'நிச்சயமாக' என்றாள் சீமா. மனதுக்குள் சந்தேகம் இருந்த போதிலும், 'நான் அதனை எதிர்பார்த்துக் காத்திருக்கிறேன்' என்றாள்.

ஹரிஷுக்கு முதலைகள் பற்றி ஆர்வம் ஏதுமில்லை. அவனுக்கு உற்சாகம் தருவது, ஜாரவாக் காப்புக்காடுகளின் மேற்கு விளிம்பில் சில நாட்களைச் செலவிடப் போகிறோம் என்கிற உண்மைதான். ஜாரவாக்களின் பிரதேசத்துக்கு செயற்கையான கிழக்கு எல்லைக் கோடாகச் சாலை அமைந்திருக்கிறது. ஆனால் மேற்கு எல்லைப் புறமோ இயற்கை உருவாக்கி இருப்பது. இந்தக் கடற்கரையோர மாக ஜாரவாக்கள் அவர்களுக்கு விருப்பமான வாழ்க்கையை வெளி உலகத் தலையீடு இல்லாமல் வாழ்ந்து வருகிறார்கள் என்று ஹரிஷ் யூகித்தான்.

'அது இருக்கட்டும், முதலைக் கணக்கெடுப்பு எப்படி இருக்கும்?' சீமா எதேச்சையாகக் கேட்டாள்.

டேவிட் கண்களில் பளபளப்பு தெரிந்தது. 'விரைவில் பார்க்கத் தானே போகிறாய். நம்மிடமிருக்கும் காற்று மிதவை, அதன் ஓபிஎம் ஆகியவற்றைப் பரிசோதித்துப் பார்க்க வேண்டும். நாம் மேற்கொள்வது நீண்ட நெடிய பயணம். குறுகலான சிற்றோடைகளில் பெரிய படகைத் திருப்ப முடியாது. மாமா, நாம் இப்போது படகை ஓட்டிப் பரிசோதித்துப் பார்க்கலாமா?'

'சரி டேவிட், ஒன்றும் பிரச்சினையில்லை'

'ஓபிஎம் என்று சொன்னயே, அது என்ன?' ஹரிஷ் கேட்டான்.

'ஓ, இது படகின் வெளிப்புற மோட்டார் - அதுதான் படகினை இயக்குகிறது', டேவிட்டின் பேச்சு உயிர்த்துடிப்புள்ளதாக மாறியது. 'எல்லோரும் தயாராகுங்கள் நாம் விரைவுப் பயணம் போய் வரலாம்.'

அனுமதி கிடைத்திருப்பதால் உண்டான மகிழ்ச்சியும், கணக் கெடுப்பு பற்றி டேவிட்டுக்கு இருந்த குழந்தையைப் போன்ற ஆர்வமும் எல்லோரையும் பற்றிக்கொண்டது. டேவிட், ஹரிஷ், சீமா மூவரையும் பேம் மாமாவும், அவரது உறவினர் போபாவும் சதுப்புக்காடுகளின் ஊடாகப் படகுக்கு அழைத்துச் சென்றனர்.

சதுப்புநிலக்காடுகளுக்குரிய பளபளக்கும் மெழுகுப்பச்சை நிறத்திலிருந்த சிற்றோடை உயிரோட்டத்துடன் இருந்தது. மெல்லிய தென்றலில் சிற்றலைகள் நகர்ந்தன. வானத்தின் நீலம் நீரில் தெரிந்தது. படகின் வேகத்தை மாமா கூட்டினார். சிற்றோடையில் அசைவற்று இருந்த நீரின் மீது பறப்பது போல படகு விரைந்து சென்றது. சிறிது தொலைவு சென்றவுடன் சிற்றோடை இரண்டாகப் பிரிந்தது. பயணப் பாதை நீண்டுகொண்டே சென்றது.

படகின் முன்பக்க முனையில் டேவிட் அமர்ந்திருந்தான். தலையிலிருந்த தொப்பி பறந்து விடாதபடி எடுத்துக் கீழே வைத்தான். படகு போய்க்கொண்டிருக்கும் போதே கரையை ஆராய்ந்தான். சதுப்புக்காடுகளின் பசுமையைப் பார்த்து வியந்தபடி ஹரிஷ் பின்புறம் அமர்ந்திருந்தான். படகு வேகமாக போய்க்கொண்டிருக்கும் போதே அங்கு முதலைகள் இருப்பதை டேவிட்டால் எப்படி கண்டுபிடிக்க முடிகிறது என்று வியந்தபடி இருந்தான் ஹரிஷ்.

மறுகரையிலிருந்து பனி நிற நாரை ஒன்று பறந்து வந்தது. சிறிய மீன் கொத்திப்பறவை எதிர்த் திசையில் பறப்பதற்காக மரத்தி லிருந்து எழுந்தபோது அதன் முதுகில் நீல நிறம் ஒளிவிட்டது.

ஹரிஷ் திரும்பி அதனைப் பார்த்தான். படகின் பின்பகுதியில் மாமாவுடன் அமர்ந்திருந்த சீமாவை நோக்கி அவன் கண்கள் ஈர்க்கப்பட்டன. அவளது தலைக்குப் பின்னால் காற்றில் பறந்த, இச்சை கொள்ளத் தூண்டும் கறுத்த கூந்தலை வாரி ஒன்றாக்கினாள். அவள் கண்கள் மூடிக்கொண்டன. அவள் உடலெங்கும் மகிழ்ச்சி பரவியது.

விரைவாகச் சென்றபோது மாமாவின் முகத்தில் நுண்ணிய நீர்த்துளிகள் பட்டுத் தெறித்தன. ஹரிஷ், சீமாவின் முகங்களிலும் அவை பட்டன. சங்கடத்துடன் சிரித்துக்கொண்டே, பேம் மாமா என்ன செய்கிறார் என்று கண்களைத் திருப்பினான்.

இடப் பக்கமாக மாமா அமர்ந்திருந்தார். சுக்கானும், ஆக்ஸல ரேட்டரும் அவர் வலக்கையில் இருந்தன. அவருடைய மணிக்கட்டு மெதுவாகச் சுழன்றது. படகின் வேகம் குறைவதை ஹரிஷால் உணர முடிந்தது. டேவிட் முன்னால் பார்த்தபடியே இருந்தான். அவனது வலக் கரம் மெதுவாகக் கடிகார முள்ளின் திசையில் நகர்ந்தது. படகின் வேகம் அதிகரித்தது. சுழன்று திரும்பி அவர்கள் வந்த திசையிலேயே அது திரும்பிச் சென்றது. இந்தச் சமயத்தில் பின்னாலிருக்கும் மாமாவை டேவிட் ஒரு முறைகூட பார்க்கவே இல்லை - இருவருக்கும் இடையில் மெருகேறிய பரிபாஷை தான் செயல்பட்டுக்கொண்டிருந்தது.

குறும்புத்தனமான புன்னகையுடன் மற்ற இருவரையும் நோக்கி டேவிட் திரும்பினான். 'ஆக..' அவன் தலையை அசைத்து வினவினான். 'முதலைகளைக் கணக்கெடுப்பது, வேடிக்கையாகவும், விரைவானதாகவும் இருக்கிறது இல்லையா? யாரை நோக்கியும் இல்லாமல் தனக்குத் தானே பேசிக்கொண்டான். படகு நன்றாக வேலை செய்கிறது. நாம் இன்றிரவு திரும்பவும் வரலாம்.'

'இன்றிரவேவா?' சீமாவும் ஹரிஷும் ஒன்றாகக் கேட்டார்கள்.

'ஆனால் டேவிட்', சீமா சந்தேகத்துடன் கேட்டாள். 'இரவு நேரத்தில் என்ன விதமான கணக்கெடுப்பைச் செய்வீர்கள்? இருட்டில் உங்களுக்கு என்ன புலப்படும்?'

'பார்க்கத்தானே போகிறீர்கள்', டேவிட் எதையும் வெளிப்படுத்தும் நோக்கமில்லாதவனாக இருந்தான். இரவு என்ன நடக்கும் என்பது பற்றிய துப்பு கிடைக்காமலும், புதிரான வாய்ப்பினைத் தவறவிடப் போகிறோமோ என்பது பற்றி ஏதும் தெரியாமலும் சீமா இருந்தாள்.

இரவு உணவுக்குப் பிறகு, சதுப்பு நிலக்காடுகளின் ஊடாக மாமா நடந்து முன் செல்ல, நால்வரும் பின்னால் சென்றனர். இருட்டில் டார்ச் விளக்கினை ஒளிர விட்டபடி கடைசி ஆளாக டேவிட் வந்துகொண்டிருந்தான். மாமாவுக்குத் திசையைத் தெரிவிக்க வேண்டிய அவசியமில்லை. இது அவர் அடிக்கடி சென்று வந்த பாதை. இருட்டாக இருந்தாலும் அடுத்த அடியை எங்கு வைப்பது என்பதை உள்ளுணர்வால் மாமா தெரிந்துகொள்வார்.

கரைக்குப் இழுத்து வரப்பட்ட படகு மரத்தில் கட்டி வைக்கப்பட்டிருந்தது. நான்கு பேருமாகச் சேர்ந்து படகைச் சிறிது தூரம் இழுத்து வந்திருந்தனர். டேவிட் ஏறினான், ஹரிஷ், பிறகு சீமா, கடைசியில் மாமா.

போர்க்களத்தில் குண்டு விழுந்ததைப் போல 'ஜாபோ' என்று டேவிட் கத்தினான். மாமா இயந்திரத்தை வேகமாக இயக்கிப் படகைச் செலுத்தினார். 'ஜாபோ' என்பது போகலாம் என்பதற்கான கேரன்களின் வார்த்தை. வரும் காலங்களில் இந்த வார்த்தையை ஹரிஷும், சீமாவும் அடிக்கடி கேட்க வேண்டியிருக்கும்.

இரவு நேரத்தில் சிற்றோடையில் மேற்கொள்ளும் படகுப் பயணங்கள் டேவிட் வேலையின் சிறப்பம்சமாகும். இந்தப் பயணங்களின்போது தென்படும், மினுமினுக்கும் கரித்துண்டுகளைப் போன்ற முதலைகளின் அச்சமூட்டும் கண்களுக்கு அவன் பழகியிருந்தான். முதலை ஒரு கம்பீரமான விலங்கு. முதலைதான் சதுப்புக்காட்டுச் சிற்றோடைகளின் அரசன். பரிணாமம் தனக்கு விடுத்த சவால்களை எல்லாம் கடந்து அது வாழ்ந்துகொண்டிருக்கிறது. இலைகள் செழித்து வளர்ந்திருக்கும் காடுகளின் தரைப் பரப்பில் மேய்ந்துகொண்டிருக்கும் மானை ஓசை எழுப்பாமல் துரத்தும் புலியைப் போல, அலையற்ற நீர்ப்பரப்பில் முதலை

ஒளிந்தபடியே நகரும். நீல நிற நீரில் கட்டுப்பாடுகள் ஏதுமின்றி கம்பீரமான முதலை மிதந்து வரும். முதலைகள் மனிதர்களிடம் ஏற்படுத்தும் உணர்வுகள் ஆதிகாலம் தொட்டே இருந்துவரும் ஒன்று என்று டேவிட் விளக்குவான். முதலைகளின் மீது ஏன் இத்தனை விருப்பம் என்று கேட்கப்படும் ஒவ்வொரு சமயத்திலும், 'அவை எனக்குள் ஏதோ மாயம் செய்கின்றன, என்னால் விளக்கிக்கொள்ள முடியவில்லை' என்பான்.

டேவிட்டின் மனதைக் கவர்பவை பெண் முதலைகள்தாம். தீவுகளுக்கு வந்த இரண்டாம் வருடத்தில் முதன் முதலாக ஒரு பெண் முதலையை அவன் எதிர்கொண்டான். இப்போது அவர்கள் கணக்கெடுக்கும் இதே சிற்றோடையில், அன்றைய இரவிலும் முதலை வாழ்விடங்களை கண்காணித்துக்கொண்டிருந்தார்கள். ஓய் வில்லாமல் மழை பெய்துகொண்டிருந்த அந்தப் பருவமழைக் காலத்தில் முதலை வாழ்விடங்கள் பலவற்றை அவர்கள் பார்த் திருந்தார்கள். குறிப்பிட்ட பெண் முதலையை நுணுக்கமாகப் பின்தொடர்ந்தனர். இலைகள், மண், சிதைவுக் கூளங்கள். அனைத் தையும் ஒன்றுசேர்த்து மேடாகக் குவித்து முட்டையிடுவதற்கான காப்பிடத்தை அந்தப் பெண் முதலை உருவாக்கிக்கொண்டிருந்தது. முதலைகள் சில சமயங்களில் இவர்களை ஆக்ரோஷமாகத் தாக்கியும் இருக்கின்றன. அதன் பிறகு சிறிய பரண் அமைத்துக் கண்காணிப்பைத் தொடர்ந்தனர்.

முட்டைகள் இடப்பட்டு மூன்று மாதங்களுக்குப் பிறகு, முதலை இருக்கும் திசையிலிருந்து கீச்சொலி வருவதை டேவிட் ஒரு நாள் மாலையில் உணர்ந்தான். அந்த ஒலி மெல்லமெல்ல அதிகரித்து ஒலித்தது. முட்டைகள் பொரிகின்றன; முதலைக் குட்டிகள் விரைவில் முட்டைகளில் இருந்து வெளிவந்துவிடும்.

இவ்வளவு பெரிய விலங்கு தன் குஞ்சுகளைப் பற்றிக் கொண் டிருக்கும் கூருணர்வுத் திறன், இரக்கம், கனிவு பற்றி டேவிட் வியப்படைந்தான். குஞ்சுகள் இருக்கும் கூடு வரையிலும் கரையைப் பற்றிப் பிடித்து அசைந்தபடி முன்னேறி குஞ்சுகளை அங்கிருந்து வெளியேற்றி அழைத்துப் போக ஆரம்பித்தது முதலை. குஞ்சுகள் மெதுவாக வெளியே வர ஆரம்பித்தன. முட்டைகள் சிலவற்றை வாயில் மென்மையாகப் பற்றி எடுத்து வந்து குஞ்சு பொரிவதற்குத் தாய் முதலை உதவியதை டேவிட்டால் பார்க்க முடிந்தது. கால்

பாதத்தின் நீளமே இருக்கும் குஞ்சுகள் குறுநடை நடந்து வந்தன. ஒன்பதடி நீளமிருக்கும் தாய் முதலை அவற்றை வலிமைமிக்க தனது தாடையில் பற்றி நீரின் விளிம்புவரை விழிப்புடன் மெல்ல எடுத்துச் சென்றது.

அடுத்து வந்த பருவமழைக் காலத்தின்போது, இதே போன்ற குஞ்சு பொரிக்கும் காலத்தில், அந்தப் பெண் முதலையின் இதே தாடைகள்தாம் பாழ்படுத்தும் வேலையையும் செய்தன. ராஞ்சி பஸ்டியைச் சேர்ந்த ராபர்ட் மின்ஞ், ராம்சரண் இருவரும் தீவுப்பகுதிக்கு அப்போதுதான் வந்திருந்தனர். சக்தி மிக்க இதே தாடையினால் ஒரே கவ்வில் அவர்கள் இருவரும் கொல்லப் பட்டனர். தாய் முதலை தன் முட்டைகளையும், முட்டை களிலிருக்கும் கூட்டையும் பாதுகாக்க இப்படிச் செய்கிறது. ஆனால், இது மிகப்பெரிய குற்றம் போலும். மனிதர்களைக் கடிக்கும் முதலைகள் பற்றி கூக்குரல் எழுப்பப்பட்டு வனத்துறை அதிகாரிகள் ஆள் அனுப்பி அந்த முதலைகளைச் சுட்டுக் கொன்று விட்டார்கள்.

இந்தியப் பெருநிலத்திலிருந்து புலம் பெயர்ந்திருந்த பெரிய குழுவினருக்கு, இந்தச் சிற்றோடைகளுக்குப் பின்புறத்தில் உள்ள வனப்பகுதியில் தங்கி விவசாயம் செய்ய இடம் ஒதுக்கியிருந்தார்கள். மனிதக் குடியேற்றத்தின் அலை ஆழமாக ஊடுருவி வனத்தைக் குப்பையாக்கியது. டேவிட் அடிக்கடி சொல்லுவதைப் போல முதலைகளின் முதன்மையான வசிப்பிடத்தைக் குடியேற்றம் அழித்துவிட்டது. மோதல் தவிர்க்க இயலாததாக ஆகிப் போனது. வனத்துறையினரின் துப்பாக்கிகளுக்குச் சட்டப்பூர்வமாக இரை யானவை முதலைகள்தான், குடியேறியவர்கள் வீசும் சுருக்குக் கயிறுகளுக்கும், வெட்டுக்கத்திகளுக்கும் சட்டவிரோதமாக இரை யான முதலைகளும் உண்டு. சிற்றோடைகளில் முன்பு ஏராளமாகக் காணப்பட்ட, பெரிய முதலைகள் இப்போது இல்லாமல் போய் விட்டன. இவனுடைய தற்போதைய கணக்கெடுப்புகள் இதையே காட்டுகின்றன. வயதான முதலை சில நாட்களுக்கு ஒரு முறை கண்ணில் படும். டேவிட் தனிப்பட்ட முறையில் விருப்பம் காட்டிய அந்தத் தாய் முதலையின் அளவில் பாதிதான் இவை இருக்கும். ஜாரவாக் காப்புக்காடுகள்தான் முதலைகளின் கடைசி நம்பிக்கை.

10

எதிர்பாராத சீற்றம்

இரவு நேரக்கணக்கெடுப்புக்குப் பிறகு அறைக்குத் திரும்பிய சீமா, கடிதம் வரட்டும் என்று காத்திருக்காமல் அமித்துடன் நேரடியாகப் பேசுவது என்று முடிவெடுத்தாள். இதற்காக ஹரிஷின் உதவியை நாடினாள். அடுத்த நாள் மதிய உணவுக்குப் பிறகு நிறுவனத்தின் இருசக்கர வாகனத்தை எடுத்துக்கொண்டு இருவரும் நகரத்துக்குப் புறப்பட்டார்கள்.

சத்குரு தொலைபேசி மையத்தில் சீமாவை ஹரிஷ் இறக்கி விட்டான். ஒரு மணி நேரம் கழித்துச் சாலைக்கு எதிர்ப்புறம் உள்ள 'ஐலண்ட் ஸ்வீட்ஸ்' கடையில் சந்தித்துக் கொள்வது என்று யோசனை கூறியிருந்தான். சீமா, அமித்துடன் பேசிக்கொண்டிருக்கும் சமயத்தில், தேவைப்படுகிற பொருள்களை வாங்கி வந்துவிடுவதாகத் திட்டம்.

தொலைபேசி இணைப்பு கிடைப்பது எளிதாக இல்லை. பத்து நிமிட முயற்சிக்குப் பிறகு இணைப்பு கிடைத்தபோது, ராஜேஷ் தான் பேசினான். ராஜேஷும், அமித்தும் ஒன்றாகப் பணிபுரிபவர்கள், நெருங்கிய நண்பர்கள். ஒரே வீட்டில் பல ஆண்டுகளாகத் தங்கி இருந்தனர். சீமாவுக்கும் நல்ல நண்பனாக இருந்தான் ராஜேஷ்.

'அமித் வெளியில் போயிருக்கிறான். அரை மணி நேரத்தில் வந்துவிடுவான்' என்பதை மட்டும் அவன் சொன்னான். மிக நீண்ட கால இடைவெளிக்குப் பிறகு ராஜேஷிடம் சீமா பேசுகிறாள். நட்பு ரீதியான வேடிக்கைப் பேச்சு எதையுமே அவன் பேசவில்லை. 'பிறகு கூப்பிடுகிறயா?' என்று கேட்டுவிட்டுப் பதிலுக்குக் காத்திருக்காமல் போனை வைத்துவிட்டான்.

'இது வினோதமாக இருக்கிறது.' என்று சாலையில் இறங்கி அஞ்சலகத்துக்கு நடந்து போய்க்கொண்டிருந்த சீமா நினைத்தாள்.

சில உறைகளையும், அஞ்சல் தலைகளையும் வாங்கினாள். கடிதம் ஒன்றை எழுதி அஞ்சலில் சேர்த்தாள். சாலைச் சந்திப்பில் இருக்கும் கடையில் தேநீர் அருந்தினாள். அருகிலிருந்த புத்தகக் கடைக்குச் சென்று பருவ இதழ்களைப் புரட்டிப் பார்த்து வாங்கிக்கொண்டாள்.

சத்குருடெலிபோன் பூத்தை நோக்கி அவள் நடந்தாள். இந்த முறை இணைப்பு உடனடியாகக் கிடைத்தது. 'ஹலோ' அமித்தின் குரல் சுவையான ஐஸ்கிரீமைப் போல அவளுக்குள் இறங்கியது.

'ஹாய், அன்பே, நீ எப்படி இருக்கிறாய்?' அவள் ஆர்வ மிகுதி யுடன் வியப்புக்குரல் எழுப்பினாள். அங்கிருந்தவர்கள் அவளைப் பார்த்த வினோதமான உறுத்தல் பார்வையால் குரலைத் தாழ்த்திக் கொண்டாள். 'உங்களை நான் இழந்து நிற்கிறேன். கடிதம் எழுதுவதை ஏன் நிறுத்திவிட்டீர்கள்? உங்கள் கடிதங்களுக்காகக் காத்துக் கிடக்கிறேன். என் கடிதங்கள் உங்களுக்குக் கிடைத்ததா? சென்ற வாரத்தில் மூன்று கடிதங்களை அனுப்பியிருந்தேனே!' நெரிசலான சிறிய கூட்டினுள் அடைப்பட்டிருந்த பறவை திறந்து விடப்பட்டதைப் போல வார்த்தைகள் சிறகடித்துப் பறந்து வந்தன. 'உங்களைப் பிரிந்திருப்பதற்காக உண்மையிலேயே நான் வருந்து கிறேன். நீங்கள் எப்படி இருக்கிறீர்கள்? என்ன செய்துகொண்டிருக் கிறீர்கள்?'

பேச்சை நிறுத்திவிட்டு அவள் காத்திருந்தாள். நீண்ட அமைதியே அவளுக்குப் பதிலாகக் கிடைத்தது.

அந்த நீண்ட நேர அமைதி அவளது மன உறுதியைக் குலைத்தது.

'என்ன ஆச்சு?' சீமா அமைதியைக் கலைத்தாள். 'நீங்கள் எதுவுமே சொல்லப் போவதில்லையா?'

'இல்லை. சொல்வதற்கு ஒன்றுமில்லை', சோர்ந்து போன ஆர்வ மற்ற குரலில் பதில் வந்தது.

'என்ன பிரச்சினை அமித்? என்ன நடந்தது?'

'இல்லை, அப்படி எதுவும் இல்லை... கொஞ்சம் சோர்வாக இருக்கிறது. கடந்த சில நாட்களாக அதிகமான வேலை'.

மறுபடியும் இடைவெளி... அவன் விருப்பமில்லாமல் பேசினான்.

‘ஏதோ சரியில்லை’ என்று அமித்தின் குரலிலும் தொனியிலும் தெரிந்தது. சீமாவை அது அசௌகரியப்படுத்தியது. அவன் இதுவரை இது போலப் பேசியதே இல்லை.

‘ஏன்? என்ன நடந்தது? பல நாட்களாயிற்று... நீங்கள் எனக்குக் கடிதம் எழுதவே இல்லையே, அமித், உங்கள் கடிதங்களுக்காக நான் காத்துக்கொண்டிருக்கிறேன்.’

‘ஆமாம்... இல்லை... நான் எழுதிய கடிதங்கள் வரவில்லையா? ஒரு வாரத்துக்கு முன்னால்.. இல்லை... இல்லை... பதினைந்து நாட்களுக்கு முன்பாக ஒரு கடிதம் எழுதியிருந்தேனே.’

‘நீங்கள் எதையோ என்னிடம் மறைக்கிறீர்கள், அமித்’

‘சீமா ஏராளமான விஷயங்கள் நடந்துகொண்டிருக்கின்றன. உனக்கு நான் எழுதியிருந்தேன்...’ அவனுடைய குரல் பின் தங்கியது. ‘உண்மையில்’... முக்கியமான ஒன்று திடீரென நினைவுக்கு வந்ததைப் போல அவன் மீண்டும் பேசினான். ‘அது ஒரு முக்கியமான கடிதம். ஆமாம் பத்து நாட்களுக்கு முன்பு உனக்கு நான் அதை அனுப்பியிருந்தேன்.’

‘அமித் என்ன பிரச்சினை?’ சீமாவின் குரலில் ஏமாற்றம் தெரிந்தது. ‘அந்தக் கடிதத்தில் என்ன எழுதி இருக்கிறது?’ அவள் கெஞ்சும் விதத்தில் கேட்டாள்.

‘ஒன்றுமில்லை சீமா. உனக்கு அந்தக் கடிதம் வந்து சேரும்போது தெரியும்... நான் இப்போது போக வேண்டும். முக்கியமான காரியத்தைச் செய்து முடிக்க வேண்டியிருக்கிறது.’

அவன் இணைப்பைத் துண்டித்தான்.

சீமா விறைத்துப் போனாள் - அந்த எண்ணை மறுபடியும் சுழற்றினாள். அவன் உடனடியாக எடுத்தான்.

‘அமித், மறுபடியும் சீமாதான், நீங்கள் நன்றாகத் தானே இருக்கிறீர்கள் அமித்?’ அவள் மென்மையாகக் கேட்டாள். ‘எதையோ நீங்கள் மறைக்கிறீர்களா?’

‘நாம் இப்போது பேச வேண்டாம் சீமா, நான் கொஞ்சம் சிக்கலில் இருக்கிறேன். என் கடிதம் உனக்குக் கிடைக்கும். சரியா? பார்ப்போம்.’

மேலும் காத்திருக்காமல் தொடர்பைத் துண்டித்தான். மறு படியும் அழைக்க சீமாவுக்கு விருப்பமில்லை.

அந்தச் சிறிய அறையில் மின்விசிறியை வெறித்தபடி நின்றிருந் தாள். அறையின் கதவு தட்டப்படும் ஒலி பலமாகக் கேட்டது. கதவைத் திறந்து வெளியே நடக்க ஆரம்பித்தாள்.

'மேடம், மேடம்', ஒரு சிறுவன் அவள் பின்னாலேயே ஓடி வந்தான். 'பைசா, பைசா' என்றான்.

கண்டனப்பார்வை பார்த்த உரிமையாளரிடம், சுயநினை வினைப் பெற்றவளாகக் கட்டணத்தைக் கொடுத்தாள்.

குறுக்காக நடந்து, ஐலேண்ட் ஸ்வீட்ஸ் கடையை அடைந்து, வாசலில் போடப்பட்டிருந்த பிளாஸ்டிக் நாற்காலியில் சீமா உட்கார்ந்துகொண்டாள். தேநீருக்குச் சொல்லியிருந்தாள். அமித் ஏன் இப்படி நடந்துகொள்கிறான்? அவன் ஏன் தன்னுடன் பேச விரும்பவில்லை? ராஜேஷும் வினோதமாக நடந்துகொண்டானே! அந்தக் கடிதம் விரைவில் வந்துசேர்ந்துவிடுமா? அந்தக் கடிதம் வரத்தான் வேண்டுமா? என்று ஒரு கணம் அவள் நினைத்தாள். அளவுக்கு மீறி அவள் எதிர்வினையாற்றுகிறாளா? ஒருவேளை மோசமான தருணத்தில் அவனிடம் பேசியிருப்பாளோ? அவன் வேலையில் மூழ்கியிருப்பவனைப் போலப் பேசியிருந்தான். ஒரு வேளை எதைப்பற்றியாவது கவலைப்பட்டிருக்கக் கூடும். அந்தப் பிரச்சினை இவளோடு தொடர்புடையதாக இல்லாமலும் இருக்கலாம். அவளுக்குக் கவலை தருவதற்கு அவன் விரும்பாமல் இருந்திருக்கலாம்.

ஹரிஷ் திரும்பி வந்ததே சீமாவுக்குத் தெரியவில்லை. அவளுக்கு எதிரில் இருந்த இன்னொரு மேசையில் தேநீர் கொண்டுவந்து வைக்கப்பட்ட போதுதான் அவள் நிமிர்ந்து பார்த்தாள். அவளுடைய தேநீர் ஆறிப்போய் இருந்தது.

'ஓ, நீங்கள் எப்போது வந்தீர்கள்?' ஹரிஷ் அவளையே பார்த்துக் கொண்டிருப்பதைக் கண்ட சீமா ஆச்சரியத்துடன் கேட்டாள். கொஞ்சம் மலைப்புக்கு ஆட்பட்டவளாக அவள் கேட்டாள். 'ஓ, உங்களுக்கு டீ வந்திருக்கிறதா?'

'பேய் போலத் தெரிகிறாயே, என்ன விஷயம் சீமா?'.

'ஒன்றுமில்லை... ஒன்றுமில்லை என்பதுதான் விஷயம்', அவள் பொய்த் தோற்றம் காட்ட முயற்சித்தாள்.

'நீ அமித்திடம் பேசினாயா? எல்லாம் சரியாகத்தானே இருக்கிறது.' ஹரிஷ் மென்மையாகக் கேட்டான்.

'ஆமாம், ஆமாம்...' அவள் திக்கினாள். நான் அமித்திடம் பேசினேன். எல்லாம் நன்றாக இருக்கிறது...' அவள் கைகளில் முகத்தைப் பதித்துக்கொண்டாள். 'ஒன்றும் சரியாக இல்லை, ஹரிஷ்.' 'எனக்கு எதுவும் புரியவில்லை,' அவள் தேம்பி அழ ஆரம்பித்தாள். 'எனக்குப் பயமாக இருக்கிறது, ஹரிஷ். அமித் யாரோ ஒருவனைப் போலப் பேசுகிறான். என்னிடம் பேச அவன் விரும்பவில்லை. அவன் அனுப்பியிருப்பதாகச் சொல்லும் கடிதத்தைப் பெறுவதற்கு எனக்கு இஷ்டமில்லை.'

'என்ன கடிதம் சீமா? அது பற்றி அவன் ஏதும் சொன்னானா?'

'அவனது கடிதத்தை வாங்கிப் படிக்கத் தயாராக இல்லை ஹரிஷ்., எனக்குப் பயமாக இருக்கிறது, ஹரிஷ்.'

இது ஹரிஷுக்கு அதிகம்தான். சீமாவைச் சமீப காலமாகத் தான் தெரியும். அவளுடைய தனிப்பட்ட வாழ்க்கை பற்றிக் கொஞ்சம் தெரியும்; அதுவும் மிகக் குறைவாகத்தான், அவள் இவ்வளவு கஷ்டப்படுவதைப் பார்க்க வருத்தமாக இருந்தது, ஆனால் தன்னால் ஆகக் கூடியது எதுவும் இல்லை என்று புரிந்து கொண்டான்.

சற்று நேரம் அமைதியாக உட்கார்ந்திருந்தனர். தேநீர்க் கோப்பையை எடுத்துச் செல்ல சிறுவன் வந்தான். 'போகலாம் சீமா', என்று கடைசியில் ஹரிஷ்தான் சொன்னான்.

மின்னிக்கொன்டிருக்கும் பிற்பகல் நீலவானத்தை சாம்பல் மேகங்கள் அடர்ந்து நகர்ந்து மறைத்தன. கடுமையான மழை இடியுடன் இறங்கி வந்தது. சாலையோரக் கடையில் காத்திருக்க வேண்டியிருந்தது. மழை விட்ட பாடில்லை. திரண்டுவரும் மேகங்கள் மாலை இருட்டை முன்கூட்டியேகொண்டு வந்திருந்தன; ஹரிஷ் மெதுவாகவும் கவனமாகவும் வாகனத்தைச் செலுத்தினான். மென்மையான தூறல் அவர்களை நனைத்தது.

ஒரு மணி நேரம் கழித்து இரவு உணவின்போது சந்திக்கலாம் என்று முடிவெடுத்தபடி, அவரவர் அறைகளுக்குப் போனார்கள். சப்பாத்தியும், உருளைக்கிழங்குக் கறியும் மேசையின் மீது இருந்தன. சூடான சாதமும், பருப்பும் வந்தன. அன்று முற்பகலில் வந்திருந்த செய்தித்தாள்கள், கடிதங்களுடனும் டேவிட் வந்தான். அமித்திடமிருந்து சீமாவுக்குக் கடிதம் வந்திருப்பதை ஹரிஷ் பார்த்துவிட்டான். அதைக் கடித அடுக்குகளின் கீழே வைத்து விட்டுக் கவனத்தைச் செய்தித்தாள்களை நோக்கித் திருப்பினான், அப்போதுதான் செய்தித்தாளைப் பிரித்து விளையாட்டுச் செய்தி களைப் படிக்கப் போனான். மாமாவும், சீமாவும் உணவு மேசைக்கு வந்தார்கள்.

'அப்புறம், அமித்திடம் பேசினாயா? உன் ஆள் என்னதான் சொன்னான்?' என்று சீமாவிடம் கேட்டார் மாமா.

'ஆமாம், பேசினேன்', 'அவர் இன்று அதிகம் பேசவில்லை... எனக்குப் பசிக்கிறது...' என்றாள் சீமா.

அங்கே சிறிது நேரத்துக்கு அலங்கோலமான அமைதி நிலவியது. நான்கு பேரும் தட்டில் உணவை வைத்துக்கொண்டார்கள். சாதத்தில் கொஞ்சம் பருப்பைப் போட்டுக்கொண்டாள் சீமா. 'யாருக்காவது ஊறுகாய் வேண்டுமா?' உணவு அறையின் மூலையின் அடுக்குப் பலகையில் இருந்த பாட்டிலை எடுத்து வருவதற்காக எழுந்தபடி சீமா கேட்டாள்.

'ஓ, இன்றைக்கு வந்திருக்கும் கடிதங்கள்.' மேசையின் மீது இருந்த கடிதங்களைப் பார்த்துவிட்டு சீமா சொன்னாள். 'மாமா, அந்தக் கடிதங்களைக் கொடுங்கள்' என்றாள்.

'ஏன்?' என்று மாமா குறும்பாகக் கேட்டார். 'அமித்திடமிருந்து கடிதம் வந்திருக்குமோ?' என்றார்.

'சும்மா கொடுங்கள் மாமா' ஹரிஷ் அவரிடமிருந்து கடிதங் களைப் பறித்தான். ஹரிஷின் இயல்பை மீறிய தீவிர நடத்தையால் ஆச்சரியமடைந்த மாமா கடிதங்களைக் கொடுத்துவிட்டார்.

'ஓ, இதோ இங்கே இருக்கிறது.' ஸ்பூனைக் கீழே வைத்து விட்டு வெட்கத்துடன் உறையை எடுத்து மென்மையாகப் பற்றிக்கொண்டாள். அதை அவள் பிரித்துப் பார்க்கவில்லை.

ஹரிஷுக்குக் கவலை அதிகமானது. ஆர்வமில்லாதவனைப் போல காட்டிக்கொள்ள நினைத்தான், முடியவில்லை. சீமாவை உற்சாகத்துடன் பார்த்தான்.

சீமா கடிதத்தைப் பிரித்துத் தட்டுக்குப் பக்கத்தில் வைத்துக் கொண்டாள். இன்னொரு ஸ்பூன் நிறைய சாதத்தை எடுத்து வாயில் போட்டபடி படிக்க ஆரம்பித்தாள்.

அன்புள்ள சீமா!

ஷலாகாவைப் பற்றி உன்னிடம் என்ன சொல்லியிருந்தேன் என்பது நினைவிருக்கிறதா?

சீமா! ஷலாகா என் வாழ்க்கைக்குள் மீண்டும் வந்து விட்டாள்...

நெஞ்சம் பிளவுறுவது போன்ற உணர்வைச் சீமா உள்ளுக்குள் அடைந்தாள்.

அவள் கண்கள் அதிர்ச்சியில் அகலமாக விரிவதை ஹரிஷ் பார்த்தான், அவள் மெல்லுவதை நிறுத்திக்கொண்டாள். வாய் அசையாமல் இருந்தது. முன்னிருக்கும் காகிதத்தை வெறித்துப் பார்த்தபடி அசையாமல் உட்கார்ந்திருந்தாள்.

படுமோசமாக ஒன்று நடந்திருக்கிறது என்று, உணவு மேசையில் இருந்த மற்ற இருவரும் புரிந்துகொண்டார்கள்.

'சீமா, சீமா!' மாமா அழைத்தார்.

அவள் வாயைப் பொத்திக்கொண்டாள். மறுபடியும் சாப்பிடத் தொடங்குவதைப் போல ஸ்பூனைக் கையில் எடுத்தாள்.

'சீமா, என்ன ஆச்சு? உனக்கு ஒன்றுமில்லையே?' மாமா மறு படியும் அழைத்தார்.

அவள் காதில் எதுவுமே விழவில்லை.

'என்னை மன்னியுங்கள்...' கடிதத்தை வெறித்தபடியே உளறி னாள், பிறகு அந்தக் கடிதத்தை இறுகப் பற்றிக்கொண்டாள். 'நான் அறைக்குப் போக வேண்டும்'. அறையை நோக்கி ஓடினாள். அங்கே மீதிக் கடிதத்தைப் படித்தாள்.

என்னை விட்டுப் பிரிந்து சென்றது பெரிய தப்பு என்று ஷலாகா சொல்கிறாள். அவள் திரும்பி வந்துவிட ஆசைப்படுகிறாள்.

தடாகம் 147

என்னை விரும்புவதாகவும், திருமணம் செய்துகொள்வ தாகவும் கூறுகிறாள்.

அவளிடமிருந்து நகர்ந்து வந்துவிட்டோம், முன்பை விடவும் வளர்ச்சி கண்டுவிட்டோம். அவளுக்காக வருந்த வேண்டிய அவசியம் இல்லை என்று நான் நினைத்துக்கொண்டிருந்தேன். போன வாரம் முழுவதும் அவள் என்னுடன் இருந்தாள். நான் நினைத்தபடி எதுவும் மாறியதாக எனக்குத் தோன்றவில்லை. முதன் முதலில் அவளைச் சந்தித்த வேளையில் இருந்த அதே புத்துணர்வு இப்போதும் இருக்கிறது. நடந்தவை அனைத்தையும் உன்னிடம் நான் சொல்லியிருக்கிறேன். எல்லாம் முடிந்துவிட்டது என்றுதான் நினைத்திருந்தேன், ஆனால் மனத்தின் போக்குகளை யார் அறிவார்? மென்மையான இளம் காற்றினைப் போல அவள் திரும்பி வந்திருக்கிறாள். முதன் முதலில் என் வாழ்க்கைக்குள் நீ எப்படி நுழைந்தாயோ, அப்படியே வந்திருக்கிறாள். நீ என் நெஞ் சத்தை எப்படிக் கவர்ந்தாயோ அப்படியே அவளும் கவர்ந்துவிட்டாள். அவளைக் காதலிப்பதாகவே நான் உணர்கிறேன்.

நீ என்னைப் பிரிந்து போகக் கூடாது என்று ஆசைப்பட்டேன். நீ என்னுடன் இருந்திருந்தால் அவளைச் சந்திப்பது பற்றி நான் நினைத்துக்கூட பார்த்திருக்க மாட்டேன். கடந்த சில நாட்கள் மிகவும் கடினமாக இருந்தன. முற்றிலும் சின்னாபின்னமாகி விட்டதைப்போல நான் உணர்ந்தேன். நான் உன்னைத்தான் விரும்பினேன் சீமா, ஆனால் ஷலாகா என் வாழ்க்கைக்குள் வந்துவிட்டாள். நம்மிடையே எல்லாமும் தப்பாகப் போய்விட்டது, ஆனால் என்றுமே அழியாத ஒன்று இருக்கிறது, அதுதான் காதல்.

காதல்?

ஷலாகா என் நினைவுப் பரப்பிலிருந்து பெரும்பாலும் கரைந்து போய்விட்டிருந்தாள். என்னை நீ நம்பலாம், ஆனால், அவளுக்குள் நான் எங்கேயோ ஓரிடத்தில் இருந்திருக்கிறேன் என்று தெரிகிறது. அவள் திரும்பி வந்தபோது மன்னிப்பு கோரினாள். தவறு இழைத்து விட்டதாகவும், என்னுடன் வாழ விரும்புவதாகவும் சொன்னாள். அவளுக்கு நான் தேவையாக இருக்கிறேன் சீமா. இது பற்றி கடந்த சில நாட்களாகச் சிந்தித்தேன். அதை மட்டுமேதான் செய்து கொண்டிருந்தேன்.

நான் உன்னை ஆழமாக நேசிக்கிறேன். அதை நீ தெரிந்துகொள்ள வேண்டுமென்று விரும்புகிறேன். ஆனால், சீமா இந்த முறை நான் ஷலாகாவை என்னை விட்டுப் போகும்படி விட்டுவிட மாட்டேன். உன் அன்பை நான் பெரிதும் மதிக்கிறேன். நாம் எப்போதுமே நண்பர்களாக இருக்கலாம்.

மிகுந்த அன்புடன்

உன்னுடைய அமித்

நயமான மழுப்பலாகக் கடிதம் இருந்தது, மிருதுவாகக் கரை சேருவதற்கு இந்தக் கடிதம் உதவாது. சீமாவின் இதயம் படபடத்தது. அன்று காலையில் அமித்துடன் நடந்த உரையாடலைப் போலவே கடிதமும் இருந்தது. அக்கறையில்லாமல், கொடூரமாக இருந்தது. தொலைபேசியில் பேசிய அவனது குரலின் தன்மைக்கு முழுப் பொருத்தமுடைய கூட்டாளியைப் போல கடிதத்தின் இறுதி முடிவு இருந்தது. எல்லாமும் கனகச்சிதமாக, அதனதன் இடத்துக்கு வெட்டிவிடப்பட்டிருந்தன. எதையும் முனைந்து திட்டமிட சீமாவுக்கு இடமே இல்லாமல் இருந்தது.

அசட்டையாக வீசும் காற்றில் பறக்கும் சின்னஞ்சிறு இலைகளைப் போல, 'பிய்த்துக்கொண்டு பறந்து போய்விடுவேன்' என்று அச்சுறுத்துவதைப் போல அவள் கைகள் நடுங்க ஆரம்பித்தன. படுக்கையில் இருந்து எழுந்து நடுக்கத்தை நிறுத்த முயன்றாள்.

அமித்திடம் பேசுவதற்கான மூர்க்கமான தேவையை அவள் உணர்ந்தாள். ஒரே ஒரு முறை பேச முடிந்தால் அவனைச் சமாதானப்படுத்திவிட முடியும். அவன் என்னைக் காதலிக்கிறான், ஆனால் இன்னொருத்தி வேண்டுமென நினைக்கிறான். கடவுளே! அவன் இப்படி செய்யக்கூடாது! நான் எதற்காக அவனை விட்டுப் பிரிந்து, கடவுளே கூட கைவிட்டு விட்ட இந்த நிலத்துக்கு ஏன் வந்தேன்? 'அமித்...' ஏக்கத்தின் வார்த்தைகள் அவள் உதடுகளில் வெளிப்படாமல் நழுவின. 'எனக்கு இதைச் செய்யாதே...' கண்ணீர் முடிவின்றி வழிந்தோடியது. 'அமித்...' அவள் தேம்பினாள். 'அமித் நான் உன்னை நேசிக்கிறேன், அமித் நீ இப்படிச் செய்யக் கூடாது.'

டேவிட்டும், மாமாவும் தொந்தரவு செய்ததால் சில நிமிடங் களுக்குப் பிறகு ஹரிஷ் தயக்கத்துடன் சீமாவின் அறைக்குச் சென்றான். அறைக் கதவு லேசாகத் திறந்திருந்தது. ஹரிஷ் எச்சரிக்கையுடன் எட்டிப் பார்த்தான். முதுகைக் காட்டியபடி மேசைக்கருகில் உட்கார்ந்திருந்தாள். அவள் தேம்பி அழுவது சத்தமாகக் கேட்டது. என்ன செய்வதென்று தெரியவில்லை. கொஞ்சம் முன்னோக்கி நகர்ந்து கதவைத் தள்ளித் திறந்தான். கதவு நன்றாகவே சத்தமிட்டது. சீமா நகரவே இல்லை. ஹரிஷ் கதவை மென்மையாகத் தட்டினான். சற்று நேரம் காத்திருந்தான்.

'சீமா... சீமா...' அவன் மெதுவாகக் கூப்பிட்டான்.

அவன் வந்திருப்பதைச் சீமா புரிந்துகொண்டாள். அவள் எழுந்திருக்கும்போது அவளது உடல் விறைப்பாக இருந்தது. கண நேரத்தில் திரும்பிப் பார்த்தாள். 'ஹரிஷ்' தட்டுத்தடுமாறி முன்னே வந்தாள், கட்டுப்படுத்த முடியாமல் அழுதாள். 'என் வாழ்க்கை...' வார்த்தைகள் சிரமத்துடன் வெளிப்பட்டன,. தலை யைக் கவிழ்த்து முகத்தைக் கைகளில் புதைத்து அழுதாள்.

'அடக் கடவுளே!' என்றான் ஹரிஷ்.. சீமாவுக்கு அருகில் சென்றான். அவள் முன்பாகக் குனிந்து தோள்களை மென்மையாகப் பற்றினான்.

அவனுக்கே உரித்தான தன்னுணர்வைச் சேகரித்துக்கொள்ள ஒரு கணம் பிடித்தது.

'சீமா...' தன் குரலைச் சீராக்கிக் கொள்ள அவன் முயன்றான். 'அழாதே, தயவு செய்து எழுந்திரு.'

சீமா எழுந்து படுக்கையில் அமர்ந்துகொண்டாள்.

ஹரிஷ் மேசை மீதிருந்த தண்ணீர் பாட்டிலை அவளிடம் கொடுத்தான். 'அழுவதை நிறுத்து, என்ன நடந்தது என்று சொல்.'

ஒரு வாய் தண்ணீர் குடித்ததும் சீமாவின் விசும்பல் குறைந்தது. மேசை மீதிருந்த கடிதத்தைச் சுட்டிக்காட்டினாள். 'இதைப் படியுங்கள்', விம்மல்களுக்கு இடையே முணுமுணுத்தாள்.

ஹரிஷ் தயக்கத்துடன் கடிதத்தை எடுத்தான். சீமா கையில் பிடித்திருந்த கடிதத்தின் ஓரப்பகுதிகள் ஈரமாக இருந்தன, சில இடங்களில் ஈரத்துளிகள் பட்டு, வார்த்தைகள் உருக்குலைந்திருந்தன.

விருப்பமில்லாமல் கடிதத்தைப் படிக்க ஆரம்பித்தான். இடையிடையே நிமிர்ந்து சீமாவைப் பார்த்துக்கொண்டான். அவள் அவனையே நிலை குத்திப் பார்த்துக்கொண்டிருந்தாள்.

என்ன செய்வது என்று ஹரிஷுக்குத் தெரியவில்லை. 'இது கஷ்டம்தான் சீமா' என்று சொன்னான். கடிதத்தை மேசை மீது வைத்தான். 'இப்படிப்பட்ட ஒன்று யாருக்குமே நடக்கக் கூடாது.' சிறிது நேரம் அமைதி நிலவியது. 'நான் ஏதேனும் செய்ய வேண்டுமா?' என்று ஹரிஷ் கேட்டான்.

சில வார்த்தைகள்கூட அவளுக்கு ஆறுதல் தருவதாக இருந்தது. சீமா அழுவதை நிறுத்திக்கொண்டு மன அமைதியை வரவழைத்துக்கொண்டாள்.

'மன்னிக்க வேண்டும் ஹரிஷ்' தன்னுணர்வு பெற்றவளாக அவள் பேசினாள். 'நன்றி! நான் சரியாகி விட்டேன்' என்றபடி தலைமுடியைக் கோதி சேர்த்துப் பிடித்துக்கொண்டை போட்டுக் கொண்டாள்.

அவர்கள் அந்த அறையில் அமைதியாகச் சற்று நேரம் உட்கார்ந்திருந்தனர். அவள் பாதியில் விட்டுவிட்டு வந்த உணவைச் சாப்பிடுமாறு நயந்து பேசி இணங்க வைத்தான். இருவரும் உணவறைக்கு வந்தனர். அங்கே ஹரிஷ் அவளது உணவைச் சூடு செய்து கொடுத்தான்.

ஒரு ஸ்பூனில் உணவை எடுத்து வாயில் வைத்தபோது மெல்லிய நாணத்தை சீமா வெளிப்படுத்தினாள்.

அவள் ஹரிஷைப் பார்த்தாள். ஏதோ பருவ இதழைப் படிப்பவனைப் போல நடித்தான். அவளைப் பார்த்துப் புன்னகைத்தான். நன்றி கலந்த புன்னகை அவள் உதடுகளிலிருந்து தப்பி வெளிப்பட்டது. அதன் பிறகு அவள் அமைதியாகச் சாப்பிட்டாள்.

'மனிதர்களின் சூழ்நிலைகள் எவ்வளவு சீக்கிரம் மாறிப்போய் விடுகின்றன' ஹரிஷ் தனக்குத் தானே நினைத்துக்கொண்டான். 'மனிதர்கள் மீண்டுவருவதற்குச் சிறுசிறு அடியெடுப்புகள் எப்படி யெல்லாம் உதவுகின்றன.'

சீமாவை அவளது அறைக்குக்கொண்டுபோய்விட்டான் ஹரிஷ். அவள் படுக்கையில் விழுந்தாள். வெறுமை சூழ்ந்த வாழ்வை விரைவாகக் கடந்து தூங்கிப் போனாள்.

ஹரிஷுக்கு இப்படிப்பட்ட அதிர்ஷ்டம் எல்லாம் இல்லை. உஷாவின் நினைவுகள் அவன் மனத்தில் வெள்ளம் போலப் பெருக்கெடுத்தன. எளிதில் உடைந்து போவதாக அத்தனையும் இருப்பது ஏன்? வாழ்க்கை ஏன் மாறிக்கொண்டே இருக்கிறது? தூங்குவதற்கு முன்பாக அவன் மனத்தில் உருவான கேள்விகள் இவை. இறுதியில் தூக்கம் அவனையும் இறுகப் பற்றியது.

இரண்டாம் பகுதி

11. தோன்றி மறையும் நினைவுகள்

கணக்கெடுப்புக்காகப் படகைத் தயார் செய்யும் பணிகள் அக்கறையுடன் தொடங்கியிருந்தன. சில வேலைகள் மட்டுமே மீதமிருந்தன. இன்னும் ஐந்து நாட்களில் படகு தயாராகிவிடும் என்று மாமா தெரிவித்திருந்தார். இதற்கிடையில் சீமாவின் கதையை மாமாவிடமும் டேவிட்டிடமும் ஹரிஷ் சொல்லியிருந்தான். தன் துயரத்தை அவர்கள் புரிந்துகொண்டிருக்கிறார்கள் என்பது சீமா வுக்குத் தெரிந்திருந்தது.

சீமாவுக்குப் பாதுகாப்புத் தர வேண்டும் என டேவிட் உணர்ந் தான். சீமாவைத் தனியாக விட்டு வர அவனுக்கு விருப்பமில்லை; அதே நேரத்தில் தங்களுடன் வருவதற்கு அவள் விரும்புகிறாளா என்பதும் தெரியவில்லை. அவளுடைய மனத்தையும், உணர்வு நிலையையும் பார்க்கும்போது, பலவற்றையும் இது கற்றுத்தரும். சிரமப்பட்டு அனுமதி வாங்கி வைத்திருப்பதால் கணக்கெடுப்பைக் காலதாமதப்படுத்தவும் முடியாது. ஒரு மாதம்தான் அனுமதிக் காலம். திட்டமிட்டபடித் தொடர்வது என்று அவன் முடி வெடுத்தான்.

சீமா மனமுடைந்தவளாகத் தன்னை உணர்ந்தாள், இயல்பு வாழ்க்கையோடு ஒத்திசைந்து போகும் கலையை அவள் வசப் படுத்திக்கொண்டிருந்தாள். நீ வர வேண்டாம், இங்கேயே இருந்து விடு என்று டேவிட்டும் மாமாவும் சொல்லிவிடுவார்களோ என்று கவலைப்பட்டுக்கொண்டிருந்தாள். கணக்கெடுப்பு வேலை நிச்சயம் நடக்கும் என்பது அவளுக்குத் தெரியும். அவளை விட்டுவிட்டு அவர்கள் மட்டும் போனார்கள் என்றால் அது அவளுக்கு முடிவற்ற தண்டனையாகிவிடும்.

'கணக்கெடுப்புக்கு நீயும் வருகிறாயா சீமா?' என்று டேவிட் கேட்டான்.

'நிச்சயம் வருகிறேன்' என்றாள் சீமா.

‘கடவுளே! அப்புறம் என்ன? சாகசத்துக்குத் தயாராகி விடு’ என்று சிரித்தபடியே டேவிட் சொன்னான்.

படகு நான்கே நாட்களில் தயாராகிவிட்டது. ‘மக்கர்’ என்பது அதன் பெயர். டேவிட்டுக்கு விருப்பமான படகு. நிறுவனத்தில் புதிதாக வாங்கப்பட்டிருந்தது. ஆராய்ச்சி வேலைகளை மேற்கொள்ள பொருத்தமானது. ஆழ்கடலிலும் பயணம் செய்ய உகந்தது. குறைவான அளவிலேயே நீரில் அமிழக்கூடியது என்பதால், ஆழமற்ற கடல்திட்டுப்பகுதிகளிலும், சதுப்புக்காட்டுச் சிற்றோடைகளிலும் பயணிப்பதற்கு ஏற்றது. கேரன்களின் செயல் திறமை, கைவினைத் திறனுக்கான சாட்சியமாக இந்தப் படகு இருக்கிறது. இது உறுதியானது. எளிமையானது. இந்தப் படகுக்குப் பலவிதமான உள்ளூர்ப் பெயர்கள் இருக்கின்றன. இதனை உருவாக்கிய இனத்தவரின் அடையாளமாக கேரன் துங்கி என்ற பெயர் இதற்கு வைக்கப்பட்டிருக்கிறது;

மாமா, அவர் உறவினர், உதவியாளர் போபா ஆகியோர் கடினமாக உழைத்து மக்கரைத் தயார் செய்திருந்தனர். மளிகைப் பொருள்களைச் சேகரித்து வைத்துக்கொள்வது கடைசி கட்டப் பணியாக இருந்தது.

ஐந்தாம் நாள் அதிகாலையில் நிறுவனத்திலிருந்த பணியாளர்கள் அந்தப் பயணத்துக்குத் தேவைப்படுகிற பொருள்களைத் துங்கியில் ஏற்றுவதற்காக மேலும், கீழும் போய் வந்துகொண்டிருந்தனர். டீசல் கேன்கள், மண்ணெண்ணெய், குடிநீர், அரிசி மூட்டைகள், வெங்காயமும் பருப்பும் உள்ள இரண்டு சிறிய மூட்டைகள், இரண்டு பை நிறைய மசாலாப் பொட்டலங்கள், ஊறுகாய், தீப்பெட்டிகள், இரண்டு பாட்டில்களில் கடலை எண்ணெய், விறகுக் கட்டு, சமையலுக்காக இரண்டு பெரிய அலுமினியப் பாத்திரங்கள், இரண்டு அலுமினியக் கெட்டில்கள், சில தட்டுகள், டம்ளர்கள், ஸ்பூன்கள், சிறு விளக்குகள், டார்ச் விளக்கு, அதற்குத் தேவைப்படும் பேட்டரிக் கட்டைகள் யாவும் ஏற்றப்பட்டன. இவை தவிர பிளாஸ்டிக் ஷீட்கள், பழுது பார்க்கும் சாதனங்களும் ஏற்றப்பட்டன.

உணவு மேசையில் அமர்ந்து தேநீர் அருந்திக்கொண்டிருந்த சீமா, அங்குமிங்குமாக ஆட்கள் போய் வந்துகொண்டிருப்பதைப் பார்த்ததும், 'வீடு ஒன்றை புதிதாகக் கட்டுவது போன்ற வேலை இது' என்று வியப்புடன் கூறினாள்.

தேவைப்படுகிற அனைத்தையும் உறுதிப்படுத்துவதில் டேவிட் ஈடுபட்டிருந்தான். படகு புறப்பட்டுவிட்டால் எதுவும் கிடைக்காது.

'தேவையான அளவுக்கு எல்லாமும் இருப்பதாகத் தெரிந்தது, ஆனால் வேறு ஏதோ ஒன்றை மறந்துவிட்டிருக்கிறேன்...' டேவிட் தனக்குள் முணுமுணுத்துக்கொண்டான். சீமாவும் ஹரிஷும் புறப் படத் தயாராகிக்கொண்டிருந்தனர். பைகளை எடுத்துக்கொண்டு துங்கியை நோக்கி நடந்தனர். மாமாவும், போபாவும் ஏற்கனவே காத்திருந்தனர்.

டேவிட், சரிபார்ப்புப்பட்டியலைக் கையில் வைத்துக்கொண்டு மாமாவுடன் சேர்ந்து அதனைச் சரிபார்த்தான். எல்லாம் சரியாகவே இருந்தன. சரிபார்ப்புப் பட்டியலில் உயிர்காக்கும் கவசஉடைகளும் இடம்பெற்றிருந்தன.

கடைசியாகத் துங்கியில் ஏறுவதற்குச் சற்று முன்புதான் திடீரென டேவிட்டுக்கு வரைபடங்களின் நினைவு வந்தது. 'இதைத் தான் நான் எப்போதுமே மறந்துவிடுகிறேன். நேற்றிரவு அவற்றை வெளியில் எடுத்தேன். என் மேசை மீது அவை இருந்தன.'

போபா துங்கியிலிருந்து குதித்து ஓடி சில நிமிடங்களில் திரும்பினான். அவன் கையில் பிளாஸ்டிக்கால் சுற்றப்பட்ட சுருள் இருந்தது.

அவர்கள் புறப்படத் தயாரானார்கள். ஹரிஷ் துங்கியில் ஏறினான். சீமா ஏறிக்கொண்டாள். படகில் இருந்த அனைத்தையும் கணக்கெடுப்பது போல தொடர்ச்சியாக ஒரு பார்வை பார்த் தாள். மக்கர் பெரிய படகு. ஐம்பதடி நீளமும் பத்தடி அகலமும் கொண்டது. படகின் விளிம்பு நெடுக அதன் பக்கவாட்டுப் பகுதிகளில் தட்டையான தேக்கு மரச்சிம்புகள் இரண்டு அடி அகலத்தில் ஆணி அடித்துப் பதிக்கப்பட்டிருந்தன. இவை பகலில் இருக்கைகளாகவும், இரவில் தூங்கவும் பயன்படக்கூடியவை.

படகின் உள்ளே இருபுறமும் இருக்கைகளுக்குக் கீழ் எல்லாமும் ஒடுக்கிச் செருகிவைக்கப்பட்டிருந்தன. ஹரிஷ், சீமா, டேவிட் ஆகிய மூவரும் தங்கள் உணவுப்பைகளை இருக்கைக்கு அடியில் உள்ளே வைத்தனர். மாமா அவற்றை பிளாஸ்டிக் விரிப்பினால் மூடி வைத்திருக்கிறார். சில இரவுகளுக்கு முன்பாக அவர்கள் பயணித்துச் சுற்றிவிட்டு வந்த காற்று நிரப்பிய அந்தப் படகு ஓர் ஒற்றைத் துண்டமாகத் துங்கியின் முன்முனையின் ஓரமாக வைக்கப்பட்டிருப்பது சீமா, ஹரிஷ் ஆகிய இருவருக்கும் வேடிக்கை யாக இருந்தது. அதனை உள்ளே வைப்பதற்காகவே தயார் செய்த மாதிரி அந்த இடத்துக்குள் கனகச்சிதமாகப் பொருந்திக்கொண்டது. வெளியில் இருந்து பார்க்கும்போது பெரிதாகத் தெரியாமல் கச்சிதமான அளவுடையதாகத் தோற்றமளிக்கும் துங்கி உள்ளே இருந்து பார்க்கும்போது பெரிய படகாகத் தெரிந்தது.

கிர்லோஸ்கர் எஞ்சினை போபா சுழற்றி இயக்கியபோது, 'ஜாபோ'!' என்று மாமாவும், டேவிட்டும் ஒன்று போல உரக்கக் கத்தினார்கள். எஞ்சின் சப்தத்துடன் ஓட ஆரம்பித்தது. டீசலின் கரும்புகை வானத்தை அழுக்குச் சாம்பல் நிறத்தில் ஒப்பனை செய்தது. காற்று அதனை ஹரிஷின் முகத்துக்கு நேராக அடித்துக் கொண்டு வந்ததால் அவனுக்குக் குமட்டல் எடுத்தது. கடற்கரையின் உள் வளைவில் சலனமற்றிருந்த நீர்ப்பரப்பில் படகு சென்றது.

மாமாவுக்கு அருகில் டேவிட் அமர்ந்திருந்தான், ஹரிஷ் ஏற்கனவே படகின் முன் பகுதிக்கு வந்திருந்தான். படகின் முன் கோடி முனையில் முகப்பு மரப்பலகையின் மீது அவன் உட்கார்ந் திருந்தான். சீமா நடந்து சென்று அவனுக்கருகில் அமர்ந்து கொண்டாள். போபா இரண்டாவது கிர்லோஸ்கரையும் இயக்கி னான். நம் குரல் நமக்கே கேட்காத வகையில் அந்த எஞ்சின்கள் அப்படியொரு ஓசையை எழுப்பின. இது ஒன்று மட்டும்தான் அதிலுள்ள குறை. மற்றபடி முழு நிறைவான, பொருத்தமுடைய எஞ்சின் அமைப்பு.

காலை நேரத்து மென்மையான மூடு பனி விலகியிருந்தது. தொடுவானத்தில் சிறிய மீன்பிடிப் படகு ஒன்று தெரிந்தது. ஈரம் நிறைந்த, உற்சாகமளிக்கும் மென்மையான தென்றல் காற்று துங்கியில் பயணம் செய்துகொண்டிருப்பவர்களின் முகங்களை

வருடிச் சென்றது. இந்தத் தென்றல் கீழிருக்கும் நீரிலும், மேலுள்ள காற்றின் ஊடேயும் வீசியடித்தது. கடல் அமைதியாக இருந்தது - அடர்த்தியான, நெகிழ்வான கண்ணாடி போல அது தெளிவாக இருந்தது. ஆழமற்ற அந்தக் கடல்பரப்பின் கீழ்ப்பகுதியைத் தெளி வாகப் பார்க்கமுடியும்.

துங்கி நேர்க்கோட்டில் முன்னோக்கிச் சென்றுகொண்டிருந்தது, கீழே இருக்கும் கடல்நீர் மேலும்கீழுமாகக் குதித்தாடிக்கொண் டிருந்தது. எல்லா வகையான வடிவங்களிலும், அளவுகளிலும், உருவங்களிலும் வண்ணமிகு பவளத்திட்டுகள் விரைவாகக் கடந்து சென்றன.

படகுக்குக் கீழே கடந்து செல்லும் ஆச்சரியங்களின் அணி வகுப்பில் மயங்கியவர்களாக ஹரிஷும், சீமாவும் துங்கியின் இரு திசைகளிலும் உற்றுநோக்கியபடி குனிந்து அமர்ந்திருந்தனர். அவர்கள் ஒருவரை ஒருவர் பார்த்து ஆர்வமிக்க புன்னகையைப் பகிர்ந்துகொண்டனர். கண்கொள்ளாக் காட்சிகளை ஒரு கணம்கூட தவறவிடக் கூடாது என்று சிறு குழந்தைகளைப் போல கடல்நீரினைப் பார்த்தனர்.

நீலநிறக் கடல்நீரில் திடீரென ஒரு டால்பின் தென்பட்டது. அந்தக் கணத்தில் ஒரு புதிர் அவிழ்ந்ததைப் போல இருந்தது. மனிதர்களுக்கு எழுச்சியூட்டுவதாக, அவர்களின் உலகில் பங்கு கொள்ளக்கூடியதாக இருக்கும் டால்பின் சீமாவுடன் சிறிது நேரத்துக்கு நீந்தி வந்தது.

‘டால்பின்’ அவள் வீறிட்டாள்.

இந்தக் கணத்தை அவள் கொஞ்சம்கூட எதிர்பார்க்கவில்லை. டால்பின் நீர்ப்பரப்பின் அடியில் படகின் வேகத்துக்கு இணையாக நெடுக மேவிச் சென்றது. நாட்டுப் படகோடு நழுவிச் சென்றபடி இருந்த அந்த டால்பின் சீமாவின் கை தொட்டுவிடும் தூரத்தில் இருந்தது. பளபளவென ஒளிரும் அந்த விலங்கினைத் தொட்டு வருட வேண்டும் என்ற ஆசையை அடக்கிக்கொண்டாள்.

மொய்க்கும் மீன் திரள்களின் மீதும், பவளங்களின் மீதும் மிக எளிதாகத் தன்னை முன்னோக்கிச் செலுத்திக்கொண்டு அந்த டால்பின் அவர்களோடு சேர்ந்து தொடர்ந்து நீந்திக்கொண்டிருந்தது.

பிறகு வால் துடுப்பை இழுத்து, இன்னும் நடனத்தை முடிக்காத நடன மங்கையைப் போல ஆடிக்கொண்டே வந்தது.

அந்த டால்பினைக் கவனித்தபடியே ஹரிஷ் இருந்தான். அவனது பார்வை அதன் மீதே ஊன்றி இருந்தது. டால்பின் மறுபடியும் தண்ணீருக்கு மேலே எழும்பி மீண்டும் தண்ணீருக்குள் குதித்துப் பார்வையிலிருந்து மறைந்துவிட்டது. வந்த வேகத்திலேயே திரும்பிப் போய்விட்டது.

விரைந்து கடந்துவிட்ட இந்தத் தருணம் சீமாவுக்கும், ஹரிஷுக்கும் மனத்தில் மாறாத ஒன்றாகக் குடி கொண்டுவிட்டது, ஆனால் படகின் பின்புறத்தில் இருந்த மூவரும் எதையும் கண்டுகொண்டதாகவே தெரியவில்லை. மாமா, டேவிட், போபா ஆகியோர் அக்கறை ஏதுமின்றி, கண்ணுக்கு முன் அனுபவிக்கக் கிடைத்திருக்கும் கடவுளின் பிரசன்னத்தைப் பற்றிய நினைவேதுமின்றி இருந்தனர். பவளம், மீன், ஆமைகள், டால்பின்கள், ஜெல்லி மீன்கள் யாவும் இந்தத் தீவுகளில் வாழ்ந்துவரும் தனித்துவம்கொண்ட உயிரினங்கள். தொன்மைப் பண்புகள் கெடாத உலகத்தின் ஒரு சில வளமார்ந்த கடல் பரப்புகளின் உயிரினங்கள் இவை.

படகினை இயக்கும் முதன்மைப் பொறுப்பு மாமாவுக்குத்தான். அவர்தான் பைலட். அவரை அப்படித்தான் இவர்கள் குறிப்பிடுவார்கள். இந்தத் தீவுகளின் பாரம்பரியமே அப்படிப்பட்டதுதான். படகோட்டும் வேலையில் தலைமைப் பொறுப்பில் இருக்கும் போது பைலட் தனது பீடியைத் தானே பற்ற வைத்துக் கொள்ள மாட்டார்.

டேவிட் லைட்டரை எடுத்து மாவின் பீடியைப் பற்ற வைத்தான். பிறகு தன் பீடியையும் பற்ற வைத்துக்கொண்டான். பிறகு போபாவின் பீடியைப் பற்ற வைத்தான். மூன்று பேரும் புகையை நன்றாக உள்ளுக்குள் ஆழ்ந்து இழுத்துச் சிந்தனை செய்தபடி வெளியில் விட்டார்கள். கிர்லோஸ்கர் பெருத்த அமளி துமளியோடு இயங்கிக்கொண்டிருந்தது

துங்கி ஒரு சில நிமிடங்களில் கடற்கரையின் உட்புற வளைவின் ஒதுக்குப்புறத்தைத் தாண்டி வெளியேறிவிட்டது. கடலின் தரைப் பரப்பு விரைவாக மறைந்து கண்ணுக்குப் புலப்படாமல் போனது.

தண்ணீர் கருநீலமாக மாறியிருந்தது. கீழே என்ன இருக்கிறது என்று தெரியாத அளவுக்கு கருநிறக் கம்பளம் போலத் தண்ணீர் மாறியிருந்தது.

தீவு நிலப்பரப்பின் கடலோரத்துக்கு இணையாகப் படகு நேர்க் கோட்டில் பயணித்துக்கொண்டிருந்தது. கடல் அலைகள் லேசாக மடிந்து கரைக்கு வரும் சில்வர் பீச் பகுதியைக் கடந்து சென்றனர். அதன் பிறகு பாறைக் குன்றின் மீது அலைகள் வேகமாக வந்து மோதும் பகுதியைத் தாண்டினர். அங்கிருக்கும் மரங்களின் தலைகளைக் காற்று ஒரே திசையில் கோதிவிட்டிருந்தது, பிளந் தோடிய ஒரு ஆற்றுக்கால் ஏனோ தானோவென்று படகுக்கு வழிவிட்டது. உள் நிலத்தில் அது மறைந்து போனது. மறுபடியும் சில கடலோரக் காடுகள், குன்று உச்சிகள், மீண்டும் ஒரு ஆற்றுக் கால். இதற்கு அப்பால் இருந்த நிலமும் நீரும் சந்திக்கும் இடம் ஆதிகாலத்தில் உருவான உயரமான பசுமைச் சுவரைக்கொண்ட தாக இருந்தது. பாழ்படாத வெப்பமண்டல மழைக்காடு மென்மை யான உறுதியுடன் வானத்தை நோக்கி உயர்ந்திருந்தது.

படகு தன் பயணத்தை வடக்கு நோக்கித் தொடர்ந்தபோது வெப்பம் அதிகரித்துக்கொண்டே போனது. தாங்க முடியாத அளவுக்கு வெப்பம் இருந்தது. நிழல் ஏதுமின்றி படகின் முன் பக்கத்தில் உட்கார்ந்திருந்த இரண்டு பேருக்கும் வெப்பத்தின் தாக்கம் கூடுதலாக இருந்தது. அலைகள் வந்து வந்து மோதியபடி இருந்தன. சுற்றிலுமிருந்த கடற்கரையின் உட்பக்க வளைவின் பிடிமானத்திலிருந்து விடுவிக்கப்பட்ட நிலையில், பாதுகாப்பற்ற நீர்ப்பரப்பினுள் துங்கி நுழைந்தபோது அலைகள் பெரியதாகவும், பருத்தும் வீசின. மேற்கவிகையற்ற நீர்ப்பரப்பில் துங்கி நுழைந்தது. தண்ணீரின் மீது துங்கி தன்னை நிலைப்படுத்திக்கொண்டது. படகின் நுனியில் உட்கார்ந்திருந்த சீமாவுக்கும், ஹரிஷுக்கும் அசைவு அதிகரித்துத் தெரிந்தது. சீமா படகின் பக்கவாட்டுப் பகுதியை ஒரு கையினால் இறுகப் பற்றிக்கொண்டாள். படகு அதிகமாகக் குதிக்கவே உள்ளுணர்வு காரணமாக இன்னொரு கையினால் ஹரிஷின் கரத்தைப் பற்றிக்கொண்டாள். அவளுக்கு அது தெரிந்திருக்கவில்லை. தெரிய வந்தபோது வெட்கத்துடன் கையை விலக்கிக்கொண்டாள்.

படகின் உதறலும், சூரிய வெப்பமும் அங்கே தொடர்ந்து உட்கார ஏதுவாக இல்லை. வேறு வழியின்றி ஹரிஷின் கையைப் பற்றிக்கொண்டு அவள் எழுந்து நின்றாள். பிறகு பிரம்பைப் பிடித்துக்கொண்டாள். படகின் நடுப்பகுதியில் அவள் உருண்டு விழுந்தாள். பிறகு சமாளித்துப் படகிலிருந்த பக்கவாட்டு இருக்கையில் தார்ப்பாய்க்குக் கீழே அமர்ந்துகொண்டாள்.

வெப்பத்தின் காரணமாக அவள் மயக்கமாக உணர்ந்தாள். தார்ப்பாய் நிழல் ஆசுவாசத்தைத் தந்தது. படகின் அதிர்வுகள் அவளை நாடி வந்தன. இஞ்சினின் துடிப்பு சக்திமிக்கதாக இருந்தது. துங்கியில் இருந்த அத்தனையும் அதனால் பாதிப்புக்குள்ளானது. உருளைக்கிழங்கு, அரிசி மூட்டைகள் உட்பட சில பொருள்கள் இருக்கையின் கீழிருந்து மெதுவாக நழுவி, படகின் மையப் பகுதிக்கு வந்தன. தண்ணீர்க் குவளை பக்கவாட்டில் சரிந்து விழுந்தது. இருக்கையின் மீது வைக்கப்பட்டிருந்த உயிர் காக்கும் மிதவை ஆடைகள் அவற்றின் நுனி வரையிலும் அதிர்ந்தன.

சீமாவின் உடலில் இருக்கும் ஒவ்வொரு எலும்பும், மூட்டும் வீரியத்துடன் அதிர்வதைப் போலத் தெரிந்தது. மிக நுண்ணிய எரிச்சல் உணர்வை உடலெங்கும் அது வேகமாகப் பரவச் செய்தது. தெளிவாகச் சொல்ல முடியாதபடி, துன்பம் தரும் விதத்தில் அவளது மூக்கின் நுனி வரையிலும் அந்த உணர்வு பரவியது. அவளது கண்களுக்கு நேர் கீழாகவும் இந்த உணர்வு இருந்தது. ஆயினும் அவளால் எதுவும் செய்ய முடியவில்லை. அரிப்பது போலத் தோன்றியது. லேசாகச் சொரிந்துகொண்டாள். மூக்கின் நுனியைப் பிடித்துக்கொள்ள முயன்றாள். மென்மையாகத் தேய்த்துப் பார்த்தாள். உள்ளங்கை நிறைய தண்ணீரை எடுத்து மூக்கின் மீது விசிறியடித்தும் பார்த்தாள். எதுவுமே உதவவில்லை. படகை நிறுத்துவதோ, படகிலிருந்து இறங்கிக்கொள்வதோதான் தீர்வாக இருக்கும். இவை இரண்டும் நடக்காது என்பது தெரிந்தது தான்.

'இதற்கு என்ன செய்ய வேண்டும் என்று தெரியுமா?' என்று சீமாவிடம் டேவிட் கேட்டான். 'படகுக்காரனின் நமைச்சல்... மன்னிக்கவும் படகுக்காரியின் நமைச்சல் இது' என்று சொல்லிச் சிரித்தான். 'இப்படித்தான் இருக்கும், இது உனக்குப் பழகிவிடும். ஒரு குட்டித் தூக்கம் போடு சீமா' என்றான்.

சீமா பரிதாபமாக இருக்கிறாள் என்பதை ஹரிஷினால் காண முடிந்தது. அவன் கீழே குனிந்து தன் பைக்குள்ளிருந்து போர் வையை வெளியில் எடுத்துக்கொடுத்தான். என்னுடையதையும் எடுத்துக்கொள்ளலாம் என்றான். 'இதில் ஒன்றின் மீது உட்கார்ந்து கொள்,' இரைச்சலுக்கிடையே உரக்கச் சொன்னான். 'இன் னொன்றை முதுகுக்குப் பின்னால் வைத்துக்கொள்.' அவன் சொன்னதைப் போலவே அவள் செய்தாள். 'அதிர்வை உள்வாங்கிக் கொள்ளும் ஷாக் அப்சார்பர்கள்' என்று அவன் தெரிவித்தான்.

சீமாவுக்கு இப்போது வசதியாக இருந்தது. அவள் ஒரு முறை தண்ணீர் குடித்தாள். 'ஷாக் அப்சார்பர்களை' சரி செய்து கொண்டாள். சாய்ந்து படுத்துக்கொண்டாள். சில நிமிடங்களில் லேசான தூக்கத்தில் ஆழ்ந்தாள். ஹரிஷும் கண்களை மூடிக் கொண்டான். தூக்கம் வரவில்லை. சாய்ந்து படுத்தபடி கண்களைத் திறந்து காற்றில் உதறியபடி இருக்கும் நீல நிறத் தார்ப்பாயைக் கவனித்தான். படகில் இருக்கப்போகும் அடுத்த இரண்டு வாரங்கள் எதையெல்லாம் கொண்டுவருமோ என்று வியந்தபடி இருந்தான்.

கான்ஸ்டேன்ஸ் வளைவுப் பகுதியைக் கடந்து போய்க்கொண் டிருந்தனர். இங்கிருந்து ஜாரவாக் காப்புக்காடுகள் ஆரம்பிக்கின்றன. எண்ணற்ற சிறிய வளைவுகளையும் கடற்கரைகளையும், துருத்திக் கொண்டு நிற்கும் பாறைகளையும் கடந்து சில மணி நேரத்துக்கு நிறுத்தாமல் பயணித்தபடி இருந்தனர்.

ஜாரவா நிலங்களின் இதயம் போன்ற பகுதியில் அமைந்துள்ள பெரிய நீர் வழிகள், ஆற்றுநீர்ப் புகுமுகம், சதுப்புக்காடுகள் ஆகியவற்றின் தொகுப்பே போர்ட் கேம்பெல். சுற்றிலும் இருக்கும் காடுகள் அடர்ந்தவை, பசுமையானவை. இந்த வளைகுடாப் பகுதியின் நீர்ப்பரப்பு மீன்பிடிப்பதற்குச் சிறந்த பகுதியாகக் கருதப்படுகிறது. ஜாரவாக்கள் பற்றிய அச்சம் இங்கு அதிகம். ஒரு சில நாட்களிலேயே ஏராளமாக மீன்களைப் பிடிக்க முடியும் என்பதால் அச்சத்தையும் மீறி மீனவர்கள் இங்கு வருகிறார்கள்.

படகு நுழைந்திருக்கும் போர்ட் கேம்பெல் தன்னந்தனியான பகுதியாக இருந்தது, அங்கு வேறெந்த படகுகளும் இல்லை. மாமா எஞ்சினை நிறுத்திவிட்டு, போபாவுடன் சேர்ந்து படகிலிருக்கும் நீண்ட மூங்கில் கழியை எடுத்துத் துங்கியை நிலை

நிறுத்தினார். படகை மெதுவாக நகர்த்தி அமைதியான, நிழலான பகுதிக்குக்கொண்டு சென்று நங்கூரமிட்டனர். இரவு நேரத்தில் ஜாரவாக்கள் பதுங்கியிருந்து தாக்குவதைத் தடுக்கும் வகையில் கரையிலிருந்து போதுமான தூரத்தில் படகு நிறுத்தப்பட்டது.

சீமாவுக்கு அவசரப் பிரச்சினை ஏற்பட்டது. அவள் தயக்கத் துடன் டேவிட்டை அணுகினாள்.

'டேவிட்' என்று தயங்கியபடியே ஆரம்பித்தாள். 'இங்க எப்படி... வெளியே போவது?'

'அது படகின் பின்பக்கத்தில்தான்.'

'பின்பக்கத்திலா? எங்கே?' அவள் இடைவெளி விட்டாள். 'எப்படி?'

'ஓ' அவன் வியந்தான். 'தீவிலேயே பிறந்து வளர்ந்த பெண் தானே நீ? உனக்குத் தெரியாதா? வா நான் காட்டுகிறேன்.'

'எதைக் காட்டப் போகிறாய் டேவிட்?'

'அரே, நீ சொல்வது அந்தப் பெரிய காரியத்தைப் பற்றித் தானே? அதைப் பற்றித் தானே இப்போது என்னிடம் கேட்டாய்?'

'ஆமாம்.'

டேவிட் அதிர்ந்து சிரித்தான். 'நான் எதைக் காட்டப் போகிறேன் என்று நினைக்கிறாய்? வா வா, கவலை வேண்டாம்.'

மாமாவும், போபாவும் என்ன நடக்கிறது என்பதைப் புரிந்து கொண்டார்கள், இருவர் முகத்திலும் வேடிக்கைச் சிரிப்பினை அவள் பார்த்தாள். அவர்கள் முகத்தைத் திருப்பிக்கொண்டனர். 'சீக்கிரம் என்னுடன் வா, தாமதமாகிவிடப் போகிறது.' டேவிட் சிரித்துக்கொண்டே அவளைத் தூண்டினான்.

படகின் மேல் கட்டுமானத்துக்குக் கீழே, சுக்கான் பொருத்தப் பட்டுள்ள இடத்துக்கு அருகில் படகின் பின்புறத்தில் வெளிப் புறமாகத் துருத்திக்கொண்டிருந்த பகுதிக்குச் சென்றனர். படகின் மேல் பகுதியிலிருந்து மூன்றடிக்குக் கீழே கழிப்பறை இருந்தது. மூன்று அடி நீளமுள்ள ஒரு அகலமான படிக்கட்டு. அதுதான் அந்தமான் தீவுகளில் கேரன் துங்கியில் இருக்கும் கழிப்பறை.

'இங்குதான் நீ உட்கார வேண்டியிருக்கும்', டேவிட் தன் விரலை நீட்டிச் சீமாவிடம் விவரித்தான். அவளுடைய பதில் சங்கடத்துடன் வெளிப்பட்டது. 'இங்கேயா?'

'இதுதான் கழிப்பிடம். இதைத்தான் பயன்படுத்துகிறோம். இதில் நீ உட்காரும்போது சுக்கானின் கழியைப் பிடித்துக்கொள். இல்லாவிட்டால், மலத்தோடு சேர்ந்து நீயும் தண்ணீரில் விழுந்து விடுவாய்.' சீமா வெட்கத்துடன் சிரித்தாள். டேவிட் திரும்பி வந்து மேலே ஏறி துணித்திரையை இறக்கி விட்டான். இந்தத் தனிமை எவ்வளவு அற்பமானதாக இருக்கிறது என்று நினைத்தபடி அதில் குந்தினாள். படகில் இருக்கும் மற்றவர் பார்வையில் படாதபடி மறைவான இடத்தில் இருப்பது அவளது கடுமையைத் தணித்தது. துணித்திரை அவளை ஒருபுறம் மறைத்திருந்தது. மறுபுறம் ஒட்டு மொத்த உலகுக்கும் அம்பலமாகும்படி உட்கார்ந்தாள். நல்ல வேளையாக அங்கு யாருமே இல்லை.

12

அமைதியின் சிறகில்

போர்ட் கேம்பெலின் முக்கியத்துவம் பழைய காலத் திலிருந்தே ஆரம்பிக்கிறது. அந்தமான் பழங்குடிகளுக்கு போர்ட் கேம்பெல் நெருக்கமானது. பிரிட்டிஷ்காரர்களுடன் தொடர்பு ஏற்படும் வரையிலும் அவர்களின் வாழ்விடமாக, அவர்களின் வலிமைமிக்கக் கோட்டையாக இருந்தது. இரண்டாம் உலகப் போர் நிகழ்ந்த காலத்தில் நோய்கள் பரவி, முழுவதுமாக அந்த இனத்தவர் அழிந்து போகும் நிலை உருவாயிற்று. 1858இல் பிரிட்டிஷ்காரர்கள் தங்கள் குடியேற்றங்களை இங்கு அமைத்த போது, ஐந்து முதல் எட்டாயிரம் பழங்குடிகள்வரை இருந்தனர். அதற்கு ஒரு நூற்றாண்டுக்குப் பிறகு ஜப்பானியர் இங்கு வந்த போது நூற்றுக்கும் குறைவான அந்தமான் பழங்குடிகள்தான் இங்கே இருந்தனர்.

இது எப்படி நடந்தது என்பது பற்றி 1899இல் எம்.வி.போர்ட் மேன் எழுதியிருக்கும் குறிப்புகள் தெரிவிக்கின்றன. ஹரிஷ் பேரச்சத்துடன் கவனித்து அதை வாசித்திருக்கிறான். 1877ஆம் ஆண்டில் ஏற்பட்ட தட்டம்மைத் (மீசல்ஸ்) தொற்றின் தாக்கம் பற்றி போர்ட்மேன் விவரித்து எழுதியிருக்கிறார். அந்தமான் பெருந்தீவுகளில் வாழ்ந்த அந்தமானியர்களில் பாதி பேராவது இறந்துவிட்டிருப்பார்கள். மிக மோசமாகப் பாதிக்கப்பட்ட பகுதி களில் போர்ட் கேம்பெலும் ஒன்று. ஒட்டுமொத்த மக்களுக்கும் என்ன நேர்ந்தது என்பது பற்றிய போர்ட்மேனின் பதிவு நடுநடுங்கச் செய்யக்கூடியது, கிட்டத்தட்ட போர்முனையில் இருந்துவரும் செய்தியைப் போலவே அது இருக்கிறது.

பத்து ஆண்டுகளுக்குப் பிறகு போர்ட்மேன் வெளியிட்ட இன்னொரு அறிக்கையில் வெளிவந்த இறுதியான முன் கணிப்பு இதுதான்:

ருட்லேண்ட், போர்ட் கேம்பெல் பகுதிகளில் இருந்த அனைவரும் இறந்துவிட்டனர். தெற்கு அந்தமானிலும், தீவுக்கூட்டங்களிலும் வெகு சிலர் மட்டுமே உயிருடன் இருக்கின்றனர். ஒரு சில குழந்தைகள் மட்டுமே பிறந்தன. அந்தக் குழந்தைகளும் பிழைக்க வில்லை. இப்போதிருக்கும் தலைமுறையினரே அந்தமான் பழங்குடி இனத்தின் கடைசி மிச்சங்கள் என்று கருதிக் கொள்ளலாம்.

இதை விடப் பெரிய முரண் எதுவுமே இருந்திருக்க முடியாது. இது நேரிடும் என்று எதிர்பார்த்திராத அந்தமான் பழங்குடிகள் அழிவின் விளிம்பில் நின்றார்கள்; அவர்களுடைய போர்த்திறன்கள் எப்போதோ தோற்றுவிட்டன. இங்கே, இருபதாம் நூற்றாண்டின் மத்தியில், தங்களைத் துடைத்தழிக்க வந்திருப்பவர்களுடன் சேர்ந்து அவர்கள் உழைத்துக்கொண்டிருந்தனர். உலகத்தையே பிடிப்பதற் காக பிரிட்டிஷ்காரர்கள் போரினை நடத்தி வருகிறார்கள் என்பது பற்றி அவர்களுக்கு எதுவும் தெரியாது.

போட்மேனின் குறிப்பைப் பற்றிச் சீமாவுடன் ஹரிஷ் விவரமாக விவாதித்திருந்தான். 'அந்தமான் பழங்குடி மக்களுக்கு இது நடந் திருக்கும் என்றால், ஜாரவாக்களுக்கும் இது நடந்திருக்காதா? என்று அவளிடம் அப்போது அவன் கேட்டிருந்தான்.

'நிச்சயமாக அது நடக்கக்கூடியதுதான்.' சீமா சிந்தனை வயப் பட்டவளாகப் பதில் சொன்னாள். நாடோடியாகக் காடுகளில் வசிக்கும் சிறு எண்ணிக்கையிலான மக்களுக்கு, அதிக அடர்த்தி யுடன் வாழும் உடல் உழைப்பில்லாத மக்களுடன் தொடர்பு உண்டாகும்போது, குடியேறி வாழும் மக்களின் நோய்கள் இவர்களுக்கும் வருவதற்கான வாய்ப்புகள் உள்ளன. அவள் ஒரு கணம் இடைவெளி விட்டுத் தொடர்ந்தாள், 'தட்டம்மை ஒரு உதாரணம். ஆனால் ஹரிஷ் உங்களுக்குத் தெரியுமா? பல்கலைக் கழகங்களில் நாம் படித்தவைகளில் அந்தமான் பற்றியும், அந்த மானியர் பற்றியும் எதுவுமே இருந்ததில்லை. ஆஸ்திரேலியர், பிஜித் தீவினர், அமேசான் காடுகளிள் வசிப்போர் பற்றியெல்லாம் படித்திருக்கிறோம். ஆனால், அந்தமானியர் பற்றி ஒருபோதும் படித்ததில்லை.' அவள் சிந்தனை வயப்பட்டாள், 'எனக்குத் தெரிந்த கொஞ்ச நஞ்சப் புரிதலின்படி இப்போது நடந்துவரும் ஜாரவா - குடியேற்றக்காரரர்கள் மோதல்களும் இதைப் போன்றதுதான்.

கடம்தாலாவில் நீங்கள் கண்ட வளர்ச்சிகள், திருநரில் நடைபெற்ற செயல்களின் விளைவுகள். வேறு என்னவெல்லாம் நடந்துகொண் டிருக்கின்றன என்பது கடவுளுக்குத்தான் வெளிச்சம். இது வெடிப் பதற்குக் காத்திருக்கும் வெடிகுண்டு. அதன் திரியில் ஏற்கனவே தீப்பற்றவைக்கப்பட்டுவிட்டது.'

படகுப் பயணத்தில் முதல் வேளை உணவுக்கான நேரம் இது. போபா வேலையில் முனைந்து ஈடுபட்டான். கிளம்பும் முன்பாக காலையில் அவன் சமைத்து வைத்திருந்த சோறு நிறைந்திருக்கும் பாத்திரத்தை இருக்கைக்குக் கீழே குனிந்து வெளியில் இழுத்தான். உப்போ சர்க்கரையோ சேர்த்து உண்ண வேண்டும். ஊறுகாயும் இருந்தது. ஹரிஷ் மட்டுமே சைவ உணவுக்காரன். மாங்காய் ஊறுகாயைத் தவிர வேறு வழியில்லை. போபா தனக்காகத் தயாரித்து வைத்திருக்கும் கேரன் இறால் ஊறுகாயான 'நப்பி'யை ஹரிஷ் தவிர்த்த மற்றவர்கள் எடுத்துக்கொண்டனர்.

உப்புச் சப்பில்லாத சாப்பாடு. ஆனாலும், பசியுடன் இருப் பவர்கள் ஒவ்வொருவரும் கவனத்துடன் சாப்பிட்டனர். பதினைந்து நிமிடங்களுக்குப் பிறகு, சோற்றின் சிறு குன்று பேராவலுடன் விழுங்கப்பட்டிருந்தது. இருக்கைக்குக் கீழே அனைத்தையும் அடுக்கி வைப்பதற்காகப் போபா குனிந்தான்.

சூரியன் மறைய சில மணி நேரம் இருந்தது. அவர்கள் சிற் றோடையில் சிறிது தூரம் பயணம் செய்திருக்கலாம். இருப்பினும் டேவிட் வேறு முடிவெடுத்தான். பல மணி நேரம் தொடர்ச்சி யாகப் படகினைச் செலுத்தியதால் மாமா சோர்வுற்றிருந்தார். அவருக்கு ஓய்வு தேவைப்பட்டது.

காடுகளைக் கவனித்தபடி உட்கார்ந்திருந்தபோது போர்ட்மேன் தெரிவிக்கும் விவரங்களும், அது பற்றி சீமாவுடன் நடத்திய கலந்துரையாடல்களும் ஹரிஷின் நினைவுக்கு வந்தன. 'போர்ட் கேம்பெலில் அந்தமான் பழங்குடியினருக்கு என்ன நேரிட்டது என்பது பற்றிய போர்ட்மேனின் குறிப்புகள் உனக்கு நினைவிருக் கிறதா சீமா?'

‘எனக்குத் தெரியும் ஹரிஷ். அதைப்பற்றி நானும் நினைத்துக் கொண்டுதான் இருக்கிறேன். இந்த இடத்தில் உட்கார்ந்து அந்த மக்களுக்கு என்னவெல்லாம் நடந்தது என்பதை நினைத்துப் பார்ப்பது விந்தையான அனுபவம் தானே?’

ஐம்பதடி நீள மரப்படகில் ஐந்து தனித்தனிப் பிரபஞ்சங்கள் இருந்தன. தாவிப்பாயும் அலைகளின் சத்தமும், காற்றில் அடித்துக் கொள்ளும் படகின் மென்மையான மேற்கவிகை ஓசையும், இரைக் காகவோ, பயத்தினாலோ மீன்கள் நீரிலிருந்து சுறுசுறுப்பாகத் தாவி விழும் சத்தமும் அங்குக் கேட்டன.

இரவுப் பொழுது வருவதை அறிவிக்கும் விதமாக இருளையும் அமைதியையும் மீறி இசையிழுத்துப் பாடும் ஜாரவாக்களின் பாடல் காட்டின் உள்ளடங்கிய பகுதியிலிருந்து உச்ச ஸ்தாயியில் வெளிப்பட்டது. அது உரத்து ஒலிக்கவில்லை. ஆனால் தெளிவாகக் கேட்டது. அதன் வேகம் ஆரம்பத்தில் அவசரமில்லாமல் இருந்தது. பிறகு சிறிது சிறிதாக அதிகரிக்க ஆரம்பித்தது, மந்த கதியிலான குறிப்புகளில் இருந்து வேகம் பெற்று, ஒலியேற்றம் பெற்ற உச்சஸ்தாயியை விரைவில் அது எட்டிப்பிடித்தது. கால்களைத் தாளம் போட வைக்கும் வேகத்தில் அது வெளிப்பட்டது.

சிறிது நேரத்துக்கு நீடித்த பாடல், நுண்மையான நூலைக் கூர்மையாகக் கத்தரித்ததைப் போலச் திடீரென நின்றுவிட்டது. அந்தச் சில கணங்களில், தெளிவாகவும், அலையலையாகவும் மறுபடியும் அமைதி சூழ்ந்துகொண்டது. மினுமினுக்கும் நட்சத் திரங்கள் இரவு வானத்தில் விரவிக் கிடந்தன. சில கணங்களுக்குப் பிறகு பாடல் மீண்டும் ஒலித்தது. முன்பு எந்த ஸ்தாயியில் பாட்டு நின்றதோ அதே ஸ்தாயிலிருந்து ஆரம்பித்தது.

பழங்காலச் சந்தங்களைக் கேட்டபடி, படகில் இருந்த ஐந்து பேரும் மெய் மறந்து அமர்ந்திருந்தனர். படகுத்துறையில் ஜாரவாச் சிறுவர்களிடமிருந்து இதனை ஒரு முறை ஹரிஷ் கேட்டிருக்கிறான். டேவிட்டும் அதை உணர்ந்துகொண்டான். அது போன்றே இதுவும் ஒலிக்கிறது. இருந்த போதிலும், வித்தியாசமாக இருக்கிறது, மிகவும் வித்தியாசமாக.

இந்த இடத்தின் முக்கியத்துவத்தை உணர்ந்து ஹரிஷ் களிப் படைந்தான். இங்கு அவன் வெளியாள். பழங்கால மனிதர்களின் வசிப்பிடத்தின் மையமான பகுதியில் இருக்கிறான். ஜாரவாக்களின் வாழ்க்கை பற்றிய ஆச்சரிய உணர்வை அடைந்தான். 'அது கடுமையானதாக இருக்க வேண்டும்' என்று தனக்குத் தானே நினைத்துக்கொண்டான். 'இருந்தபோதிலும், அந்த மக்களும், அவர்கள் வாழ்வின் அடிப்படைக்கூறுகளும் எளிமையாக இருப்ப தாகவே தெரிகின்றன.'

'என் வாழ்க்கை முழுவதையும் காடுகளில் கழிக்க வேண்டும் என்று ஒரு சமயம் நான் விரும்பியிருந்தேன்.' ஹரிஷுக்கு அருகில் வந்து அமர்ந்துகொண்டு ஜாரவாக்களின் பாட்டொலி வந்த திசையை நோக்கி சுட்டிக்காட்டி மாமா சொன்னார்.

'என்ன நீங்கள் காடுகளில் இருந்திருக்கிறீர்களா? எப்போது? அவர்கள் என்ன சொல்கிறார்கள், எதைக் குறிப்பிட்டுப் பேசு கிறார்கள் என்பதெல்லாம் உங்களுக்குப் புரியுமா?' கிழவனை எதிர்பார்ப்புடன் பார்த்தான். கிழவனின் முகம் ஆர்வமின்மையைப் பிரதிபலிப்பது போல இருந்தது. அதே நேரத்தில், ஹரிஷ் ஒரு வித்தியாசத்தைக் கவனித்தான். அவனுடைய அசைவற்ற கருத் தூன்றிய பார்வையில் ஆசை நிரம்பிய ஈர்ப்பு தெரிந்தது. அந்தக் கிழவன் முற்றிலும் வேறுவிதமான உலகத்தில் பயணித்துக்கொண் டிருந்தான்.

'எனக்கு அதெல்லாம் தெரியாது' ரத்தினச் சுருக்கமாகப் பதில் சொன்னார் மாமா. உள்ளடங்கிய காட்டுப்பகுதிக்குள் காணாமல் போய்விட்டவரைப் போலவும், ஜாரவாக்களின் பாடல் அமைதியில் சற்று முன்பு கரைந்து போனதில் கவனம் நீடிப்பதைப் போலவும் மாமா பதில் சொன்னார்.

இந்த அமைதியும் நீண்ட நேரத்துக்கு நீடிக்கவில்லை. முற்றிலும் புதிய வகையான இசையாகவும், சந்தமாகவும் இப்போது அது தகர்ந்து போனது. மனிதர்கள் விம்மியழும் மென்மையான ஒலி படகின் முன் முனையில் இருந்து மிதந்து வந்தது. இந்த ஆதிகால உலகத்துக்கு மத்தியில், சீமா தன் உணர்ச்சிகளை எதிர்த்துப் போராடிக்கொண்டிருந்தாள். ஹரிஷ் எழுந்து அவளுக்கருகில் சென்று படகின் வளைவான பலகைத் தளத்தில் உட்கார்ந்து கொண்டான்.

'நன்றாகத் தானே இருக்கிறாய்?' ஹரிஷ் மென்மையாகக் கேட்டான்.

'ஆமாம், நன்றி!' குர்தாவின் கைப்பகுதித் துணியினால் கண்ணீரைத் துடைத்துக்கொண்டாள். 'மன்னியுங்கள், உண்மையிலேயே நான் வருந்துகிறேன்' என்ற சீமா, மற்றவர்கள் இருந்த இடத்திற்குச் சென்று, 'மாமா, டேவிட் என்னை மன்னியுங்கள், நான் சரியாகி விடுவேன்' என்றாள்.

அவளைப் புரிந்துகொண்டது போல சிரித்த இருவரும் சீமாவைச் சமாதானப்படுத்த முயன்றனர். சின்னப்படகில் சிறிது தொலைவு விரைவாகப் பயணித்து வரலாம் என்றனர். உற்சாகப்படுத்துவதற்கு இதை விட சிறந்த வழி வேறென்ன இருக்கிறது? மூவரும் இரவின் இருளில் முதலைகளைத் தேடிச் சென்றனர்.

இதனிடையே, இரவு உணவுத் தயாரிப்பில் போபா ஈடு பட்டிருப்பதை ஹரிஷ் பார்த்தான். துங்கியின் தளத்தில் ஆறு அங்குல உயரத்திலும், இரண்டடி குறுக்களவிலும் மண் திரளால் ஆன சிறிய முகடுகள் இருந்தன. படகில் இருக்கும் இந்த முக்கூட்டு மண் அமைப்பு எல்லாப் பக்கங்களிலும் ஒரே சீரான முக்கோண அமைப்பாக இருந்தது. அவற்றைச் சரிப்படுத்தி அதன் மீது பெரிய அலுமினியப் பாத்திரத்தை வைத்தான். பாத்திரத்தை அவை தாங்கின. சுள்ளிக் கட்டிலிருந்து மிலாறுகளை உருவி, பாத்திரத்துக்கு அடியில் வைத்தான். எளிய முறையிலான அந்த அடுப்பை ஹரிஷ் முந்தைய பயணங்களின் போதும் பார்த்திருக்கிறான். ஆனால் ஒவ்வொரு முறையும் அதை ஓர் அற்புதமாகவே காண்பான்.

சில துளி மண்ணெண்ணெயை மிலாறுகளில் போபா தூவினான். தீக்குச்சியைப் பற்ற வைத்து வீசினான். தீப் பிடித்து எரிந்து உடனே தணிந்தது. சிறு சுள்ளிகளைப் பற்ற வைப்பதற்கு அது போதுமானது. தீயை ஊதிப் பெருக்கினான். அரிசி, பருப்பு, உருளைக்கிழங்கைச் சமைத்தான்.

மாமாவின் கடைசித் தங்கையின் ஒரே மகன்தான் போபா. அவனுக்கு வயது பதினெட்டு. கூச்சச் சுபாவம்கொண்ட அவன் எப்போதும் ஒதுங்கியே இருப்பான். குறைவாகப் பேசுவான். கடினமாகவும், திறமையாகவும் வேலை பார்ப்பான். மாமாவிடம்கூட

அப்படித்தான். ஹரிஷ், சீமா இருவருடனும் போபாவின் சந்திப்பு நிகழ்வுகள் அதிகமாக இல்லை. அரிதாக ஏதேனும் இருந்தாலும் அதிகமாகப் பேச மாட்டான். ஹரிஷ் பல தடவை முயன்றிருக்கிறான். அமைதியாகவும், அணுக முடியாதவனாகவுமே இருக்கிறான். ஹரிஷ் மறுபடியும் ஒருமுறை முயன்றான்.

'மாமா என்னிடம் சொல்லியிருக்கிறார். பள்ளிப்படிப்பில் நீ முதலாவதாக வருவாயாமே?' ஹரிஷ் ஆரம்பித்தான். போபா சுள்ளிகளை அடுப்புக்குள் தள்ளியபடி இருந்தான்.

போபா வெட்கத்துடன் சிரித்தான். பதில் சொல்லவில்லை.

'படிப்பைத் தொடர விருப்பமில்லையா?' ஹரிஷ் மேற்கொண்டு தூண்டினான்.

'பள்ளிக்கூடம் சலிப்பைத் தந்தது.' கடைசியாகப் போபா பதில் சொன்னான். வெட்கப் புன்னகை அவன் முகத்தில் இருந்தது. தன்னைச் சுற்றிலும் கையைக் காட்டி 'இதுதான் வாழ்க்கை. இதை விடவும் பள்ளிக்கூடம் எந்த வகையில் மேலானது?' என்று போபா கேட்டான்.

ஒரு வழியாக இவனைப் பேச வைத்துவிட்டோம் என்று ஹரிஷ் நினைத்துக்கொண்டான். மேற்கொண்டு எதுவும் சொல்வதற்கு முன்பாக, லேசாக மலைப்புக் காட்டிய போபா எழுந்து வேகமாகத் துங்கியின் பின் பக்கத்துக்குப் போய்விட்டான். சிறிது நேரத்தில் குட்டிப் படகு திரும்பி வந்ததை அடுத்து பேச்சுச் சத்தம் கேட்டு வெளியில் வந்தான்.

டேவிட் வெற்றிக் களிப்பில் இருந்தான். 'ஏழு பெரியது, இரண்டு சிறியது' காற்றில் கையை உயர்த்தி கட்டைவிரலால் வெற்றிச்சின்னத்தைக் காட்டினான். 'நான் சொன்னேன் இல்லையா? இங்குள்ள காடுகளும், ஓடைகளும் வித்தியாசமானவை, நம்பவே முடியவில்லை!' டேவிட்டின் உற்சாகம் புரிந்துகொள்ளக் கூடியது தான். 'ஓர் இரவுக்குள்ளாக இத்தனை முதலைகளைப் பார்க்கிறோம் என்றால், ஒட்டுமொத்தப் பகுதியிலும் எவ்வளவு முதலைகள் இருக்கும் என்பதை என்னால் கற்பனை செய்துகூட பார்க்க முடிய வில்லை.'

சற்று நேரம் கழித்து இரவு உணவு பரிமாறப்பட்டது, மதியத்தை விடவும் சற்றுக் குறைவாகவே உணவு எடுத்துக்கொண்டார்கள். இப்போது படகின் மையப்பகுதிக்கு நகர்ந்தார்கள். அதுதான் படுக்கை அறை. படுக்கை விரிப்புகளும், உறங்குவதற்கான பைகளும் இருக்கைக்கு அடியில் இருந்து வெளியில் இழுக்கப் பட்டு, படகில் விரிக்கப்பட்டன. துங்கியில் வெளிச்சம் தந்து கொண்டிருந்த மண்ணெண்ணெய்த் திரிகள் அணைக்கப்பட்டன. மகிழ்ச்சியும் களைப்பும் நிறைந்த முதல் நாள் இரவில் ஐந்து பேரும் படுத்து உறங்கினார்கள்.

படகு மெதுவாக அசைந்தாடியபடி இருந்தது. மென்காற்று மேற்கிலிருந்து வீசியது. போபாவும், மாமாவும் அயர்ந்து தூங்கி னார்கள். சீமா தன் கடிகாரத்தைப் பார்த்தாள். மணி ஏழரை ஆகியிருந்தது. சில மாதங்களுக்கு முன்பு தில்லியில் இருந்த போது இந்த நேரத்தில்தான் இரவு ஆரம்பமாகி இருக்கும் - ஓசை, ஒளி, போக்குவரத்து, கடைகளுக்குப் போவது, விருந்துகளுக்குச் செல்வது எல்லாமும் இந்த நேரத்தில்தான். சமீப காலம் வரை யிலும் இதுதான் அவள் வாழ்க்கையின் ஒருங்கிணைந்த பகுதி யாக இருந்தது. இப்போது அனைத்தும் வெகு தொலைவில் போய்விட்டன. இங்கே தன்னந்தனிப் படகில், ஜாரவாக்களின் நிலப்பரப்பில், அதுவும் தான் பிறந்த தீவில், கவர்ச்சிகரமான ஒரு பொழுது முடிவுக்கு வந்திருக்கிறது. களைப்புற்றிருந்த சீமா விரைவில் உறக்கத்தில் ஆழ்ந்தாள்.

இதனிடையே டேவிட் தன் தலைப்பகுதியில் இருந்த டார்ச் விளக்கை எரியவிட்டு, டைரி எழுத ஆரம்பித்தான். ஹரிஷ் அவன் பக்கமாகத் திரும்பிச் சற்று நேரம் பார்த்தபடி இருந்தான். அமைதி தவழும் அந்த இரவில் காகிதத்தில் பேனா கீறும் சத்தம் தெளிவாகக் கேட்டது. அவன் உறங்குவதற்கு முன்பாகக் கேட்ட ஒலி அதுதான். சோம்பல் இல்லாமல் டேவிட் அப்படி என்னதான் நாட்குறிப்பு எழுதுகிறான் என்று ஆச்சரியப்பட்ட படியே தூங்கிப்போனான். ஹரிஷ் நன்றாக உறங்கினான். அடுத்த நாள் காலையில் கடைசியாக எழுந்தவன் அவன்தான். துங்கியின் முன் பக்கத்தில் போபா இருந்தான். கெட்டிலில் நீர் கொதித்துக் கொண்டிருந்தது. மற்ற நான்கு பேரும் முன்பே எழுந்திருந்து

தயாராக இருந்தார்கள். ஹரிஷ் முகத்தில் தண்ணீரை வாரி அடித்துக்கொண்டு படகின் பின்புறத்துக்குப் போய் திரும்பி வந்த போது போபாவின் இஞ்சி டீ அவனை வரவேற்றது. பிறகு சூடான மேகி நூடுல்ஸ் காலை உணவாகக் கிடைத்தது. அதைச் சாப்பிட்ட பிறகு, மேலும் ஒரு கோப்பைத் தேநீர் கொதிக்கக் கொதிக்கத் தரப்பட்டது. எல்லோரும் புறப்படத் தயாராகி இருந்தார்கள்.

கடற்கரையிலிருந்து கணிசமான தூரத்துக்கு அவர்கள் சென்று விட்டனர். வலப்பக்கம் திரும்பி மீண்டும் பயணித்தார்கள். நூற்றுக்கணக்கான கடற்பறவைகள் எதிர்த் திசையிலிருந்து அவர் களைக் கடந்து சென்றன. அவை சிறிய மீன்களைப் பிடித்தபடி நீரிலிருந்து வெளியில் வந்தன. கடற்கரை ஓரமாகச் சென்று தங்கள் உழைப்பின் பலனைத் துய்க்கத் தொடங்கின.

ஏறத்தாழ இரண்டு மணி நேரத்துக்குப் பிறகு வெண்மையும் பச்சையுமான அந்த இடம் நெருங்குவது தெரிந்தது. டேவிட் வரைபடத்தை எடுத்து விரித்தான். அவர்கள் இப்போது பிளஃப் முனையைக் கடந்திருக்கிறார்கள்.

தனக்கு வடக்கிலும், கிழக்கிலும் தன்னைவிடப் பெரியதாக இருக்கும் ஸ்பைக் தீவுடன் சேர்ந்து பிளஃப் தீவு தெற்கு, மத்திய அந்தமானின் பெரிய தீவுகளுக்கு இடையில் அமைந்திருக்கிறது.

இது அழகான சிறிய தீவு. கணிசமான அளவில் தட்டையாக இருக்கிறது. கடலோர மோஹ்வா மரங்கள் சீராக வளர்ந்திருக்கும் பகுதி. இங்கு வளரும் உறுதிமிக்க தேக்குக்கட்டை புல்லட் மரக் கட்டை என்று அறியப்படுகிறது.

ஸ்பைக் தீவுக் காட்டுக்குள் அழையாமல் நுழையும் மற்ற மனிதர்களைப் போலவே தேன் சேகரிக்கவும், காட்டுப்பன்றி, உடும்புகளை வேட்டையாடவும் ஜாரவாக்கள் இங்கு வருவதுண்டு. இரண்டு குழுக்களையும் சேர்ந்த வேட்டைக்காரர்களுக்கும் செல்வம் சேகரிக்கும் இடம் இதுதான். இந்த நாட்டத்தின் காரணமாக இவர்கள் அடிக்கடி நேருக்கு நேர் சந்திக்க நேரிடுகிறது. அப்படிச் சந்திக்கும்போது நடக்கும் மோதல்கள் இருபுறமும் இரத்தக் களரியில்தான் முடிகின்றது. தங்களின் வேட்டைப் பொருள்களுடன் சேர்த்து உடல்களையும் சுமந்து செல்ல வேண்டிய கட்டாயம் அடிக்கடி நிகழ்கிறது.

பிளஃப் தீவு மோதல் நடைபெறும் முக்கிய இடமாகப் பதிவுகளில் இடம்பெற ஆரம்பித்தது எண்பதுகளில்தாம். ஆனால், அது பனிமலையின் வெளியில் தெரியும் சிறு முகடுதான். கடம்தாலாவில் தனுமெய் நிகழ்வு அப்போதுதான் நடந்திருந்தது. ஆனால், இங்கு நிலவும் சூழல் திரூர் காடுகளில் நிலவி வருவதைப் போலவே இருந்தது. கடுமையான பதற்றமும், பகைமையும் தொடர்கின்றன.

'ஏன் இப்படி நடக்கிறது?' ஹரிஷ் டேவிட்டைக் கேட்டான். 'இத்தகைய ஆபத்துகள் இருக்கும் நிலையிலும் வேட்டைக்காரர்களும், மீனவர்களும் ஏன் இங்கு வந்துகொண்டே இருக்கிறார்கள்? இங்கே அழையா விருந்தாளிகளாக நுழைபவர்களைத் தடுத்து நிறுத்த எதுவும் செய்ய முடியாதா? இது ஜாரவாக்களுக்கு இழைக்கப்படும் அநீதி மட்டுமல்ல; மோதலுக்கும் வழிசெய்கிறது இல்லையா?'

'சரிதான் ஹரிஷ்' டேவிட் ஒப்புக்கொண்டான். 'ஆனால் பூனைக்கு மணி கட்டுவது யார்? நீ திரூரில் பார்த்த அதே கதைதான் இங்கேயும். இந்தப் பேர்வழிகள் யார் தெரியுமா?'

'அத்துமீறி இங்கே வருபவர்களைப் பற்றித் தானே நீ கேட்கிறாய்?'

'ஆமாம். இந்தக் கும்பலின் தலைவன் யார் என்று உனக்குத் தெரியுமா? அவன் இப்போது மீன் பிடிக்க வருவதில்லை. ஆனால் அவன்தான் இதில் முக்கிய புள்ளி. நகரத்தில் 'பிஸ்வாஸ் சூப்பர் ஸ்டோர்' என்ற கடையைப் பார்த்திருக்கிறாய் அல்லவா? அவன் கோடி கோடியாக எப்படிப் பணம் குவித்தான் என்பது உனக்குத் தெரியுமா? பதினைந்து வருஷத்துக்கு முன்னால் அவனுக்குக் குடியிருக்கக்கூட வீடு கிடையாது.'

ஹரிஷின் வியப்பு நீண்டுகொண்டே சென்றது. 'ஜாரவாப் பகுதியிலிருந்து சட்ட விரோதமாக இவ்வளவு பணத்தை அவன் சம்பாதித்திருக்கிறானா?'

'மாமாவுக்கு அவனை நன்றாகவே தெரியும்', டேவிட் தொடர்ந்தான். இருவரும் ஒரு காலத்தில் ஒன்றாக மீன்பிடித்தவர்கள். இந்தப் பேர்வழி ஆபத்தை எதிர்கொள்ளும் அசாத்திய துணிச்சல்காரன். மற்றவர் போகத் துணியாத இடங்களுக்குத் தொடர்ந்து போய்வரக் கூடியவன். பிளஃப் தீவு, ஸ்பைக் தீவு, போர்ட் கேம்பெல்லில் இருக்கும் மற்ற தீவுகளுக்குப் போகிறவன். சுறா மீன்களைப் பிடிப்பது,

கடல்நீரில் முக்குளித்துச் சிப்பிகள், கடல் வெள்ளரிகளைப் பிடித்து வருவது, ஆழமில்லாத நீர்ப்பகுதிகளில் ஆமைகளை வேட்டை யாடுவது, காட்டுப்பன்றிகளையும், எப்போதாவது தலை காட்டும் முதலைகளையும் வேட்டையாடுவது இதெல்லாம் இவனது தொழில். சர்வதேசத் தோல் சந்தையில் முதலைத் தோலுக்கு அதிக விலை கிடைக்கிறது. இங்கிருந்து கடத்திக்கொண்டு போவதற்கு இவன் மூன்று வழிகள் வைத்திருக்கிறான்.'

'உண்மையாகவா?'

'இப்படிப் பணம் சம்பாதித்துக் கொழுப்பவர்களைத் தடுத்து நிறுத்துவது கடினம். பிஸ்வாசிடம் ஏகப்பட்ட பணம் இருக்கிறது. இனியும் அவனுக்குப் பணம் தேவையில்லை. ஆனால் அவனுக்குப் பேராசை இருக்கிறது. சந்தையில் முதலைத் தோலுக்கான தேவை இருக்கிறது. நம்முடைய நிறுவனத்தைச் சுற்றிலும் சிலரை நீ பார்த்திருப்பாய் இல்லையா? அவர்கள் ஏழைகள் என்று சொல்ல மாட்டேன், ஆனாலும் அவர்களின் வாழ்க்கை சுலபம் இல்லை. இவர்களில் பாதி பேர் பிஸ்வாஸ் கும்பலில் வேலை பார்ப்பவர்கள். அந்தக் கும்பலைச் சேர்ந்தவர்கள் இந்த இடத்திற்கு அடிக்கடி வருவார்கள். இங்கிருக்கும் காடுகளிலும், பளிங்கு போன்ற தெளி வான நீர்ப்பரப்புகளிலும் ஏராளமான வளங்கள் புதைந்து கிடக் கின்றன.'

'டேவிட், இவையெல்லாம் ஜாரவாக்களுக்கு தானே உரிமைப் பட்டவை,' என்று சீமா கேட்டாள்.

'சீமா சொல்வது சரிதான்?' என்று ஹரிஷும் ஏற்றுக்கொண்டான். 'இந்தச் செல்வங்களுக்கான முதல் உரிமை அவர்களுக்குத்தானே இருக்க வேண்டும்?'

'இல்லை, இல்லை!' டேவிட் எச்சரிக்கையுடன் பதில் சொன் னான். 'இது அவர்களுடையது இல்லை என்று நான் சொல்ல வில்லை. அப்படிச் சொல்வதற்கு நான் யார்? ஜாரவாக் காப்புக் காட்டுப் பகுதி என்பது வெறுமனே காகிதத்தில்தான் எழுதி வைக்கப்பட்டிருக்கிறது. இதைப் பற்றி உணர வேண்டியது அவசியம். அந்தமான் நெடுஞ்சாலை நெடுக அனுதினமும் எத்தனை எத்தனை ஊடுருவல்கள் நடக்கின்றன என்பது யாருக்கும் தெரி யாது. அந்தச் சாலையில் எளிதாக ரோந்து போகலாம். ஆனால்

ஆழமான உள்வளைவுகளும், நெளிவுகளும் உடையதாக இருக்கிற இவ்வளவு பெரிய கடலோரப் பகுதிகளையும், அவற்றுக்குள் இருக்கும் கடற்கரையின் உள்பக்க வளைவுகளையும், ஓடைகளையும் கண்காணிக்கப் போவது யார்? அப்படிக் கண்காணித்தாலும் எதுவும் செய்ய முடியாது. இது முற்றிலும் வேறு கதை,' டேவிட் பெருமூச்சுடன் பேசி முடித்தான்.

'ஆக, அங்கேதான் போய்க்கொண்டிருக்கிறோமா?' சீமா கேட்டாள்.

'இல்லை' என்றான் டேவிட். 'நாம் நீரோடை அமைப்புகளுக்குள் நுழைந்திருக்கிறோம். இடப் புறமாகத் திரும்பி லெக்ரா லுன்டாவில் படகை நிறுத்தி இரவு தங்கப் போகிறோம்.'

'லெக்ரா லுன்டா?' வித்தியாசமான பெயராக இருக்கிறதே? ஆனால் நன்றாகக் கேள்விப்பட்டதைப் போல இருக்கிறது' என்றான் ஹரிஷ்.

'நிச்சயமாக இது பிரபலமான இடம்தான். இந்த இடத்தைப் பற்றி நீங்கள் படித்திருப்பீர்கள். ஜாரவாக்களுடன் நிகழ்த்தப்பட்ட தூதுக்குழு சந்திப்புகளைப் பற்றி அதிகமாகத் தெரியாது. ஆனால் இந்த இடத்தில்தான் முப்பது ஆண்டுகளுக்கு முன்பு சந்திப்பு ஆரம்பித்தது. பகத்வார்சிங் என்ற நாடறிந்த போலீஸ்காரின் தலைமையில் வந்த குழுவினர் இங்குதான் ஜாரவாக்களுடன் முதன் முதலில் நட்பு பாராட்டினார்கள். இது பற்றிப் படித்திருப்பீர்கள். இது பற்றி சில மாற்றுக் கருத்துக்களும் இருக்கின்றன. இதற்கான உண்மையான கௌரவம் வேறு யாரோ ஒருவரைத்தான் சேர்ந்திருக்க வேண்டும் என்று சிலர் சொல்கின்றனர். அந்தப் பெயரை நான் மறந்துவிட்டேன்.' சற்று நிறுத்தி அந்தப் பெயரை நினைவுக்குக் கொண்டு வருவதற்கு முயன்றான். 'எனக்கு ஞாபகத்துக்கு வருவது இருக்கட்டும். எப்படி இருந்தாலும் லெக்ரா லுன்டாவில்தான் ஜாரவா நட்புக்கான அடித்தளம் உருவாக்கப்பட்டது.'

'நிர்வாகம் சார்பாகக் குழுவில் இடம்பெற்றிருப்பவர்கள் அடிப்படையில் கோமாளிகள். இவர்கள் கடல் மார்க்கமாக வந்து தேங்காய்கள், பிளாஸ்டிக் பொருள்கள், சிவப்புத்துணிகள்... போன்றவற்றைப் போட்டுவிட்டுப் போய்விடுவார்கள்.' டேவிட்டின் குரலில் இகழ்ச்சி இழைந்தது. இந்த நட்பு உடனடியாக ஏற்பட்டு

விடவில்லை. இவ்வாறு வருபவர்கள் மீது ஆரம்பத்தில் ஜாரவாக்கள் அம்புகளை வீசித் தாக்கினார்கள். பிறகு இது மெதுவாக மாற்றம் கண்டது. பரிசாகத் தரப்படும் பொருள்களை ஜாரவாக்கள் ஏற்றுக் கொள்ளத் தொடங்கினார்கள். காலப்போக்கில் தூதுக்குழு உறுப்பினர்கள் கடற்கரையில் இறங்கவும், ஜாரவாக்களுடன் கலந்து பழகி தொடர்பு கொள்ளவும் ஆரம்பித்தனர். எழுபதுகளில் ஏற்பட்ட மிகப்பெரிய திருப்பு முனை இதுவாகும். கடம்தாலாவில் தனுமெய்க்கு என்ன நடந்ததோ அதே போன்று சில வழிகளில் ஒப்புமை உடையதாக இது இருப்பதாக நான் நினைக்கிறேன். ஒரு சமூகம் இன்னொரு சமூகத்துடன் உறவு ஏற்படுத்திக் கொள்வதில் ஏற்பட்ட மலையளவு மாற்றமாகவும் இது இருக்கலாம்.' மறு சிந்தனைக்குப் பிறகு அவன் சொன்னான். 'இருக்கலாம், முன்பு என்ன விதைக்கப்பட்டதோ அதுதான் இப்போது அறுவடை செய்யப்படுகிறது. அங்கு திரிபாதி இருக்கிறார். அவரைப் பற்றி நான் உங்களுக்குச் சொல்ல வேண்டும். லெக்ரா லுண்டாவுக்குப் போனவுடன் எனக்கு நினைவுபடுத்து' என்றான் டேவிட்.

எஞ்சின்களை நிறுத்துமாறு டேவிட் குறிப்புக் காட்டினான். துங்கி சற்று தொலைவுக்கு அங்குமிங்குமாக இடம்பெயர்ந்தது. பிறகு போபா நங்கூரத்தை வீசியதும் நிலையாக நின்றது.

கரைக்கு அப்பாலிருக்கும் நிலம் செங்குத்தான பாறைகளைக் கொண்டது. மரங்கள் வேர் விடுவதற்கு வாய்ப்பில்லை. தொடர்ந்து குறுகிக்கொண்டே சென்று கடலில் சேருமிடத்தில் பாட்டிலின் கழுத்தினைப் போல குறுகியதாக இருந்தது.

'அங்கே பாருங்கள்!' கடலில் கால்வாய் சென்று இணையும் இடத்தைச் சுட்டிக் காட்டியபடி, 'அந்த இடம்தான் லேக்ராலுண்டா' என்றான் டேவிட்.

'திரிபாதி பற்றிச் சொல்வதாகச் சொன்னீர்களே', சீமா டேவிட்டைத் தூண்டினாள்.

'ஆமாம். அனில் திரிபாதி. நாம் நிறுவனத்துக்குத் திரும்பிச் சென்ற பிறகு நீங்கள் அவரைச் சந்திக்கவேண்டும். எனக்கு நினைவூட்டுங்கள். ஒரு நாள் மதிய உணவுக்கு அவரை நாம் அழைப்போம். நானும் அவரைப் பார்த்து வெகு நாள் ஆகிவிட்டது. அனில்

திரிபாதி மானிடவியலாளர் - பழங்குடிகள் நலத்துறையில் வேலை பார்க்கும் மானிடவியலாளர் என்று திருத்திச் சொன்னான். இவர் ஒருவர் மட்டும்தான் முதுகெலும்புடன் இருப்பவர். சந்திப்புகளை நிகழ்த்தும் பயணங்கள் பலவற்றிற்கு அவர் சென்றிருக்கிறார். இந்தச் சந்திப்புகளைக்கொண்டாட்டங்கள் என்று அவர் குறிப்பிடுவார்.'

சீமாவும், ஹரிஷும் கவனமாகக் கேட்டார்கள்.

'அவர் வேறு என்ன சொன்னார் தெரியுமா? ஜாரவாக்களைத் திருகாணிபோல இயக்கியது இத்தகைய சந்திப்புகள் தாம். சந்திப்பு களுக்கு வரக்கூடிய ஆடவர்களின் முக்கியமான நோக்கமே ஜாரவாப் பெண்களுடன் தொடர்பை உருவாக்கிக்கொள்வதுதான். சந்திப்புக் குழுக்களில் நிர்வாகத்தின் சார்பில் பெண்கள் அதிகமாக இடம் பெறுவதில்லை. எத்தனை ஜாரவாப் பெண்களை எந்தெந்த இடங்களில் எல்லாம் தொட்டிருக்கிறோம் என்பதை இவர்கள் பெருமையாகப் பேசிக்கொள்கிறார்கள். இது மிகவும் அருவருப் பானதாக இருக்கிறது. பரிசுப் பொருள்களைக் கொண்டுபோய்த் தருவது, நட்பு பாராட்டுவது ஆகியன பற்றி திரிபாதி எப்படி யெல்லாம் வருணித்திருக்கிறார் தெரியுமா? உண்மையிலேயே அது என் உயிரின் சாரத்தையே உறிஞ்சிவிட்டது.'

'என்ன நட்பு டேவிட்? இவர்கள் பரிசுப் பொருள்களை வீசு கிறார்கள். அவர்கள் எடுத்துக்கொள்கிறார்கள். தானியத்தைத் தூவிப் பறவைகளைப் பிடிப்பதைப் போன்ற சூழ்ச்சி இது. ஜாரவாக்களைப் பொறி வைத்துப் பிடித்து விட்டார்கள், டேவிட். ஜாரவாக்கள் அவர்களின் சுதந்திரத்தை ஒரேயடியாக இழந்துவிட்டார்கள்.'

'ஹூம்!' சிந்தனைவயப்பட்டவனாக ஹரிஷ் முணுமுணுத்தான்.

'அச்சத்தை உருவாக்குகிற தேவையற்ற செயல் இது' என்று சீமா சொன்னாள்.

'அவரை நீங்கள் சந்திக்க வேண்டும்', டேவிட் தொடர்ந்தான். 'இவரை அனுமதித்தால், ஜாரவாக்களிடம் பெருத்த மாற்றங்களை இவரால் கொண்டுவர முடியும். அப்படிப்பட்ட ஒரு அபூர்வமான பிறவி. ஆனால், அதே நேரத்தில் இவர் கடமை தவறியவர். தூதுப்பயணம் போவதை இப்போதெல்லாம் அவர் நிறுத்தி விட்டார். உண்மையை தைரியமாக வெளிப்படையாகப் பேசி

விடுவதால், சரி என்று தான் நினைக்கும் செயலுக்காகத் துணிந்து நிற்பதால், எல்லோரும் இவரை முடுக்கிவிடுகிறார்கள். இத்தகைய சந்திப்புத் திட்டங்களின் அவசியம் குறித்தும், அவற்றுக்கான தர்க்க நியாயங்கள் குறித்தெல்லாம் கேள்விகள் கேட்பதோடு நடக்கும் தவறுகளை வெளிப்படுத்துகிறவராகவும் அவர் இருந்திருக்கிறார். ஜாரவாச் சந்திப்புகளுக்குப் பரிசுப்பொருள்களை வாங்குவதில் நடைபெற்ற இரண்டு நிதி முறைகேடுகளை அவர் வெளிஉலகுக்குக் கொண்டு வந்திருக்கிறார். இவருடன் பணிபுரிந்த இரண்டு பேர் ஜாரவாப் பெண்களைத் தொட்டது பற்றியும், தடவிப்பார்த்தது பற்றியும் மேலிடத்துக்கு இவர் தகவல் தெரிவித்துவிட்டார். இதற் காக ஒரு விசாரணை நடத்தப்பட்டது. இதைக் கிளப்பிவிட்டது திரிபாதிதான் என்ற பேச்சு பரவியது. டேவிட்டின் பேச்சில் அதுவரைக் கண்டிராத கோபம் வெளிப்பட்டது. 'திரிபாதிக்கு எதிராக அவர்கள் வேட்டை நாய்களைப் போல கூட்டமாகச் சேர்ந்து அவரைத் துரத்தி வெளிப்படையாக அவமதித்தனர். இவருக்கு ஆதரவாக நின்றிருக்க வேண்டிய அமைப்பும் கைவிட்டு இவரைப் படுதோல்வியடைய வைத்துவிட்டது. திரிபாதியாலேயே எதுவும் செய்ய முடியாமல் போய்விட்டது என்றால், இதைச் செய்யக்கூடிய வாய்ப்பு வேறு யாருக்கும் அமைவது கஷ்டம்தான்.'

13

அழையா விருந்தாளிகள்

அடுத்த நாள் காலையில் தேநீரும், காலை உணவும் எடுத்துக்கொண்ட பிறகு, முதலைகளைத் தேடும் பயணம் ஆரம்பித்தது. வலப் பக்கமாகப் பக்கவாட்டில் இருக்கும் கால்வாயில் படகைச் செலுத்தினான். ஒரு சில நிமிடங்கள் சென்ற பிறகு, அடிக்கடி வந்து சென்றிருக்கக்கூடிய பகுதியைப் போல தோற்ற மளிக்கும் ஒரு முனைக்குப் படகு வந்துசேர்ந்திருந்தது. அங்கிருந்து புறப்படும் ஒரு பாதை சதுப்புக்காடுகளுக்குள் சென்றது. நீரோடையின் கரையிலிருந்து, அடைசல்கள் அகற்றப்பட்டிருக்கும் நிலப்பரப்புக்குள் அது சென்றது.

சீமா அப்போதுதான் அந்தப் பாதையைப் பார்த்தாள். அந்தப் பாதையைக் காட்டி டேவிட் சொன்னான்: 'அழையா நுழைவுகள் பற்றி நேற்று என்னிடம் நீ கேட்டிருந்தாயே, இங்கே பார். இது ராஞ்சி பஸ்டி. ஜாரவா நிலப்பகுதியின் இதயம் போன்ற இடம். இங்கு ஆக்கிரமிப்பு செய்யப்பட்டிருக்கிறது. பல வருடங்களாக இந்த ஆக்கிரமிப்பு இருந்துகொண்டிருக்கிறது. இது பற்றி எல்லோருக்குமே தெரியும். ஆனாலும், அது தொடர்ந்து இருந்து கொண்டு இருக்கிறது. போபாவை அழைத்துக்கொண்டு நீ போய் அதைப் பார்த்துவிட்டு வாயேன்.' அவள் முகத்தில் தெரிந்த கலவரத்தைக் கண்டு, 'பயப்படாதே, ஒன்றும் பிரச்சினை இருக்காது. போபாதான் உன்னுடன் இருக்கிறானே. நான் ஹரிஷுடன் விரைந்து சென்று முதலைகளைப் பார்த்துவிட்டு வருகிறேன். சில மணி நேரங்களில் இங்கே நாம் மறுபடியும் சந்திக்கலாம்.'

சீமா படகிலிருந்து கீழே குதித்தாள். போபாவைப் பின் தொடர்ந்து நடந்தாள். டேவிட் சொல்வது சரியாக இருக்குமானால்,

மறைமுக சதிகளில் ஈடுபட்டிருக்கும் குடியிருப்புதான் இது - அவன் தவறாகச் சொல்வதற்கு எவ்விதமான காரணங்களும் இல்லை, இந்தக் குடியிருப்புக்கு இங்கு என்ன வேலை? முதல் கேள்வியே அதுதான். இதனை இங்கு தொடர இன்னும் அனுமதித்திருப்பது எப்படி? என்பது அடுத்த கேள்வி.

ஒரு சில நிமிடங்கள்தான் நடந்திருப்பார்கள், இரண்டு ஆண்கள் இவர்களை நோக்கி வலிய சண்டைக்கு வருகிற தோரணையில் வந்துகொண்டிருந்தனர். 'யார் நீங்கள்? உங்களுக்கு இங்கு என்ன வேலை?' இருவரில் இளையவனான ஒருவன் கேட்டான்: 'நீங்கள் இங்கே எப்படி வந்தீர்கள்?'

'நாங்கள்... நாங்கள் கணக்கெடுக்கும் வேலைக்காக இங்கே வந்திருக்கிறோம்... சீமா முற்றிலும் எதிர்பாராத அதிர்ச்சிக்கு உள்ளாகியிருந்தாள். 'முதலைகள் பற்றி...' அவள் தடுமாறினாள். எங்கள் குழுவினர் நீரோடையில் பயணப்பட்டிருக்கிறார்கள். நாங்கள் பஸ்டியைப் பார்ப்பதற்காக இங்கே இறங்கி வந்திருக் கிறோம். கொஞ்சம் தண்ணீர் கிடைக்குமா?'

இருவருமே தொடர்ந்து சந்தேகத்துடன் பார்த்தார்கள். 'முதலைக் கணக்கெடுப்புக் குழுவினரை எனக்குத் தெரியும். அனால், உங்களை நான் இதற்கு முன்பு இங்கே பார்த்ததே இல்லையே!' என்று குள்ளமாக, கறுப்பாக, வயதானவனாக இருக்கும் ஒருவன் கேட்டான்.

'நாங்கள் டேவிட்டுடன் வந்திருக்கிறோம், டாக்டர் டேவிட் பாஸ்கரன்'.

'ஓ, ஆக நீங்கள் டேவிட் பாபுவோடு வந்திருக்கிறீர்களா?' அந்தப் பெயர் இரண்டு மனிதர்களின் மீதும் ஆச்சரியத்தை உண்டாக்கி யிருந்தது. 'மாமாவும் வந்திருக்கிறாரா? நீங்கள்..?', என்றபடி அவன் போபாவிடம் திரும்பி, 'நீ வெபியிலிருந்துதானே வந்திருக்கிறாய்? நான் உன்னைப் பார்த்ததைப் போலவே இருக்கிறது.' என்றான்.

'நான் போபா, மாமாவின் தங்கை மகன்.'

'அதான், பாரேன். நான் உண்மையாகவே எங்கோ பார்த் திருக்கிறேன். அப்போது அவன் சீமாவின் பக்கமாகக் கவனத்தைத்

திருப்பினான். டேவிட் பாபுவுக்கு எங்களது பிரச்சினைகள் பற்றித் தெரியும். என்ன செய்வது? நாங்கள் இங்கிருந்து கிளம்பியே ஆக வேண்டும் என்று வனத்துறையும், பட்வாரியும் தொடர்ந்து சொல்லிக்கொண்டே இருக்கிறார்கள். புதிதாக இங்கே யார் வந்தாலும் நாங்கள் அச்சப்படுகிறோம். என் பெயர் பெலிக்ஸ். இவர் என் அண்ணன் மகன் நெல்சன். 'வாங்க வாங்க,' என்று சீமாவையும், போபாவையும் காட்டுப்பாதையின் வழியாகத் தங்கள் குடியிருப்புப் பகுதிக்கு அழைத்துச் சென்றனர். மேலும் ஒரு நூறு மீட்டர் தூரம் நடந்து அங்கிருந்த முதலாவது வீட்டருகே நின்றனர். 'தண்ணீர் கேட்டீர்கள் இல்லையா?'

வீட்டின் வெளியே இருந்த ஒரு சிறிய பெஞ்சில் சீமா அமர்ந்தாள். பெலிக்ஸ் வீட்டுக்குள் போனான். நெல்சன் அப்பால் இருந்த காடுகளுக்குள் சென்று மறைந்தான். இது ஓர் அழகான சிறிய கிராமம். குறுகலான சின்னஞ்சிறு பாதையின் இரு புறங்களிலும் இரண்டு வரிசைகளில் வரிசைக்கு பத்து வீடுகள் வீதம் இருந்தன. அங்கே அதிகமாக யாரையுமே காண முடியவில்லை. ஒரு சில குழந்தைகள் அங்குமிங்குமாக ஓடிக்கொண்டிருந்தார்கள். சில வீடுகளில் ரேடியோ முழங்கிக்கொண்டிருந்தது. குடியிருப்பின் மறுபுறத்தின் கடைசியில் சீமா உட்கார்ந்திருப்பதைப் போன்ற இன்னொரு பெஞ்சில், வயதான மூன்று பேர் உட்கார்ந்திருந்தனர். அதற்கு அப்பால் சிறிய பள்ளத்தாக்குப் பகுதி விளைநிலமாக மாற்றப்பட்டிருந்தது. அங்கு எட்டு பேர் இருப்பதை அவள் கவனித்தாள். ஆறு ஆண்களும், இரண்டு பெண்களும் வேலை பார்த்துக்கொண்டிருந்தனர். இடப்புறமாக நிலத்தைச் சுற்றிலும் வட்ட வடிவில் இடுப்புக் கச்சையைப் போல காடுகள் இருப்பதைக்கொண்டு அங்கே நீரோடை இருக்கும் என்று யாராலும் புரிந்துகொள்ள முடியும். வலப்புறத்தில், மழைக்காடுகளின் அடர்த்தியான மரங்கள் சுவரைப் போல எழுந்து நிற்கும் விளிம்புப்பகுதி வரையிலும், விளைநிலம் பரந்திருந்தது.

பெலிக்ஸ் இரண்டு டம்ளர்களை எடுத்துக்கொண்டு தண்ணீர்க் குவளையுடன் வெளியில் வந்தான். அவன் சட்டை போடாமல் இருந்தான். சீமா, போபா இருவரிடமும் தண்ணீரைக் கொடுத்து விட்டு உள்ளே போய்விட்டான். உள்ளே இருந்தபடியே, 'சற்று

தடாகம் ● 183

நேரத்தில் வந்துவிடுகிறேன்' என்று உரக்கக் குரல் கொடுத்தான். சொன்னதைப் போலவே வந்தான். அவனது கையில் ஒரு பச்சை நிறக் கோப்பு இருந்தது. அதிகமாகப் பயன்படுத்தப்பட்டு அழுக் கேறிப் போயிருந்தது.

'பாருங்கள்', கோப்பினைத் திறந்து லேமினேட் செய்யப்பட்ட காகிதம் ஒன்றினைக் காட்டினான். அதுதான் முதலாவதாக இருந்தது. அது ஒரு முக்கிய ஆவணமாக இருக்க வேண்டும். 'என் நிலத்தின் பட்டா. இந்த நிலம் எனக்குச் சொந்தமானது என்பதற்கு ஆதாரமான அலுவல் ரீதியான ஆவணம், கிழக்குப் பக்கமாகக் கையைக் காட்டிக்கொண்டே அவன் பேசினான். காட்டின் விளிம் பருகில் இருக்கும் அந்த நிலம் - அதோ பறவைகளை விரட்டும் பொம்மை நிற்கிறதே அந்த நிலம்தான். அங்கிருந்து ஆரம்பித்து அந்தச் சிறிய நீரோடை வரையிலும் என்னுடையதுதான். ஒரு ஏக்கருக்கும் கொஞ்சம் அதிகம்' என்று கையைச் சுழற்றிக் காட்டி னான். 'இந்த நிலத்துக்கான காகிதம் இதுதான்.' தன் புறங்கையினால் அழுத்தம்திருத்தமாக அதைத் தட்டிக் காட்டிப் பேசினான். 'இதை யெல்லாம் எடுத்துக்கொள்ளப் போவதாக அவர்கள் சொல்கிறார்கள்.'

சீமா குழம்பிப் போனாள். இது ஜாரவாக்களின் வாழ்விடம். ஜாரவாக் காப்புப் பகுதிக்குள் அடங்கியிருக்கும் நிலத்துக்கு சட்டப்படி உரிமையளிக்கும் ஆவணமாக இந்தத் துண்டுக் காகிதம் எப்படி இருக்க முடியும்?

பெலிக்ஸ் தன் நில உரிமைப் பத்திரத்தைப் புரட்டிவிட்டு அடுத்தப் பக்கத்துக்குப் போனான். அடுத்த பக்கத்தில் நிழற்படம் ஒட்டப்பட்டிருந்தது - வழக்கமான படம். குடும்பத்தினர் அனை வரும் இருந்தார்கள். பின்புலத்தில் தாஜ்மகால் படமாக வரையப் பட்டிருந்தது. படத்தில் பிரம்பு நாற்காலியில் நீல நிறப் புடவை உடுத்திய பெண் உட்கார்ந்திருந்தாள். தலையில் முக்காடு. முன் நெற்றியில் செந்தூரம் இடப்பட்டிருந்தது. கையில் தேவதூதனைப் போல குழந்தை இருந்தது. வைத்த கண் வாங்காமல் கேமராவை உற்றுப்பார்த்தபடி இளமையான பெலிக்ஸ் அவளுக்குப் பின்னால் நின்றுகொண்டிருந்தான்.

'இவன் என் மகன்' பெண்ணின் கையில் இருக்கும் குழந்தையைச் சுட்டிக்காட்டி பெலிக்ஸ் சொன்னான். 'அவனுக்கு இப்போ எட்டு

வயசு. இந்த வீட்டில்தான் பிறந்தான். அப்படி இருக்கும்போது, இங்கிருந்து போய் விடுங்கள் என்று எங்களை எப்படிச் சொல்ல முடியும்?'

'போக வேண்டுமா? ஏன் போக வேண்டும்? உங்களை யார் போகச் சொன்னது?' என்று சீமா கேட்டாள்.

'அதைத்தான் நானும் சொல்கிறேன்.. டேவிட் பாபுவுக்கு எங்கள் பிரச்சினைகள் தெரியும்.' இப்போது அவன் அந்தக் கோப்பின் கடைசிப் பகுதிக்கு வந்திருந்தான். 'இதைப் பாருங்கள் மேடம்,' என்றபடி சீமாவின் கைகளில் அந்தக் கோப்பைத் திணித்தான்.

'என்ன இது?'

'எங்களை அப்புறப்படுத்துவதற்கான தகவல் அறிவிப்பு. இது ஜாரவாக்களின் வசிப்பிடம் என்பதால் நாங்கள் வெளியேறிவிட வேண்டுமாம்'.

'ஓ'

'இவ்வளவு நாளும் அவர்கள் தூங்கிக்கொண்டு இருந்தார்களா? எங்களை இங்கு அழைத்து வந்தது யார் தெரியுமா? இருபது வருடங்களுக்கு முன்னால், என்னையும் சேர்த்துப் பதினைந்து ராஞ்சிச் சிறுவர்கள் வனக்கூலிகளாக வந்தோம்; எங்கள் இரத்தத்தையும், வியர்வையையும் சிந்தி இந்தக் குடியிருப்பை உருவாக்கியிருக்கிறோம். காடுகளை வெட்டித் தூய்மை செய்தோம், நிலங்களைப் பண்படுத்தினோம், வீடுகளைக் கட்டினோம், அவர்கள் எங்களுக்குப் பட்டா கொடுத்தார்கள். இது ஜாரவாக் காப்புப் பகுதி என்று அவர்களுக்குத் தெரியாதா? ஒரு வேளை இது ஜாரவாக்களின் பகுதியாக முன்பு இருந்திருக்கலாம்.' 'முன்பு' என்று அவன் வலியுறுத்திக் கூறினான். 'ஆனால் இப்போது இது எங்கள் நிலம்.' அழுத்தந்திருத்தமாக ஆத்திரத்துடன் பேசினான். 'இப்படியே எப்படி வாழ முடியும்? கடந்த காலம் முழுவதும் ஜாரவாக்களுடன் போராடியே வாழ்ந்து வந்தோம்.'

அவன் திரும்பி தன் வலது தோள் பட்டையை சீமாவிடம் காட்டினான். ஆழமான, மோசமான வெட்டு. இது 'ஜாரவா அம்பு'.

அவன் எழுந்து திரும்பி நின்றான், இடது தொடையில் இருந்த இன்னொரு தழும்பினைக் காட்டிச் சொன்னான். 'ஜாரவா அம்பு'.

அவன் உட்கார்ந்தான். 'எங்கள் வாழ்க்கையைக் கட்டியமைத்துக் கொள்வது எளிதான காரியமாக இருந்திருக்கவில்லை. இப்போது ஜாரவாக்கள் தாக்குவது இல்லை. நாங்கள் இப்போது நண்பர்களும் கூட. ஆனால் நாங்கள் போய்விட வேண்டுமாம். இது நியாயந்தானா? இது போன்ற நிலங்கள் எங்களுக்கு வேறு எங்கே கிடைக்கும்? குழந்தைகளின் நிலை என்ன ஆவது? இங்கே, இந்த வயல்களிலிருந்து கொஞ்சமாவது சாப்பிடக் கிடைக்கிறது.'

'ஜாரவாக்களின் நண்பர்கள் என்றா சொன்னீர்கள்?' சீமா ஆர்வத்துடன் கேட்டாள். அவர்களுக்கு நீங்கள் நண்பர்களா?'

பெலிக்ஸ் விளக்கமளித்தான். 'நல்ல நண்பர்கள் இல்லை. ஆனால் ஒருவரை ஒருவர் தெரிந்துவைத்திருக்கிறோம். இப்போது முன் போல சண்டை இல்லை. எங்களை இங்கேயே இருக்க அனுமதித்தால் நாங்கள் மிகச்சிறந்த நண்பர்களாகிவிடுவோம். இந்தக் காட்டுவாசிகளை மனிதர்களாக மாற்றி விடுவோம். நாகரிகக் குடிகளாக்கி விடுவோம். அதைத் தானே அரசாங்கம் விரும்புகிறது? இல்லையா? பிறகென்ன, அதைச் செய்வதற்கு அனுமதியுங்களேன். எங்களால் அது முடியும். அரசாங்கத்துக்கு நாங்கள் உதவ முடியும், இல்லையா? சொல்லுங்களேன்.'

அசாத்தியமான நம்பிக்கையுடன் பேசினான். 'பல ஆண்டுகளாக அவர்களுடன் நாங்கள் வாழ்ந்துவருகிறோம். அவர்களைப் பற்றி எங்களைவிட அறிந்து வைத்திருப்பவர் யார்? இந்த ஜாரவாக்கள் மற்ற பகுதிகளில் முரட்டுத்தனமானவர்களாக இருந்து வருகிறார்கள். ஆனால், அவர்கள் இங்கே வரும்போது யார் எஜமானர் என்பதைப் புரிந்துகொள்கிறார்கள். நாங்கள் சொல்வதைக் கேட்டுக் கொள்கிறார்கள். எப்படி நடந்து கொள்வது என்று தெரிந்து வைத்திருக்கிறார்கள். ஜாரவாக்கள் ஆபத்தானவர்கள் என்று எல்லோருமே சொல்கிறார்கள். ஆனால், இங்கே கடைசித் தாக்குதல் ஐந்து ஆண்டுகளுக்கு முன்பு நடந்தது. அந்தத் தழும்புதான் என் தொடையில் இருப்பது. இப்போதெல்லாம் அவர்கள் எங்களிடமிருந்து அரிசி வாங்கிக்கொண்டு போகிறார்கள்.'

'உண்மையாகவா?' சீமா ஆச்சரியப்பட்டுப் போனாள்.

'பாருங்களேன், இந்தியப் பெருநிலத்திலிருந்து வருகிற எல்லோரும் போர்ட் பிளேரில் சில நாள் தங்குகிறார்கள். அந்தமான் நெடுஞ்சாலையில் பயணம் போகிறார்கள். அதன் பிறகு எல்லாம் தெரிந்த கடவுள்போல பேசுகிறார்கள். ஜாரவாக்கள் பற்றி தெரிந்தவர்கள் போல நடந்து கொள்கிறார்கள்.'

'சரி' என்றாள் சீமா. 'ஜாரவாக்கள் பற்றிய உண்மைக் கதைதான் என்ன?' என்று கேட்டாள்.

தானே வலிய வந்து அகப்பட்டதைப் போல பெலிக்ஸ் உணர்ந்தான். 'இல்லை, பாருங்களேன்...' அவன் தன்னைத் தானே ஒருங்கு கூட்டிக்கொள்ள முயன்றான். 'இந்த ஆராய்ச்சிக்காரர்களைப் போல நான் படித்தவன் இல்லை. உங்களைப் போல படித்திருக்கவில்லை. அதனால் என்னால் அனைத்தையும் உறுதிபடக் கூற முடியாது. ஆனால் நாங்கள் இங்கு வசித்து வருகிறோம் என்பது உண்மையா இல்லையா?'

'நீங்கள் சொல்வது சரிதான். வெளியிலிருந்து வரும் மனிதர்களுக்கு இங்கிருக்கும் அத்தனையையும் தெரிந்திருக்காது.' பெலிக்சை இயல்புநிலையில் வைத்திருக்க சீமா முயன்றாள்.

'சரி' பெலிக்ஸ் தொடர்ந்தான், காடுகளிலிருந்தும், கடலிலிருந்தும் கிடைப்பதையே ஜாரவாக்கள் சாப்பிடுகிறார்கள் என்று சொல்கின்றனர். நான் எப்படி அதை நம்ப முடியும்? இருங்கள்'... அவன் கீழே குனிந்து கைவிரல்களை மடக்கி எண்ண ஆரம்பித்தான். குறைந்தபட்சம் நான்கு வருஷங்களுக்கு முன்பாக, நாங்கள் சமைத்த சாதத்தை அவர்களுக்குக் கொடுக்க ஆரம்பித்தோம். இப்போதும் தொடர்ந்து அதைக் கொடுத்து வருகிறோம். அவர்களும் அடிக்கடி வாங்கிக்கொண்டு போகிறார்கள்.'

'உண்மையாகவா?' தான் கேட்பதை சீமாவாலேயே நம்ப முடியவில்லை.

'இதுதான் பிரச்சினை. இதைச் சொல்லும்போது யாருமே நம்புவதில்லை. உங்களைப் போன்றவர்கள் கொண்டு வருகிற விலை உயர்ந்த காமிராக்கள் எங்களிடம் இல்லை. உங்களிடம் காட்டுவதற்கு எங்களிடம் புகைப்படங்கள் இல்லை. இதை நம்புவதும், நம்பாததும் உங்களைப் பொறுத்தது. இது ஆச்சரியமளிக்கிறதா?'

பெலிக்ஸ் உணர்ச்சி பொங்கக் கேட்டான். 'நான் நேர்மையாகச் சொல்கிறேன். சில சமயங்களில் நான் காட்டுக்குள் போகிறேன். கொஞ்சம் தேனும், சமயங்களில் காட்டுப்பன்றியையும் கொண்டு வருகிறேன். நான் செய்வதைப் போலவே அவர்களும் இங்கு வந்து, நாங்கள் என்ன செய்கிறோம், என்ன சாப்பிடுகிறோம் என்று பார்ப்பதில் ஆர்வமாக இருப்பார்கள் என்று நீங்கள் நினைக்கவில்லையா? இதில் என்ன ஆச்சரியம் இருக்கிறது? சிலர் இதற்காக ஆச்சரியப்படுகிறார்களே! தங்களுக்குத் தேவைப்படும் பொருள்களை அண்டை அயலாரிடமிருந்து மக்கள் பெற்றுக் கொள்வதில்லையா?'

'இது சரியான கருத்துத்தான்.' சீமா தலையை ஆட்டினாள்.

பெலிக்ஸ் தன் பேச்சின் போக்கில் முற்றிலும் வேறு பாதையைத் தேர்ந்தெடுத்துப் பயணிக்க ஆரம்பித்தான். 'தேனை ஜாரவாக்கள் எப்படிச் சேகரிக்கிறார்கள் என்று தெரியுமா?' என்று கேட்டான்.

'தெரியாது. யாரும் சொன்னதில்லை' என்றாள் சீமா. போபாவைத் திரும்பிப் பார்த்து 'உனக்குத் தெரியுமா?' என்று கேட்டாள். அவனிடமிருந்து பதில் வரவில்லை. அவன் குறட்டை விட்டுத் தூங்கிக்கொண்டிருந்தான்.

'யாருமே சொன்னதில்லையா?' பெலிக்ஸ் பெருமையுடன் பேச ஆரம்பித்தான். ஏன் தெரியுமா? யாருக்குமே அது பற்றித் தெரியாது. ஜாரவாக்கள் இப்படிச் செய்கிறார்கள், அப்படிச் செய்கிறார்கள், இப்படி வாழ்கிறார்கள், அப்படி வாழ்கிறார்கள் என்பதெல்லாம் வெறும் பேச்சு. வெற்றுப் பேச்சு. நாங்கள் இங்கேயே வாழ்வதால் எங்களுக்குத் தெரியும். நாங்கள் அதைச் சொல்ல வேண்டும் என்று அவர்கள் விரும்புகிறார்கள். அப்படி நாங்கள்...'

பெலிக்ஸ் வேறு திசையில் பேச்சைத் திருப்புகிறான் என்று புரிந்துகொண்ட சீமா குறுக்கிட்டாள். 'அவர்கள் எவ்வாறு தேனைச் சேகரிக்கிறார்கள்?'

'ஓ, மன்னிக்க வேண்டும். தேனை எடுப்பதற்கான வழியை பற்றி நிச்சயமாகச் சொல்கிறேன்.'

இதனிடையே எதிர்பாராத ஒன்று தற்செயலாக வந்து நேர்ந்தது. டேவிட்டும், ஹரிஷும். சீமாவையும், போபாவையும் இறக்கி விட்ட பிறகு பெரிய நீரோடையில் இடப் பக்கமாகத் திரும்பி, பிறகு உடனடியாக வலது புறமாகச் சென்றனர். படகு மெதுவாக முன்னோக்கிச் சென்றுகொண்டிருந்தது. டேவிட் இருகரைகளிலும் முதலைகளைத் தேடினான்.

நீரோடையின் தூரத்து முனையில் ஒரு படகு தென்பட்டது. 'நமக்குத் துணைக்காக இன்னொரு துங்கி வருகிறது' என்று டேவிட் ஆச்சரியத்துடன் காட்டினான். 'இவர்கள் இங்கு என்ன செய்கிறார்கள்?'.

ஏதோ ஒன்று ஒழுங்கு மீறி நடப்பதாகத் தெரிந்தது. டேவிட் கவலையுடன் கவனித்தான். கேள்வி ஏதும் கேட்காமல் காத்திருக்க நினைத்தான் ஹரிஷ். அந்தத் துங்கி சிறியதாக இருந்தது. ஆனால் இவர்களுடைய துங்கியைப் போலவே இருந்தது. டேவிட் படகை அதன் பக்கமாகக்கொண்டு சென்றபோது, புரிந்துகொண்டான். 'அந்த மாயாவி சிவாதான்' என்று சபித்தான் டேவிட். 'இந்த முறை என்ன செய்ய வந்திருக்கிறான்.'

'என்ன டேவிட்? ஏதேனும் பிரச்சினையா?' ஹரிஷ் கேட்டான்.

'படகில் இருந்து இறங்கலாம், வாருங்கள். துங்கி இங்கேயே நிற்கிறது என்றால் சந்தேகத்துக்கிடமான ஏதோ ஒன்று நடக்கிறது என்று அர்த்தம்.'

ஹரிஷ் படகில் இருந்து கீழே குதித்து, சதுப்புக் காடுகளுக்குள் குறுகிய பாதை வழியாகச் சுறுசுறுப்பாக நடந்தான். உயரமான இடத்தை அடைந்து காத்திருந்தான். டேவிட் படகை மரத்தில் கயிறால் கட்டிவிட்டுச் சகதியைத் தாண்டி இவனை நோக்கி வந்துகொண்டிருந்தான். இப்போது டேவிட் முன் செல்ல ஹரிஷ் பின் தொடர்ந்தான்.

அவர்கள் வெகு தூரம் போகவில்லை. மனிதர்களின் பேச்சுக்குரல் தெளிவாகக் கேட்டது அங்கே மூன்று பேர் இருந்தனர். அவர்களில் ஒருவன் ஐரோப்பிய உச்சரிப்புடன் இந்தியில் பேசினான்.

கோபத்திலும், திகிலிலும் டேவிட் தலையை அசைத்தபடி சொன்னான், 'அந்தப் படுபாவி மறுபடியும் அதையே செய்கிறான்.'

சற்று நேரத்தில் மரங்களற்று இருந்த இடத்தில் காணப்பட்ட இரண்டு சிறிய கூடாரங்களின் ஓரத்துக்கு அவர்கள் வந்துவிட்டனர். இளம் பழுப்பு நிறத்திலும், இளம் பச்சை நிறத்திலும் கூடாரங்கள் இருந்தன.

பழுப்புக் கூடாரத்திலிருந்து ஒரு தலை எட்டிப் பார்த்தது. இவர்களை ஒரு கணம் உற்று நோக்கியது. பின்னால் இன்னொரு உடலும் வெளிப்பட்டது. அவன் மேலாடை இல்லாதவனாக, வட்ட முகத்துடன் இருந்தான். சாப்ளின் போல மீசை வைத்திருந்தான். அவனது தோள்கள் கறுத்து, தலைமுடி நீண்டிருந்தது. வகுப்பறையில் குறும்பு செய்து சிக்கிக்கொண்ட குழந்தையைப் போல, டேவிட்டுக்கு முன்னால் வந்து அடக்க ஒடுக்கமாக நின்றான். தன் கைகளை உடம்புக்குப் பின்னால் சேர்த்துவைத்திருந்தான். கண நேரம் டேவிட்டைப் பார்த்தான். பிறகு திரும்பிக்கொண்டான். இரண்டாவது ஆள் வெளியே வந்தான். அவன் குட்டையாகச் சதைப்பற்றுடன் இருந்தான். இருவருக்கும் ஒரே வயது இருக்கும், ஆனால் குள்ள மனிதனின் தலையில் கணிசமாக வழுக்கை விழுந்திருந்தது. பழைய காயத்தின் தழும்பு அவன் வலது கண் இமையின் மேற்புறத்தில் இருந்தது. டேவிட்டைப் பார்த்த உடன் பல்லை இளித்தான். அவனது சிறிய முகத்தில் குற்ற உணர்ச்சி நிறைந்திருந்தது.

அவனுக்குப் பக்கத்திலேயே இவனும் நின்றுகொண்டான். கைகளைப் பின்னால் கட்டிக்கொண்டு தானும் உடந்தை என்பதை விருப்பத்துடன் ஒப்புக்கொள்பவனைப் போலப் பார்வையைத் தளர்த்திக்கொண்டான். அது ஒரு வேடிக்கையான காட்சியாக இருந்தது. சரியாகச் சொல்வதானால் கடும் சீற்றம்கொண்ட டேவிட்டின் முன்பாக, வளர்ந்த இரண்டு ஆண்கள் வெட்கப்பட்டு நின்றனர். ஹரிஷ் ஏளனச் சிரிப்பை அடக்கிக்கொண்டான்.

டேவிட் கடுமையைக் குறைத்துக்கொள்ளவே இல்லை. அவன் ஒரு வார்த்தைகூட பேசவில்லை. ஆனால் கோபமாக இருக்கிறான் என்பது வெளிப்படையாகத் தெரிந்தது. தன் முன்னால் நிற்கும் இரண்டு நபர்களையும் டேவிட் பார்க்கவே இல்லை என்பதை ஹரிஷ் தெரிந்துகொண்டான். டேவிட்டின் பார்வை கூடாரத்தை நோக்கி இருந்தது. மூன்றாவதாக ஒரு தலை கடைசியாக எட்டிப்

பார்த்தது. அவனுக்கு நாற்பத்தைந்து வயது இருக்கலாம். அவன் வெள்ளைக்காரன். அவனும் மேலாடை இல்லாமல் இருந்தான். அவன் உதடுகளுக்கிடையில் பீடி புகைந்துகொண்டிருந்தது. இளம் பொன்னிற முடி வாரப்படாமல் பரட்டையாக இருந்தது. அவன் கன்னங்களில் தெரிந்த தாடி முடிக்கற்றை சில நாள்களாக அவன் வெளியில் சுற்றிக்கொண்டிருக்கிறான் என்பதை உணர்த்தியது.

அவன் எழுந்து நின்றபோது அவன் எவ்வளவு உயரமாகவும், கட்டுடலுடனும் இருக்கிறான் என்பது தெரிந்தது. டேவிட் குள்ள மானவன் அல்ல. ஆனால் இவனுடன் ஒப்பிடும்போது குள்ளமாகத் தெரிந்தான்.

'ஹாய், நான் மைக்கேல் ரோஸ்' என்று சிரித்துக்கொண்டே டேவிட்டுக்குக் கையை நீட்டினான். 'லண்டனிலிருந்து வந்திருக்கும் பத்திரிகைப் புகைப்படக்காரன், பேங்காக் மெயில் பத்திரிகைக்காக வந்திருக்கிறேன்' என்றான்.

டேவிட்டின் கரங்கள் நெஞ்சின் குறுக்காக இறுக்கமாகப் பின்னிப் பிணைந்திருந்தன. 'இங்கே என்ன செய்துகொண்டிருக் கிறீர்கள்?' என்று டேவிட் கடுமையாகக் கேட்டான்.

திடீரெனத் தாக்கப்பட்டது போல உணர்ந்த அந்த வெள்ளைக் காரன் 'என்னைக் கேள்வி கேட்கும் நீங்கள் யாரென்று தெரிந்து கொள்ளலாமா?' என்று உறுதியுடன் திரும்பக் கேட்டான்.

டேவிட்டுக்குக் கடும் கோபம் உருவாவதை ஹரிஷ் கண்டு கொண்டான். டேவிட் மற்ற இரண்டு பேரின் பக்கமாகத் திரும்பினான்.

'சிவா, பர்மிட் எங்கே?' அழுத்தம் திருத்தமாக டேவிட் கேட்டான். அதற்குப் பதில் வராது என்று அவனுக்குத் தெரியும். பதிலே இருக்காது என்பதும் தெரியும். 'சிவா நான் யார் என்பதை அவனுக்குச் சொல்' வெள்ளைக்காரன் பக்கமாகத் திரும்பிப் பார்த்தபடி டேவிட் சொன்னான்.

சிவாவும் மைக்கேல் ரோஸ் பக்கமாகத் திரும்பிப் பார்த்து, 'இவர் டேவிட் சார், விஞ்ஞானி, ஆராய்ச்சி செய்பவர். இங்கிருக்கும் பல தீவுகளைப் பற்றி இவருக்கு நன்றாகத் தெரியும், பல வருடங்களாக இங்கே இருந்து வருபவர்' என்று சொன்னான்.

‘ஓ, மிஸ்டர் பாஸ்கரன்! டாக்டர் டேவிட் பாஸ்கரன்? உங்களைப் பற்றி நிறைய கேள்விப்பட்டிருக்கிறேன். உங்களைச் சந்திப்பதில் மிக்க மகிழ்ச்சி. முதலைகளைத் தேடி வந்திருப்பீர்கள் என்று நினைக்கிறேன்’ மைக்கேல் ரோஸ் மறுபடியும் கரத்தை நீட்டி வாழ்த்துச் சொல்ல முனைந்தான்.

எந்தவிதமான விளையாட்டுப் பேச்சுக்கும் டேவிட் தயாராக இல்லை. ‘ஜாரவாப் பெண்களை ஆடையின்றிப் படம் பிடிக்கத் தானே நீங்கள் வந்திருக்கிறீர்கள்?’

டேவிட் உரக்கப் பேசவில்லை, ஆனால் கோபத்தைக் கட்டுப் படுத்தும் அவனது முயற்சியுடன் சேர்ந்து நடுக்கத்துடன் குரல் வெளிப்பட்டது. ஹரிஷ் அதிர்ச்சியடைந்தான். அவன் இது போலப் பேசிக் கேட்டதில்லை. நிலைமை மோசமாகப் போகிறதோ?

ரோஸ் அளவான குரலில் பேசினான். ‘பார்த்துப் பேசுங்கள் மிஸ்டர்!’

‘இங்க பாருங்க, இப்பவே கிளம்பிப் போய்விட்டால் நல்லது! நான் யார் என்பதைப் பற்றி உனக்கு எதுவும் தெரியாது. உன்னைச் சிறையில் தள்ளி விடுவேன். இந்த இடத்துக்கு வருவதற்கு நீ அனுமதிகூட வாங்கவில்லை, நீ கேட்கிறாய் நான் யாரென்று?’ டேவிட் கடும் வெறுப்பினை அவன்மீது காட்டினான்.

மைக்கேல் ரோஸ் பயப்படுபவனைப் போலத் தெரியவில்லை. ‘நீ யாராக இருந்தால் என்ன? இங்கு வருவதற்கு உன்னிடம் பர்மிட் இருக்கிறதா? நான் முறைப்படி சான்று பெற்றுள்ள பத்திரிகையாளன். நான் எங்கு வேண்டுமானலும் போக முடியும்.’

‘ஏய், சோரம் போனவனே, உங்கள் பெண்களை அம்மணமாகப் படம் பிடித்து உங்கள் நாட்டுப் பத்திரிகைகளின் முதல் பக்கத்தில் போட்டுக்கொள்ள வேண்டியது தானே?’ டேவிட் வெடித்தான்.

இதற்கு மேலும் மைக்கேல் ரோஸ் பொறுக்கவில்லை. டேவிட்டை நோக்கி சீற்றத்துடன் அடியெடுத்து வைத்தான், நிச்சய மாக அவனைத் தாக்கியிருப்பான், ஹரிஷும், சிவாவும் குறுக்கே பாய்ந்து தடுத்துவிட்டார்கள்.

'விடு ஹரிஷ். அவன் என்ன செய்கிறான் என்றுதான் பார்ப்போமே. இது மாதிரி ஆட்களை நான் நிறைய பார்த்து விட்டேன் - பத்திரிகையாளன் என்ற பெயரில் கொஞ்சம்கூட நேர்மை உணர்ச்சி இல்லாதவர்கள்.' 'நீ இங்கே இருப்பது இந்த நாட்டுச் சட்டங்களுக்கு எதிரானது,' என்று வெள்ளைக்காரனைப் பார்த்துச் சொன்னான். 'ஏய் மைக்கேல் ரோஸ் உன்னைப் போன்ற படுமோசமான பிரிட்டிஷ்காரர்கள் இந்தப் பெண்களைக் கட்டாயப்படுத்தி இணங்க வைத்திருக்கிறார்கள். இப்போது எதற்குப் படங்கள் வேறு எடுக்கிறாய்? இந்த மக்கள்...'

பேச்சை டேவிட் முடிப்பதற்குள், 'இங்கே பார். இப்போது ஜாரவாக்களுடன் பேசுவது யார்? அவர்களை இணங்கச் செய்து உறவு கொள்வது யார் தெரியுமா? புகையிலைக் கத்தையைக் கொடுத்து உங்கள் இந்தியர்கள்தாம் அதைச் செய்கின்றனர்' என்று ஆரம்பித்த மைக்கேல் ரோஸ், சிவாவும் இன்னொருவனும் நின்றுகொண்டிருந்த பக்கம் திரும்பி, 'இவர்கள் ஜாரவாப் பெண் களை இரண்டு இரவுகளுக்கு ஏற்பாடு செய்து தருவார்கள். அவர் களுடன் உடலுறவு வைத்துக் கொள்வதற்காகப் பிரிட்டிஷ்காரர்கள் இங்கு வருவதில்லை. உன்னைப் போன்ற இந்தியர்கள்தாம் அதைச் செய்கின்றனர். இதெல்லாம் உனக்குத் தெரியாது, என்னிடம் கதையளக்காதே' என்று கடும் சினம்கொண்டவனாகக் குரைத்தான்.

'எங்கள் நாட்டவரை நாங்கள் பார்த்துக்கொள்கிறோம்' என்று டேவிட் பதிலடி கொடுத்தான். 'நீ இங்கிருந்து முதலில் வெளியே போ இல்லையென்றால், சிக்கலில் மாட்டிக்கொள்வாய்'

டேவிட், சிவாவின் பக்கம் திரும்பினான். 'சிவா நீ தொலைந்தாய், உன்னை முன்பே நான் எச்சரித்திருக்கிறேன். அந்தப் பிரெஞ்சுக் காரனுக்குப் பிறகு எத்தனைப் பேரை நீ இங்கு அழைத்து வந்திருக்கிறாய்?'

இன்னொருவனைப் பார்த்து, 'அசிட், நீ ஒருபோதும் திருந்த மாட்டாய் இல்லையா? ஏமாற்றும், வனத்திருட்டும் உன் இரத் தத்தில் ஊறியிருக்கிறது. போன தடவை போலீசிடம் வாங்கிய உதை உனக்கு மறந்து போய்விட்டதா? இதுதான் கடைசி, இனி மேல் செய்ய மாட்டேன் என்று நீ என்னிடம் சொன்னாயா? இல்லையா?' என்றான் டேவிட்.

தடாகம் ◆ 193

'என்ன செய்யறது சார்?' அசிட் மன்னிப்புக் கேட்கும் தொனியில் ஆரம்பித்தான். 'எனக்கும் பணம் வேண்டியிருக்கே சார்.'

டேவிட் குறுக்கிட்டான். 'நீ போலீசிடம் விளக்கம் சொல்லிக் கொள்' என்று சொல்லிவிட்டுச் சிவாவை மீண்டும் பார்த்தான். இவன் புரிந்துகொள்ளாவிட்டாலும் நீ புரிந்துகொள். இப்பவே இங்கிருந்து போய்விடு! நான் சொல்வது அதைத்தான்!'

ஜாரவாக்களின் தேன் சேகரிக்கும் முறையைச் சீமாவிடம் சொன்னபோது பெலிக்ஸ் உயிர்த் துடிப்போடு நடித்துக் காட்டினான். தன் இதழ்களிலிருந்து புன்னகை தப்பி விடாதபடி கஷ்டப்பட்டு சமாளித்துக்கொண்டாள். பெலிக்சின் விவரிப்பை இந்தத் தருணத்தோடு நிறுத்திவிட அவள் விரும்பவில்லை.

டோமேல் என்று அழைக்கப்படும் தாவர இலைச் சாற்றினைத் தேனீக் கடிக்கு எதிரான நச்சு முறிவு மருந்தாக ஜாரவாக்கள் பயன்படுத்துகிறார்கள் என்று விளக்கினான். 'வெற்று உடலில் அந்தச் சாறைப் பூசிக்கொண்டு, ஜார்கண்டில் என் கிராமத்தில் இருக்கும் குரங்குகளைப் போலப் பெரிய மரங்களில் அவர்கள் ஏறுகிறார்கள்' என்றான்.

'டோமேல்சாறு தேனீக்களின் மீது நம்ப முடியாத அளவுக்குத் தாக்கத்தை ஏற்படுத்துகிறது. அத்தை சமைத்துத் தரும் ஹாண்டியா உணவுக்கு, மேத்யூ மாமா எப்படி மயங்குகிறாரோ, அப்படி தேனீக்கள் மயக்கமடைந்து தடுமாறுகின்றன' என்று சொல்லி பெலிக்ஸ் ஏளனமாக நகைத்தான். 'வலிய வந்து தீங்கு செய்யும் இயல்பையும், தாங்கள் இருக்கும் இடத்தின் இயல்புகளை அறியும் திறனையும் தேனீக்கள் இழந்துவிடுகின்றன. அவை உங்களைச் சுற்றி ஏராளமாக இருக்கும், ஆனால் கடிக்காது. உங்களுக்குத் தேவையான தேனை நீங்கள் எடுத்து வந்துவிடலாம். இது எளிமையான, திறமையான தேன் சேகரிப்பு முறையாகும். இதில் ஆபத்துகளே இல்லை.

சீமா சிரித்தாள், 'திகைப்பாக இருக்கிறது' என்றாள்.

'நான் என்ன சொல்கிறேன் என்றால் மேடம்', என்று பெலிக்ஸ் வேறு செய்திக்குத் தாவினான். 'நாங்கள் இங்கே பல வருடங்களாக வாழ்ந்து வருகிறோம். எதைப் பற்றியெல்லாம் ஜாரவாக்கள் அறிவாற்றலுடன் இருக்கிறார்கள் என்பது கடவுளுக்கு மட்டும்தான் தெரியும். அவர்கள் நம் மருந்துகளைக்கூட சாப்பிடுவதில்லை. காடுகளோடு தொடர்புடைய அத்தனையும் அவர்களுக்கு விலை யின்றிக் கிடைக்கிறது.' பேசி முடித்துவிட்டதைப் போலப் பெருமூச்சுவிட்டான், ஆனால், மறுபடியும் ஆரம்பித்துவிட்டான். 'அரே, பேச்சு சுவாரசியத்தில் நான் மறந்தே போனேன்' என்று சொல்லிவிட்டு வீட்டுக்குள் போனான். சிறிய பிளாஸ்டிக் பாட்டிலில் தங்க நிறத் திரவம் நிரம்பியிருந்தது. 'சுத்தத் தேன், ஜாரவாப் பிரதேசத்திலிருந்து எடுக்கப்பட்டது. உலகிலேயே மிக உயரிய தேன். டேவிட் பாபுவிடம் இதைக் கொடுங்கள்' என்று சீமாவின் கரங்களில் தேன் பாட்டிலைத் திணித்தான்.

'வேண்டாம்' சீமா மறுக்க நினைத்து, 'பரவாயில்லை இது எனக்குத் தேவைப்படாது' என்றாள்.

பெலிக்ஸ் வலியுறுத்தினான். 'நீங்கள் என்ன நினைக்கிறீர்கள் என்று எனக்குத் தெரியும். இது ஜாரவா நிலத்தில் கிடைத்த தேன் என்பதை ஒப்புக்கொள்கிறேன். ஆனால், இது நானே சேகரித்து வந்தது.'

'தயவுசெய்து எடுத்துக் கொள்ளுங்கள்' பெலிக்ஸ் மன்றாடினான். சீமாவுக்கு வேறு வழி தெரியவில்லை.

பாட்டிலை வாங்கிக்கொண்டு 'நன்றி' என்றாள். 'தனுமெய் பற்றிச் சொல்ல முடியுமா பெலிக்ஸ்? அவனுடைய கதை என்ன? உனக்கு அவனைத் தெரியுமா?'

'தனுமெய்? எல்லோரும் அவனைப் பற்றியே பேசிக்கொண் டிருக்கிறார்கள். அவனுக்குக் கால் ஒடிந்தது பற்றியும், மற்ற கதை களைப் பற்றியும்தான் பேச்சு, அவனையும் அவன் குழுவினரையும் தெரியும், முழுப் போக்கிரிகள். இந்தக் குன்றுக்குப் பின்னால் தான் அவர்கள் வசிக்கின்றனர். இங்கிருந்து இரண்டு மணி நேரம் நடந்தால் போதும், அங்குப் போய்விடலாம். போர்ட் பிளேயரில் இருந்து திரும்பி வந்ததிலிருந்து ஒரு கதாநாயகனைப் போல

அவன் நடந்துகொள்கிறான். நமது சினிமாக்களை அவனுக்குக் காட்டியிருப்பார்கள் போலிருக்கிறது. சில மாதங்களுக்கு முன்பாக நான்கு பேருடன் அவன் இங்கு வந்தான். அரிசி வேண்டும் என்று கேட்டான். அலுமினியப் பாத்திரங்களும் கேட்டான். எனக்குத் தேக்சா வேண்டும் என்று கேட்டுக்கொண்டே இருந்தவன் ஒரு கட்டத்தில் அதைப் பிடுங்கவும் செய்தான். அவனை நாங்கள் நையப் புடைத்துவிட்டோம்.'

'அடித்துவிட்டீர்களா?' சீமா ஆச்சரியத்துடன் கேட்டாள். 'உங்களை அவர்கள் ஒன்றுமே செய்யவில்லையா?'

'நாங்கள் அவனை அடிக்கவும் இல்லை ஒன்றுமில்லை' பிரச்சினை வரக்கூடும் என்று புரிந்துகொண்டவனாகப் பெலிக்ஸ் சமாளித்தான். அவன் போதுமான அளவுக்கு ஏற்கனவே சொல்லிவிட்டான்தான். 'எங்கள் பாத்திரங்களை அவன் எடுத்துக்கொண்டு போய்விடாமல் தடுப்பதற்காக நாங்கள் கடுமையாக நடந்துகொள்ள வேண்டி யிருந்தது என்று சொல்கிறேன். பாதுகாப்பான தளத்தை நோக்கி பேச்சை நகர்த்திக்கொண்டு போக அவன் முயன்றான். ஜாரவாக்கள் சிறிது சிறிதாக நாகரிகம் அடைய ஆரம்பித்திருக்கிறார்கள். எங்களை இங்கேயே இருக்க அனுமதித்தால் அவர்களுக்கு உதவி செய்ய முடியும். நாங்கள், தலைசிறந்த அண்டை அயலாரைப் போல, ஒன்றாக வாழ்ந்துவருகிறோம்'. சற்று நேரத்துக்கு முன் சொல்லியிருந்த கருத்துகளுக்கு வலுவூட்டுவது போல அவன் மீண்டும் வலியுறுத்திக் கூறினான்.

'ஆனால் பெலிக்ஸ்', சீமா பேச்சைத் தன் வசம் எடுத்துக் கொள்ள நினைத்தபடி கேட்டாள். 'ஜாரவாக்கள் வனங்களில் வாழும் மக்கள் இல்லையா? அவர்கள் பூர்வகுடிகள். பல ஆயிரக் கணக்கான ஆண்டுகளாக இங்கு வாழ்ந்து வருகிறார்கள். நீ இங்கு வருவதற்கு முன்பிருந்தே, வேறு யாரும் வருவதற்கு முன்பிருந்தே, பிரிட்டிஷ்காரர்கள் வருவதற்கு முன்பாகவே இருக்கிறார்கள். தங்களின் விருப்பத்துக்கேற்ப வாழ்வதற்கு அவர்கள் அனுமதிக்கப் பட வேண்டும். அதில் எந்தத் தவறும் இல்லையே!'

'நான் கேட்க மறந்துவிட்டேன். உங்கள் பெயரைச் சொல்லவே இல்லையே!' என்று பெலிக்ஸ் கேட்டான்.

‘சீமா’

‘சரிதான் சீமாஜி, நீங்கள் சொல்வது சரியானதுதான். ஆனால் எங்களைப் பற்றிப் பேசாமல் ஜாரவா பற்றி இனிமேலும் தனியாகப் பேச முடியாது. அவர்களுக்கு விவசாயத்தைக் கற்றுத்தருவதற்கு ஆட்சி நிர்வாகம் இப்போது முயன்றுவருகிறது.’

‘உண்மையாகவா? யார் சொன்னது?’ சீமா இடைமறித்தாள்.

‘இதுதான் பிரச்சினை. லெக்ராலுன்டாவில் என்ன நடக்கிறது என்று டேவிட் பாபுவைக் கேளுங்கள். அந்த இடம் வெகு தொலைவில் இல்லை. தென்னை, வாழை மரங்கள் பயிரிடும் முழுமையான தோட்டப்பண்ணை விவசாயத்தை ஜாரவாக்களுக்காகப் பழங்குடி நலத்துறை அங்கே உருவாக்கியிருக்கிறது. பழைய வாழ்க்கையைத் தான் வாழ வேண்டும் என்றால் ஏன் இப்படிச் செய்கிறார்கள்? நிர்வாகமும் பழங்குடியினர் துறையும் இதைச் செய்தால் அது சரியானது. நாங்கள் விவசாயம் செய்தால், ஜாரவாக்களுக்கு அதைக் கற்றுக் கொடுக்க நினைத்தால் அது சரியானதில்லையா? இப்போது அவர்கள் எங்களை வெளியேற்ற நினைக்கிறார்களே அது ஏன்?’

இவர்களை அப்புறப்படுத்துவதற்கான நடவடிக்கை தலைக்கு மேலே கத்தியைப் போலத் தொங்கிக்கொண்டிருக்கிறது. இவர்களின் உரையாடலில் திரும்பத்திரும்ப அதுதான் வந்துகொண்டிருந்தது.

‘உங்களால் ஏதாவது உதவி செய்ய முடியும் என்றால்...’ பெலிக்சின் குரல் மாறியது. சீமாவை எதிர்பார்ப்புடன் பார்த்தான். அவள் அசௌகரியமாக உணர்ந்தாள். ‘நாங்கள் ஜாரவாக்களின் பிரதேசத்தில்தான் இருக்கிறோம். அது உண்மைதான். ஆனால் எங்களுக்கு என்ன ஆகப்போகிறதோ? நீங்கள் படித்தவர்கள், நீங்கள் சொல்வதை நிர்வாகம் கேட்டுக்கொள்ளும். நீங்கள் நிர்வாகத் திடம் எங்களைப் பற்றி எடுத்துச் சொல்லுங்கள். ஜாரவாக்களுக்கு நல்லது நடக்க வேண்டும் என்று நாங்களும் நினைக்கிறோம். எங்களால் முடிந்த வகைகளில் அவர்களுக்கு உதவுவோம். நிர் வாகத்துக்கும் அவர்களுக்கு விருப்பமான வகைகளில் உதவி செய்யக் காத்திருக்கிறோம். எங்கள் நிலங்களில் சிலவற்றைக் ஜாரவாக்களுக்கான பண்ணை விவசாயத்துக்காக எடுத்துக் கொள்ளட்டும். ஒன்றும் பிரச்சினை இல்லை. ஆனால்...’

'வெளியேறியே ஆக வேண்டும் என்று வலியுறுத்தினால் என்ன செய்வீர்கள்?'

'நாங்கள் என்ன செய்ய முடியும் சீமாஜி?' அவன் குரலில் வருத்தமும், இயலாமையும் வெளிப்பட்டன. 'நாங்கள் போய்த்தான் ஆக வேண்டும். வேறென்ன செய்வது?'

'எங்கள் தலையெழுத்து எப்படி இருக்கப்போகிறது என்று யாருக்குத் தெரியும்? அடுத்த முறை நீங்கள் வரும்போது நாங்கள் இங்கு இல்லாமல் போகலாம்.'

இதனிடையே இன்னொரு மோதல் தீவிரமானது. டேவிட்டின் இடைவிடாத தாக்குதல்களால் சிவாவின் முகம் சிவந்தது.

சிவா அவனுக்குத் தெரிந்த ஆங்கிலத்தில் பேசினான். 'மைக்கேல் சார், நாம் போகலாம்.'

'ஆனால்...' மைக்கேல் காரணத்தைத் தெரிந்துகொள்ள விரும்பினான்.

'இல்லை சார்', சிவா அவனைப் பேசவிடவில்லை. 'நாம் போகலாம். எல்லாப் பணத்தையும் திருப்பித் தந்து விடுகிறேன். பெரிய பிரச்சினை வருகிறது. ஏற்கனவே வந்துவிட்டது சார்...' இப்போது அவன் டேவிட்டின் பக்கம் திரும்பினான். 'மன்னிக்கனும் சார், நாங்கள் போய்விடுகிறோம். இதுதான் கடைசி. நீங்க எப்ப திரும்பிப் போறீங்க? நிறுவனத்துல வந்து உங்களப் பார்க்கிறோம். நான் மைக்கேலையும் அழைத்துக்கொண்டு வருகிறேன். அவர் நல்ல மனிதர் சார்.'

சிவா இடைவெளி விட்டான். ஏதாவது பதில் கிடைக்கும் என்று காத்திருந்தான். 'சரி சரி சார். அவரை அழைத்து வர மாட்டேன். நான் தனியாக வருகிறேன்' என்று திருத்திக்கொண்டான். வெள்ளைக்காரன் பக்கமாகத் திரும்பி 'மைக்கேல் போகலாம் வாங்க' என்றான்.

அவன் அசிட்டிடம் குறிப்புக் காட்டிவிட்டு விரைவாகக் கூடாரத்துக்குள் மறைந்துகொண்டான்.

மைக்கேல் வருத்தம்கொண்டவனாக அங்கேயே நின்றுகொண்டிருந்தான். சிவா இரண்டு முறை கூப்பிட்ட பிறகே கூடாரத்துக்குள் திரும்பிச் சென்றான்.

சிவாவும், அவனது வாடிக்கையாளனும் கூடாரத்தைக் கலைத்துத் துங்கியில் ஏற்றிக்கொண்டு போகும் வரையில் டேவிட் காத்திருந்தான். ஒரு வார்த்தைகூட அதிகமாகப் பேசவில்லை. சிவா, அசிட் இருவரிடமும் கூடாரத்தை எப்படி மடிப்பது என்பது பற்றி சில வார்த்தைகள் பேசியதோடு சரி.

அனைத்தையும் அவர்கள் மூட்டை கட்டியவுடன் டேவிட், மைக்கேல் இருவரும் கடைசியாக ஒருவரை ஒருவர் பார்த்துக் கொண்டனர். டேவிட் அசையாமல் நின்றுகொண்டிருந்தான். மைக்கேல் ரோஸ் ஆவேசத்துடன் புறப்பட்டுச் சென்றான். ஆரம்பத்திலிருந்தே ஒருவருக்கொருவர் ஈடுகொடுக்கத் தகுந்த ஜோடியாக அவர்கள் இல்லை. இது டேவிட்டின் பிரதேசம். ஆங்கிலேயனுக்கு இங்கு வாய்ப்பே கிடைக்காது.

'இந்தப் பயல்கள் தங்களைப் பற்றி என்ன நினைத்துக்கொண்டு இருக்கிறார்கள்?' அவர்கள் கிளம்பிப் போன பிறகு டேவிட் ஆரம்பித்தான். 'இப்படி நடப்பது முதல் முறையல்ல. இரண்டு வருடங்களுக்கு முன்பு, ஒரு பிரெஞ்சுக்காரன் புகைப்படப் பத்திரிகையாளன் என்று சொல்லிக்கொண்டு நிறுவனத்துக்கு வந்திருந்தான். அந்தமான் தீவுகளில் உள்ள வன விலங்குகள், காடுகள், பழங்குடி மக்கள் மீது ஆர்வம்கொண்டிருப்பதாகச் சொன்னான். புகைப்படக்காரன் என்ற வகையில் அவன் சிறப்பானவன். ஜாரவாக் காடுகளில் அவன் எடுத்திருந்த சில படங்களை அவன் காட்டினான். அவை அற்புதமாக இருந்தன. பிரமிக்க வைப்பவை.'

ஹரிஷ் கவனமாகக் கேட்டபடி இருந்தான்.

'ஜாரவாக்களின் படங்களை எடுக்க வேண்டும் என்று வெறி கொண்டிருந்தான். பத்திரிகை அலுவலகத்துக்கு அப்படி ஒரு வாக்குறுதியைக் கொடுத்துவிட்டு வந்திருப்பான் போலிருந்தது. பெரிய தொகையை முன்பணமாகக்கூட வாங்கியிருப்பான். நான் அவனிடம் சொன்னேன். உனக்கு அனுமதி கிடைக்காது. இதற்கு முயல வேண்டாம் என்றேன். நான் சொல்வதைக் கேட்க அவன்

தயாராக இல்லை. அவன் என்ன செய்தான் தெரியுமா? டேவிட் எப்படியாவது உதவி செய்தால் உனக்கும், இந்த நிறுவனத்துக்கும் பணம் தருகிறேன்.' என்றான்.

'உண்மையாகவா?' என்று ஹரிஷ் கேட்டான்.

'அப்படித்தான் கேட்டான். என்னையே என்னால் நம்ப முடியவில்லை. என்னை அவன் தரகன் என்றோ அல்லது வேறு மாதிரியாகவோ கருதுகிறானா? எனக்கு ஆத்திரம் வந்துவிட்டது. ஆனால் இன்று வந்ததைப் போன்ற அளவுக்கு இல்லை.' டேவிட் தோளைக் குலுக்கிக்கொண்டான். உடனடியாக அந்த இடத்தை விட்டு அகலும் படி சொல்லி விட்டேன்.'

'பிறகு?'

'அப்புறம் மூன்று மாதங்களுக்குப் பிறகு, அதிர்ச்சியும், பேரச்சமும் தரும் விதத்தில், பிரான்சிலிருந்து அஞ்சல் மூலமாக ஒரு பாக்கெட் வந்தது. அந்தப் பயல் ஹென்றியோ என்னவோ... அவன்தான் அனுப்பியிருந்தான். அதன் உள்ளே இருந்த பிரெஞ்சு பத்திரிகையில் நடுப்பக்கங்களில் ஜாரவாக்களின் படங்கள் வெளியாகியிருந்தன. அந்த ஹென்றி என்னைப் பழி வாங்கியிருந்தான். இந்தப் படங்களை அவன் எனக்கு அனுப்ப வேண்டிய அவசியம் கிடையாது, ஆனால் அவன் அனுப்பி வைத்தது நல்லதாகப் போயிற்று. எனக்குக் கடும் கோபம் உண்டாயிற்று. அந்தப் பதினைந்து படங்களில் ஜாரவாப் பெண்களின் படங்களே அதிகமாக இடம்பெற்றிருந்தன. அவை அருவருப்பானவையாக இருந்தன. பார்த்துப் பார்த்து சலித்துப் போன வகையிலான சாதாரணமான ஒரு படம் அதில் இருந்தது. அது பரந்த கோணத்தில் எடுக்கப்பட்ட படம். சீரான உடலமைப்பு கொண்ட ஜாரவாப் பெண் கடலோர வெண்பளிங்கு நீரில் சாய்ந்து படுத்த நிலையில் இருக்கிறாள். அவளது தலை அவளது கைகளில் புதைந்திருக்கிறது. அவளுடைய மார்பகங்கள் காமிராவுக்குள் துருத்திக்கொண்டு நிற்கின்றன. அந்தப் பெண்ணை அப்படிக் காட்சி தரும்படி செய்திருக்கிறன். வெட்கக்கேடான மோகப் பார்வை, அம்மண வேட்கை. மோசமான அநாகரிக நடத்தை. பிறகுதான் அதை நான் கவனித்தேன். 'இயற்கைத் தாய் சிருஷ்டித்த அப்பாவிப் பெண், அந்தமான் தீவுகளின் புத்தம் புது கடற்கரை ஓரமாக' என்று அதற்குத் தலைப்பு வேறு போட்டிருந்தார்கள். அவன் என்ன

செய்கிறான்? கறைபட்டிராத மக்களைப் பண்பாடற்ற வகையில் சித்திரிக்க முயற்சிக்கிறானோ? இது இன்னும் மோசமாகப் போகுமா? என்ன மனிதன் இவன்?'

'டேவிட்..!' ஹரிஷுக்கு உண்மையில் என்ன சொல்வதென்றே தெரியவில்லை.

'இல்லை ஹரிஷ். நிறுவனத்துக்குத் திரும்பியதும் அந்தப் படங்களை உனக்குக் காட்டுகிறேன். நான் என்ன சொல்கிறேன் என்பது உனக்குப் புரியும். போர்ட்பிளேர் கடைத்தெருக்களில் விற்கப்படும் ஆடையில்லாத பெண்களின் படங்களைக் காட்டிலும் இவை மோசமானவை. அங்கே பாசாங்கு ஏதுமில்லை. குறைந்தபட்ச நேர்மையாவது இருக்கிறது. அந்தப் பதினைந்து படங்களில் சிறிய படம் ஒன்றில் படம் பிடித்தவரே இருக்கிறார். அவனோடு போயிருந்தவன்தான் இதனை எடுத்திருக்க வேண்டும். இந்த வெள்ளைக்காரன் நடுவில் நிற்கிறான். ஒரு கையை ஜாரவா ஆணின் மீதும், இன்னொரு கையை ஜாரவாப் பெண்ணின் மீதும் போட்டபடி நிற்கிறான். அவனது முகத்தில் கண்கள் இருக்கும் பகுதி கறுப்புப் பட்டையால் மறைக்கப்பட்டிருக்கிறது. அவனது அடையாளம் தெரிந்துவிடக் கூடாதாம். எப்படிப்பட்டக் கோழை.'

ஹரிஷ் அமைதியாக இருந்தான். சொல்வதற்கு ஏதுமில்லை.

'விருது பெற்ற பத்திரிகைப் புகைப்படக்காரன் ஹென்றி என்றும், ஜாரவாக்களால் தாக்கப்படும் ஆபத்தான நிலைக்கு மத்தியிலும் துணிந்து காட்டுக்குள் சென்று படங்களை எடுத்ததோடு மட்டு மல்லாமல், இந்தியாவின் சட்டங்கள் தரக்கூடிய இடையூறுகளுக்கும் அஞ்சாமல் அந்தப் படங்களை எடுத்து வந்திருக்கிறான் என்றும் அந்தப் படத்தொகுப்பின் முடிவில் ஒரு வாழ்க்கைக் குறிப்பும் இருந்தது. இதைப் போன்ற ஒரு அவமதிப்பை அவர்கள் நாட்டுச் சட்டங்களுக்குத் தருவதற்குத் தயாராக இருப்பார்களா?'

'ஹென்றியைக் காட்டுக்குள் அழைத்துச் சென்ற நபர் யாராக இருப்பான்?' ஆவலைக் கிளறும் விதத்தில் ஹரிஷ் கேட்டான்.

'அதைக் கண்டுபிடிக்க வேண்டும் என்று நினைத்தேன், கண்டு பிடித்தும் விட்டேன். சற்று முன்பு நாம் சந்தித்தோமே அந்த மைக்கேல்தான். அவனுடைய முழுப் பெயர் என்ன?'

'மைக்கேல் ரோஸ்' ஹரிஷ் எடுத்துக் கொடுத்தான்.

'ஆமாம். அவன்தான் இவனுடன் போயிருக்கிறான். அதுதான் கொடுமை. இப்படியெல்லாம் நடப்பதற்கு நம்முடைய மனிதர்களே துணை போகும்போது வெளிநாட்டுக்காரர்களிடம் கத்துவதிலும், சண்டை போடுவதிலும் என்ன பயன் இருக்கிறது? நமக்குள்ளேயே அழுகல் இருக்கும்போது வெளியாளை ஏன் குற்றம் சொல்ல வேண்டும்? அந்த பிரெஞ்சுப் பத்திரிகைப் படத்தொகுப்பைப் பார்த்தபோது... சீற்றம்கொண்டேன். நேரடியாக ரஞ்சித்திடம் சென்றேன். அவனிடம் நான் அடிக்கடி போவதில்லை, ஆனால் எனக்கு நல்ல நண்பன்தான்.'

'ரஞ்சித்..?'

'எஸ். ரஞ்சித், போர்ட்பிளேரில் இருப்பவன். நான் அவனை உனக்கு அறிமுகம் செய்கிறேன். அடுத்த முறை போர்ட் பிளேருக்குப் போகும்போது அவனைச் சந்திப்போம். பிரெஞ்சுக்காரனுடன் யாரெல்லாம் காட்டுக்குள் போனார்கள் என்பதைக் கண்டுபிடிக்க அதிக காலம் ஆகவில்லை. சிவாதான் அந்தப் பயணத்தை ஏற்பாடு செய்திருக்கிறான். சிவாவை வரவழைத்து ரஞ்சித் கடுமையாகக் கண்டித்தான். அப்போது நான் அங்கே இருந்தேன். மறுபடியும் இப்படிச் செய்தால் சிறைக்கு அனுப்பிவிடுவேன் என்று அவனை எச்சரித்தான். இனிமேல் செய்யமாட்டேன் சார், இதுதான் கடைசி என்று கண்களில் கண்ணீர் வடிய சிவா கெஞ்சினான். திகிலடைந்து போய்விட்டான்.'

'ஜப்பான்காரர்கள் ஏன்? அமெரிக்கர்களும் கூட நிறைய பணம் வைத்திருக்கிறார்கள். பணம் படைத்த எல்லா நாட்டவர்களும் இது போன்ற விஷயங்களில் ஆர்வம்கொண்டிருப்பதாகத் தெரிய வில்லை. அவர்களை நான் பார்த்ததில்லை. இந்த ஐரோப்பியர் மட்டும் ஆதிக்கச் சுமையுடன் இன்னும் அலைகிறார்கள், இல்லையா?'

'டேவிட்' ஹரிஷ் தற்காலிகமாகக் குறுக்கிட்டான். ரோஸ் சொன்னதை நினைவுபடுத்தினான். 'அதென்ன ஜாரவாப் பெண்களுடன் இரண்டு இரவுகள். அது உண்மைதானா? உண்மையில் அப்படி நடக்கிறதா? எங்கே நடக்கிறது?'

'இதைப் பற்றி இதற்கு முன்பு ஒரு முறை கேள்விப்பட்டிருக்கிறேன்.' என்று டேவிட் அடக்கத்துடன் சொன்னான். 'அது

உண்மையாக இருக்கும் என்று நான் நினைக்கவில்லை. அந்த எண்ணம் தவறாகவும் இருக்கலாம். சாலை ஓரமாகச் சில இடங்களில் இப்படி நடப்பதாக எனக்குச் சொன்னர்கள் - இங்குக் காட்டுப் பகுதிக்குள் அப்படி நடக்க வாய்ப்பில்லை, ஆனால் நமக்கு எதுவும் தெரியாது.'

'ஆனால், ஜாரவாப் பெண்கள் இதற்கு ஏன் ஒப்புக்கொள்ள வேண்டும்? அவர்களின் சமூகம் உண்மையில் என்ன சொல்கிறது?' ஹரிஷ் கவலைகொண்டான். 'இதை எப்படி நாம் புரிந்துகொள்வது?'

'நாம் எதைச் சொல்வது ஹரிஷ்?' டேவிட் எரிச்சலும், கோபமும் அடைந்தான். அவனது சக்திக்கு அப்பாற்பட்டு பல விஷயங்களைக் கையாள வேண்டிய சுமை அதற்குக் காரணமாக இருக்கலாம். 'என் பிரச்சினை என்ன என்று தெரியுமா? நான் ஏகப்பட்ட விஷயங்களில் பங்கேற்கிறேன். சிவா என்ன செய்கிறான் என்று பார்ப்பதும், மைக்கேலுடன் சண்டை பிடிப்பதும் என்னுடைய வேலையா? இந்தக் காடுகளைப் பற்றியும், ஜாரவாக்களைப் பற்றியும் கவலைப்படுகிற ஒரே ஆள் நான் மட்டும் தானா? முதலைகளையும், ஆமைகளையும் கணக்கெடுப்பதோடு நான் ஏன் நிறுத்திக் கொள்ளக் கூடாது?'

'என் தட்டில் ஏற்கனவே ஏராளமாக இருக்கின்றன.' இப்போது அவன் ஹரிஷிடம் பேசுவதைக் காட்டிலும் தன்னிடமே அதிகமாகப் பேசிக்கொண்டிருந்தான். 'நான் ஓயாது தொந்தரவு கொடுப்பவனாக ஆகிவிட்டேன் என்று நினைக்கிறேன். இப்படிக் கோபம் கொள்ளும் உரிமை எனக்கு இருக்கிறதா? அந்த மைக்கேலிடம் நான் முறையாக நடந்து கொள்ளவில்லை, அப்படித்தானே ஹரிஷ்? நீ என்ன நினைக்கிறாய்?'

டேவிட்டின் கேள்விகள் ஹரிஷை வியப்பில் ஆழ்த்தின. ஹரிஷ் வெளிப்படுத்தாத அசௌகரியங்களின் அடியாழம் வரையிலும் டேவிட் துளையிட்டுப் போயிருந்தான்.

'எனக்குத் தெரியவில்லை, டேவிட், எதை நான் சொல்வது?' இதுதான் அவன் பதிலாக இருந்தது.

தடாகம் 203

போபாவையும் சீமாவையும் அழைத்துச் செல்வதற்காக டேவிட்டும், ஹரிஷும் திரும்பி வந்தனர். பெலிக்சுடன் கழிந்த நேரம் பற்றிய சீமாவின் உற்சாகமானது டேவிட், ஹரிஷ் இரு வரிடமும் நிலவிய வருத்தம் நிறைந்த அமைதியினால் மறைந்து போனது. குமிழியிட்டுப் பொங்கிக்கொண்டிருந்த உணர்வுகளைச் சற்று நேரம் கழித்து வெளிப்படுத்தலாம் என்று முடிவு செய்தாள் சீமா.

போபா படகிலேறிக்கொண்டான். சீமா எம்பிப் படகில் ஏறிக் கொண்டிருந்தாள். அவளது இடது கால் நீரோடையின் கரையில் சறுக்கியது. கரையின் வழவழப்பான மேற்பரப்பில் சரிந்தாள். டேவிட் அவளைப் பிடித்து இழுத்து தண்ணீரில் விழாமல் பார்த்துக்கொண்டான்.

அவள் கைகளைப் பற்றிய படியே 'ஒன்றுமில்லையே' என்று கேட்டான்.

'கணுக்கால்... பிசகிவிட்டது'. தாங்கி நடப்பது போல அவள் நடந்தாள்.

'உனக்கு ஏதும் ஆகவில்லையே?' என்று டேவிட் மறுபடியும் கேட்டான். அவள் படகிலேறி வருவதற்கு நான்கு பேரும் உதவினார்கள்.

'கொஞ்சம் வலிக்கிறது, சரியாகி விடும். வலி நிவாரணி மாத்திரை சாப்பிடலாம் என்று பார்க்கிறேன்.' அவள் பையிலிருந்து மருந்துப் பொட்டலத்தை எடுத்தாள்.

'அப்புறம்' என்று மாமா பேச்சை ஆரம்பித்தார். அந்தத் துங்கி சற்று நேரத்துக்கு முன்பு கிளம்பிச் சென்றதை அவர் பார்த்திருந்தார். 'உனக்குத் தோழமை கிடைத்து விட்டதா? சிவாவின் துங்கி ஏன் அங்கு நின்றுகொண்டிருந்தது?' என்று கேட்டார்.

நடந்த அனைத்தையும் பார்த்த வண்ணமே விவரித்தான் ஹரிஷ். களைத்துப் போன டேவிட் அமைதியாக உட்கார்ந்திருந்தான். அந்தச் சுரண்டல்காரர்களின் கதையை எல்லோரும் கேட்டுக் கொண்டிருந்தபோது மென்மேலும் சங்கடப்பட்டவனாக அவன் இருந்தான்.

‘என்னைக் கட்டுப்படுத்திக்கொள்வது எப்படி என்று நான் கற்றுக்கொள்ள வேண்டும்?’ தலையை ஆட்டியபடி டேவிட் ஒப்புக் கொண்டான். ‘இல்லாவிட்டால் ஒரு நாள் கடுமையான சிக்கலில் மாட்டிக்கொள்வேன்.’

மாமா தலையை ஆட்டினார், ஆனால் மலைத்துப் போனவராக, மாமா சொன்னார்: ‘இல்லை டேவிட், நீ செய்தது சரிதான். அந்தச் சிவா... அவன்தான் தொந்தரவை வரவழைத்துக்கொள்கிறான்.’ மாமா இப்போது சீமாவிடம் திரும்பி, ‘நீ போன இடத்தில் என்ன நடந்தது சீமா’ என்று கேட்டார்.

மாமா போட்டிருந்த டீயை போபா எடுத்துத் தந்தான். சீமா ஒரு வாய் உறிஞ்சிவிட்டுப் பேசினாள்.

‘நாங்கள் பெலிக்சைப் பார்த்தோம்’ என்று டேவிட் பக்கம் திரும்பியபடி சொன்னாள். ‘இவர்களின் குடியேற்றம், ஜாரவாக்கள், தனுமெய், தேனை எப்படிச் சேகரிக்கிறார்கள் என்பதைப் பற்றிய ஆர்வமூட்டும் விஷயங்களைத் தெரிந்துகொண்டோம். அவன் ஒரு பாட்டில் தேன்கூட கொடுத்தான், பாருங்களேன்.’

‘ஆக, தேன் எடுக்கும் கதையையும் உனக்குச் சொல்லியிருக் கிறான்? உண்மையில் அவன் தேன் எடுப்பதில் பேர் பெற்றவன். காடுகளைப் பற்றி விவரமாகத் தெரிந்து வைத்திருப்பவன் இந்த பெலிக்ஸ் நல்ல பையன்.’

‘உங்களுக்கு அவனைத் தெரியுமா அங்கிள்?’ சீமா கேட்டாள்.

‘தெரியும். ரொம்ப நல்ல பையன். அவன் இங்கு திரும்பி வந்துவிட்டான் என்பது தெரியாது. ஒரு சில வாரங்களுக்கு முன்பு கடம்தாலாவில் இருந்தான். அதற்கு முன்பு போர்ட் பிளேரில் இருந்தான். அலுவலகத்தில் கையெழுத்து வாங்குவதற்காக முயற்சி செய்துகொண்டிருந்தான். சாதாரணமான பையன். அவன் மனைவி மலேரியா வந்து இறந்துவிட்டாள். கடவுளால் சபிக்கப்பட்ட இந்த இடத்தை விட்டுவிட்டு வேறெங்காவது போய்விடு என்று நான் அவனிடம் பலமுறை சொல்லிவிட்டேன். கொஞ்சம் நாகரிகமான இடத்துக்குப் போகலாமே! ஆனால் அவன் காதில் வாங்கிக் கொள்ளவே இல்லை. ஏதேனும் சின்ன நகரத்துக்குப் பக்கத்தில் இருந்திருந்திருந்தாலும் அவன் மனைவி இன்று உயிரோடு இருந்திருப்பாள்.’

'ஓ, மனைவி, குழந்தையின் படங்களைக் காட்டினானே தவிர வேறு எதுவுமே அவன் சொல்லவில்லை' என்று சீமா சொன்னாள். ஆனால் அவன் ஏன் இங்கிருந்து போக மறுக்கிறான்? இது சுலபமாக வாழ்வதற்கு ஏற்ற இடமல்லவே'

'அது புரிந்துகொள்ளக் கூடியதுதானே சீமா', டீயைக் குடித்த படி மாமா சொன்னார். மற்றவர்கள் அமைதியாகக் கவனித்தபடி இருந்தனர். 'இருபது வருஷத்துக்கும் அதிகமான காலம் நீண்ட காலம் தானே. அவனுடைய அப்பா வெபிக்கு அருகில் இருக்கும் வனத்துறை முகாமில் வேலை பார்த்து வந்தார். பஸ்டியை நிர்மாணிப்பதில் ஏகப்பட்ட காலத்தையும், உழைப்பையும் செல விட்டிருக்கிறார்கள். அப்படியே விட்டுவிட்டுப் போவது சாதாரண காரியமல்ல. காடுகளை அழித்துக் கழனிகளை உருவாக்குவதற்கு எவ்வளவு உழைப்பு தேவை என்று எனக்குத் தெரியும். வியர்வை யையும், இரத்தத்தையும் உறிஞ்சிக்கொண்ட பிறகுதான் நிலம் உங்களுக்கு உணவளிக்கிறது. நிலத்தை நம்பி வாழ்பவர்கள் அனுபவிக்கும் துன்பங்கள் இவை, உங்களுக்கு இது புரியாது.'

சீமா விழுங்கியிருந்த மருந்தின் வேகம் தணிய ஆரம்பித்தது. அவளுடைய கணுக்கால் வீங்கி இருந்தது. அவள் முகத்தோற்றத்தில் தெரிந்தது வலி.

'யாரிடமாவது காட்டியாக வேண்டும்' சகோதர பாசத்துடனும், உறுதியுடனும் டேவிட் சொன்னான். 'நல்ல வேளையாக இந்த இடத்துக்கு வந்திருக்கிறோம். அருகில்தான் கடம்தாலா இருக்கிறது. நீரோடை வழியாகச் சென்று மருத்துவரைப் பார்த்தாக வேண்டும்.'

'கணக்கெடுப்பு என்ன ஆவது டேவிட்? இந்த மனிதனின் வேலையைத் தாமதப்படுத்துகிறோமே என்ற கவலையுடன் சீமா கேட்டாள்.

'சீமாவுடன் நான் போகிறேன், நீங்கள் வேலையைக் கவனி யுங்கள்.' என்று ஹரிஷ் முன்வந்தான்.

டேவிட் அக்கறையுடன் காணப்பட்டான். இந்தக் கணக் கெடுப்புப் பணி கடினமானது. ஆனாலும் சீமாவுடன் நான்

போயாக வேண்டும். போபாவை அனுப்ப முடியாது. ஹரிஷும் இந்த இடத்துக்குப் புதியவன். சீமாவுக்குப் பிரச்சினை அதிகமானால் அவனால் சமாளிக்க முடியாது. மாமாவை அனுப்பி வைக்கலாம் என்றால் படகை ஓட்ட ஆள் இருக்காது. மாமாவைப் போல ஜாரவாப்பகுதி நீரோடைகளையும், நீர்ப்பரப்புகளையும் தெரிந்து வைத்திருப்பவர்கள் வேறு யாருமில்லை. அவர் இல்லாமல் கணக் கெடுக்கும் வேலையைப் பார்க்க முடியாது. உதவிக்குப் போபா இருக்கிறான். கணக்கெடுப்புப் பயணத்தின் இந்தப் பகுதியை அவர்கள் பார்த்துக்கொள்ளட்டும்.

'அவளுடன் நான் போகிறேன், வேறு வழியில்லை.' என்று டேவிட் உறுதியாகச் சொன்னான். நீங்கள் மூவரும் கணக்கெடுப்பதற்குப் போய் வாருங்கள். ஒரு சில நாள்களில் மாயபுந்தரில் நாம் சந்திக்கலாம். இவளது கணுக்கால் எப்படி வீங்கி விட்டது பாருங்கள். உடனடியாக ஒரு மருத்துவரிடம் காட்ட வேண்டும். கணக்கெடுப்பு முடித்து நீங்கள் திரும்பி வரும்போது நாங்கள் தயாராக இருப்போம். என்ன சொல்கிறீர்கள் மாமா?'

'நீ சொன்னால் சரிதான் டேவிட்' என்றார் மாமா.

சீமா காலை உணவைச் சாப்பிட்டாள். இவர்களை விட்டு விட்டுப் போக வேண்டி வந்துவிட்டதே என்று வருந்தினாள். அவளது கணுக்காலில் வேதனை அதிகரித்துக்கொண்டே வந்தது. மருத்துவ உதவி கிடைத்தால் நல்லது என்று அவளுக்கும் தோன்றியது.

நீரோடையின் ஊடே மக்கர் பதறியடித்துக்கொண்டு பறந்தது. உட்டாராப் படகுத் துறைக்குப் போக வேண்டும். அங்கிருந்து டேவிட்டும், சீமாவும் ஆட்டோவில் பயணித்து கடம்தாலா அடிப்படைச் சுகாதார மையத்தை அடைய வேண்டும். பலப் பல மாதங்களுக்கு முன்பு தனுமெய் காலை உடைத்துக்கொண்ட போது இங்குதான் அழைத்து வரப்பட்டான். அங்கிருக்கும் ஒரே ஒரு மருத்துவரான டாக்டர் பந்தோபாத்யாய் களப்பணிக்காக வெளியில் சென்றிருந்தார். சீமாவைச் சேர்த்துவிட்டு அவர் வரும் வரை காத்திருக்கத்தான் வேண்டும். வேறு வழியில்லை.

டாக்டர் வருவதாகத் தெரியவில்லை. ஒரு நாள் கடந்துவிட்டது. அவர் எங்குப் போயிருக்கிறார் என்பது பற்றி யாருக்கும் தெரிய

வில்லை. சீமா அங்கிருந்த நர்சைக் கேட்டுப் பார்த்தாள். நர்ஸ் தோளைக் குலுக்கிக் காட்டிவிட்டுப் போய்விட்டாள். மறுநாள் மதிய வேளையில் சீமா பொறுமை இழந்துவிட்டாள். இந்தச் சமயத்தில்தான் பின்டு தகவல் தெரிவித்தான்.

'முக்கியமான சமயங்களில் நீங்கள் எப்போதும் வந்துவிடுகிறீர்கள் டேவிட் பாபு' என்று சொல்லி அவன் ஆரம்பித்தான். எனக்கு இப்போதுதான் தெரியும், பந்தோபாத்யாய் பாபு ஜாரவாக் காப்புக் காடுகளின் உள்ளடங்கிய பகுதிகளுக்குப் போயிருக்கிறார். அவர் இன்னும் ஒரு மணி நேரத்தில் வந்துவிடுவார்.'

'இவர் என்னதான் செய்கிறார்? என்பதைப் பற்றி யாருக்கும் எதுவும் தெரிவதில்லையே அது ஏன்?' சீமா கேட்டாள்.

'அது எனக்குத் தெரியாது. ஆனால் ஜாரவாக்கள் சிலர் காய்ச்சல் கண்டு படுத்து விட்டார்கள். சூட்டின் காரணமாக ஏதோ ஒரு வகைக் கட்டி தோலில் உருவாகி உடைகிறதாம். அது என்னவென்று சோதிப்பதற்காகப் போயிருக்கிறார். அவர் வந்தவுடன் நீங்களே கேட்டுப் பாருங்கள்.'

டாக்டர் பந்தோபாத்யாய் நேர்மையான மனிதர். கடுமையான உழைப்பாளி. தொழில் மீதும், நோயாளிகள்மீதும் பேரன்பும், அர்ப்பணிப்பும்கொண்ட மருத்துவர். களத்திலிருந்து திரும்பி வந்த சில நிமிடங்களிலேயே அவர் மருத்துவமனைக்கு வந்துவிட்டார். சீமாவைச் சோதித்தார். தலை நரைக்காத நடுத்தர வயதுக்காரர். தடித்த பிளாஸ்டிக் பிரேம்கொண்ட கண்ணாடியை அவ்வப்போது மூக்கின் மேலே தூக்கிவிட்டுக் கொள்வார். 'மன்னிக்கவும்' பான் வாசனை கலந்த வங்காளி உச்சரிப்பில் ஆங்கில வார்த்தைகள் கரணம் போட்டு வெளிப்பட்டன. 'முக்கியமான அவசர வேலை'.

சீமாவின் கணுக்காலைப் பரிசோதித்தார். 'வீக்கம் அதிகமாக இருக்கிறது. ஒரு எக்ஸ்-ரே எடுத்துப் பார்த்துவிடலாம்.' ஒவ்வொரு முறை அவர் பேசும் போதும் அவர் மென்றபடி இருக்கும் ஒன்றின் இனிய வாசனை அறையில் பரவியது. 'டேவிட் உங்களைச் சந்திப்பதில் மகிழ்ச்சி. இன்னும் சில நோயாளிகளைப் பார்க்க வேண்டும். சிறிது நேரம் கழித்து உங்களைச் சந்திக்கிறேன்' என்றார் டாக்டர்.

பிற்பகல் பொழுதில் அவர் திரும்பவும் வந்தார். 'எக்ஸ்-ரே படத்தில் எதுவும் தெரியவில்லை.' ஒரு உறையைச் சீமாவிடம் கொடுத்தபடியே சொன்னார்: 'ஆனால் நீங்கள் நாளைக்கும் இங்கிருக்க வேண்டும். வீக்கமும், வலியும் குறைவதற்குக் கால அவகாசம் தேவைப்படும்.'

'நான் இங்கு இருக்க வேண்டுமா?' சீமாவின் முகத்தில் ஏமாற்றம் தெரிந்தது.

'ஆமாம். இருந்தே ஆக வேண்டும்' டாக்டர் உறுதிபடச் சொல்லிவிட்டார்.

'சரி டாக்டர்' என்றான் டேவிட். 'நீங்கள் தவறாக எடுத்துக் கொள்ளவில்லை என்றால் உங்களிடம் ஒன்றைக் கேட்கலாமா? திடீரென ஜாரவாக் காட்டுக்குப் போயிருக்கிறீர்களே!'

'சொல்வதற்கு ஏராளம் இருக்கிறது. ஜாரவாச் சிறுவர்களிடம் காய்ச்சல் பரவுவதாகத் தகவல்கள் கிடைத்தன. அது பற்றி ஆராய வேண்டியிருந்தது. அவர்களில் இரண்டு பேரை இன்னும் சில நாள்களில் இங்கே அழைத்து வர வேண்டும்,' டாக்டர் பிரியமில்லாமல் பதில் சொல்வது போலத் தோன்றியது.

'இது ஆபத்தானதா டாக்டர்?' டேவிட் மறுபடியும் கேட்டான்.

'நான் அப்படி நினைக்கவில்லை. அந்தச் சிறுவர்கள் இங்கு வந்த பிறகு மேற்கொண்டு ஆராய்ந்து பார்க்க வேண்டியிருக்கிறது. என்னை மன்னிக்க வேண்டும்.'

14

பழைய நினைவுகளும், வலுவூட்டும் பிணைப்பும்

உட்டாராப் படகுத்துறையில் சீமாவையும், டேவிட்டையும் இறக்கிவிட்ட பிறகு வந்த வழியிலேயே படகு மீண்டும் பயணித்தது. சற்று நேரத்துக்குள் லெக்ரா லுன்டா என்று அழைக்கப்படும் குறுகிய கால்வாயைக் கடந்து வெளியேறியது. இப்போது மாமா வேகத்தைக் குறைத்து, கரை ஓரமாகப் படகை நகர்த்திச் சென்றார். ஹரிஷ் கவனமாகப் பார்க்க வேண்டும் என்பதற்காக இந்த ஏற்பாடு.

நீரின் விளிம்புக்குச் சற்று அப்பால் சமதளமான ஒரு நிலப்பகுதி சற்றே மேடாக இருந்தது. முழு நிறைவான வட்ட வடிவமான அமைப்பினைக் கொண்ட மேற்கூரை ஏறக்குறைய தரைப்பகுதி வரையிலும் சரிந்துவரும் அமைப்பினைக்கொண்டதாக இருந்தது. இந்தக் கட்டுமானம் குறைந்தபட்சம் நாற்பதடிக் குறுக்களவு உடையதாக இருக்கும் என்று ஹரிஷ் கணக்கிட்டான். வீடுகள் அழகாக இருந்தன.

படிப்படியாக உயர்ந்து செல்லும் இந்தச் சரிவு தரிசு நிலமாக இல்லை. பழமையான தென்னை, பாக்குப் பண்ணையைப் போலவும் தெரியவில்லை. சீமாவிடம் பெலிக்ஸ் சொன்னதைப் போல நாகரிக மனிதர்களாக மாறுவதற்கு ஜாரவாக்களுக்குக் கற்றுக் கொடுப்பதற்காக அமைக்கப்பட்ட முயற்சியால் உருவான அலுவல் ரீதியான பண்ணை இடமாகவே தெரிந்தது. வெண் ணிறத்தில் மின்னும் கடற்கரையில் ஐந்து கறுப்புப் புள்ளிகள் குட்டிக் குட்டியாக முனைப்புடன் நகர்வதைப் போலத் தெரிந்தன. அவன் மாமாவைக் கூப்பிட்டுக் காட்டி 'ஜாரவாக்கள் தானே?' என்றான். படகு எஞ்சின் சத்தத்தையும் மீறி அவனுடைய குரல் வெளிப்பட்டது. உற்சாகத்தை மறைக்க அவனால் இயலவில்லை.

ஆமாம் என்று தலையாட்டியபடி மாமா சிரித்தார். இவர்கள் லூயி கடற்கூம்புப் பகுதியை நோக்கிப் பயணத்தைத் தொடர்ந்தார்கள். டேவிட்டின் முதலைக் கணக்கெடுப்பில் இடம்பெற்றிருக்கும் கடைசி பெரிய நீரோடை அமைப்பு இதுவாகும்.

லூயி கடற்கூம்பினை சற்றே எட்டியிருப்பார்கள். போபா எஞ்சினை நிறுத்தினான். இங்கு ஒரு செங்குத்துப் பாறையின் மீது நூறடி உயரத்தில் வனப் புறக்காவல் நிலையம் இருக்கிறது. அங்கு இவர்கள் அவசியம் போய் வர வேண்டும்.

நீரின் விளிம்பினை எட்டியதும் துங்கியிலிருந்து பர்மிட்டுகள் அடங்கிய பிளாஸ்டிக் சிப்பத்தை எடுத்துக்கொண்டு, ஹரிஷையும் அழைத்துக்கொண்டு கரையில் தொடையளவு நீரில் இறங்கி மாமா நடந்தார். போபா மூங்கிலை ஊன்றித் தள்ளி, துங்கியை ஆழமான பகுதிக்குக்கொண்டு சென்று நங்கூரமிட்டான்.

அவர்கள் சிறிது நேரம் நடந்து, குறுகலான நன்னீர் ஓடையை அடைந்தார்கள். அவர்கள் இப்போது ஏறி வந்த சரிவிலிருந்து கீழ் நோக்கி வேகமாக இறங்கிவரும் நீரோடை அது. கூடுதலாக சில நிமிடங்கள் நடந்த பிறகு அந்த ஓடைக் கரையில் அமைந்துள்ள சிறிய நீர்நிலை வரை சென்று அந்த நீரோடை முடிந்து போயிருந்தது.

நிசப்தமாக இருந்த அந்த நீர்நிலையைப் பார்த்தபடியே மாமா சில கணங்கள் அமைதியாக நின்றிருந்தார். முக்கியமான தனிப் பட்ட சடங்கு நடத்தப்படுவதைப் பார்ப்பதைப் போல ஹரிஷ் உணர்ந்தான். மாமா கீழே குனிந்தார். கையில் நீரை எடுத்து முகத்தில் தெளித்துக்கொண்டார். கைகளைக் கிண்ணம்போல குவித்துக்கொண்டு மீண்டும் ஒரு முறை நீரை எடுத்துக் குடித்தார். சிறிய மரக்கட்டையில் அவர் உட்கார்ந்தார். சில கணங்களுக்குப் பிறகு ஹரிஷைப் பார்த்துச் சிரித்தார். சோகம் நிறைந்த சிரிப்பு.

‘ஹரிஷ் இது... இந்த இடம்தான் என் அப்பாவையும், அம்மாவையும் ஜாரவாக்கள் பல வருடங்களுக்கு முன்பு கொன்று போட்ட இடம்.’

ஹரிஷ் வாய் பிளந்து நின்றான். திடீரென்று மிகச் சாதாரணமாக வெளிப்படுத்தப்பட்ட அந்தப் புதுத் தகவல் அவனைத் திகைப் படையச் செய்தது. என்ன பேசுவது? என்று அவனுக்குத் தெரிய வில்லை. வார்த்தைகளே வரவில்லை.

‘எனக்கு வயது எழுபத்து மூன்று.’ மாமா தொடர்ந்தார். ‘அந்தச் சமயத்தில் என் அப்பாவின் வயது இந்த அளவில்தான் இருந்திருக்கும்.’ முன்னால் இருந்த நீர்நிலையை வைத்த கண் வாங்காமல் சற்று நேரம் பார்த்துவிட்டு அமைதியான தனி உலகத்துக்குள் போய் அவர் புகுந்துகொண்டார்.

அப்பா, அம்மா, உறவினர், நான் என நான்கு பேர் லூயி கடல் கூம்புப் பகுதிக்கு மீன்பிடிக்க வந்திருந்தோம். அது எனக்கு மூன்றாவது பயணம். அப்பாவும், அம்மாவும் இங்கு எத்தனை முறை வந்து போயிருப்பார்கள் என்று அவர்களுக்கே கூட நினைவிருக்காது. மீன்பிடிக்கப் போகிறோம், நீயும் வா என்று அப்பா அழைத்தபோது, அந்தச் சிறு வயதில் எனக்குப் பெருமை பிடிபடவில்லை. இந்தக் கடல் கூம்புதான் இன்றும் கூட அதிக அளவில் மீன்கள் கிடைக்கும் பகுதி. அந்தக் காலத்தில் இங்கே மீன்கள் இன்னும் ஏராளமாக இருந்தன. மீன்பிடிப்பதற்காகக் கேரன்கள் அடிக்கடி இங்கு வருவார்கள். எப்போதாவது ஒரு முறை நாங்கள் இங்கே நீருக்குள் மூழ்கிக் கிளிஞ்சல் சிப்பிகளைப் பொறுக்குவோம். சமயத்தில் காட்டுப்பன்றிகளையும், உடும்பு களையும் வேட்டையாடுவோம். வெபியிலிருந்து இந்த இடம் வரையிலும் கைகளால் துடுப்புப் போட்டு படகில் வருவோம். மீன்பிடித்த பிறகு நாள் முழுவதும் துடுப்புப் போட்டுத் திரும்பிச் செல்வோம். கடினமான உழைப்பு அது. ஆனால், அந்த உழைப்புக் கேற்ற வேடிக்கை விளையாட்டுகளும், விலைமதிப்புள்ள மீன் களும், பொருள்களும் எங்களுக்குக் கிடைக்கும். ஒருபோதும் நாங்கள் வெறுங்கையோடு திரும்பியது கிடையாது.

இந்தக் கடற்கூம்பின் நுழைவிடத்தில் நம் துங்கி இப்போது நிற்கிறதே, அதற்கு மிக சமீபமாக ஓரிடத்தில் அந்த நாளில் நாங்கள் படகை நிறுத்தினோம். இந்த நீரோடை எளிதில் அணுகக்கூடிய ஓடை. நமக்காகக் கொஞ்சம் மீன்களைப் பிடித்துக் கொண்டு வருவோம் என்று அப்பா இங்கே வந்திருந்தார். அவருடன் நாங்களும் இருந்தோம். இன்று நாம் இருவரும் வருவதைப் போலவே, அப்பாவும் அம்மாவும் இந்தச் சரிவில் ஏறி வந்துகொண்டிருந்தனர். படகை இழுத்துக் கட்டிவிட்டு வர வேண்டி இருந்ததால் உறவுக்காரரும், நானும் பின்னால் வந்து கொண்டிருந்தோம். அவர்களைப் பின் தொடர்ந்து இந்தச் சரிவில்

விரைவாக ஏறிச் சென்றுகொண்டிருந்தபோது, பலத்த சத்தம் கேட்டது. ஜாரவாக்களின் குரல்.' மாமா சற்றே நின்று கண்களை மூடிக்கொண்டார். நீண்ட நேரத்துக்கு அவர் அமைதியாகவே இருந்தார். 'அதன் பிறகு இரண்டு கூக்குரல்கள் எங்களுக்குக் கேட்டன' என்று தொடர்ந்தார். கண்களைத் திறந்து ஹரிஷைப் பார்த்து 'அப்பாவும், அம்மாவும்தான்' என்றார்.

'அன்று பெரிய ஒரு தவறை என் தந்தை செய்துவிட்டார். எல்லாமும் கோளாறாகி இரண்டு உயிர்களைப் பறித்துவிட்டது. அப்பா இந்தக் காடுகளை நன்றாக அறிந்தவர்தான். ஜாரவாக்கள் வருகிறார்கள் என்பதை அப்பா முன்கூட்டியே தெரிந்துகொண்டு விடுவார் என்று எங்கள் கிராமத்தில் இருப்பவர்கள் சொல்வதுண்டு. அவரோடு சேர்ந்து காடுகளுக்குள் போவது எப்போதும் பாதுகாப்பானது. ஆனாலும் என்ன செய்வது? அவரது காலம் முடிந்துவிட்டது போலும்...' மாமாவின் வார்த்தைகள் உணர்ச்சி மேலிட துண்டு துண்டாக வெளிப்பட்டன. 'எங்களுடைய அதிர்ஷ்டமோ துரதிர்ஷ்டமோ தெரியவில்லை. ஜாரவாக்கள் எங்கள் இருவரையும் கவனிக்கவில்லை. நாங்கள் ஒன்றும் தொலை தூரத்தில் இல்லை. வெகு அருகில்தான் இருந்தோம். எங்களை எப்படி கவனிக்காமல் விட்டார்கள் என்பது எனக்கு இன்னும் தெரியவில்லை. நாங்கள் சிறு புதருக்குப் பின்னால் பதுங்கிக் கொண்டோம். கை கால்கள் நடுங்கின. இன்றும் அதை நினைத்தால் அச்சமாகத்தான் இருக்கிறது. நாங்கள் சிறிது நேரம் காத்திருந்தோம். அசைந்தாலும், லேசாக சத்தம் கேட்டாலும் தொலைந்துவிடுவோம். கால்கள் சறுக்கும் சத்தம் சற்று நேரத்துக்கு எங்களுக்குக் கேட்டது. அந்தச் சத்தம் நின்றவுடன் நாங்கள் சரிவில் கீழே இறங்கி ஓடி வந்து, துங்கியில் ஏறி வேகமாகத் துடுப்புப் போட்டு அப்பால் சென்றுவிட்டோம். நீரோடையின் நடுவில், நாலாபுறமும் நீர் சூழ்ந்திருந்த நிலையில் பாதுகாப்பினை நாங்கள் உணர்ந்தோம். அப்பா அன்று என்ன நினைத்திருப்பார் என்று எனக்குத் தெரியாது. இவர்களுக்காகவே அன்று ஜாரவாக்கள் காத்திருந்ததைப் போல இருந்தது. இருந்தபோதிலும் அவருக்கு அது தெரியாமலேயே போய்விட்டது. மட்டுமீறிய ஏக்கத்துடன் பிறகு நாங்கள் திரும்பி வந்தோம். நாங்கள் இருவரும் பிற்பகல் வரையிலும் படகிலேயே வெகு நேரம் காத்திருந்தோம். நாங்கள் அந்த இடத்துக்குப் போய்ப்

தடாகம் ◆ 213

பார்க்க வேண்டும். ஆனால் அவர்கள் எங்களையும் தாக்கினால் என்ன ஆவது? அமைதியாகவும், மெதுவாகவும் நாங்கள் சரிவில் திரும்பவும் ஏறினோம். எந்த விதமான அசைவுகளையும், சத்தத் தையும் காட்டாமல் சரிவில் ஏறி மெதுவாகச் சென்றோம். இடது பக்கம் திரும்பி ஓடையை அடைந்தோம். எங்கள் மார்பைத் துளைப்பதற்கும் ஜாரவா அம்புகள் வரக்கூடும் என்ற எதிர்பார்ப் புடன், மரக்கட்டை கிடக்கும் இந்த இடம் வரையிலும் வந்து விட்டோம்.' நாங்கள் இருவரும் உட்கார்ந்திருந்த அந்த மரக் கட்டையை மாமா தட்டினார். அச்சத்தால் நடுங்கும் கைகளைப் பிடித்துக்கொண்டார். அங்கே இருக்கும் பெரிய பாறையை மாமா காட்டினார். 'அதோ அந்தப் பாறையின் மீது அப்போது தான் காய்ந்து போயிருந்த இரத்தக்கறைகள் இருந்தன. என்னால் அதனை ஒருபோதும் மறக்கவே முடியாது. அவர்களின் உடல்கள் அங்கே காணப்படவில்லை. சாவு இப்படியா வர வேண்டும்.' மாமா சுட்டிக்காட்டிய அந்தப் பாறையும் பல ஆண்டு காலப் பயன்பாட்டுக்குப் பிறகு வழுவழுப்பாக ஆகியிருக்கிறது.

மாமா தலை அசைத்தார். அவர் கண்கள் ஈரமாகியிருந்தன.

'மூன்று மாதங்களுக்குப் பிறகு, அப்பாவின் பழைய துப் பாக்கியை எடுத்துக்கொண்டு நான் மட்டும் மறுபடியும் வந்தேன். இந்த ஓடை வரையிலும் வந்து காடுகளில் மறைந்தபடி காத்திருந் தேன். இரண்டாம் நாள் மதியம் ஐந்து ஜாரவாக்கள் ஒரு குழுவாக ஓடையருகே வந்தனர். அசையாமல் நின்று முன்னால் நின்றவனைக் குறி பார்த்துச் சுட்டேன். அவன் சுருண்டு விழுந்தான். இறகுகள் காற்றில் பறப்பதைப் போல மற்றவர்கள் தலை தெறிக்க ஓடி விட்டனர். அந்தக் கணம் முதலாக எனக்கு நானே ஓர் உறுதியை மேற்கொண்டுவிட்டேன். இவர்களின் காடுகளுக்குள் ஒருபோதும் துப்பாக்கியை எடுத்துக்கொண்டு வர மாட்டேன் என்பதுதான் அந்தச் சபதம். இது வரையிலும் அப்படித்தான் நடந்து கொள் கிறேன்.'

ஹரிஷ் வாயடைத்துப் போயிருந்தான். எல்லாம் சரியாகிவிடும் என்ற நம்பிக்கை வார்த்தையை எதிர்பார்க்கும் சிறு குழந்தையைப் போல மாமா அந்தத் தருணத்தில் இருப்பதாகத் தெரிந்தார். எந்த

அளவுக்கு சகிப்புத்தன்மை இவருக்கு இருக்கிறது. எவ்வளவோ நடந்துவிட்டது. இருந்த போதிலும் மாமாவின் பார்வையிலும், நடத்தையிலும் ஜாரவாக்கள் மீதான மதிப்பை மட்டுமே ஹரிஷ் கண்டு வந்திருக்கிறான்.

ஓடையின் பக்கத்தில் மாமாவும், ஹரிஷும் உட்கார்ந்திருந்தனர். பிறகு புறக்காவல் நிலையம் நோக்கி நடந்தனர். பர்மிட்டுகளைக் காட்டி சரிபார்ப்பை முடித்துக்கொண்டு துங்கியை நோக்கித் திரும்பி வந்தனர். இவை அத்தனையும் முழு அமைதியுடன் நடைபெற்றது. பிறகு படகு நகர்த்தப்பட்டு, சதுப்புக்காட்டின் புதிரான இன்னொரு வழியில் நிறுத்தப்பட்டு நங்கூரமிடப்பட்டது. இன்றிரவு இங்குதான் இருக்க வேண்டும்.

'மாமா உங்களிடம் நான் ஒன்று கேட்கலாமா?' ஹரிஷ் தயக்கத்துடன் கேட்டான்.

மாமா சிரித்துக்கொண்டே தலையை அசைத்தார்.

'முதலில் எனக்குச் சொல்லுங்கள். ஜாரவாக்களைப் பற்றி என்ன நினைக்கிறீர்கள்? அவர்கள் உங்கள் பெற்றோரைக் கொன்றிருக் கிறார்கள்...' ஹரிஷ் ஆரம்பித்தான்.

'நீ கேட்பாய் என்று எனக்குத் தெரியும்' என்று இடைமறித்த மாமா தொடர்ந்தார். 'ஜாரவாக்கள் பெருமிதம் நிறைந்த மக்கள். அவர்களுக்கென்று கண்ணியம் இருக்கிறது, அவர்கள் இந்தக் காடுகளின் பூர்வ குடிகள்... அவர்களுக்கு மரியாதை தரத்தான் வேண்டும். இது அவர்களின் வீடு. நீ என் வீட்டுக்குள் புகுந்து திருடி, கொள்ளையடித்துக்கொண்டு போனால், உன்னோடு சண்டை போடாமல் இருந்தால் நான் என்ன மனிதன்?'

'சரி மாமா, ஆனால் திருடுவதற்கும், வேட்டையாடவும், மீன் பிடிக்கவும் நீங்கள் ஏன் இங்கே வருகிறீர்கள்?'

'நான் ஒப்புக்கொள்கிறேன் ஹரிஷ், ஆனால் நாங்களும் உயிர் வாழ வேண்டாமா? பிஸ்வாஸ் போன்று பேராசைகொண்டவர்களாக

மனிதர்கள் மாறும்போது, அதை ஏற்க முடியாது. அதை நான் ஒப்புக்கொள்கிறேன். ஒரு பிஸ்வாஸ் இருக்கிறான் என்றால், என் தந்தையை போன்ற நூற்றுக்கணக்கான எளிய மனிதர்களும் இருக்கத்தானே செய்கிறார்கள். இப்போதும் சரி, அப்போதும் சரி அத்தகைய மனிதர்கள் தங்கள் வாழ்க்கையை ஓட்ட வாழ் வாதாரத்தைத் தேடி அலைபவர்கள்தானே.'

மாமா இடைவெளி விட்டார். ஹரிஷ் காத்திருந்தான்.

'ஜாரவாக்கள் காட்டுவாசிகள் என்று அழைக்கப்படுகின்றனர். அவர்களை விடவும் இந்தக் காடுகளைப் பற்றி அறிந்திருக்கும் ஒரே ஒரு மனிதரையாவது காட்டேன் பார்க்கலாம். ஜாரவாக்களைச் சுற்றிலும் இப்போது பல விஷயங்கள் மாற்றம் கண்டிருக்கின்றன, ஆனாலும் பல வழிகளில் ஜாரவாக்கள் அப்படியே இருக்கிறார்கள். இவர்களைப் பல ஆண்டுகளாக நான் அறிவேன். நான் சிறுவனாக இருந்தபோது, அப்போது எனக்குப் பதின்நான்கோ பதினைந்தோ வயதிருக்கும். அப்போது ஜப்பானியர் இந்தத் தீவுகளுக்கு வந்தனர். எங்களைப் போன்ற அதே தோற்றம்கொண்டவர்களாக அவர்கள் இருந்தனர் - அழகான தோல், சிறிய கண்கள், துருத்திக்கொண்டிருக்கும் கன்னத்து எலும்புகள், வலிமையும் தசைப்பற்றும் உள்ளவர்களாக இருந்தனர். அவர்கள் எங்கள் பெற்றோரின் அத்தை மாமாக்களின் உறவுக்காரர்கள் என்றுதான் கருதியிருந்தோம். இவர்கள் தங்களைப் போலவே கருதி நம்மை நடத்துவார்கள் என்று நினைத்து, அதிக உற்சாகம் அடைந்திருந்தோம். நானும் அப்படித்தான் நினைத்திருந் தேன். நாங்கள் நினைத்தது எவ்வளவு தவறு. தோற்றத்தில் ஒரு வரைப் போலவே இன்னொருவர் இருக்கலாம். ஒப்புமையும் இருக்கலாம். ஆனால் எப்படி வாழ்கிறீர்கள்? எப்படி அடித்துக் கொள்கிறீர்கள் என்பதுதான் முக்கியமானது. அதனால்தான் நான் சொல்கிறேன். அந்தமானில் வாழும் ஜாரவாக்களுக்கு மிகவும் நெருக்கமான மக்கள் கேரன்கள்தான். இந்த மனிதர்கள் தாம் வெறுங்கையுடன் வந்து தங்கள் வாழ்க்கையை உருவாக்கிக் கொண்டவர்கள். ஜாரவாக்கள் தங்கள் உரிமைக்காக மட்டுமே சண்டையிடுவார்கள், ஒரு அங்குலம்கூட விட்டுக்கொடுக்க மாட்டார்கள். இதுதான் என் வாழ்க்கையில் நான் கற்றுக்கொண்ட முதலாவது பெரிய பாடம்.'

'அந்தச் சமயத்தில் உலக யுத்தம் நடந்ததாகச் சொல்லிக்கொண் டார்கள், அதன் காரணமாக ஜப்பானியர் அந்தமான் தீவுகளுக்கு வந்திருக்கிறார்கள். அவர்கள் இங்கே எங்கெங்கும் போனார்கள். வெபிக்கும் வந்தனர். அவர்கள் எங்களைத் தங்களின் அடிமை களைப் போல நடத்தினார்கள். இரவில் துப்பாக்கிகளுடன் எங்கள் வீட்டுக்குள் நுழைந்து அப்பாவையும், சகோதரரையும் இழுத்துச் சென்றார்கள். எதற்காக, எங்கே அழைத்துப் போகிறார்கள் என்பது தெரியவில்லை. என் சகோதரன் பிறகு திரும்பி வரவே இல்லை. முழுவதும் உருமாறிய மனிதராக அப்பா திரும்பி வந்தார். அவருடைய உடலும், மனமும் தகர்ந்து போயிருந்தன. இடது பாதத்தைத் தாங்கித்தாங்கி நடந்தார். எனக்குத் தெரிந்து மகிழ்ச்சியாகவும், மனத்தில் சுமையில்லாமலும் வாழ்ந்திருந்த என் அப்பா அதன் பிறகு அப்படி இல்லாமல் போனார். நான் அவரிடம் எதையும் கேட்கவில்லை. அவர் ஒன்று மட்டும் சொன்னார். 'இந்த மனிதர்களிடம் எச்சரிக்கையாக இரு'. இது போன்று இங்கு எங்களில் பலருக்கும் நடந்திருக்கிறது. எனக்குக் கோபம் அதிகமாகிவிட்டது. ஏதாவது செய்தாக வேண்டும் என்று முடிவு செய்தேன். நான் சொல்லப்போவதை நீ நம்புவாயா என்று தெரியவில்லை ஹரிஷ்.'

ஹரிஷ் தன் ஆர்வத்தை அடக்கிக்கொண்டான். 'மாமா சொல்லப்போவது என்னவாக இருக்கும்? என்ன சொல்லப் போகிறார்?' என்று தனக்குள் கேட்டுக்கொண்டான்.

'அந்தக் காலத்தில் ஒரு செய்தி பரவிக்கொண்டிருந்தது' மாமா தொடர்ந்தார். 'ஜப்பானியர்களை இந்தத் தீவுகளிலிருந்து விரட்டு வதற்கு உதவி தேவைப்படுவதாகவும், அதற்காகக் காடுகளை நன்கு அறிந்தவர் தேவைப்படுகிறார்கள் என்பதுமே அந்தச் செய்தி. ஒரு பிரிட்டிஷ் அதிகாரி நீர் மூழ்கிப் படகில் வந்திருந்தார்...'

தான் கேட்பதை ஹரிஷால் நம்ப முடியவில்லை. 'மெக்கார்த்தியா மாமா?' அவரைப் பற்றியா நீங்கள் சொல்கிறீர்கள்' என்றான் ஹரிஷ்.

'ஆமாம்' என்றார் மாமா. ஹரிஷுக்கு ஆச்சரியமாக இருந்தது. 'ஆமாம் மெக்கார்த்தி சாகிப். உனக்கு அவரைத் தெரியுமா?'

'எனக்கு என்ன தெரியும் மாமா?' ஹரிஷ் ஆர்வத்தை அடக்க முடியாமல் இருந்தான். 'உங்களுக்கு அவரைத் தெரியுமா? அவரை சந்தித்திருக்கிறீர்களா?' என்று கேட்டான்.

'மெக்கார்த்தி சாகிப்பும், சில வெள்ளைக்காரச் சிப்பாய்களும் போர்ட் கேம்பெலுக்கு நீர்மூழ்கிப் படகில் வந்திருந்தார்கள். காடுகளின் வழியாகச் சென்று போர்ட் பிளேயரை அடையவோ அதற்கு அருகில் செல்லவோ உதவி வேண்டும் என்று கேட்டார்கள். ஜப்பானியர்கள் என்ன செய்துகொண்டிருக்கிறார்கள் என்ற தகவல் தெரிய வேண்டுமாம்...'

ஹரிஷின் ஆர்வம் கொப்பளிக்கத் தொடங்கியது. 'அவர்களுக்கு உதவி செய்தவர்களில் நீங்களும் ஒருவரா? அதிகம் அறியப்படாத வழுக்கைத்தலை நடவடிக்கையில் நீங்களும் பங்கு கொண்டிருக்கிறீர்களா? இது பற்றி வேறு யாருக்கேனும் தெரியுமா மாமா?' என்று கேள்விகளை அடுக்கினான் ஹரிஷ்.

'நாங்கள் மூன்று பேர் அதில் இருந்தோம்.' ஹரிஷின் கேள்விக்கு மாமா நேரடியாகப் பதில் சொல்லவில்லை. ராபர்ட், மொகதோ என்று இரண்டு ராஞ்சிகள், இவர்களோடு நானும் ஒருவன். ராபர்ட் போன வருஷம் இறந்துவிட்டான். மொகந்தோ தன் பேரனுடன் ரங்கத்தில் வசிக்கிறான். எங்கள் வேலை பிரிட்டிஷ் சிப்பாய்களுக்கு உதவி செய்வது. இப்போது விம்பர்லிகுஞ்ச், பெர்ரார்குஞ்ச் என்ற பெயர்களால் அழைக்கப்படும் கிராமங்கள் வரையிலும் அடிக்கடி சென்று வந்தோம். சிப்பாய்கள் காட்டுக்குள் தங்கியிருந்தார்கள். நாங்கள் மூவரும் ஒவ்வொருவராகப் பதுங்கிப்பதுங்கி வெளியேறி அங்குள்ள பஸ்டியில் முக்கியமான மனிதர் சிலரைச் சந்திப்போம். அவர்கள் ஒரு உறையை எங்களிடம் தருவார்கள். அதைக்கொண்டு வந்து சிப்பாய்களிடம் சேர்ப்பிப்போம். பிறகு உடனடியாக காட்டுப் பகுதிகளுக்குள் போய்விடுவோம்.

'காடுகளுக்குள் நாங்கள் சந்தித்த மனிதர்கள் அந்தமான் பழங்குடிகளும் அரிதாக ஜாரவாக்களும்தாம். ஜாரவாக்கள் அந்தக் காலத்தில் யாரைப் பற்றியும் கவலைப்படுவதில்லை. அந்தமான் பழங்குடிகளோடு நாங்கள் நண்பர்களாகிவிட்டோம். அதிகமாகக்

குடித்துவிட்டோ, ஓபியத்தை இழுத்துவிட்டோ அவர்கள் கிடப் பார்கள். எங்களுக்கு உதவியாக இருந்தார்கள். காடுகள் பற்றிய அத்தனையும் அவர்களுக்கு அத்துப்படி. அது கடுமையான வாழ்க்கை. ஆனால் அந்த நாட்கள் பெருமையான காலங்கள் - வேடிக்கை, விளையாட்டு, சாகசம், கொஞ்சம் ஓப்பியம், கொஞ்சம் ஆபத்து, நம்முடைய மக்களுக்காக அர்த்தமுடையதாக ஏதோ செய்கிறோம் என்ற மதிப்பு. இவை யாவும் ஒருசேரக் கலந்திருந்த வாழ்க்கை அது.'

ஆற்றல் மிக்க அந்த நினைவுகள் தந்த மகிழ்ச்சி மயக்கத்தில் மாமா ஆழ்ந்திருந்தது தெரிந்தது. ஹரிஷ் பார்த்துக்கொண்டிருக்கும் போதே அந்த நினைவுகளின் அணைப்பில் அவர் மூழ்கிப் போனார்.

சமீபத்தில் ஓர் இரவில் போர்ட் கேம்பெலில் படகில் தங்கி யிருந்தபோது ஜாரவாக்களின் ஒலிகளைக் கேட்டது பற்றிய நினைவில் ஹரிஷ் ஆழ்ந்தான். 'ஒரு சமயத்தில் காடுகளிலேயே தங்கி அங்கேயே வாழ்க்கையைக் கழித்துவிடலாம் என்று நான் விருப்பம்கொண்டிருந்தேன்.' இவை மாமாவின் ஆசை நிரம்பிய வார்த்தைகள். நம்மைப் போன்றவர்கள் கனவில்கூட காண முடியாத வாழ்க்கையை மாமாவைப் போன்ற மனிதர்கள் வாழ்ந் திருக்கிறார்கள் என்று ஹரிஷ் புரிந்துகொண்டான்.

15

'ஏய் தக்வா'

மறுநாள் காலையில் சூரியன் உதித்து வானத்தில் நன்றாக ஏறியிருந்தது. வந்திருக்கும் காரியத்தைப் பார்ப்பதற்குப் போயாக வேண்டும் என்று மாமா முடிவெடுத்தார். ஹரிஷும், மாமாவும் சிறு படகில் ஏறி கடும் சிக்கலான மற்றுமொரு சதுப்புக்காட்டுப் பகுதியிலும், முதலைக்ள் இருக்கும் நீரோடைகளிலும் பயணப் படலாயினர். சூரியன் உயரே தகித்தது. ஆனால் படகோ குளிர்ச்சியான, நிழல் நிறைந்த பாதையில் பயணிப்பது போல இருந்தது. குறுகிய நீரோடையின் இரு கரைகளிலும் சதுப்புநிலத் தாவரங்கள் கவிந்து நிழல் கொடுத்தன. தாவரங்களின் ஊடாக வெளிச்சக் கீற்றுகள் ஊடுருவிப் பாய்ந்து வந்தன. இருளும் வெளிச்சமும் மாறி மாறி விளையாடும் ஒட்டு வேலை நடக்கும் இடமாக, சிற்றலைகள் பரவிவரும் நீரோடையின் மேல் பகுதி ஆகியிருந்தது.

இடர்ப்பாடு மிகுந்த வேலைகளுக்காக வெளியில் செல்லும் ஒவ்வொரு முறையிலும் ஏதேனும் ஒன்று நிகழும். ஆனால் இந்த முறை ஒப்பிட முடியாத ஒரு துணைவனின் தோழமை கூடவே வந்துகொண்டிருந்தது. சிவந்த நிற மீன் கொத்திப்பறவை. அதன் உடலில் இருந்த ஒவ்வொரு இறகும், நினைத்துநினைத்து ஏங்க வைக்கிற குங்குமப்பூ நிறத்தில் இருந்தது. ஒவ்வொரு முறையும் அது பறக்க எத்தனிக்கும் போதும் தகதகக்கும் வெந்தழல் பறந்து செல்வதைப் போல இருந்தது. தான் வசித்துவரும் சதுப்பு நில இருள் கவிகைக்கு அந்தப் பறவை ஒளியேற்றிக்கொண்டிருந்தது. இந்த நீரோடையில் இந்தப் பறவைகளும் முதலைகளும் ஏராளம்.

மாமாவும் ஹரிஷும் குறைந்தபட்சம் பத்து அடி நீளமுள்ள மிகப்பெரிய உயிரினத்தைப் பார்த்தார்கள். சேறு நிறைந்த கரையில்

அந்தக் கோர உருவத்தின் அருவருப்பான பருத்த முதுகுப் பகுதி வெயில்படும்படி சுகமாகக் கிடந்தது. அது இருக்கும் திசையில் மாமா மெதுவாகப் படகைச் செலுத்தினார். அவர்கள் கிட்டத்தட்ட அதனை நெருங்கிவிட்டார்கள். ஓர் அங்குலம் கூட அது அசைந்து கொடுக்கவில்லை. அது பின்வாங்கப் போவதில்லை, மற்ற முதலைகளைப் போல தண்ணீருக்குள் ஓடி ஒளியவும் போவ தில்லை. தரையை இறுகப் பற்றியபடி அசையாமல் கிடந்தது. இன்னும் கொஞ்சம் தூரத்தில் இருந்துகொண்டு அதைக் கவனிப்பது தான் சரியானது என்று மாமா நினைத்தார்.

முதலைக்கு அருகில் போவது மாமா போன்றவருக்குப் பழங் காலத்துப் புளகாங்கிதத்தை ஏற்படுத்தும். கேரன் சமூகத்தைச் சார்ந்த மாமாவின் தலைமுறையைச் சேர்ந்தவர்கள் வேல் கம்புகள், கயிறுகளை வீசி, தங்கள் படகில் இருந்தபடியே முதலைகளைப் பிடித்திருக்கிறார்கள். இவர்கள் மட்டும் தனியாக இதைச் செய்ததும் உண்டு. தாய்லாந்துக்காரரர்கள், பர்மாக்காரரர்கள், இந்தோனேசியர் களுடன் சேர்ந்து முதலைகளைப் பிடிப்பதற்காகக் கடந்த காலங் களில் இங்கு வந்ததும் உண்டு. அது ஒரு விளையாட்டுப் போலக் கருதப்பட்டதுண்டு. முதலைகளின் மாமிசம் உணவானது. அதன் கொழுப்பு மருந்துக்குப் பயன்பட்டது. பதனிடப்பட்ட அதன் தோல் வருமானத்துக்கு வழி செய்தது. நீரோடைகள் இங்கே முடிவின்றிப் பரந்து இருக்கின்றன. சதுப்புக்காடுகள் அடர்ந்தவை. முதலைகளின் எண்ணிக்கை ஏராளம். இங்குள்ள நிலத்தையும், நீரையும் நம்பி வாழ்ந்தவர்களுக்கு எதுவுமே தவறான செயலாக இல்லை. முதலைகள் மட்டும் இதற்கு விதிவிலக்கல்ல, எனினும் காலப்போக்கில் இவை மாறிவிட்டன. பெரிய சதுப்புக்காட்டுப் பகுதிகள் வெட்டி அழிக்கப்பட்டு, வேட்டையாடும் செயல்கள் அதிகரித்த உடன் முதலை எண்ணிக்கை குறைந்துவிட்டது. அதே நேரத்தில் வனவிலங்குகளைப் பாதுகாப்பதற்கான சட்டங்கள், தொலைதூர டெல்லியில் இயற்றப்பட்டன. முதலைகளை வேட்டை யாடுவது ஒரே இரவில் தடை செய்யப்பட்டுவிட்டது.

முதலைகளை இனி வேட்டையாட முடியாது என்பது கேரன் களுக்குச் சில ஆண்டுகள் வரையிலும் தெரியாமல் இருந்தது. அவர்கள் கடலில் மூழ்கி கிளிஞ்சல் எடுக்கவோ, பறவைகளைப்

பிடிக்கவோ, மான், பன்றியை வேட்டையாடவோ முடியாது என்ற நிலை வந்தது. நீண்ட நெடிய காலமாக வாழ்வாதாரச் செயல்களாக ஏற்கப்பட்டிருந்த யாவும் திடீரென சட்டவிரோதக் காரியங்களாக ஆகிவிட்டன. வேட்டையாடுவது தகாத செயலாகவும், உணவுக்காகவும், வருமானத்துக்காகவும் செய்யப்படும் காரியங்கள் குற்றச் செயலாகவும் ஆகிவிட்டன. ஒரே ஒரு சட்டம்தான், அது ஏற்படுத்திய தாக்கங்கள் அச்சுறுத்தி துரத்துகின்ற விதத்தில் இருந்தன. நிலத்திலும், நீரிலும் கடுமையாக உழைத்து வாழ்ந்துவரும் மக்கள் என்ற பெயர் மாறி தகாத செயல்களைச் செய்பவர்கள் என்று இந்தச் சமூகத்தினர்மீது முத்திரை குத்தப்பட்டது.

சட்டங்களுடனும், அவற்றைச் செயல்படுத்துவோருடனும் ஆரம்பத்தில் ஏற்பட்ட மோதல்கள் சிறுசிறு அழிவுகளை ஏற்படுத்து பவையாக விரைவில் மாறின. எதற்காகத் தாங்கள் தடுக்கப்பட்டோம் என்பதைக் கேரன்களால் புரிந்துகொள்ள முடியவில்லை. மாறியிருக்கும் சூழ்நிலையையும் புதிய வகை சட்டங்களையும் யாரும் அவர்களுக்கு விளக்கிச் சொல்லவில்லை. இத்தகைய சுழல்களில் மாமாவும் சிக்கிக்கொண்டார். காலப்போக்கில் கிடைத்த அனுபவங்கள் புதிய சட்டங்கள் வந்திருப்பதை அவர்களுக்குக் கற்றுக் கொடுத்தன. பழைய காலத்தைப் போல, நினைத்தபடி எல்லாம் செய்துவிட முடியாது என்பது புரிந்தது.

இதன் விளைவாக வேட்டையாடுவது காலப்போக்கில் வெகுவாகக் குறைந்தது. இந்த வாழ்க்கை முறையை இழந்தவர்கள் முதியவர்களே தவிர இளையவர்கள் அல்லர். மாமாவும் சில வயதானவர்களும் டேவிட்டுடனும், மற்ற சிலருடனும் களஆய்வுகளுக்கு உதவியாகச் சென்று வர ஆரம்பித்தனர். தங்கள் இளமைக் காலச் சிலிர்ப்புகளைச் சட்டப்பூர்வமாக நிறைவேற்றிக் கொள்ள அவர்களுக்கு இது உதவியது.

இருதரப்புக்கும் பயன் தரும் ஒத்துழைப்பாக இது இருந்தது. டேவிட் போன்ற ஆராய்ச்சியாளர்களுக்கு மாமாவைப் போன்ற கேரன்கள் தேவைப்பட்டனர். இந்தத் தீவுகளைப் போன்ற கடினமான பகுதிகளில் திறமைக்குறைவான மனிதர்களுடன் வெளியில் செல்வது பெரிய சுமையாகிவிடும். மாமாவும், அவரைப் போன்ற வேறுசிலரும் இல்லாமல் போயிருந்தால் இந்த நிறுவனமும்,

அது நடத்திவரும் ஆராய்ச்சிகளும் நீடித்து நடப்பது ஒரு பக்கம் இருக்கட்டும், அவை உருவாகியே இருக்காது.

அந்தப் பத்து அடி நீள ஜீவனிடமிருந்து அப்பால் மாமா படகைக் கொண்டு சென்றார். அவர்கள் நீரோடையில் பயணப் பட்டார்கள். அதிக தூரம் சென்றிருக்க மாட்டார்கள். வலப்புறத்தில் இருந்த கால்வாயில் ஒரு துங்கி இருப்பதைப் பார்த்தார்கள். அது மக்கரைப் போல இருந்தது, ஆயினும் வித்தியாசமாக இருந்தது. மாமா விரைவாக அந்தக் கால்வாய் பக்கமாகத் திரும்பிப் படகின் எஞ்சினை நிறுத்தினார். நிலையாக நின்றிருந்த அந்தப் படகை நோக்கிச் சத்தமில்லாமல் சறுக்கிச் சென்றனர். அந்தப் படகுக்கு நெருக்கமாகச் சென்ற சமயத்தில் காட்டுக்குள்ளிருந்து திடீரென சத்தம் கேட்டது. சத்தம் வந்த திசையைப் பார்த்தபோது மாமாவும், ஹரிஷும் அதிர்ச்சி அடைந்தனர். புதர்களிலிருந்து கௌதாரிகள் பறந்து வெளியேறுவதைப் போல ஐந்து பேர் நோக்கமின்றிச் சிதறி ஓடுவதைப் பார்த்தார்கள்.

'ஏய் தக்வா!' மாமா சத்தமாகக் கூப்பிட்டார். கேரன் பாஷையில் தக்வா என்பது தோழமைக் கூட்டத்தினரை உறவு சொல்லி அழைக்கும் சொல். அதை அவர்கள் புரிந்துகொள்வார்கள் என்று மாமாவுக்குத் தெரியும். மாமாவின் குரல் திடீரென உயர்ந்து, காடு களின் பசுமையை ஊடுருவி மறைந்தது. சில கணங்கள் காத்திருந்த மாமா மறுபடியும் கூப்பிட்டார். 'ஏய் தக்வா'. இதைத் தொடர்ந்து சத்தமாகச் சில வார்த்தைகளைக் கேரன் பாஷையில் பேசினார். மாமாவும், போபாவும் பேசிக்கொண்டிருக்கும்போது ஹரிஷ் அடிக்கடி இதைக் கேட்டதுண்டு. ஆனால் அவர்கள் பேசுவதில் ஒரு வார்த்தைக்குக்கூட அவனுக்கு அர்த்தம் புரியாது. மாமாவின் அழைப்புக்குப் பயன் கிடைத்தது. சதுப்புக்காட்டுச் சகதியில் மனிதர்கள் ஓடும் சத்தம் நின்றது. மரங்களுக்குப் பின்னாலிருந்து கேரன்களின் முகங்கள் வெளியே தெரிந்தன.

அவர்கள் மாமாவின் இனத்தவர்கள். ஆனால் மாமா வாழ்கின்ற வெபி பகுதியைச் சேர்ந்தவர்கள் இல்லை. வெகுதூரத்தில் உள்ள பர்மாவிலிருந்து வந்திருக்கும் கேரன்கள். மாமாவின் முன் னோர்களும் பர்மாவிலிருந்துதான் இந்தத் தீவுகளுக்கு வந்து குடியேறி இருந்தார்கள்.

இந்தத் தீவுகள் பற்றித் தெரிந்தும் தெரியாமலும் இருக்கும் மற்றொரு அம்சம் இதுவாகும். அண்டை நாடுகளில் தண்டனை பெற்று அதன் காரணமாக இங்கு வந்த இவர்களைப் பிறரது உரிமைகளில் தலையிடும் 'சர்வதேச வேட்டைக்காரர்கள்' என்று குறிப்பிட்டனர். குத்தகைக் கூட்டம் என்றும், சட்டத்தை மீறி குற்றம் இழைப்பதற்காக எல்லை கடந்து வந்திருப்பவர்கள் என்றும் வகைவகையாக இவர்கள் அழைக்கப்பட்டனர். இந்த வகை யினரைப் போலவே, பர்மீஸ் கேரன்கள் தீவுகளின் உள்ளடங்கிய பகுதி நீரோடைகளில் தொடர்ச்சியாக எதிர்ப்படுகின்றனர். ஜார வாப் பிரதேசத்துக்கு இவர்கள் வருவதில்லை. இந்தக் கேரன்கள் குன்றுப் பிரதேச நிலங்களிலிருந்து வந்தவர்கள் இல்லை. தாய் நிலத்துக்கான போராட்டம் அங்கே நடந்துகொண்டிருக்கிறது. ரங்கூனுக்கு அருகில் இருக்கும் பாசீன் எனப்படும் கீழ்ப்பகுதி நிலங்களில் இருந்து வருபவர்கள் இவர்கள். இராணுவ ஆட்சியின் கோரப்பிடியில் சிக்கியிருக்கும் தேசத்தில் உருவான அரசியலால் பாதிப்புக்குள்ளாகி இங்கு வருகிறார்கள். வேறு வழி தெரியாமல் முற்றிலும் ஆபத்து நிறைந்த செயல்களை இவர்களின் ஏழ்மை செய்ய வைக்கிறது. அந்தமான்தீவுகளும், நீர்ப்பரப்புகளும், அதிலும் குறிப்பாக ஜாரவாப் பிரதேசத்தின் செழிப்பும், எல்லாவிதமான செயல்களும் நடைபெறும் இடமாக மாறுவதற்குக் காரணமாகி விட்டிருக்கிறது. எப்படியாவது இந்தத் தீவுகளுக்கு வந்துசேர்ந்து விட்டால் போதும். நடுத்தரமான வாழ்க்கை வாய்த்துவிடும்.

பர்மாவிலிருந்து இந்தத் தீவுகளுக்கு வருவதாக இருந்தால் முதலில் இர்ரவாடி எனப்படும் படுகைப் பிரதேசத்தைக் கடந்து வர வேண்டும். நாடு தாண்டிவரும் அவர்களின் முயற்சியின் கடுமையான பகுதி இது. இந்தப் பகுதியில் பர்மிய, சீனநாட்டு இராணுவமும், காவல்துறையும் கண்காணித்தபடியே இருக்கும். சமீப காலங்களில், இர்ரவாடியின் நுழைவாயிலான டுவாண்டே

பகுதி தமிழீழ விடுதலைப் புலிகளின் தளமாகியிருந்தது. அவர்களிடம் எதிர்ப்பட்டுவிட்டால் கேரன்கள் அதற்கான விலையைக் கொடுத்துத்தான் ஆக வேண்டும். இங்கிருக்கும் நதியில் பகல் பொழுதுகளில் படகுப் போக்குவரத்து அதிகமாக இருக்கும். இரவு நேரத்தில்தான் நழுவி வர முடியும். பெரும்பாலான பயணங்கள் இருட்டில் நடக்கும். இர்ரவாடியிலிருந்து தப்பி வந்துவிட்டால் எதிர்ப்படும் நிலப்பரப்பு அந்தமான் தீவுக்கூட்டங்களின் வட கோடி முனையிலிருக்கும் லேண்ட் ஃபால் தீவுதான். இங்கிருந்து இரண்டு பாதைகள் இருக்கின்றன. ஒரு பாதை தணல் அவிந்து போன எரிமலைத் தீவான நார்கொண்டம் தீவுக்கு கிழக்கு நோக்கிச் செல்லும். அங்கிருந்து தெற்கில் சென்று ரிட்சி தீவுக் கூட்டங்களை அதன் கிழக்குப் பகுதி வழியாகக் கடந்து மீண்டும் மேற்கு நோக்கிச் சென்றால் குட்டி அந்தமானின் மேற்குக் கரை வரும். சிலர் இதோடு நின்றுவிடுவார்கள். வேறு சிலரோ, மேலும் பயணிப்பார்கள். பத்து டிகிரி கால்வாயின் சீற்றங்களையும், பெரும் ஆபத்துகளையும் எதிர்கொண்டு நிகோபார் தீவுகளுக்கு நல்லபடியாகச் சென்று சேர்ந்தால் ஏராளமான செல்வங்களையும், வெகுமதிகளையும் பதிலுக்குப் பெற்றுக்கொண்டு திரும்ப முடியும்.

இன்னொரு பாதை இந்தத் துங்கி போய்க்கொண்டிருக்கும் இந்தப் பாதை. லேண்ட் ஃபால் தீவின் மேற்குக் கரையோரமாக வடக்கு அந்தமான் தீவுகளில் உள்ள பற்பல நீரோடைகள், நீளமான வளைகுடாக்கள் ஆகியவற்றைப் பயன்படுத்தி ஓய்வெடுத்தபடி வந்தால் மத்திய அந்தமானின் இப்பகுதி வந்துவிடும். இங்கு தான் நாம் இருக்கிறோம். பிறகு இங்கிருந்து தெற்கே சென்றால் குட்டி அந்தமானுக்குச் செல்லலாம். இந்தக் கடற்கரை ஓரமாகக் கிட்டத்தட்ட குடியிருப்புப் பகுதிகளே இல்லாத காரணத்தால் இடையூறு இல்லாமல் பயணிக்க முடியும்.

இந்த பர்மீயர்கள், ஜாரவாக்களுடன் மோதலில் ஈடுபட்டதாக பதிவுகள் இல்லை. இவர்களிடையேயான கடும் சண்டைகள் பற்றி துணுக்குக் கதைகள் இருக்கின்றன. ஆனால் இவற்றை ஒருபோதும் உறுதிப்படுத்த முடியாது. உளவுப்பிரிவு உள்ளிட்ட அரசாங்க அமைப்புகளிடம் பதிவுகள் எதுவும் இல்லை. பதிவேடுகள் சுத்தமாக வைக்கப்பட்டிருக்கின்றன. எல்லோரும் மகிழ்ச்சியுடன்

வீடுகளுக்குப் போய்விடுகிறார்கள். இரவில் நன்றாக உறங்கு கிறார்கள். இதனால்தான் ஜாரவாக்களின் புகைப்படக் கட்டுரை பிரெஞ்சு புகைப்படக்காரரால் வெளியிடப்பட்டு பெரிய கொந் தளிப்பை ஏற்படுத்தியது. பலரும் பல கேள்விகளுக்குப் பதில் சொல்ல வேண்டி வந்தது. அமைப்புமுறை தோற்றுவிட்டது, குற்றச் செயலில் ஈடுபட்டவனே அதற்கான ஆதாரத்தைக் வெளிப்படுத்தி விட்டான். இதுதான் முரண். அழியாத பதிவு ஒன்று உருவாக்கப் பட்டுவிட்டது.

அண்மைக் காலங்களில் பர்மாவிலிருந்து வந்த கேரன்களைப் போன்றவர்கள் நீர் நிலைகளுக்கு மீன்பிடிக்கத்தான் வந்தார்கள். அதன் பிறகு அவர்கள் கடல்நீரில் முக்குளித்துச் சிப்பிகளையும், கடல் வெள்ளரிகளையும் பிடிக்க ஆரம்பித்தார்கள். பகல் பொழுது களில் நிழல் அடர்ந்த இருளான நீரோடைகளில் இருப்பார்கள். அத்திப் பூத்தாற்போல ரோந்துவரும் கடலோரக் காவல்படை ஹெலிகாப்டர்களாலும், கப்பல்களாலும் இவர்கள் இருப்பதை கண்டுபிடிக்க முடிவதில்லை. இருள் சூழ்ந்த பிறகுதான் வெளியில் வருகிறார்கள். மறுநாள் காலை சூரிய உதயத்துக்குள் திரும்பிப் போய்விடுகிறார்கள்.

〰️

நின்றுகொண்டிருக்கும் பர்மாத் துங்கி பார்வையில் படுவதை, இந்த நீரோடையின் வளைவு, மறைத்துக்கொண்டிருந்தது. இவர் களுடைய துங்கி வளைவில் திரும்பி வருவதைக் கண்டதும் பர்மாப் படகில் இருந்தவர்கள், கடலோரக் கப்பல் படைப் படகைப் போலவே காணப்படும் இந்தப் படகில் ஆட்கள் வருகிறார்கள் என்று புரிந்துகொண்டு காடுகளுக்குள் புகுந்து ஓட ஆரம்பித்துவிட்டார்கள். இப்போது தங்களின் மொழியிலேயே நம்பிக்கையூட்டும் பேச்சு கேட்கவே அவர்கள் மெதுவாக வெளிப் பட்டு தயக்கத்துடன் இவர்களை நோக்கி நடந்து வர ஆரம்பித்தனர்.

மாமா தொடர்ந்து பேசிக்கொண்டிருந்தார். அவர்களின் அச்சத் தைப் போக்கி, பேச்சில் ஈடுபட்டார். நான்கு பேர் இருந்தார்கள். அனைவரும் இளைஞர்கள். இவர்களில் மூத்தவனாகத் தெரிந்த வனுக்கு வயது இருபது இருக்கும். இரண்டு பேருக்கும்

மேலாடைகள் இல்லை. மற்ற இருவரும் கந்தலான கிழிந்த துணி போல இருந்ததை அணிந்திருந்தார்கள். தலை வாரப்படாமல் இருந்தது. பல நாள் தாடி கன்னத்தில் தெரிந்தது. கைகால்களில் அடர்த்தியான பழுப்பு நிறச் சேறு படிந்திருந்தது. அவர்கள் சோர்வாகக் காணப்பட்டனர், தனிமையில் விடப்பட்டவர்களைப் போல இருந்தனர். பதற்றத்தால் அதிகரித்திருந்த மனஉளைச்சல் களும் குழப்பமும் முகங்களில் நன்றாகத் தெரிந்தன. இத்தனை கஷ்டங்களுக்கும், முயற்சிகளுக்கும் பிறகும் பிடிபட்டுவிட்டால் அது பரிதாபத்துக்குரியதாகிவிடும்.

அவர்களின் பாஷையில் மாமா பேசியதால் அவர்கள் சிரித்த பாதிச் சிரிப்பில் நம்பிக்கை தெரிந்தது. இவர்களின் முயற்சி நல்ல வேளையாகச் சிதைக்கப்பட்டுவிடவில்லை.

பர்மியத் துங்கிக்கு அருகில் இவர்களின் படகு நின்று கொண்டிருந்தது. அந்தப் படகைக் கவனிக்குமாறு ஹரிஷிடம் மாமா சொன்னார். மாமா எப்படி இந்த மனிதர்களுடன் சேர்ந்த வரோ, அப்படியே இந்தப் படகும் அந்த இனத்தவரைச் சேர்ந்தது தான். தூரத்துச் சொந்தங்களின் உயரிய கைவினைத் திறத்தை விளக்கிக் காட்டும் ஆதாரமாக இது இருக்கிறது. அந்தமானியக் கேரன்கள் உருவாக்கும் துங்கிகளைப் போலவே, இந்த பர்மியத் துங்கியிலும் படகின் உடற்பகுதிக் கட்டுமானம் அடிமரத்தைக் குடைந்து செய்யப்பட்டிருந்தது. அமுக்கத்தைப் பெருக்கும் கம்ப்ரசரும் சீன ஜியான்சு ஒற்றை இஞ்சினும் அந்தப் படகின் தூரத்து முனையில் பொருத்தப்பட்டிருந்தன.

‘இதைப் பாரேன்’, மாமா எதைப் பார்க்கச் சொல்லுகிறார்? எஞ்சினையா, படகு முழுவதையுமா என்று ஹரிஷ் புரியாமல் விழித்தான். ‘எப்பேர்ப்பட்ட படகு. என்ன தொழில் நேர்த்தி, என் கரங்களால் நானும் ஒன்றை உருவாக்க வேண்டும் என்று ஆசைப்படுகிறேன், அந்த எஞ்சினைப் பார்’ ஹரிஷ் பார்த்தான், இந்த விஷயங்களில் எதுவும் அவனுக்குப் புரியவில்லை. மாமாவின் கண்கள் ஒளிர்ந்தன. ‘இந்த எஞ்சின் சக்தி வாய்ந்தது, நயம் மிக்கது’, எவ்வளவு நிசப்தமாகச் செயல்படுகிறது, நம்பவே முடியவில்லை. சீனர்கள் வியப்புக்குரியவர்கள்’

கண் முன் தெரியும் காட்சியை ஹரிஷ் அளவிட்டான். முதல் வரிசையிலிருந்த மரங்களுக்குச் சற்றுப் பின்னால். தோராயமாக இரண்டு அங்குலக் குறுக்களவுகொண்ட ரப்பர் பட்டை போன்ற பழுப்பு நிறக் கடல் வெள்ளரிகள் கிடந்தன. நூற்றுக்கணக்கில் இவற்றைப் பிடித்து உலர வைத்து பிளாஸ்டிக் காகிதத்தைச் சுற்றி சாக்குப்பைகளில் அடைத்து எடுத்துச் செல்வார்கள்.

'அவர்களிடம் இன்னும் கொஞ்ச நேரம் பேசிக்கொண்டிருக்க லாம் என்று நினைத்தேன். ஆனால் அவர்களை நிலைகுலையச் செய்ய விரும்பவில்லை' என்று ஹரிஷிடம் மாமா சொன்னார்.

படகில் அமர்ந்து போபா கொடுத்த டீயைக் குடித்தபடி இருந்தபோது இரண்டு சிறு படகுகள் மறுபக்கத்தில் கடந்து சென்றன. இவர்கள் எங்கிருந்து வெளியேறி வந்தார்களோ, அதே நீரோடைக்குள் அந்தப் படகுகள் சென்றன. அவர்கள் நம் படகுக்கு அருகில் வந்து சில வார்த்தைகள் பேசிவிட்டு போயிருக்கலாம். அப்படிச் செய்யாதது கபடச் செயல் என்று ஹரிஷ் கருதினான்.

'அந்தப் பர்மியர்களிடம்தான் இவர்கள் போகிறார்கள்', மாமா ரகசியமாக விளக்கமளித்தார். 'உள்ளூர்க்காரரர் உதவி இல்லாமல் வெளியாட்கள் பல நாட்களுக்கு இங்கே இருக்க முடியாது என்பது உனக்குப் புரியவில்லையா?'

'உள்ளூர்க்காரரர்களா?' அது யார்?'

'கண்டுபிடித்தால்தான் தெரியும், பெரும்பாலும் இவர்கள் இந்த நீரோடைக்குப் பக்கத்தில் குடியிருக்கும் வங்காளிகளாகவோ, ராஞ்சிகளாகவோ இருக்கக்கூடும். முதல் வங்காளி இங்கு வந்தது முதற்கொண்டே இது தொடங்கிவிட்டது. குடிநீர், காய்கறிகள், தானியங்களைப் பர்மியர்களுக்குத் தருவார்கள். அதற்கு ஈடாகப் பர்மியர்கள் தாங்கள் பிடித்துக்கொண்டு வருவதில் ஒரு பகுதியைத் தர வேண்டும். இது கச்சிதமாக நடந்துகொண்டிருக்கிறது.'

'போலீஸ்?'

'ஒன்றுமே தெரியாதவர்போல இருந்து விடுவார்கள். அவர் களுக்கு உரியது போய்ச் சேர்ந்து விடும். உள்ளூர்க்காரரர்களுக்கும் இது தெரியும். அவர்களும் கண்டும் காணாமல் இருந்து விடு

வார்கள். உயர் அதிகாரிகளுக்குத் தெரியவரும்போது சில நடவடிக்கைகளை எடுப்பார்கள்.'

துடுப்புப் படகுகள் நழுவிச் சென்றுவிட்டன. ஒன்று மட்டும் உடனே திரும்பி வந்தது.

'ஏய் தாதா!' என்று போபா குரல் கொடுத்தான். குரல் கொடுக்கும் படி அவனது உடம்பைத் தட்டி மாமா சைகை காட்டியிருந்தார்.

அந்தப் படகு விருப்பமில்லாமல் அருகில் வந்தது.

நீல வெள்ளைக் கட்டங்கள் கொண்ட லுங்கி கட்டியிருந்த எலும்பும் தோலுமாக இருந்த சிறு பயல், 'நண்டு பிடிக்க வந்தோம், நேரம் சரியில்லை, ஒன்றுமே கிடைக்கவில்லை' என்றான். பேச்சோ, கேள்வியோ சாதகமில்லாத நிலைக்குப் போய்விடக் கூடாது என்ற கவனத்துடன் பேசினான். அந்தப் படகில் பெரிய பிளாஸ்டிக் வாளி காலியாக இருந்தது. பக்கத்தில் நண்டுகளைப் பிரித்தெடுக்கும் விசித்திரமான கருவி இருந்தது. ஒரு அடிநீள மரக் கைப்பிடி நீளமான இரும்புக் கம்பியுடன் இணைக்கப்பட்டு, முனைப்பகுதி கொக்கியைப் போல வளைக்கப்பட்டிருந்தது.

'எங்களுக்குக் கொஞ்சம் நண்டு கிடைக்குமா?' என்று அவர்கள் பதற்றத்தைக் குறைக்க மாமா வேடிக்கையாகக் கேட்டார். 'நண்டு எல்லாம் எங்கே? இந்தக் காலத்தில் எதுவும் சரிவர கிடைக்க மாட்டேன் என்கிறது' என்றான் முன்னால் நின்றுகொண்டிருந்தவன்.

அந்தச் சிறு படகின் மறுமுனையில் இருந்த இரண்டாவது மனிதன் 'நீங்கள் இங்கே என்ன செய்கிறீர்கள்? நீங்கள் இங்கே எவ்வளவு நேரம் இருப்பீர்கள்?' என்று உரத்தக் குரலில் எரிச்சலுடன் கேட்டான்.

'அதிக நேரம் இருக்க மாட்டோம், இன்னும் ஒரு நாள் இருப்போம்', என்று மாமா சொன்னார். 'முதலைகளைக் கணக்கெடுக்க வந்திருக்கிறோம், ஆராய்ச்சிக் குழு!'.

'சரி, சரி! இளையவனுக்கு அப்பாடா என்று இருந்தது. பெருமூச்சு விட்டான். 'நாம் போகலாம். ஓகே பாபு!' என்ற படி படகைத் திருப்பி வேகமாகத் துடுப்புகளை அசைத்தான்.

ஓடாவிட்டலும் கூட, ஒவ்வொருவரும் நகர்ந்த படியே இருக்கிறார்கள்,

படகில் அமைதியாக உட்கார்ந்திருந்தனர். நீரோடையின் திசையில் போபா கையைக் காட்டினான். கவிந்துவரும் இருளை மீறி பின்புலத்தில் இருந்த காட்டில் சிறு அசைவு தெரிந்தது. பர்மா துங்கி மெதுவாகச் சத்தமில்லாமல் நகர்ந்துகொண்டிருந்தது. மெல்லிய இறகு போன்ற புகை அதிலிருந்து வந்துகொண்டிருந்தது. இவர்கள் இருப்பது தெரிந்துவிட்டதால் கிளம்பிப் போய்விடலாம் என்று முடிவு செய்துவிட்டார்கள் போலிருக்கிறது.

சீன எஞ்சினின் அமைதியான இயக்கம் பற்றி மாமா சொன்னது ஹரிஷுக்குப் புரிந்தது - குசுகுசு ஒலி கேட்டது. படகு இடப் பக்கம் திரும்பி லூயி வாயிலுக்குள் சென்றது. மெதுவாக மேற்குத் தொடுவானில் பின்வாங்கியது. சிறிது நேரத்துக்குப் பிறகு அது வலப் பக்கமாகத் திரும்பித் தெற்கு நோக்கி மீன்பிடிப் பகுதிக்குள் சென்றுவிட்டது. பார்க்க முடிந்த வரையில் அந்தப் படகினை ஹரிஷ் பார்த்துக்கொண்டிருந்தான். 'தங்களுக்கு அதிர்ஷ்டமில்லை என்று அவர்கள் புலம்பிக்கொண்டிருப்பார்கள்' என்று ஹரிஷ் நினைத்துக்கொண்டான்.

இரவு குளிர்ச்சியாக இருந்தது, மூவரும் தத்தம் இடங்களுக்குப் படுக்கப் போய்விட்டார்கள். சாதமும், பருப்பும் இரவு உணவாகச் சாப்பிட்டார்கள். ஹரிஷ் விழித்துக் கடிகாரத்தில் நேரம் பார்த்தான். அவன் நான்குமணி நேரம்தான் தூங்கியிருப்பான். நள்ளிரவில் விழித்துக்கொண்டான். இருப்பினும், உற்சாகமாக உணர்ந்தான்.

ஹரிஷ் எழுந்து உட்கார்ந்து கருங்கோடு போலத் தெரியும் சதுப்புக் காடுகளைப் பார்த்தபடி இருந்தான். சற்று நேரத்தில் சூரியன் உதயமாகிவிடும். இரவு நகர ஆரம்பித்தது. நட்சத்திரங்கள் பார்வையில் படாமல் மேகத்தில் மறைந்துவிட்டன. வானத்தின் கருநிறம் மாறி வெளிர் நீல நிறமானது. அதன் நிறம் சற்று நேரத்தில் நீர்த்துப் போய் விடும். 'சூரிய கோளத்தின் வளைவு தொடுவானத்தில் முதலில் தெரியும் கணம்தான் சூரிய உதயமோ?'

என்று அவன் சிந்தித்தான். 'அல்லது காலை ஒளியின் இளஞ்சாயல் வெளிப்படும் போதே சூரியன் உதயமாகிவிடுகிறதா?'

அப்போது ஒரு பொருள் லேசாக வெளிப்பட்டுத் தெரிந்தது. அது என்ன என்று புரிந்துகொள்ள அவன் சிறிது நேரம் உற்றுப் பார்த்தான். சீரான வேகத்தில் அது நெருங்கி வருவது தெரிந்தது. உடனடியாகப் புரிந்துகொண்டான். ஓரிரவுக்கு முன்பாக அந்தி நிழலில் மறைந்து போன அந்தப் பர்மா துங்கிதான். மங்கலாகவும், நிழல் படர்ந்தும் இருந்துகொண்டிருக்கும் பர்மீய கேரன்களின் வாழ்க்கையைப் போலவே, வைகறைப்பொழுதின் மங்கலான ஒளியில் வந்துகொண்டிருந்தது. தடை விதிக்கப்பட்ட அந்தமானின் பற்பலத் தீவுகளில் வாழ்வாதாரத்தைத் தேடிச் சுற்றிக்கொண்டு இருக்கிறார்கள்.

'நம்முடைய உலகங்கள் எவ்வளவு வேறுபட்டவை?' ஹரிஷ் தனக்குத் தானே நினைத்துக்கொண்டான். இந்த மனிதர்களின் வாழ்வையும், மாமா, போபா போன்றோரின் வாழ்வையும், ஜாரவாக்களின் உலகத்தையும் என் வாழ்வோடு எப்படி ஒப்பிட்டுக் காண முடியும்?

16

மலரின் சக்தி

காலைப் பொழுதுக்குப் பிறகு, மக்கரும் அதில் இருந்தவர்களும் இண்டர்வியூ தீவினைத் தாண்டி, ஆஸ்டின் ஜலசந்தி வழியாகப் பனிகாட் செல்லும் இறுதி ஓட்டத்தைத் தொடங்கியிருந்தனர், பர்மாவிலிருந்து அழைத்து வரப்பட்ட கேரன்களுக்காகப் பிரிட்டிஷ்காரரர்களால் உருவாக்கப்பட்ட குடியிருப்புப் பகுதியான வெபியை நோக்கிச் செல்லும் வழியில் துங்கி நிறுத்தப்பட்டிருந்தது. பனிகாட்டிலிருந்து செல்லும் சாலை இது, மத்திய அந்தமானின் நிர்வாகத் தலைமையகமான மாயாபுந்தர் போவதற்கு முதன்மைச் சாலையில் இருந்து இடப்புறமாகத் திரும்ப வேண்டும். வெபிக்குப் போக வலப் புறமாகத் திரும்பி மூன்று கிலோமீட்டருக்கு அப்பால் வலப்புறமாகப் பிரியும் சாலையில் செல்ல வேண்டும்.

வெபி உருவாக்கப்பட்ட விதமும், முதன்மைச் சாலையிலிருந்து ஒதுங்கியிருக்கும் அதன் தூரமும் பார்வையில் படாமல் இந்தக் கிராமத்தை மறைத்து வைத்திருக்கிறது. ‘மறைந்திருக்கும் கிராமம்’ என்ற பெயரே இதற்குப் பொருத்தமானது. இதே பொருள்படும் ’வெபி’ என்ற பெயர் அந்தக் கிராமத்துக்குத் தரப்பட்டிருப்பது திட்டமிடப்பட்டு நடந்ததா? தற்செயலாக நேர்ந்ததா? என்பது தெரியவில்லை.

மாமாவும், ஹரிஷும் துங்கியிலிருந்து உடைமைகளை இறக்குவதற்குப் போபா உதவினான். மஞ்சளும், கறுப்பும் பூசப்பட்டிருந்த அம்பாசிடர் வாடகைக் கார் அங்கே காத்திருந்தது. துங்கியிலிருந்து இறங்கும் முன்பாக மாமா பழைய உடைகளை மாற்றிக்கொண்டார். இப்போது வெளிர் பச்சை நிற டி ஷர்ட்டும், மிடுக்கான நீல நிற அரைக்கால் சட்டையும், ரப்பர் செருப்புக்குப்

பதிலாக விளையாட்டுப் பயிற்சியாளர் ஷூக்களையும் அணிந்து சுத்தமாகக் காணப்பட்டார். வெபிக்குள் நுழைந்ததும் தார்ச்சாலை நின்றுவிட்டது. டாக்சியில் இருந்து இறங்கிக்கொண்டார்கள். மாமாவின் வீட்டுக்குப் போக மீதி தூரத்தை நடந்துதான் கடக்க வேண்டும். பைகளை முதுகில் சுமந்து நடக்க ஆரம்பித்தனர். வழக்கம் போல மாமா முன்னால் நடந்தார். அவருடைய உடமைகள் அசைந்தாடியபடி வந்துகொண்டிருந்தன. மாமாவின் வயது அதிகமாகியிருக்கிறது. அவரது உடலும் கால்களும் சிறிது வளைந்திருந்தன. தனி விதமாகத் தள்ளாடும் அவரது நடையும், அவசரமில்லாத வேகத்தில் அவர் சென்றதும், 73 வயது மாமா தான் வாழ்ந்துவிட்டதாகச் சொல்வதைக் கண்முன்கொண்டு வந்து காட்டின.

ஒரு சரிவில் ஏறிச் சென்றார்கள், மரத்தாலான அழகு மிகுந்த சில வீடுகளைக் கடந்து போனார்கள். தேவாலயம் வந்தது. அது மரத்தாலான கட்டடம். வயது தரும் சுமையினால் பலமிழந்து முனகியபடி இருந்தது. உடனடியாகப் பழுது பார்த்தாக வேண்டும். இந்த இடத்துக்கு வந்ததும், 'போய் வருகிறேன்' என்று சொல்லி விட்டு போபா தன் வீட்டுக்குப் போய்விட்டான். மாமாவும், ஹரிஷும் தேவாலயத்தைக் கடந்து சிறு வாய்க்காலின் மீதிருந்த மரப்பாலம் மீது ஏறிச் சென்றனர். அறுவடைக்குத் தயாராக மரகத மணிகளோடு தலையசைத்துக்கொண்டிருந்த நெல் வயல்களின் ஊடாகச் சென்றனர். தரிசாகக் கிடந்த வயல்களில் பசுக்கள் அமைதியாக மேய்ந்துகொண்டிருந்தன. பளபளப்பான கருநிறம்கொண்ட கரிச்சான் குருவிகள் நீண்ட இரட்டை வாலுடன் பறந்து அதிர்ஷ்டமில்லாத பூச்சிகளின் மீது பாய்ந்து தாக்குதல் நடத்திக்கொண்டிருந்தன.

பேம் மாமாவின் வீடு குன்றின் அடிவாரத்தில் இருந்த குடியிருப்பின் கடைசிப் பகுதியில் இருந்தது. அது கேரன்களுக்கே உரிய மர வீடு. நேர்த்தியான தேக்கு மரத்தைக்கொண்டு உயர்த்தப் பட்ட கால்களின் மீது கட்டப்பட்டிருந்தது. கேரன்களின் வீடுகள் இது போலத்தான் கட்டப்பட்டிருக்கும். பர்மாவின் வாழ்க்கை முறையிலிருந்து அவர்கள் கொண்டுவந்திருக்கும் ஒன்று. உயரமான கால்களை நட்டு அதன் மீது வீட்டை அமைப்பதால் காடுகளில்

பெரும் கூட்டமாகச் சுற்றித் திரியும் யானைகளிடமிருந்து பாது காத்துக்கொள்ள முடியும். தீவுகளில் அடிக்கடி ஏற்படும் இடி மழைக்காற்றுக்குப் பிறகு நிலம் சேறாகிவிடுவதால் பாம்புகள், தவளைகள், பூச்சிகள் வீட்டுக்குள் நுழைந்து விடாமல் தடுப் பதற்கும் உதவுகிறது. வீடுகளின் சுவர்கள் உள்புறமும், வெளிப் புறமும் மூங்கில் சட்டங்களால் ஆகியிருக்கும். நெளிநெளியான தகரங்களால் மேற்கூரை மூடப்பட்டிருக்கும். கேரன் வீடுகளில் சமீபகால மாற்றம் இது. குடும்பத்தின் செல்வப் பெருக்கத்துக் கான அடையாளமாக இது இருக்கிறது. செலவு செய்ய வசதி இருப்பவர்கள் தகர விரிப்புகளைப் போட்டுக்கொள்கிறார்கள். அப்படி செய்துகொள்ளும் வசதி இல்லாதவர்கள் காடுகளிலிருந்து புற்களைச் சேகரித்துக் கூரை வேய்ந்துகொள்கிறார்கள்.

வீட்டின் கீழ்த்தளம் தரும் இனம் புரியாத உணர்வு ஹரிஷுக்குப் பிடித்திருந்தது. வீட்டுக்குச் செல்லும் உயரமான படிகளின் பின்னால் மனத்தை ஈர்க்கும் மரத்தாலான ஊஞ்சல் தொங்குகிறது. அது ஐந்து அடி நீளமிருக்கலாம். படகு செய்வதற்காகக் குடையப் பட்ட மரத்தைப் போல வழவழப்பாக மெருகேற்றப்பட்டுப் பல வருடங்களாகப் பயன்பட்டு வருகிறது.

ஊஞ்சலுக்கு அப்பால் மூன்று அடி குறுக்களவும், ஐந்து அடி உயரமும் கொண்ட மூன்று பெரிய கூடைகள் இருந்தன. மூங்கிலால் பின்னப்பட்ட இவை நெல்லைச் சேகரித்து வைத்துக் கொள்வதற்கானவை. தகர விரிப்புகளால் மூடப்பட்டுள்ளன. தகர விரிப்பு பறந்து விடாமல் இருப்பதற்காக அதன் மீது வைக்கப் பட்டிருக்கும் பாரத்தைப் போல, ஒரு விரிப்பின் மீது காற்றழுத்தத் துப்பாக்கி கிடக்கிறது. பறவைகளை வேட்டையாட பயன் படுத்துவோமென்று மாமா வெகுளியாகச் சொன்னார். ‘ஆனால் எப்போதாவதுதான்’ என்றும் சேர்த்துக்கொண்டார்.

சிறிது தூரத்தில் கொழுத்த பெரிய பெண் பன்றி படுத்துக் கிடந்தது. இளம் சிவப்பு நிறத்தில் ஆறு சிறிய பன்றிக்குட்டிகள் அதன் காம்பை வெறியுடன் இழுத்துப் பால் குடித்துக்கொண் டிருந்தன. புதிதாக யாரோ வந்திருக்கிறார்களே என்று பெண் பன்றி தலையை உயர்த்திப் பார்த்தது. பிறகு அமைதியாகப் படுத்து விட்டது. குஞ்சுகள் தொடர பெட்டைக் கோழிகள் முற்றத்தில் மேய்ந்துகொண்டிருந்தன. மூங்கில் வேலியின் மூலையில் உரக்கக்

குரைக்கும் இரண்டு நாய்கள் சங்கிலியால் கட்டிப் போடப் பட்டிருந்தன.

மாமாவின் ஐந்து குழந்தைகளும் தீவுகளில் தனித்தனியாக வாழ்ந்து வருகிறார்கள். ஒருவர் மட்டும்தான் இங்கே வெபியில் இருக்கிறார். ஒரு மகன் போலீஸ்காரரர். இன்னொருவர் மாயா புந்தரில் ஆசிரியர். மூன்றாவது மகன் இங்கே இருக்கும் மூன்று ஏக்கர் நிலத்தில் விவசாயத்தைப் பார்த்துக்கொள்கிறார். மாமாவின் இரண்டு மகள்களுக்கும் திருமணமாகிவிட்டது - ஒருவர் போர்ட் பிளேரிலும், இன்னொருவர் ரங்கத்திலும் வசிக்கின்றனர். இருவரின் கணவன்மார்களுக்கும் அரசாங்க உத்தியோகம்.

சிறந்த ஆளுமைகொண்டவர் என்ற பெயர் மாமாவைப் போலவே மாமாவின் மனைவிக்கும் அந்த ஊரில் இருந்து வந்தது. மாமாவின் மனைவி துப்பாக்கியால் நன்றாகச் சுடக் கூடியவர். அருமையாக நீச்சலடிப்பார். இருவரும் நல்ல ஜோடிகள், கேரன் சமூகத்தில் பிரபலமானவர்கள். மாமாவைப் பார்த்தவுடன் அவளுக்குக் கண்களில் பிரகாசம் தென்பட்டது.

‘ஏய் கிழவி’, என்று மாமா கிண்டலாகக் கூப்பிட்டார், ‘எனக்காகக் காத்திருக்கிறாயா, இல்லை வேறு ஒரு கிழவனைக் கண்டுகொண்டு விட்டாயா?’ என்றார் மாமா.

‘விருந்தாளி வந்திருக்கும்போது ஒழுங்காகப் பேசுங்கள்’ என்று மாமாவைக் கடிந்துகொண்டாள்.

ஹரிஷ் பக்கமாகத் திரும்பி ‘நமஸ்தே’ என்றபடி முன்னோக்கிக் குனிந்து, ஹரிஷின் கரங்களை மென்மையாகப் பற்றிக்கொண்டாள். ‘வெபிக்கு வந்திருக்கிறீர்கள், ஏதாவது சாப்பிடுங்கள்’ என்றாள்.

எல்லோரும் சாப்பிட்டுவிட்டு வந்திருந்தோம். இருந்தாலும் இருவருக்கும் சாதமும், பருப்பும் சமைத்தாள்.

குளிர்ந்த நீரில் குளித்தார்கள். மாமா பிற்பகலில் ஓய்வெடுக்க நினைத்தார். அழகான ஊஞ்சல் உண்டாக்கியிருக்கும் ஆர்வத்தை வெளிக்காட்டாமல் ஹரிஷ் சமாளித்துக்கொண்டான். டாக்டரைச் சந்திக்க இவன் போக வேண்டும். ‘நாசவேலை செய்கிற தாவர வியலாளர்’ என்ற கீர்த்தியைப் பெற்றிருப்பவர் டாக்டர் ஸ்ரீகுமார்.

மாமா தன் பேரனை அழைத்து வழியைச் சொல்லிக்கொடுத்தார். ஹரிஷை ஸ்ரீகுமார் குட்டியின் அலுவலகத்துக்கு அழைத்துச் செல்லுமாறு கூறினார்.

இருவரும் சாலையின் முனைவரையிலும் பதினைந்து நிமிடம் நடந்தார்கள். அங்கு ஆட்டோவைப் பிடித்து மறுபடியும் பதினைந்து நிமிடம் பயணித்து மாயாபுந்தருக்குப் போனார்கள். மாமாவின் பேரன், ஹரிஷை குட்டியின் அலுவலகத்துக்கு அழைத்துக்கொண்டு போனான். நான் திரும்பி வந்துவிடுவேன், பிரச்சினை இல்லை என்று ஹரிஷ் உறுதியாகச் சொன்னதால் அவன் திரும்பிவிட்டான்.

இந்தியத் தாவரவியல் கணக்கெடுப்பு அமைப்பின் மாயாபுந்தர் அலுவலகம் அது. ஒவ்வொரு புயலின் போதும் விழுந்துவிடும் என்று எதிர்பார்க்கப்பட்டுவரும் மரத்தாலான பழைய கட்டடம். குட்டி மட்டுமே இங்கு இருக்கிறார். அந்த அறையின் வாயிலில் பெயர் எழுதப்பட்டிருந்தது. லேசாகத் திறந்திருந்த கதவை ஹரிஷ் தட்டினான். கதவைத் தள்ளியபடி எட்டிப்பார்த்தான்.

அது சிறிய அறை, எல்லாமும் சிதறிக் கிடப்பது போல உணர வைத்தது. அறையில் ஒரு மேசை மேல் புல், பூண்டு பற்றிய விளக்க ஏடும், கோப்புகளும், புத்தகங்களும், காகிதங்களும் நிறைந்திருந்தன. மேசையின் ஒரு பக்கத்தில் கணினி இருந்தது. மறு பக்கத்தில் புதிதாக வாங்கப்பட்டதைப் போலத் தெரியும் பழுப்பு நிற மேசை விளக்கு இருந்தது. சுவரில் இருந்த பிளக் பாயிண்டில் இருந்து மின்சாரத்தை எடுத்துவரும் தொடர்பு வயர் தரையில் கிடந்தது. ஸ்விட்ச் போர்டு அருகே ஒயர் அலட்சியமாகத் தொங்கிக்கொண்டிருந்தது. பக்கத்தில் இருந்த கொக்கியில் நாள் காட்டியின் தாள்கள் கிழிக்கப்படாமல் இரண்டு மாதங்கள் பின்தங்கியிருந்தது. இடப்புறச் சுவருக்கு எதிரில் பச்சை நிறத்தில் ஓர் உலோக அலமாரி இருந்தது. பல இடங்களில் பெயிண்ட் உரிந்து போய் இருந்தது. எதிர்ப்புறம் இருந்த சுவரில் அழகான பல அறைகளைக்கொண்ட மரப் பெட்டி இருந்தது. அதன் விளிம்பு வரையிலும் மூலிகைகள் பற்றிய ஏடுகள் அடுக்கப்பட்டிருந்தன. குட்டியின் நாற்காலிக்கு அருகிலுள்ள சிறிய மேசையில் பாதி

மூடப்பட்டிருந்த குடிநீர்க் கண்ணாடிக் குவளை இருந்தது. இன் னொன்றில் ஆவி பறக்கும் தேநீர் இருந்தது.

'ஹலோ, டாக்டர் குட்டி' என்று தன்னை அறிமுகப்படுத்திக் கொண்டான். 'தீவு உயிரின வாழ்க்கைச்சூழல் நிறுவனத்திலிருந்து வருகிறேன்.' அந்த அறைக்குள் ஹரிஷ் நுழைந்தபோது, மெல்லிய நறுமணம் சூழ்ந்தது. பல ஆண்டுகள் பழமையான மூலிகை ஏடுகளில் இருந்த பழுப்பு இலைகளின் நறுமணம். விலை மதிப்பற்ற இந்த ஏடுகள் சிதைந்து தூசாகிக்கொண்டிருக்கின்றன. புறக் கணிப்பின் காரணமாக அழிந்துகொண்டிருக்கின்றன. காற்றின் ஈரப்பதமும், ஏராளமாகப் பெருகியிருந்த வெண்ணிறப் பூச்சி வகைகளும் அதற்குக் காரணம்.

சில மாதங்களுக்கு முன்பு இங்கு வந்துசேர்ந்தபோது, இந்த அரும்பொருள் புதையலைக் கண்டதற்காகக் குட்டி புளகாங்கிதமும், வருத்தமும் ஒருசேர அடைந்தான். இந்த ஏடுகளின் மீது கவனம் செலுத்திப் பல மணி நேரங்களைச் செலவிட்டிருக்கிறான். தாவரங்களின் மீதான அவனுடைய பேரார்வமும், உழைப்பும் எல்லோருக்கும் தெரிந்தவை. தாவரங்கள், மூலிகை ஏடுகள் தவிர வேறெதிலும் அக்கறை இல்லாதவன் அவன். மாறாட்டம் கொண்டிருப்பவன் என்று மக்கள் அவனைப் பற்றி நினைப்பார்கள். மதிமயக்கம்கொண்ட விஞ்ஞானியைப் போல அவர் தோற்றம் இருக்கும்: ஒல்லியாய், உயரமாய், நீளமான மூக்கு. சமீபத்தில்தான் மேற்பரப்பு நீக்கப்பட்ட காட்டில் சிறுசிறு புதர்களும், சுள்ளிக் கிளைகளும் நீட்டிக்கொண்டிருப்பதைப் போல இருக்கும் தாடியின் அடிக்கற்றைகள்கொண்ட முகம், கசங்கிய உடைகள், அடிக்கடி வெறும் காலுடனோ தேய்ந்துபோன பழைய ரப்பர் செருப்பு அணிந்துகொண்டோ நடப்பார். இவரது தோற்றம் இப்படித்தான் இருக்கும். உணவை தானே சமைத்துக்கொள்கிறார். விடாமல் உடற்பயிற்சி செய்கிறார். பெரும்பாலான நேரத்தை தனக்காகச் செலவிடுகிறார்.

உலகப் பற்றில்லாதவரைப் போலத் தெரிகிறார். ஆனால், இவரைப் போல நட்பு பாராட்டும், இதமான, புத்திசாலியான யாரும் இருக்க மாட்டார்கள் என்பது அவரிடம் நெருங்கிப் பழகியவர்களுக்குப் புரியும். குட்டி அல்லது எஸ்.கே. என்று பொதுவாக இவர் அழைக்கப்பட்டார். தன் குடும்பத்தை விட வேறெதுவும் அவருக்கு முக்கியமில்லை. அவருடைய ஆர்வத்துக்கும் செயல்களுக்கும் ஆதரவாக அவர் மனைவி அம்ரிதா இருக்கிறார். எட்டு வயது இளம் மகள் திருப்தியை அவர் அதிகம் போற்றுகிறார்.

ஆசிரியை வேலையை விட்டுவிட்டு அம்ரிதாவால் வர முடியாது என்பதால் இவர் மட்டும் மாயபுந்தருக்கு வந்திருக்கிறார். முக்கியமாக திருப்தியின் படிப்பை உத்தேசித்து தனியாக இங்கு வந்துவிட்டார். கணவன் மீது அம்ரிதா கொண்டிருக்கும் நம்பிக்கையும், இடைவிடாத ஆதரவும் இல்லாவிட்டால் இது சாத்தியப்பட்டிருக்காது. மாயாபுந்தருக்கு மாறிய எஸ்.கேவுக்குக் கஷ்டமில்லை. ஆனால் அதற்கான காரணம் ஏற்க முடியாததாக இருந்தது. இருக்கிற ஒழுங்குகளைக் குலைக்கும் தன்மை கொண்டவரல்ல எஸ்.கே. ஆனால் போர்ட் பிளேரிலிருந்து மாயாபுந்தருக்குத் தண்டனை இடமாற்றம் செய்யப்பட்டிருந்தார். பதில் அளிப்பதற்குக் கஷ்டமான கேள்விகளைக் கேட்கக் கூடிய, 'ஆர்வக்கோளாறுகொண்ட' தாவரவியலாளரான இவர் தன் வேலையை சிறப்பாகச் செய்த காரணத்துக்காகவே இடம் மாற்றப்பட்டிருந்தார்.

அதெல்லாம் இருக்கட்டும். குட்டியைச் சந்திப்பதற்காக, டேவிட்டின் பெயரை நம்பித்தான் ஹரிஷ் வந்திருக்கிறான். தாவரவியலாளர், வனவிலங்கு ஆராய்ச்சியாளர், விலங்கியலாளர், பாம்பு ஆய்வாளர் இவர்களைப் போன்றவர்களின் வட்டாரங்களில் டேவிட்டின் பெயர் உடனடி நுழைவைப் பெற்றுத்தரும் பெரும் திறவுகோல்.

'திடீரென வந்திருப்பதற்காக மன்னிக்க வேண்டும்' ஹரிஷ் தொடர்ந்தான். 'உங்களுக்கு நேரமிருக்குமா என்று தெரியவில்லை. உங்களைச் சந்திக்கும்படி டேவிட் ஆலோசனை சொல்லியிருந்தார்.'

டாக்டர் குட்டி ஆர்வத்துடன் இடைமறித்தார்: 'என்னை டாக்டர் குட்டி என்று அழைக்க வேண்டாம். எஸ்.கே என்று

அழைத்தாலே போதும். எல்லோரும் என்னை அப்படித்தான் அழைக்கிறார்கள். சரி அது இருக்கட்டும். நீங்கள் ஹரிஷ் தானே? நீங்கள் ஜாரவாக் காப்புப் பகுதியின் புற எல்லைப் பகுதிகளை ஆராய்ச்சி செய்து வருகிறீர்கள் அப்படித்தானே? எப்படி நடக்கிறது வேலை?'

'இல்லை' அவன் தன் குரலில் ஆச்சரியம் வெளிப்படாமல் மறைத்துக்கொண்டான். 'ஆராய்ச்சி எல்லாம் ஒன்றுமில்லை, சும்மா...'

'டேவிட் எங்கே?' எஸ்.கே மறுபடியும் இடைமறித்தார்.

'இன்னும் ஓரிரு நாளில் இங்கு வந்து விடுவார். நாங்கள் அவரைக் கடம்தாலாவில் இறக்கிவிட்டோம். நான் தெரிந்து கொள்ள விரும்புவது' - ஹரிஷ் நேரடியாக விஷயத்துக்கு வர விரும்பினான்.

'அதுதான் பாருங்கள், நான் ஒன்றும் அதிகமாக செய்துவிட வில்லை', ஹரிஷ் முடிப்பதற்காகக் காத்திருக்காமல் குட்டி பதிலளித்தான். 'எனக்கு அதிகமான மதிப்பினை அளிக்கிறார்கள். அதனால் தகுதிக்கு மீறிய அதிகமான தொல்லைகளில் அகப் பட்டுக் கொள்கிறேன். ஐம்பது ஆண்டுகளுக்கும் மேலாக வனத் துறை கடைபிடித்துவரும் தவறான நிர்வாக நடைமுறை காரண மாக இந்தத் தீவுகளில் இருக்கும் பசுமை மாறாக் காடுகள் இலையுதிர்க் காடுகளாக மாறி வருகின்றன... ஒட்டுமொத்தத் தாவரக் கூட்டமைப்பும் மாற்றம் கண்டுவருகிறது. விலை மதிப் புள்ள கிடத்தட்ட இருபது தேக்கு மர வகைகளும் காட்டுத் தாவரங்களும் அதிகமாக வளர்வதற்கு ஊக்கம் பெற்றுவிடுகின்றன. நுணுக்கமான பலவகைப்பட்ட தாவரங்களைக் கொண்ட காடுகள் காணாமல் போகத் தொடங்கியிருக்கின்றன... பசுமை மாறாக் காடுகளில் தாவர இனங்களைப் பாதுகாத்துப் பேண இந்த முறை இணக்கமானதல்ல.'

அவன் பார்வையை மேலே உயர்த்தி ஹரிஷைப் பார்த்தான்.

'மத்திய இந்தியக் காடுகளைப் போலவே அந்தமான் காடு களும் வறண்டு பழுப்பு நிறமாக மாறி வருகின்றன. இவற்றோடு தொடர்புடைய சிறுதாவரங்களும், விலங்குகளும் மாறிக்கொண்டும்,

மறைந்துகொண்டும் இருக்கின்றன. காடுகள் நிலைமாறிப் போக நேரிடலாம். உண்மையில் அதுதான் நடந்துகொண்டு இருக்கிறது.'

'நிலைமாற்றமா, அது என்ன?'

அது ஓர் அறிவியல் கோட்பாடு, காடுகளின் தன்மை மாறும் போது இங்குள்ள காடுகளில் குறைவாகக் காணப்படும் சில தாவர, விலங்கின வகைகள் ஆதிக்கம் செலுத்த ஆரம்பித்து விடுகின்றன. இது உடனடியாகத் தெரிவதில்லை. காட்டின் மண்ணைச் சிறிது சுரண்டி எடுத்துப் பார்த்தால் தெரியவரும். இது துயரமானது. என்னைச் சுற்றிலும் எங்கெங்கும் இதைக் காண்கிறேன். விலை மதிப்புமிக்க காடுகளை இழந்துகொண்டிருக்கிறோம். வெப்ப மண்டல மழைக்காடுகளில் சிறிதளவுதான் இந்தத் தீவுகளில் எஞ்சியிருக்கிறது. அறிவியல் முறையிலான பாதுகாப்பு என்று சொல்லிக்கொண்டு தவறுகள் நடக்கின்றன. தேக்கு மரங்களை அதிகமாக வெட்டியது முதற்கொண்டு பல காரியங்கள் நடந்தேறி யிருக்கின்றன. இங்கு நடக்கும் காரியங்கள் அறிவியல் பூர்வ மானவை அல்ல. அந்தமான் காடுகளின் மேற்கவிகையை மேம்படச் செய்கிறோம் என்ற பசப்புடன் கடைபிடிக்கப்படும் நிழல்முறையும் அப்படித்தான்.'

தீவிரமான உடலசைவுடன் பேச ஆரம்பித்தார் எஸ்.கே. இந்த விஷயத்தைப் பற்றி அதிகமாகக் கவலைப்படுகிறார் என்பது தெரிந்தது. 'குறைந்தபட்ச நேர்மையுடனாவது நாம் நடந்து கொள்ளவேண்டும் என்று சொல்கிறேன். எனக்குத் தேக்கு மரம் தேவை என்று வெளிப்படையாகச் சொல்லுங்கள். அதைச் சொல்லி விட்டு அவற்றை வெட்டி எடுத்துச் செல்லுங்கள். அதை விட்டு விட்டு உங்கள் தேவைக்காகப் பொய்யான அறிவியல் சாயத்தைத் தயவுசெய்து பூசாதீர்கள்.'

'பிறகு?'

'அப்புறம் ஏன் இப்படி நடக்கிறது? இதைத்தான் நீங்கள் கேட்க விரும்புகிறீர்கள் சரிதானே?' என்று ஹரிஷை, எஸ்.கே மீண்டும் இடைமறித்தார்.

'அந்தமான் காடுகளில் செயல்படுத்தப்படும் மேற்கவிகைத் திட்டம் அரை நூற்றாண்டுக்கும் மேலாக நடைமுறையில் இருந்து

வருவதாக எனக்குச் சொல்லப்பட்டது. அது அறிவியல் முறை என்பதற்கு அவர்களிடம் ஆதாரம் இருக்கிறதாம்.'

ஒரு மோதலுக்கு எஸ்.கே உரம் சேர்த்துக்கொண்டிருக்கிறார், அவர் வார்த்தைகளிலும், உடல் மொழியிலும் ஹரிஷால் அதனைக் காண முடிந்தது. 'ஒரு பொய்யைத் திரும்பத்திரும்பச் சொல்வதால் அது உண்மையாகிவிடாது', ஒவ்வொரு வார்த்தையையும் எஸ்.கே. அழுத்திக் கூறினார், 'அரை நூற்றாண்டல்ல, எப்போதைக்குமே அது உண்மையாகிவிடாது. அது உண்மையில்லை என்றால் உண்மையில்லைதான். இதை வலியுறுத்திச் சொன்னபோது எனக்குத் தொந்தரவுகள் வர ஆரம்பித்தன.'

என் மேலதிகாரி என்னை அழைத்து, 'தேவையில்லாத காரியங் களில் எதற்கு நீ ஈடுபடுகிறாய்?' என்று கேட்டார். 'நன்றாகப் பணிபுரிந்து வருகிறீர்கள் ஸ்ரீகுமார். நீங்கள் எதைச் செய்ய வேண்டுமோ அதை மட்டுமே செய்யுங்கள். களப்பணிக்குப் போய் வாருங்கள். கட்டுரை எழுதுங்கள். உங்களுக்கு அவசியமில்லாத விஷயங்களில் ஏன் தலையிடுகிறீர்கள்?' என்றார்.

'எப்பேர்பட்ட துயரமான தினம். அந்த அதிகாரியின் மீதிருந்த மரியாதையை அந்தக் கணமே இழந்துவிட்டேன். சரி செய்யவே முடியாத மாற்றங்கள் காடுகளில் ஏற்பட்டு வருவது அவருக்குத் தெரியும். எல்லாமும் தெரியும். ஆனால் எதிர்த்து நிற்கும் தைரியம் மட்டும் அவரிடம் இல்லை. இதில் துயரமான பகுதி அவர் என்னையும் செயல்பட விடாமல் முடக்குவதுதான்,'

'டாக்டர் குட்டி, சாரி, எஸ்.கே! அந்த வண்ணமலர்ச் செடி களைப் பற்றிய தகவல்கள் என்ன?' ஹரிஷ் கேட்டான்.

'உங்களுக்கு நிறைய விஷயங்கள் தெரிந்திருக்கின்றன' எஸ்.கே. ஆச்சரியப்படுவது தெரிந்தது. 'டேவிட் உங்களிடம் சொல்லி யிருப்பார் போல. பி.டி.இல் வேலைகள் ஏற்கனவே தொடங்கி யிருந்தன.'

'பி.டி?'

'மன்னியுங்கள்! இந்தப் பெயர் கொஞ்சம் சிக்கலானது. அதனால் நான் இதை சுருக்கியிருக்கிறேன் - பாபிலோநாந்தே டீரஸ் (PT)

எனது வண்ண மலர்ச் செடி, பெருமிதம் பொங்க அவர் கூறினார். இது வான்டா டீரஸ் என்றும் அழைக்கப்படுகிறது. ஆனால் நான் பி.டி என்று குறிப்பிடவே விரும்புகிறேன். பூக்களால் கவரப்பட்டுத்தான் தாவரங்களைப் பற்றிப் படித்தேன். என் சிறு வயதிலிருந்தே பூக்கள் என்னைப் பரவசப்படுத்தின. எல்லாக் காலங்களிலும் பூக்களின் சகவாசத்துடன் இருக்க முடியும் என்பதாலும், எனக்கு வாழ்வாதாரம் கிடைத்துவிடும் என்பதாலும் வாழ்க்கையில் என்ன செய்ய வேண்டும் என்பதைத் தெளிவாகத் தெரிந்துகொண்டேன். காலப்போக்கில் என் தாவர உலகின் தொடுவானம் விரிந்து சென்றது. தாவரங்களின் பரவசமூட்டும் இயல்புகளில் ஆர்வம் கொள்ள ஆரம்பித்தேன். அதெல்லாம் வேறு கதை. பாருங்கள்... வடக்கு அந்தமான் தீவுகளுக்கு நான் இரண்டாவது முறையோ, மூன்றாவது முறையோ போனபோது நான் பி.டி.யைக் கண்டு கொண்டேன். போர்ட்பிளேரிலிருந்து மாயாபுந்தர் வரையிலும் அந்தமான் நெடுஞ்சாலை நெடுகிலும் இந்தப் பூக்களைப் பார்த் தேன். அந்த நாள்களில் என் அலுவலகம் நடத்தி வந்த வழக்கமான கள ஆய்வுகளுக்காக அங்கு போய் வந்துகொண்டிருந்தேன்.'

மேசை மீதிருந்த புகைப்பட ஆல்பத்தை எடுத்து முதல் படத்தை ஹரிஷிடம் அவர் காட்டினார். 'ஒயிலான இளஞ்சிவப்பு நிறத்தில், அழகான மலர் இது. இல்லையா?' எல்லா வண்ணப்பூக்களைப் போலவும் பி.டி.யும் எங்கெங்கும் இருந்தது. அதை நீங்கள் பார்க்காமல் இருக்க முடியாது. அந்தமான் நெடுஞ்சாலையின் குறிப்பிட்ட பரந்த பகுதிகளில் ஒட்டுமொத்த மரம் முழுவதிலும் இளஞ்சிவப்புப் பூக்கள் ஆரவாரமாகப் பூத்திருக்கும். அபரிமிதமான இந்தப் பரவல் முதலில் என் கவனத்தை ஈர்த்தது. அவர் ஆல்பத்தை மூடிவிட்டு ஹரிஷை நிமிர்ந்து பார்த்தார். இந்தப் பூக்கள் பூப்பதற்கு சூரிய ஒளியை நேரடியாகப் பெற வேண்டியது அவசியம். பூவை விடுங்கள். இந்த மரமும் நிழலில் வளராது. முழுக்க முழுக்க சூரிய ஒளியை நேசித்து வளரும் தாவரம். இங்குள்ள உயிரின வாழ்க்கைச் சூழலை இந்தத் தாவரம் சுட்டிக்காட்டுகிறது.'

'அதன் பிறகான என் பயணம் ஒன்றின்போது... ஓராண்டுக்கு முன் நடைபெற்ற பேருந்துப் பயணம் அது. அப்போது இதை விடவும் இன்னும் ஒன்று எனக்கு உறைத்தது. அது என்னை

எச்சரிக்கை செய்தது. அந்தமான் நெடுஞ்சாலையில் குறிப்பிட்ட தூரம் நீண்ட தொலைவுக்குச் சாலையின் ஒரு பக்கத்தில் மட்டுமே இந்தப் பூக்கள் காணப்படும். சாலையின் மறுபுறம் உள்ள காட்டுப் பகுதி இந்தப் பூக்களின் இளம் சிவப்பு அழகை இழந்து நிற்கிறது.

உண்மையில் இது அப்பட்டமான வேறுபாடு. வெறும் பத்து மீட்டர் அகலமிருக்கும் தார்ச்சாலையால் பிரிக்கப்பட்டிருக்கும் இருவேறு உலகங்கள். வனத்துறையினரின் வேலைத்திட்டங் களைப் பற்றி நான் ஆராய்ந்து பார்த்தேன். அது என்னை ஆச்சரியப்படுத்தியது. பி.டி. ஏராளமாக இருக்கும் வனப்பகுதியில் தான் தேக்கு மரங்கள் அதிக அளவில் பல ஆண்டுகளாக வெட்டப்பட்டிருக்கின்றன. இது ஆச்சரியமளிப்பதாக இருக்கலாம் - சாலையின் மறுபுறமோ இந்தப் பூக்கள் இருக்கும் அடையாளமே காணப்படுவதில்லை. அது ஜாரவாக்களின் காட்டுப்பகுதி, இந்தப் பகுதிக்குள் நுழைவதற்கு வனத்துறைக்கு ஒருபோதும் அனுமதி யில்லை. கடந்த பல காலங்களாக நடைபெற்றுவரும் மரம் வெட்டும் நடவடிக்கைகளுக்கும், இந்த இளம் சிவப்புப் பூக்களுக்கும் இடையே தெளிவான தொடர்பு இருப்பதாகத் தெரிகிறது. மிகச் சாதாரணமாக இது தெரிகிறது, மிக எளிமையாகப் புரிகிறது. இது கிட்டத்தட்ட வினோதமானது. ஆனால் உண்மையானது. நூறு சதவீத உண்மை.

'பிறகு வனத்துறையினரின் செயல்திட்டங்களைக் கவனமாக ஆராய்ந்தேன். இரு விதமான பகுதிகளைத் தெளிவாக இனம் காண முடிந்தது. ஒன்று வனத்துறையினர் மிக அதிகமாக மரம் வெட்டும் நடவடிக்கைகளில் ஈடுபட்டிருந்த பாரடங் பகுதி, இன்னொன்று மறுபக்கத்தில் இருக்கும் ஜாரவாக்களின் காப்புக்காடு. ஜாரவாக் காடுகள் கைபடாத, அசலான பசுமை மாறாக்காடுகள். இவை தான் இந்தத் தீவுகளின் அனைத்துப் பகுதிகளிலும் முன்பு ஒரே மாதிரியாகப் பரவி இருந்த காடுகள். பி.டி. பூக்கள் படர்ந்திருக்கும் நிலப்பரப்புகளை நான் கணக்கெடுத்தேன். பி.டி. பூக்கள் எந்த அளவுக்கு இருக்கின்றன என்பதை மதிப்பிடவும், அளவிடவும் எளிய அறிவியல் செயல்முறை ஒன்றைச் செய்து பார்த்தேன். அதன் முடிவு அதிர்ச்சியளித்தது.'

'ஆக' ஹரிஷ் கேட்டான், 'தேக்கு மரங்கள் அதிகமாக வெட்டப்பட்டிருக்கும் காடுகளில் அதிக அளவில் பி.டி. பூக்கள் இருக்கின்றன! மரங்கள் வெட்டப்படாத காட்டுப் பகுதிகளில் இவை ஒன்றுகூட இல்லை!. அதுதானே?'

'அறவே இல்லை! ஒன்றுகூட இல்லை!'. எஸ்.கே அழுத்திச் சொன்னார். 'இடருக்கு உள்ளாகாத இயற்கை வனங்களில் ஒரு பி.டி. கூட இல்லை. நவீன மனிதர் கைகளுக்கு எட்டாத மழைக்காடுகளில் தாவரங்களின் இயற்கையான மேற்கவிகை காட்டை மறைத்து குடையைப் போல கவிந்து இருக்கிறது. ஒரு துளி வெளிச்சம்கூட உள்ளே நுழைய முடியாது. இங்கு பி.டி வளரும் வாய்ப்பே இல்லை. இயற்கை நிலையிலேயே நீடித்திருக்கும் இந்தத் தீவுகளின் எந்தக் காட்டிலும் பி.டியால் வளரவே முடியாது. கண் முன் தெரியும் இதற்கு அறிவியல் ஆதாரம் தேவையாம். அதன் பிறகு என் கணக்கெடுப்பை மேலும் சீரிய முறையில் அமைத்துக்கொண்டேன். ஆய்வு முடிவின் மீது செல்வாக்கு செலுத்தக்கூடிய பிற கூறுகளை நீக்கிச் சிக்கலானதாக அதை மாற்றிக்கொண்டேன். இதே பகுதி களில் அடுத்த ஒரு மாத காலத்துக்கு மேற்கொள்ளப்பட்ட ஆய்வும் இதே முடிவைத்தான் தந்தது. இது மட்டும்தான் காரணம் என்று இது போன்ற ஆராய்ச்சிகளில் ஒருபோதும் கூற முடியாது. ஆனால், காட்டியல்பின் மீது செல்வாக்கை இது செலுத்துகிறது என்பது தெளிவாகத் தெரிகிறது. இதைப் பற்றி எந்தச் சந்தேகமும் இல்லை.'

அவர் இன்னொரு கோப்பினை உருவினார். "இவை இறுதிக் கட்டக் கண்டுபிடிப்புகள். அவை அட்டவணையிடப்பட்டுக் காட்டப்பட்டுள்ளன. குழம்பு நிறைந்திருக்கும் பரத்டாங் பகுதியின் எரிமலைக்கு அப்பால் நீங்கள் பயணித்தால், மோசமாகத் தரமிழந் துள்ள இயற்கைக் காடுகளின் வழியாகக் கடந்து செல்வீர்கள். இந்தக் காடுகளில் இடையிடையே வெளியிலிருந்து கொண்டு வரப்பட்ட தேக்கு மரங்கள் வரிசை வரிசையாக நடப்பட்டிருப்பதைப் பார்க்க முடியும். கண்ணுக்கு எட்டும் தூரம் வரையிலும் அவை தெரியும். வணிக ரீதியாக உதவும் என்று பல ஆண்டுகளுக்கு முன்பு இவை நடப்பட்டன. இப்போது முழுத் தோல்வி கிட்டியிருக்கிறது. ஆதிக் காடுகளில் மரத்தோட்டங்களை உருவாக்க முடியாது. நடப்பட்ட

மரங்கள் வளர்ந்திருக்கும் நிலையே அவை இந்த இடத்துக்கு உரியவை அல்ல என்பதைத் தெரிவிக்கும். தான் வளர முடியாத குற்றத்தை தேக்கு மரம் வருத்தத்துடன் ஒப்புக்கொள்வது போன்றது மட்டுமல்ல இது. தனக்குரிய வசிப்பிடத்தில் தானாக வளர்ந்து வரும் நேர்த்திமிக்க மரங்களுக்கு நாம் செய்யக்கூடிய அவமதிப்பும் ஆகும். இந்தக் காடுகள் இப்போது உயிரை இழந்த உணர்வினைப் பெற்றுள்ளன. பழுப்பேறிய மரங்களின் நிறம், வறண்ட காலங் களில் மண்ணின் பழுப்பு நிறத்தோடு பிணைந்து கொள்கிறது. மக்கிய இலை, தழைகளுடன் சேர்ந்து சத்துள்ள மண்ணாக இருந்து உயிரினங்களை ஒரு காலத்தில் இந்த மண் வளர்த்தது. இப்போது அது முற்றிலுமாக அரித்துப் போய், இறந்துபோன மண்ணாக இருக்கிறது. இது போன்ற இடங்களில்தான் பி.டி. மலர்கள் செழித்து வளரும். காற்றில் அசைந்தாடும் ஆயிரக்கணக்கான இளம் சிவப்பு மலர்கள் மிக அழகாக இருக்கும். ஆனால் அவை ஈமச் சடங்குக்கான காணிக்கைப் படையல்கள். பரத்டங்கின் அந்தப் பகுதி உலைக்களம்போல வெப்பமாக இருக்கிறது. அங்குள்ள கிராமங்களில் கடுமையான தண்ணீர்ப்பஞ்சம் நிலவுகிறது. காடுகள் மட்டுமின்றி மக்களும் பாதிப்புக்குள்ளாகின்றனர். அந்தப் பகுதியின் ஒட்டுமொத்த நிலத்தடி நீரோட்டமும் மாற்றம் கண்டிருக்கிறது. நான் மற்றொரு பிரச்சினைக்குள் போய்க்கொண்டிருக்கிறேன். ஆனால், இவை ஒன்றொடு ஒன்று தொடர்புகொண்டவை இல்லையா?'

'அதன் பிறகு என்ன நடந்தது? உங்கள் கண்டுபிடிப்புகள் இன்னமும் ஏற்றுக் கொள்ளப்படவில்லையா?'

'இல்லை, ஏற்பார் யாரும் இல்லை. அவை அறிவியல் பூர்வ மானவை அல்ல என்று நிராகரிக்கப்படுகின்றன, "இந்த முடிவுகள் எதையும் காட்டவில்லையே ஸ்ரீகுமார்" என்று என் மேலதிகாரி பால் மறுபடியும் சொன்னார். வனத்துறை செய்திருப்பது மோசமான செயல். 'டாக்டர் குட்டி எதை நிறுவ விரும்புகிறார்? அவருடைய உண்மையான ஆர்வம் என்ன?' என்று வனத்துறை தலைவர் யாதவ் வெளிப்படையாகக் கேட்க ஆரம்பித்துவிட்டார்.

'இதில் எனக்கு என்ன ஆதாயம் இருக்கப் போகிறது? உண்மையை அவர்கள் ஒப்புக்கொள்ள வேண்டும் என்று ஆசைப்படுகிறேன்; இதைத் தவிர வேறெதுவும் வேண்டாம். ஆனால், வனத்துறையின்

எந்த நடைமுறையை எதிர்த்து நான் குரல் எழுப்புகிறேனோ, அந்த நடைமுறைதான் வனத்துறை இயங்க அடிப்படையாக இருக்கிறது. வனத்துறையின் வரலாறு, அதன் எதிர்காலம் எல்லாம் இதைச் சார்ந்ததாகவே இருக்கிறது. மரங்களை வெட்டுவதற்காகவே இந்தத்துறை உருவாக்கப்பட்டிருக்கிறது. தங்கள் செய்கைகளை அறிவியலின் பெயரில் அவர்கள் நியாயப்படுத்தி வருகிறார்கள். எல்லாமும் இப்போது கேள்விக்குள்ளாகிறது. இது சாதாரண விஷய மில்லை' எஸ்.கே.வின் குரலில் கைவிடும் உணர்ச்சி கடைசியில் வெளிப்பட்டது.

'ஆனால், நான் விடப்போவதில்லை. நம்பத்தகுந்த ஆதாரங்கள் என்னிடம் இருக்கின்றன. இதை யாரும் பொய் என்று நிரூபிக்க முடியாது. அதை உங்களுக்குக் காட்டுவதற்குக் கணினி தேவைப்படுகிறது, அதை இயக்க மின்சாரம் வேண்டும். நேற்று மாலை போன மின்சாரம் இன்னமும் வந்தபாடில்லை. நாளைக்கு அதை வைத்துக்கொள்வோமா? காலையில் இங்குச் சுற்றிப் பார்த்துவிட்டு வருவோம். திரும்பி வந்ததும் இதைப் பார்ப்போம்.'

'நிச்சயமாக' என்று சொன்னபடியே ஹரிஷ் கடிகாரத்தைப் பார்த்தான். இரண்டு மணி நேரத்துக்கு மேலாக ஆகிவிட்டிருந்தது. இப்போதுதான் உள்ளே வந்து அமர்ந்ததுபோல இருக்கிறது.

17

கடைசி ஆய்வுக்களம்

அடுத்த நாள் காலையில் ஹரிஷுக்கு வழங்கப்பட்ட உணவு புது வகையாக இருந்தது. அந்தமான் தீவுகளில் கேரன்களால் மட்டுமே பயிரிடப்படும் பர்மா அரிசி. மொத்தையான அரிசியை மேலோட்டமாக வறுத்து செய்யப்பட்ட ஓர் உணவு. தேனுடன் அதனை உண்ண வேண்டும். ஹரிஷுக்குப் பிடித்திருந்தது. இரண்டு துண்டங்களைக் கேட்டு வாங்கி வேகமாகச் சாப்பிட்டான்.

எஸ்.கே. அவரது ஜீப்பில் காத்திருந்தார். தார் போடப்பட்ட முதன்மைச் சாலையில் பயணித்து, இடப் பக்கம் திரும்பினார்கள். பிறகு கணிசமாகச் சேதம் அடைந்த பாதையில் மேற்கு நோக்கி வெகுதூரம் சென்றனர். மரத்தாலும், மூங்கிலாலும் ஆன சிறு, சிறு வீடுகள் கொத்தாக இருந்தன. வீட்டுத் தோட்டங்களில் வாழை, தென்னை, பாக்கு மரங்கள் கண்களில் பட்டன. ஒரு கிராமத்துக்கும் இன்னொரு கிராமத்துக்கும் இடையே பரந்த சமதளப் பரப்பு காணப்பட்டது. நிலங்களில் பெரும் பகுதி தரிசாகக் கிடந்தது. அவ்வப்போது கடும் காற்றலைகள் வீசின. அவை ஏராளமான தூசினைக் கிளப்பின. மேகங்களைக் கலைத்து விரட்டின. வாகனம் விரைந்துகொண்டிருந்தது.

வாகனம் எழுப்பும் ஒலியை மீறி உரத்த குரலில் எஸ்.கே. பேசினார். 'பதினைந்து ஆண்டுகளுக்கு முன்பு இங்கு வந்திருந்த போது இந்த இடம் முழுவதும் மழைக் காடுகளாக இருந்தன. எல்லாமும் இப்போது காணாமல் போய்விட்டன.' எஸ்.கே.யின் இடதுகை வண்டிக்கு வெளியில் நீண்டு வெறுமையாகக் கிடக்கும் அந்தப் பகுதியைக் காட்டியது.

'இது எல்லாம் எதிலிருந்து ஆரம்பித்தது தெரியுமா? நேற்று நாம் பேசிக்கொண்டிருந்தோமே அந்தச் செயல்திட்டங்களாலும்,

தேக்கு மரங்களை வெட்டி எடுத்ததாலும் ஏற்பட்ட நிலை இது. மரச்சட்டங்களைக் கரையான்கள் அரிப்பதைப் போல முன்பு வளமாக இருந்த காடுகளுக்குள் வனத்துறை நடவடிக்கைகளுக்காக சிறிய சாலைகள் உருவாக்கப்பட்டன. சிறுசிறு உள் பாதைகள் படிப்படியாக உருவாக்கப்பட்டன. சிறிது சிறிதாக மனிதர்கள் உள்ளே அனுப்பப்பட்டனர். யானைகளும் டிரக்குகளும் பயன்படுத்தப்பட்டு அத்தனையும் உறிஞ்சி எடுக்கப்பட்டுவிட்டன. ஒவ்வொரு மரமாக, ஒவ்வொரு கட்டையாக, ஒவ்வொரு காட்டுப் பகுதியாக வெட்டி எடுக்கப்பட்டன. அவை அழிக்க முடியாத வளமிக்கக் காடுகள். ஆனால் எவ்வளவு எளிதில் அவை அழிந்து விட்டன பாருங்கள். அவற்றை மிகச் சுலபமாக அழித்துவிட முடிகிறது.

எல்லைகளைத் திறந்து விடுவது போன்றது இது. தொழிலாளர்கள் இங்கு முதலில் வருவார்கள். வெகு விரைவில் அவர்கள் குடும்பத்தினர் வருவார்கள். புதிய குடும்பங்கள் தற்காலிகத் தங்குமிடங்களை உருவாக்குகின்றன. அவை குடியிருப்புகளாக மாறிவிடுகின்றன. லேசாக அரும்பியிருந்த குடும்பங்கள் சமூகமாக மாறி எண்ணிக்கை அதிகரிக்கிறது. நண்பர்கள் வருகின்றனர். உறவினர்களும் வந்து சேர்கின்றனர். பெரிய குடும்பங்கள் உருவாகிவிடுகின்றன. இதெல் லாம் தெரிய வருவதற்கு முன்பாகவே அங்கே கொடியும் பறக்க ஆரம்பித்துவிடுகிறது.'

'கொடியா?'

'சாதாரண சின்ன அரசியல்வாதிகளும், பெரிய அளவில் இருக்கும் அரசியல்வாதிகளும் எங்கிருந்தோ வந்து இங்குக் கட்சிக் கொடிகளை ஏற்றிவிடுகிறார்கள். வலிமை மிக்க வனம், தேக்கு மரங்களை வெட்டும் முகாமாகிறது. அதிலிருந்து தற்காலிக வசிப் பிடங்களாக மாறி, பிறகு வனப்பகுதி ஆக்கிரமிப்பு என்று அறிவிக்கை செய்யப்பட்டு, வெகு விரைவில் சட்டப்பூர்வகுடியிருப்புப் பகுதி களாகிவிடுகின்றன... இங்கிருக்கும் கிராமங்களின்கதை இதுதான். அவற்றைத்தான் நாம் கடந்து சென்றுகொண்டிருக்கிறோம். விலை மதிப்பற்ற இந்தக் காடுகளை விலையாகக் கொடுத்துத்தானே அத்தனையும் பெறப்பட்டது?

சாலையில் வாகனம் குதித்தும், ஆடியும் போனது. 'ஜாரவாக்கள்?' என்று ஹரிஷ் ஆரம்பித்தான்.

'ஆமாம் ஜாரவாக்கள். சில கணங்கள் சிந்தித்த பிறகு எஸ்.கே. சொன்னார். அவர்களின் வீழ்ச்சி தவிர்க்க இயலாமல் போய்விட்டது. இனி ஒன்றும் செய்ய முடியாது. காலம் கடந்துவிட்டது. தனுமெய் என்கிற சிறுவனைப் போர்ட் பிளேருக்கு அழைத்து வந்து திரும்பவும் காட்டுக்குக்கொண்டு போய் விட்ட நாளில் இருந்தே ஜாரவாக்கள் போர்க் குணத்தை இழந்துவிட்டனர். இனி அவர்களுக்கு எந்தவிதமான வாய்ப்பும் இல்லை. சில வழிகளில் பார்த்தால் இது பரிணாம வழிமுறைதான்.'

ஹரிஷ் உரையாடலைத் தொடர விரும்பினான். ஆனால் எஸ்.கே. வண்டியை நிறுத்தியிருந்தார்.

'இதுதான் இந்தப் பகுதியில் கடைசியாக உருவான குடி யிருப்புப் பகுதி. ஒரு ஆண்டுகூட ஆகவில்லை' என்றார் எஸ்.கே. எதிர்ப்படும் சாலையின் இரு புறமும் சிறிய மூங்கில் வீடுகள் கொத்தாக இருந்தன. பிறகு அவர் மெதுவாகக் கர்ஜனை செய்துகொண்டிருக்கும் நீரோடையைச் சுட்டிக் காட்டினார். வலப்பக்கம் இருந்த வனத்திலிருந்து உருவாகி அது வந்து கொண்டிருந்தது. 'தண்ணீர் இருப்பதால் இங்கே இந்தக் குடியிருப்பு உருவாகியிருக்கிறது. இன்னும் ஒரு வருடம் சென்று இங்கு வந்து பார்த்தால் இந்த இடத்தை இப்போது இருப்பது போல பார்க்க முடியாது. அடையாளமே தெரியாமல் மாறிப் போயிருக்கும். கொடி இன்னமும் நடப்படவில்லை. ஆனால் இந்த இடத்தை நோக்கி கொடி வந்துகொண்டு இருக்கிறது. இங்கிருந்து அரை கிலோமீட்டர் தொலைவுக்குள்ளாக என் கணக்கெடுப்பு இடங்கள் இருக்கின்றன. ஜீப் நிறுத்தி வைக்கப்பட்டிருக்கும் இந்த இடத்துடன் சாலை முடிந்துவிட்டது. இதற்கு அப்பால் காடுகள் மட்டுமே இருக்கின்றன. இனி நடந்துதான் போக வேண்டும். இந்த இடம் வேகமாக மாறிவிட்டது, என்னால் நம்பவே முடியவில்லை.'

இந்தப் பகுதிகளில் இளஞ்சிவப்புப் பூமரங்கள் அதிகமாக இல்லை. அவர்கள் நின்றுகொண்டிருந்த இடத்திலிருந்து சற்று தொலைவில் இருக்கும் ஓர் இடத்தைக் காட்டினார். அங்கே மிகப்

பெரிய நான்கு கிளைகளில் இளஞ்சிவப்புப் பூக்கள் மென்மையாக அசைந்தாடிக்கொண்டிருந்தன.

'அவை வெகு அழகாக இருக்கின்றன.' அபரிமிதமான இளஞ் சிவப்பு நிறத்தால் கவரப்பட்டு ஹரிஷ் உரக்கச் சொன்னான்.

'ஆமாம்', ஜீப்புக்குத் திரும்பியவாறே எஸ்.கே. சொன்னார், 'அவை அழகுதான். ஆனால் மிகப் பெரிய விலையை அவற்றுக் காகக் கொடுத்தாக வேண்டுமே, வாருங்கள் போகலாம்.'

இங்கிருந்து ஆரம்பிக்கும் மோசமான பாதை ஒரு சுரங்கத்தைப் போல அடர்ந்த காட்டுக்குள் செல்கிறது. எஸ்.கே. வாகனத்தை அவசரத்துடன் இயக்கினார். தூசி கிளம்பியது. மென்மையான பழுப்பு நிற மண் காற்றில் பறந்தது. ஒரு நிமிட நேரத்தில் வாகனத்தில் இருந்த இருவரின் உடல் மீதும் வேகமாகப் பரவிப் படர்ந்தது. ஹரிஷ் பலமாக இருமினான். தூசு கிளப்பிவிட்ட இருமல். எஸ். கே.வுக்கு எதுவும் ஆகவில்லை. இதற்குப் பழகியிருக்கிறார்.

ஹரிஷ் இருமியபடி இருந்தான். ஆரஞ்சு நிற முகப்பைக்கொண்ட இன்னொரு ட்ரக் அவர்களை நெருங்கி வந்தது.

'என்ன அது?' என்று ஹரிஷ் கேட்டான், இருமலுக்கும், பறந்துகொண்டிருந்த தூசுக்கும் இடையே வார்த்தைகள் உடைபட்டு வெளிப்பட்டன.

'ஓ, நீங்கள் கவனிக்கவில்லையா? மரங்களை ஏற்றிப்போகிறது அந்த லாரி.'

தூசு பறப்பது நின்றது. எஸ்.கே. பையிலிருந்து குடிநீர் பாட்டிலை எடுத்தார்.

'குடியுங்கள்' என்று கொடுத்தார்.

ஹரிஷ் பாட்டிலில் இருந்த கால்வாசி நீரைக் குடித்தான். 'நன்றி!' சொல்லிப் பாட்டிலைக் கொடுத்தான். இருமல் அடங்கியிருந்தது. 'இன்னும் எவ்வளவு தூரம் இருக்கிறது?'

'ரொம்ப தூரமில்லை, ஐந்து நிமிடம்தான். அங்குதான் மரம் வெட்டுகிற காரியம் நடந்து வருகிறது. நாம் போகலாமா?' ஹரிஷ் பதில் சொல்லும் முன்பாக ஜீப்பை ஸ்டார்ட் செய்து கியரை மாற்றினார்.

எஸ்.கே. ஜீப்பை ஓட்டினார். தடங்கலற்ற சிறிய இடைவெளியில் வண்டியை நிறுத்தினார். இந்த இடத்துக்கு அப்பால் ஜீப்பில் போக முடியாது. காட்டுக்குள் செல்ல இரண்டு சிறு சிறு பாதைகள் இருந்தன. ஒன்று நேராகச் சென்றது. இன்னொன்று அவர்கள் நின்றுகொண்டிருந்த இடத்திலிருந்து இடப்புறமாகச் சென்றது.

'நீங்கள் பார்ப்பது என்ன?' கையை நீட்டி எஸ்.கே. கேட்டார். ஆதிகால மழைக்காடுகளின் வகையைச் சேர்ந்த, மிஞ்சியிருக்கும் சில காடுகளில் இதுவும் ஒன்று. புதிர் நிறைந்த ஒழுங்குடன் இயற்கையாக அமைந்திருக்கும் இந்த உலகமும் சீக்கிரம் காணாமல் போகப்போகிறது.'

ஹரிஷ் பேசாமல் நின்றான். இருவரும் அமைதியாக நின்றனர். முன்னால் தெரியும் வல்லமை மிக்கக் காட்டினைப் பார்த்தபடி இருந்தனர். திடீரென பலத்த சத்தம் எதிரொலித்தது. அது தெளிவாக, மிகுதியான ஒலிப்புடன் இருந்தது. ஹரிஷ் வியப்படைந்தான்.

'வனத்துறையின் கோடரி வேலை பார்த்துக்கொண்டிருக்கிறது.' எஸ்.கே. விவரித்தார்.

'இங்கே இருந்து மரங்கள் பழைய முறையிலேயே வெட்டி எடுத்துச் செல்லப்படுகின்றன. கடுமையாக உழைத்து வெட்டு கிறார்கள். இரும்புக்குப் பதிலாகத் தேக்கு பயன்படுகிறது.'

'அதோ ஒரு ஆள் நிற்கிறானே தெரிகிறதா?' எஸ்.கே. காட்டுக்குள் நிற்கும் ஒருவனைக் கைகாட்டினார்.

ஹரிஷ் உற்றுப் பார்த்தான். 'அங்கே... அதோ... ஆமாம் தெரிகிறான்.'

உயரமான மரங்களுக்கு மத்தியில் குள்ளமான உருவமாக, பெருங்காட்டின் நிழலில் தெளிவாகத் தெரியாத உருவமாக, மரத்தை ஒருவன் வெட்டிக்கொண்டிருந்தான். அசுர வடிவ மழைக்காட்டை ஒரு எலி கொறித்துக்கொண்டிருக்கிறது. தடுத்து நிறுத்தப்பட முடி யாத காட்சி அது. நூறடிக்கும் அதிகமான உயரத்துக்கு வளர்ந்து, சொர்க்கத்தை எட்டிப் பார்த்துக்கொண்டிருக்கும் மரங்கள். சுவரைப் போன்று இருக்கும் அவற்றின் பருத்த அடிப்பகுதிகள் வெட்டப்பட்டுக்கொண்டிருந்தன. ஒரு அடி மரம் இருந்தால்

தடாகம் ❖ 251

போதும். ஒரு மனிதனுக்கான வசிப்பிடத்தை ஏற்படுத்திவிட முடியும்.

கையில் கோடரியுடன் நின்ற அந்த மனிதன்? அங்கே இரண்டு பேர் இருந்தனர். மரத்தில் இருபதடி உயரத்தில் ஏறி சாரக்கட்டில் நின்று நேராக வளர்ந்திருக்கும் சாம்பல் நிற மரத்தை வெட்டு கிறார்கள்.

தடதடவென்று மரம் முறிந்து விழுந்த சத்தம் காடு முழு வதும் பெரிதாக எதிரொலித்தது. இந்த ஒலி மற்ற ஒலிகளை உள்வாங்கிக்கொண்டுவிட்டது.

ஹரிஷின் கண்கள் குறைவான ஒளியில் பார்ப்பதற்குப் பழகி விட்டன. மிகப் பெரிய ஆப்பு போன்ற வடிவத்தில் வெட்டப் படும் பிளவின் காரணமாக, மரத்தின் தண்டுப் பகுதி சித்திர வதைக்கு உள்ளாக்கப்படுவதைப் பார்க்க முடிந்தது. சீற்றம் கொண்ட இந்த வெட்டுப் பிளவு மரத்தை விரைவாகச் சாய்த்து விடுகிறது.

'அந்த மரத்தை வெட்டி முடித்து விட்டார்கள்' எஸ்.கே. சொன்னார்.

இது நுட்பமான வேலை ஆப்பு வடிவ வெட்டு மிகச் சரியான அளவில் இருக்க வேண்டும். பொந்துக்குள் எலி நுழையும் நேரத் துக்குள் மரம் முறிந்து விழுந்துவிடும். இந்த வெட்டு சிறியதாக இருந்தால் மரம் விழாமல் நின்றபடியே இருக்கும். இந்த வித்தி யாசம் நுட்பமானது. இந்த வெட்டு சரியான அளவில் இருக்கிறதா என்பது அனுபவப்பட்டவர்களுக்குத்தான் தெரியும்.

மரம் வெட்டிய இருவரும் சாரக்கட்டிலிருந்து வேகமாகக் கீழே இறங்கி இவர்களை நோக்கி வந்தார்கள். எஸ்.கே.வை நோக்கிக் கையை அசைத்தபடி நெருங்கி வந்தனர். வியர்வையில் நனைந்தபடி மூச்சிரைக்க வந்த அவர்கள், மரம் விழுகிறதா என்று திரும்பிப் பார்த்தனர். வெட்டுப்பட்ட பகுதியிலிருந்து முறிந்து அந்த மரம் கீழே சாய்ந்துவிடும். சற்று நேரம் கழித்துத்தான் அந்த மரம் சரிந்தது. முதலில் லேசான கிரீச்சொலி கேட்டது. பிறகு சடசடவென மரம் சாயும் ஒலி, ஹரிஷ் எதிர்பார்த்ததைவிட அதிக நேரத்துக்குக் கேட்டது. அந்த மரத்தின் கிரீடம் காட்டின் சிகரத்திலிருந்து கீழே

விழ ஆரம்பித்தது. போராடிச் சரியும் வேளையில், 'வழிவிடுங்கள், இல்லாவிட்டால் நீங்களும் அழிந்துபோவீர்கள்' என்று மற்ற மரங்களுக்காகப் புலம்புவதைப் போல சத்தம் எழுப்பிக்கொண்டே விழுந்தது. தன் பக்கத்திலிருந்த முதலாவது மரத்தின் மீது மோதி, பக்கவாட்டில் வழுக்கி, குறுக்கே தலையை நீட்டிக்கொண்டிருந்த கிளைகளை உடைத்து வழி உண்டாக்கி, சிறு மரத்தின் மீது மோதி, அதன் தலையை உடைத்து, கடைசியாகக் கீழே விழுந்தது. மரம் வெட்டப்பட்டுச் சரியும்போது, வேகத்தோடு விசையையும் பெற்று இறுதியில் காடு முழுவதையும் அதிர வைக்கிற சத்தத்துடன் தகர்ந்து போனது. பிறகு சில நிமிடங்கள் அமைதி சூழ்ந்திருந்தது.

ஹரிஷ் அசையாமல் நின்றான். கண் முன்னால் கண்ட வேலைத் திறத்தையும், வன்செயலையும் கண்டு அதிர்ச்சியுற்றான்.

சில கணங்களுக்கு முன்பு வரையிலும் வானத்துடனும், மேகக் கூட்டங்களுடனும் பேசும் பெருமிதம் உடையதாக இருந்த அந்த மரம் விழுந்து கிடக்கும் இடத்தினருகே எஸ்.கே. சென்றார். 'மழைக் காடுகளின் மேல் விதானம்' என்று விவரிக்க ஆரம்பித்தார். ஹரிஷ் திகைப்பு மாறாமல் இருந்தான். 'தாவரவியலாளர்களின் கடைசி ஆய்வுக்களங்களில் இதுவும் ஒன்று. வானை நோக்கி உயர்ந்து நிற்கும் விதானம் ஒரு முழு உலகமாகும். உயர்ந்து வளர்ந்த மரங் களின் கிளைகளும், இலைகளும் ஒன்றோடு ஒன்று பின்னிக் குடை யைப் போல உருவாகி இருக்கும் வனங்களின் மேற்கவிகை பற்றிய ஆராய்ச்சிகள் லத்தீன் அமெரிக்காவிலும், ஆஸ்திரேலியாவிலும் பெருமளவில் நடக்கின்றன. கவிகையில் வாழும் பூச்சிகள், ஊர்வன, நீர் நில வாழ்விகள், தாவரங்கள், மலர்ச்செடி வகைகள் பற்றி பல விதமான புதிய விஷயங்களைக் கண்டறிய வேண்டியிருக்கிறது. தென்னிந்தியாவில் உள்ள மேற்குத்தொடர்ச்சி மலைகளில் இது தொடர்பாக ஆய்வுகள் செய்யப்பட்டிருக்கின்றன. ஆனால் அந்தமான் தீவுகளில் எதுவும் நடக்கவில்லை. இதற்கான சந்தர்ப்பம் இருப்பதாகவும் தெரியவில்லை. உலகில் எங்குமில்லாத நேர்த்தியான மழைக்காடுகள் அந்தமானில் உள்ளன. மேற்கவிகையில் என்ன இருக்கிறது என்பதைத் தெரிந்துகொள்வதற்காக, வெட்டிச் சாய்க்கப்படும் மரங்களுக்காக என்னைப் போன்ற சிலர் ஏளனத்துக் குரிய வகையில் காத்துக் கிடக்கின்றனர். உண்மையிலேயே என்ன

செய்வதென்று தெரியவில்லை. உங்களை ஏன் அழைத்து வந்திருக்கிறேன் தெரியுமா? இங்கு ஒரே ஒரு பி.டி. மலர்கூட கிடையாது. வனத்துறைப் பதிவேடுகளில் இது இயல்பு நிலை திரியாத கன்னிக்காடு என்று குறிப்பிடப்பட்டுள்ளது. ஆனால் என்ன செய்துகொண்டிருக்கிறர்கள்? 'இது சட்ட விரோதம் இல்லையா?'

'சட்ட விரோதம்? வனத்துறை? இரண்டும் எப்படி ஒன்றாக?' ஹரிஷ் குழப்பமடைந்தான்.

முதலில் தெரிய வந்தபோது குழப்பமாக இருந்தது. நம்புவதற்குக் கடினமாக இருந்தது. இது ஜாரவாக்-காப்புக்காட்டுப் பகுதியாக இருப்பதால் மரம் வெட்டுவது சட்ட விரோதம்தான். நாம் இப்போது ஜாரவாக் காப்புக்காட்டின் எல்லைப் பகுதிக்கு உள்ளாக இருக்கிறோம். இங்கு நடக்கும் தேக்கு மரம் வெட்டும் ஒட்டு மொத்த வேலைகளும் சட்ட விரோதமானவைதாம். இது எப்படி இங்கே நடை பெறுகிறது என்று புரியவில்லை. ஆனால் நடக்கிறது. யாரும் மறுத்துப் பேச முடியாத அளவுக்கு ஆதாரங்கள் என்னிடம் இருக்கின்றன. யாரும் மறுக்க முடியாது. அவர் மறுபடியும் தனக்குள் முனகினார். 'நான் எதைக் குறிப்பிடுகிறேன் என்று நாம் திரும்பிச் சென்ற பிறகு தெரிவிக்கிறேன்' என்றார் எஸ்.கே.

'அற்புதமான செயற்கைக்கோள் படங்களை என்னால் பெற முடிந்திருக்கிறது.' தனது அலுவலகத்தில் கணினிக்கு எதிரில் உட்கார்ந்தபடியே எஸ்.கே. சொன்னார். 'இது ஒரு வருடத்துக்கு முந்தி எடுக்கப்பட்டது. இதிலிருக்கும் சிறப்பு என்னவென்றால் இது நம் தேசியத் தொலைஉணர்வு முகமை வெளியிட்ட படம்தான். இந்த வெளியீடுகளை அரசு முகமைகளுக்கு மட்டுமே அவர்கள் கொடுத்திருக்கிறார்கள். அப்படித்தான் இது என் கணினிக்குள்ளும் வந்துசேர்ந்தது.

அந்தமான் தீவுக்காடுகளின் பரப்பளவு என்ற பெயரிலிருந்த கணினிக் கோப்பின் மீது எஸ்.கே. சொடுக்கினார். தீவுகளின் வண்ணமிகு படம் திரையில் தெரிந்தது.

'இதில் எல்லாவற்றையும் உங்களுக்கு விளக்கப் போவதில்லை. கீழிருந்து மேலாகச் செல்லும் சிவப்பு நிறக் கோடு அந்தமான்

நெடுஞ்சாலை. அதன் இடதுபக்கம் தெரியும் பசுமை ஜாரவாக்களின் ஆதிகாலக்காடுகள். பரவலாகத் தெரியும் பழுப்பு, மஞ்சள் நிறப் பட்டைகளை இப்போது பாருங்கள். இவை சிவப்புக் கோட்டுக்கு வலப்பக்கமாக இருக்கின்றன. புரிகிறதா?

'ஆமாம்' என்றான் ஹரிஷ். 'படம் தெளிவாக இருக்கிறது. வித்தியாசம் நன்றாகத் தெரிகிறது.'

'தேக்கு, தென்னை, பாக்கு, படாக் போன்ற தோட்டப் பயிர்கள் செய்யப்படும் பகுதிகளை பழுப்பு நிறம் காட்டுகிறது. இந்தப் பழுப்பு நிறம் பாரத்டாங் பகுதியில் ஆதிக்கம் செலுத்துவதைப் பாருங்கள். இத்தகைய தோட்டப் பயிர்கள் செய்யப்படும் நிலங்கள் அதிகமான பரப்பளவில் இருக்கும் தீவுப்பகுதி பாரத்டாங். மீத மிருக்கும் பகுதிகளில் வெளிர் மஞ்சள் நிறத்தில் இருப்பவை நெல் வயல்கள். இது ஆச்சரியமளிக்கிறது. அந்தமான் தீவு இரண்டாகப் பிரிக்கப்பட்டது போல இருக்கிறது. நடுவில் அந்தமான் நெடுஞ் சாலை இருக்கிறது. மெய்யான காடுகள் சாலையின் இடப் புறத் திலும், மற்றவை வலப்புறத்திலும் இருக்கின்றன. பழுப்பு நிறமாகத் தெரியும் பகுதிகள்,' எஸ்.கே.யின் சுட்டு விரல் கணினித் திரையின் வலப்பக்கத்தைச் சுட்டிக் காட்டியது. 'இந்தப் பகுதியில் தான் பி.டி. பூக்கள் செழித்து வளர்கின்றன. எவ்வளவுக்கெவ்வளவு மரங்களை வெட்டுகிறோமோ அவ்வளவுக்கு அவ்வளவு வண்ணப் பூச்செடிகளின் வரவு அதிகரித்துவிடுகிறது. இது தெளிவாகத் தெரியக்கூடிய ஒன்று. இங்கே பாருங்கள்.' எஸ்.கே.வின் விரல் வடக்கு நோக்கி நகர்ந்தது. 'இதனை நான் ஜி.பி.எஸ். வழியாகச் சரிபார்த்து அந்த இடங்களைக் கறுப்புப் புள்ளிகளாகக் குறித் திருக்கிறேன். இதோ இங்கிருக்கும் இந்த ஒன்று மட்டுமே பசுமைப் பரப்பு. மாயாபுந்தருக்கு மேற்கில் இருக்கும் இந்தக் காட்டுக்குத் தான் நாம் சற்று முன்பு போய்விட்டு வந்திருக்கிறோம். இந்தப் பகுதி ஜாரவாக் காப்புப் பகுதிக்குள் இருப்பதை நீங்கள் தெளி வாகப் பார்க்க முடியும். இங்கே மரம் வெட்டுவது சட்டவிரோதம் என்பதை மறுப்பதற்கில்லை.'

'இதை நம்பவே முடியவில்லை' என்று ஹரிஷ் சொன்னான். 'இது பற்றி மற்றவர்கள் என்ன சொல்கிறார்கள்?'

'நான் காத்திருக்கிறேன். ஓர் அறிவியல் ஆய்வுக் கட்டுரையில் இவற்றைச் சேர்த்திருக்கிறேன். பி.டி. பரவல் பற்றிய என்

ஆய்வும் அதன் முடிவுகளும், பி.டி. பூக்களின் உயிரினச் சூழல் பண்புகளுக்கும், வனத்துறையினரின் செயல்திட்டத் தரவுகளுக்கு மிடையே உள்ள தொடர்புகளையும், இருவகைப்பட்ட காடுகளும் ஒன்றன் அருகே ஒன்று அமைந்திருப்பதைக் காட்டும் இந்தச் செயற்கைகோள் படங்களையும் அறிவியல் ஆதாரங்களுடன் திரட்டித் தந்திருக்கிறேன்.' எஸ்.கே. பேசி முடித்தார். 'நல்ல செய்தி என்னவென்றால் 'கரண்ட் சயின்ஸ்' ஆய்விதழ் இதனை வெளியிட ஏற்றுக்கொண்டிருக்கிறது. இது இந்தியாவின் முன்னணி அறிவியல் ஆய்விதழ். ஒரு சில மாதங்களில் இது வெளிவந்துவிடும் என்று உற்சாகமாகத் தெரிவித்தார். இவர்கள் அதை விரும்ப மாட்டார்கள், ஆனால் இதை மறுக்கவும் முடியாது. நம் நண்பர்களாலும் வனத் துறையாலும் எதுவும் செய்ய இயலாது, நிர்வாகமும் எதையும் செய்ய முடியாது. உங்களுக்கு இது நாடகம் போலத் தெரியலாம்.' அளவான குரலில் தொடர்ந்தார். 'என்னுடைய இந்தச் சின்னஞ் சிறு வெற்றிக்குப் பின்னால் மிகப் பெரிய துயரம், நம் அனை வருக்கும் உரிய தோல்வி ஒளிந்திருக்கிறது. இது விலை மதிப்பற்ற பாரம்பரியச் சொத்தான பழங்காலக் காடுகளை அழித்து வருகி றோம். குறைந்தபட்சம் இருப்பதையாவது அழியாமல் காப் போம் என்று நம்புகிறேன். குறைந்த அளவிலான காடுகள்தாம் நம் கைவசம் இருக்கின்றன. இந்த வரைபடத்தைப் பாருங்கள். அந்தமான் தீவுகளில் கால் பங்குக்கும் குறைவான பகுதியில்தான் பசுமை மாறாக் காடுகள் இருக்கின்றன.'

'ஆனால் எஸ்.கே.', ஹரிஷ் தனது பார்வையை வரைபடத்தி லிருந்து நகர்த்தினான். 'நாம் காலையில் வெளியில் சென்றபோது உங்களிடம் ஒன்று கேட்க வேண்டும் என்று நினைத்திருந்தேன்.'

'என்ன, சொல்லுங்கள்.'

'ஜாரவாக்களின் வீழ்ச்சி தவிர்க்க இயலாதது. இனிமேல் அவர் களுக்கான எந்த நம்பிக்கையும் இல்லை என்று சொன்னீர்களே! அது மிகுந்த அவநம்பிக்கையைத் தருவதாக இல்லையா? உங்களைப் போன்ற ஒருவர் இப்படிச் சொல்வது அநியாயம் இல்லையா?'

'ஏதேனும் நம்பிக்கை இருப்பதாக நீங்கள் கருதுகிறீர்களா? இங்கு நிலவும் சூழலை நேரில் பார்த்திருக்கிறீர்கள். என்ன நடக்கிறது என்பதைப் பின்தொடர்ந்தும் வருகிறீர்கள். அவர்கள் விரோத

மனப்பான்மையுடன் இருந்த வரையிலும் அது சரியானதுதான். இப்போது காலம் கடந்துவிட்டது.'

'எதற்குக் காலம் கடந்துவிட்டது?' ஹரிஷ் புரியாமல் கேட்டான்.

'அவர்கள் எப்படி வாழ்ந்தார்களோ அதே விதத்தில் அவர்களை வாழ அனுமதிப்பதற்குக் காலம் கடந்துவிட்டது' என்று எஸ்.கே. விளக்கினார். 'அந்தமான் பழங்குடியினர் இப்போது இருந்து வருகிற நிலையைப் போலத்தான் ஜாரவாக்களின் எதிர்காலமும் ஆகப் போகிறது. முதன்மை நீரோட்டத்துக்கு வந்துவிட்டால் அந்த இனம் அழிந்தே போய்விடும். வராவிட்டால் இன்னும் சீக்கிரமாகவே அழிந்துபோய்விடுவார்கள். அதுதான் இயற்கையின் நியதி. இதுதான் பரிணாமம். தகுதியுள்ளது பிழைத்து வாழும்.'

'ஆனால்...' என்று ஹரிஷ் ஆரம்பிக்கும் முன்பே எஸ்.கே. இடைமறித்தார்.

'நான் சொல்வது அதுவல்ல. அவர்கள் வேண்டுமானால் மாறாமல் இருக்கலாம். ஆனால், அவர்களைச் சுற்றியிருக்கும் அத்தனையும் மாறிக்கொண்டே இருக்கின்றன. இதுதான் இந்தப் பிரச்சினையில் உள்ள சிக்கல். காடுகள் அழிந்துவிட்டால் என்ன ஆவது? அவர்களின் காடுகளில் என்ன நடக்கிறது என்பது உங்களுக்குத் தெரியுமா? அவர்களும் மாறிக்கொண்டுதான் இருக்கிறார்கள், தொல்லை தரும் குழந்தைகளைப் போல ஆகி வருகிறார்கள். புகையிலை, மதுப்பழக்கங்களுக்கு ஆட்படுகிறார்கள். சில நடத்தைகள் வெறுப்பூட்டும் வகையில் இருக்கின்றன. ஒரு மாதத்துக்கு முன்பு, நான் மத்திய அந்தமான் ஜலசந்தியில் டீ குடித்தபடி, எங்களுடைய பேருந்தை அக்கரைக்கு எடுத்துச் செல்லும் படகுக்காகக் காத்திருந்தேன்.

நிர்வாணமான ஜாரவாச் சிறுவன் என்னிடம் புகையிலை கேட்டான். அவனைப் போகும்படி நான் சொன்னபோது அவன் என்ன செய்தான் தெரியுமா? அருவருப்பாக இருந்தது. அவன் தன் ஆணுறுப்பைக் கையில் பிடித்து அதை என் சட்டையில் தேய்த்தபடி ஒரு சுற்று சுற்றி வந்தான். அருவருப்பான செயல்.'

'ஆனால் இத்தகைய மாற்றங்களுக்கு அவர்களை மட்டுமே பொறுப்பாக்க முடியுமா?' என்று ஹரிஷ் கேட்டான். 'நாம் பார்ப்பது அவர்களின் நடத்தையில் சிறு பகுதிதான், இல்லையா?'

'இருக்கலாம், ஹரிஷ். ஆனால் அவர்கள் மாறிக்கொண்டே வருகிறார்கள். பெரிய அளவில் எனக்கு நம்பிக்கை இல்லை. சில ஆண்டுகளுக்கு முன்பு வரை சூழ்நிலை வேறு மாதிரியாக இருந்தது. இந்த வரைபடம் இத்தகைய பசுமைப்பகுதிகளைக் காட்டுவது எப்படி? நிச்சயமாக ஜாரவாக்களால்தான். காட்டுக்குள் நுழை வதற்கு எவரையும் அவர்கள் அனுமதிக்க மாட்டார்கள். நிர்வாகத் துக்குக் காடுகளின் மேல் பாசம் இருப்பதாக நினைக்கிறீர்களா? இந்தக் காடுகள் பிழைத்திருப்பது நம்மால் அல்ல. நாம் இல்லாத நிலையிலும் அவை பிழைத்துச் செழித்து இருந்திருக்கின்றன. காடுகள் கொஞ்சம் மிச்சமிருப்பதற்காக ஜாரவாக்களுக்கு நாம் நன்றி சொல்ல வேண்டும். இங்கு வந்து குடியேறி இருப்பவர்கள் ஜாரவாக்களைக் கண்டு எப்படியெல்லாம் அஞ்சுகிறார்கள் என்பது எனக்குத் தெரியும். ஆனால் அதெல்லாம் அந்தக் காலம்.'

'இப்போது?'

'குடியேற்றப் பகுதிகளில் இருந்து வேட்டைக்குப் போகும் கும்பல் ஜாரவாக்களின் விருந்தாளிகளாக ஆகியிருக்கின்றனர். இப்போது இவர்கள் இருவருமாகச் சேர்ந்து காட்டுப்பன்றிகளை வேட்டையாடுகிறார்கள். ஜாரவாக்கள் தேன், நண்டு, தேக்கு போன்றவற்றைக் குடியேற்றக்காரர்களிடம் கொடுத்துவிட்டு அரிசி, பருப்பு, உப்பை வாங்கிக்கொள்கிறார்கள். பெரிதாக நம்பிக்கை இல்லை. இது ஆரம்பம்தான். எவ்வளவு வேகமாக நிலைமைகள் மாறப் போகின்றன என்பதைப் பாருங்கள். என் வார்த்தைகளை எழுதி வைத்துக்கொள்ளுங்கள். அவர்கள் தங்களிடம் இருக்கும் நிலங்கள் உட்பட அனைத்தையும் விற்கப்போகிறார்கள்.'

'ஆனால், இது கொடுமையான காரியம்' ஹரிஷ் எதிர்ப்பு தெரிவித்தான். 'இது அவர்களின் குற்றமா? இல்லையே! நம் பொறுப்பு இதில் இல்லையா? நம் செய்கைகள் சிலவற்றை ஏன் நிறுத்திக்கொள்ளக் கூடாது? எது நல்லது, எது கெட்டது என்பதை ஜாரவாக்களுக்கு உணர்த்துவதற்காக ஏன் ஒரு அமைப்பு முறையை உருவாக்கக் கூடாது? காடுகளைப் பாருங்கள் எஸ்.கே. நீங்களே அதைச் சுட்டிக்காட்டவும் செய்தீர்கள். யாராலுமே முடியாத அளவுக்கு இந்தக் காடுகளை அவர்கள் கட்டிக்காத்து வந்திருக்கிறார்கள். மிகச் சிறந்த காடுகள் அத்தனையும் ஜாரவாப் பிரதேசங்களுக்குள்தான் இருக்கின்றன.'

'அதுதான் என்னுடைய செய்தி ஹரிஷ். ஜாரவாக் காப்புக் காடுகளாம்? எந்த ஜாரவாக் காப்புக்காடுகளைப் பற்றிப் பேசு கிறீர்கள்? என்ன எல்லைகள்? இவை எல்லாம் வெறுமனே காகிதத்தில்தான் காணப்படுகின்றன. இதை யார் மதிக்கிறார்கள்? காகிதத்தில் வரையப்பட்டிருக்கும் எல்லைக்கோடுகள் முக்கியம் என்று முட்டாள்கள் கருதுகின்றனர். உன்னைப் போன்ற, என்னைப் போன்ற, நண்பர் டேவிட் பாஸ்கரனைப் போன்ற முட்டாள்கள். ஜாரவாக்களுக்கு இந்த எல்லை பற்றிய சிந்தனை ஏதும் இல்லை. இந்த எல்லைக்கோடுகளை அவர்கள் ஏன் மதிக்க வேண்டும்? அனைத்துமே அவர்கள் காடுகள் தானே! அப்படித்தான் அவர்கள் இன்னமும் நம்பிக்கொண்டிருக்கிறார்கள்.'

'நீங்களும் அதை ஏற்றுக்கொள்கிறீர்களா?'

'நிச்சயமாக ஏற்றுக்கொள்கிறேன். அதை எப்படி மறுக்க முடியும்? என்னைத் தவறாகப் புரிந்துகொள்ளாதீர்கள் ஹரிஷ். நான் தற்போதைய நிலைப் பற்றிப் பேசுகிறேன். பழங்காலத்தைப் பற்றி யல்ல. ஜாரவாக்காப்புக்காடுகளின் எல்லை வரம்பு பற்றிப் பேசுகிறோம். இவை எல்லாம் என்ன என்பது பற்றி ஜாரவாக் களுக்குத் தெரியாமல் இருக்கலாம். ஆனால் குடியேற்றக்கரர் களுக்குத் தெரிந்திருக்க வேண்டுமா, இல்லையா? இவர்களில் யாரேனும் ஒருவர் இது பற்றி அவர்களுக்குத் தெரிவிக்க முயற்சி எடுத்திருக்கிறார்களா? இங்குள்ள பல பேரிடம் நான் பேசியிருக் கிறேன். நாம் ஜாரவாக்களின் காடுகளுக்குப் போகக் கூடாது என்பது பற்றி இவர்களால் ஏன் புரிந்துகொள்ள முடியவில்லை. வளமான இந்தக் காடுகளில் தேனும், மூங்கிலும், தேக்கும், வேட்டைப் பொருள்களும் நிரம்பி வழிகின்றன. ஒரு சில அம்மணக் காட்டுவாசிகளுக்காக இத்தனை வளங்களையும் அடையும் வாய்ப்பு தங்களுக்கு மறுக்கப்படுவது ஏனென்று அவர்களால் புரிந்துகொள்ள முடியவில்லை. அவர்கள் நினைப்பது சரி என்று சொல்லவில்லை. ஆனால் இதுதான் யதார்த்தம்.'

எஸ்.கே. மேலும் தொடர்ந்தார்:

'மற்ற எல்லாவற்றையும் புறந்தள்ளுங்கள். இந்த எல்லைக்கோடு களை உருவாக்கியவர்களே இதனை மதிப்பதில்லை. என்னவிதமான ஜாரவாக் காப்புக்காடு பற்றி பேசிக்கொண்டிருக்கிறோம்? ஜாரவாக் காப்புக்காடுகளுக்குள் போய் பலரும் வேட்டையாடுகிறார்கள்,

தடாகம் ♦ 259

கடவுளே கைவிட்ட அந்தமான் நெடுஞ்சாலை இந்தக் காடுகளின் ஊடாகத்தான் போகிறது. என்ன எல்லைகள்? நடவடிக்கை எடுக்க யாரேனும் ஒருவர் முடிவெடுத்தால், ஏழைகள் மீதுதான் அது பாய்கிறது. காடுகளிலிருந்து விறகுச் சுள்ளிகளையும், கூரைப் புற்களையும் பொறுக்குபவர் மீது நடவடிக்கை பாய்கிறது. அங்குச் செல்லும் பெரும் புள்ளிகள் தொடப்படுவதே இல்லை. நம் எல்லைக்கோடுகள் இதைத்தான் செய்து வருகின்றன.'

'ஆனால்...' ஹரிஷ் வாதம் செய்ய முயன்றான். 'இவையெல்லாம் சட்ட விரோதச் செயல்கள் இல்லையா? தேக்கு மரங்களை வெட்டுவதும், காடுகளுக்குச் சென்று வேட்டையாடுவதும் தடுத்து நிறுத்தப் பட வேண்டும்.'

'கேட்பதற்கு நன்றாகத்தான் இருக்கிறது' எஸ்.கே. ஒப்புக் கொண்டார். 'எப்படி என்று சொல்லுங்கள். யார் இதைச் செய்யப் போகிறார்கள்?'

'அந்த எல்லைகள், பிரதேசங்கள், வெளிகள் அத்துமீறப்படுவதை நாம் ஏற்றுக்கொண்டுதான் ஆக வேண்டும் என்ற அவசியமில்லை. இந்த விஷயத்தில் தனி நபரால் எதுவும் செய்ய முடியாமல் போகலாம்.'

'என்னிடம் அனைத்து ஆதாரங்களும் இருக்கின்றன. இதை வைத்து நீங்கள் என்ன செய்துவிட முடியும்? எல்லாவற்றையும் உங்களிடம் காண்பித்தேன். இப்போது நீங்கள் என்ன செய்யப் போகிறீர்கள்?'

எஸ்.கே. கடுமையாகக் கேட்டார். வம்புக்கு இழுக்கும் வலுவான அவருடைய வேகத்தைப் பார்த்து ஹரிஷ் அசௌகரியமாக உணர்ந் தான்.

'என்னிடம் விடைகள் இல்லை என்று சொல்லவில்லை. என்ன செய்ய வேண்டுமென்று தெரியவில்லை. இவை வெறும் கருத்துகளும், யோசனைகளும் மட்டுமே. இவற்றைத்தான் உங்களுடன் பகிர்ந்து கொண்டேன். உங்கள் கைகளில் சக்தி மிகுந்த ஆயுதம் இருக்கிறது. அறிவியல் இருக்கிறது. கள அளவில் நிலவிவரும் நிலையின் தீவிரத்தைப் பற்றிய ஆற்றல் மிகுந்த காட்சியை நீங்கள் முன்வைக்க

வேண்டியதுதான். இதை ஆர்வத்துடன் செயல்படுத்தக்கூடிய ஒருவரை நம்மால் கண்டறிய முடியும், இல்லையா?'

எஸ்.கே. அமைதியாக இருந்தார். பிறகு, 'இவையெல்லாம் வெறும் கருத்துகளும், யோசனைகளும் மட்டுமே என்று சொன்னீர்கள். உங்களிடம் விடைகள் இல்லை என்றும் ஒப்புக்கொண்டீர்கள். மன்னியுங்கள், எனக்கு எதுவும் புரியவில்லை ஹரிஷ். அப்புறம் வேறு எதைத்தான் செய்ய எத்தனிக்கிறீர்கள்? தவறாகக் கருத வேண்டாம். நீங்கள் பல மாதங்களாக இங்கே இருந்து வருகிறீர்கள். சொல்லுங்கள், நீங்கள் என்ன செய்ய முயற்சிக்கிறீர்கள்?'

'அதைப் பற்றிக் கவலைப்பட வேண்டாம்' என்று கத்துவதற்கு ஹரிஷ் விரும்பினான். அவனிடம் இப்படி யாரும் கேட்டுப் பழக்கமில்லை. இத்தனை ஆண்டுகளில் அப்பாவோ, பேம் மாமாவோ, டேவிட்டோ கேட்டதில்லை, அதுவும் இது போன்ற காட்டமான கேள்வியை யாருமே கேட்டதில்லை. இப்படி ஒரு கேள்வியைக் கேட்பதற்கு எஸ்.கே. யார்?'

உரையாடல் திடீரென்று வேறொரு இடத்துக்குத் தாவியது. ஹரிஷ் மிரட்டப்பட்டவனைப் போல உணர்ந்தான். இப்படி ஒரு கேள்வி கேட்டதை அவன் விரும்பவில்லை. மிகவும் கோபப் பட்டிருந்த ஹரிஷ் எஸ்.கே.வுக்கு நன்றி தெரிவித்துப் போய் வருவதாகக் கிளம்பினான்.

திரும்பி வரும்போது ஹரிஷின் மண்டையில் அது குடைந்து கொண்டே இருந்தது. எஸ்.கே. கவனமாகச் செயல்பட்டு வந்திருக் கிறார். அதனால்தான் அவர் செயலுரமிக்கவராக, நிர்வாகத்துக்கு முள்ளாக உறுத்துபவராக இருக்கிறார். தெளிவான விடைகளை நாடும் கேள்விகளைக் கேட்பவராக பிரச்சினைக்குத் தீர்வு தேவை என்று கேட்பவராக இருந்து வருகிறார். அவர் கேட்ட கேள்வி முக்கியமான கேள்வி.

'இங்கு நான் என்ன செய்துகொண்டிருக்கிறேன்?' இந்தக் கேள்வி இதற்கு முன்னாலும் ஹரிஷின் மனத்தில் பலமுறை தோன்றி இருக்கிறது. இப்போது அந்தக் கேள்வி வேறுபட்ட பரிமாணத்தை எடுத்திருக்கிறது.

18

தன்னந்தனியன்தான், ஆனால் இனியும் தனிமையில் இருக்கப்போவதில்லை

மாமாவின் வீட்டை ஹரிஷ் சென்றடைந்தபோது, டேவிட்டும், சீமாவும் கடம்தாலாவில் இருந்து வந்திருந்தனர்.

'வேலைகளை முடித்துவிட்டாயா?' டேவிட் சிரித்துக்கொண்டே கேட்டான். 'நாங்கள் இப்போதுதான் வந்தோம். நீ எங்கே என்று மாமாவிடம் கேட்டேன். எஸ்.கே எப்படி இருக்கிறார்?'

'நன்றாக இருக்கிறார். அவருடன் நேரம் நன்றாகக் கழிந்தது.' ஹரிஷ் கலக்கத்தை உற்சாகத்தில் மறைத்துக்கொண்டான். 'அவர் அமைதியான மனிதர். காட்டுவதற்கும், பகிர்ந்துகொள்வதற்கும் செய்திகளை வைத்திருக்கிறார். நீங்கள் எப்படி இருக்கிறீர்கள்? சீமா எப்படி இருக்கிறாள்?'

சீமா சோபாவில் சுருண்டுக் கிடந்தாள். அவள் படுத்திருப்பது இருக்கையின் ஒரு பகுதியைப் போலத் தெரிந்ததால் ஹரிஷால் அவளைக் கண்டுகொள்ள இயலவில்லை.

'ஹாய், நான் நன்றாக இருக்கிறேன்' சிரித்தபடி அவள் சொன்னாள்.

'நல்ல வேளையாக எலும்பு முறிவு ஏதுமில்லை.' என்றான் டேவிட். 'பாதத்துக்கு கொஞ்சம் ஓய்வு தேவை. அவ்வளவுதான். பிண்டு உன்னை விசாரித்தான். சில முக்கியமான விஷயங்கள் இருக்கின்றன' என்று சொல்லிவிட்டு டேவிட் தொடர்ந்தான்.

நடந்த விஷயங்களை டேவிட் விவரித்தான். காட்டினுள் ஜாரவாக்கள் உடல்நலம் இல்லாமலிருப்பது பற்றி பிண்டு சொன்னது, அதைப் பற்றி அதிகம் பேச டாக்டர் பந்தோபாத்யாய் தயக்கம் காட்டியது என்று அனைத்தையும் சொன்னான்.

'ஹூம், திரும்பும்போது இதை நாம் நிச்சயம் கண்டறிய வேண்டும்.'

'ஹூம்' டேவிட் தன் முகத்தில் கோணல் புன்னகையுடன் 'இப்போதெல்லாம் நீ பத்திரிகையாளனைப் போலப் பேசுகிறாய், பிரசாத்துக்கு ஆதாயம் கிடைக்கும் வகையில் நிச்சயம் நீ சேவை செய்யப் போகிறாய் ஹரிஷ்..'

'இல்லை, டேவிட்', ஹரிஷ் பதிலளித்தான். 'இது பற்றி நான் யோசிக்கவில்லை, செய்வதா? வேண்டாமா? என்று தெரியவில்லை.'

தொலைபேசி ஒலித்தது. மாமா அதை எடுத்துப் பேசப் போனார். ஒரு நிமிடத்தில் திரும்பி வந்தார். அவர் குழப்பம் அடைந்து, மன்னிப்பு கேட்கும் தோரணையில் இருந்தார்.

'என்ன செய்வது என்று தெரியவில்லை, டேவிட். நான் வருந்துகிறேன். ஆனால்...' அவர் இடைவெளி விட்டார்.

மூன்று விருந்தினர்களும் அவர் முகத்தைப் பார்த்தனர்.

அவர் தடுமாறினார்.

'சரி மாமா? என்னவென்று சொல்லுங்கள்? என்ன பிரச்சினை?' டேவிட் கவலையுடன் கேட்டான்.

'ஒன்றுமில்லை... ஒன்றுமில்லை.'

'அப்புறம் என்ன மாமா?'

'ரங்கத்திலிருந்து என் மகள் பேசினாள். அவள் அழைப்பாள் என்று நான் எதிர்பார்க்கவில்லை. உண்மையாகவே நான் வருந்து கிறேன்... அவளும், அவள் கணவன் வீட்டாரும் அடுத்த வாரம்தான் இங்கு வருவதாக இருந்தார்கள். ஆனால் இன்று மாலையே வருகிறார்களாம்.'

'அதனால் என்ன?'

'அவர்கள் இங்குச் சில நாட்கள் தங்கியிருப்பார்கள்.. மன்னிக்க வேண்டும்... இது எதிர்பாராத ஒன்று...'

'ஓ, மாமா!' டேவிட் அற்பமான உற்சாகத்துடன் பேசுவது போலத் தெரிந்தது. 'நீங்கள் வேடிக்கையான மனிதர் மாமா, இதைச் சொல்வதற்கு ஏன் தயங்குகிறீர்கள்? நாங்கள் கிளம்பிவிடுகிறோம்.

இதில் என்ன பிரச்சினை இருக்கிறது? வனத்துறை விருந்தினர் மாளிகையில் தங்கிக்கொள்வோம். நான் அங்கு அடிக்கடி தங்கி யிருக்கிறேன். உங்களுக்குத்தான் தெரியுமே.'

'நிச்சயமாக மாமா' என்றாள் சீமா. 'இதில் என்ன சங்கடம் இருக்கிறது?'

'இல்லை, எனக்கு வருத்தமாக இருக்கிறது. நீயும் ஹரிஷும் முதல் முதலாக என் வீட்டுக்கு வந்திருக்கிறீர்கள். உனக்குக் கால் வேறு சரியில்லை.'

'இல்லை மாமா. நான் நன்றாக இருக்கிறேன். கவலைப்படாதீர்கள்' சீமா அவருக்கு உறுதியளித்தாள்.

வனத்துறை விருந்தினர் விடுதி மாயாபுந்தரில் இருக்கிறது. காலனி ஆதிக்கக் காலத்தில் கட்டப்பட்ட நேர்த்தியான மரக் கட்டடம் அது. அவற்றில் கிட்டத்தட்ட ஒரு நூற்றாண்டுப் பழமை கொண்ட பெரிய மரக்கட்டில்கள் போடப்பட்டிருந்தன. டேவிட், ஹரிஷ், சீமா மூவரும் பகட்டான பெரிய அறையில் தங்கிக்கொண்டார்கள்.

கிழக்கில் தெரியும் வளைகுடாவையும் அதற்குள் இருக்கும் சிறிய இரண்டு தீவுகளையும் நோக்கியவாறு அந்த விருந்தினர் மாளிகை பெரிய பாறையின் உச்சியில் அமைந்திருந்தது. அந்தமான் தீவுகளிலுள்ள கண்ணைக் கவரும் அழகான கட்டடங்களில் இதுவும் ஒன்று.

முதலைக் கணக்கெடுப்புக்குழுவுக்கு அன்று மாலை முக்கியமான பிரமுகரின் தொடர்பு வாய்த்தது. கல்கத்தா உயர்நீதிமன்ற போர்ட்பிளேர் அமர்வின் தலைமை நீதிபதி ஹர்பால் சிங் வார இறுதிநாளைக் கழிக்க இங்கு வந்திருந்தார். அவருடன் அந்தமான் தீவுகளின் தலைமை வனப் பாதுகாவலர் டாக்டர் டி.எல்.யாதவ் வந்திருந்தார். யாதவுக்கு, டேவிட்டை நன்றாகத் தெரியும். டேவிட் அங்கிருப்பது தெரிந்ததும், அவனைக் கூப்பிட்டு அனுப்பினார். அவரைப் பார்ப்பதைத் தவிர டேவிட்டுக்கு வேறு வழியில்லை.

மற்றவர்கள் மதிய நேர ஓய்வில் இருந்தனர். குட்டித் தூக்கம் போடப் போவதாகவும், அரை மணி நேரம் கழித்து எழுப்பி விடுமாறும் சீமா சொல்லி விட்டாள். அறையிலிருந்த ஹரிஷ் ஒரு குளியல் போட்டுவிட்டு டீ வேண்டுமென்று கேட்டான். கையில் தேநீர்க் கோப்பையுடன் உட்கார்ந்தபோது எஸ்.கே.வுடன் நடந்த உரையாடல் நினைவுக்கு வந்தது. சற்று நேரத்தில் சீமாவின் அறைக்குச் சென்று மெதுவாகக் கதவைத் தட்டினான்.

'உள்ளே வாருங்கள்' களைப்படைந்த குரல் உள்ளேயிருந்து கேட்டது.

'தூங்கவில்லையா?' ஹரிஷ் கேட்டான். கதவைத் திறந்து உள்ளே நுழைந்தான்.

சீமா கால் மேல் கால் போட்டபடி படுக்கை மீது அமர்ந்திருந்தாள். அவளது நீண்ட தலைமுடி தோள் மீது அலட்சியமாக விழுந்து கிடந்தது. அமித்திடம் இருந்து கடிதம் வந்த அன்று இருந்ததைப் போலவே அவளது கண்களின் பார்வை இருப்பதை கண்டுகொண்டான். அந்தக் கடிதத்தை அவள் கைகளில் வைத்திருந்தாள்.

'சீமா என்ன விஷயம்?' என்று கேட்டபடியே சென்ற ஹரிஷ் படுக்கையில் அவளருகே அமர்ந்துகொண்டான்.

அவளுடைய மென்மையான அழுகை அறையை நிறைத்தது.

'நீ நன்றாக இருக்கிறாயா?' என்றான் ஹரிஷ்.

'ஹ... ஹரிஷ்', விசும்பல்களுக்கிடையே கடிதத்தைத் தூக்கி அவனிடம் காட்டியபடி 'மனிதர்கள் ஏன் இப்படி நடந்துகொள்கிறார்கள்' என்று கேட்டாள் சீமா.

இதே பல்லவியை ஹரிஷ் முன்பும் கேட்டிருக்கிறான். அதே போன்ற உணர்ச்சி இப்போதும் பெருகி வருகிறது. 'இல்லை சீமா, எல்லா மனிதர்களும் அப்படிப்பட்டவர்கள் இல்லை' என்று சொல்ல நினைத்தான். அவளது கோபத்தைப் புரிந்துகொண்டு, 'நான் அப்படிப்பட்டவன் இல்லை, ஆண்களும் பாதிக்கப்படுவதுண்டு' என்றான்.

தான் பேசினாலும் சீமா அதை காது கொடுத்து கேட்கப் போவதில்லை என்று தெரியும். அவளால் இப்போது கேட்கவும் முடியாது. ஒரு வாரமோ, சற்று கூடுதலாகவோ தானே ஆகி யிருக்கும். அவளுக்கு இன்னமும் நேரம் தேவைப்படலாம்.

'அமித் எனக்குத் திரும்பவும் கிடைப்பாரா?' அவரில்லாமல் வாழ முடியாது', சீமாவின் புலம்பல் சுய பரிதாபத்தில் தோய்ந்திருந்தது.

அவளுடைய பழைய காயங்களின் மேல் புதிய தசை வளர்ந்து விட்டதாக ஹரிஷ் நினைத்துக்கொண்டிருந்தான். அவள் காயங்கள் ஆறவே இல்லை என்பது இந்த நொடியில் தெரிகிறது. அவை ஆழமாகவும், புண்ணாகவும் இருந்து அவளைத் துன்புறுத்திக் கொண்டே இருக்கின்றன.

'முட்டாள்தனமாகப் பேசாதே' அவன் பொங்கினான். உன்னை நீ கவனித்துக் கொள். அந்தப் பாவி உனக்குச் செய்திருப்பது என்ன? அவனில்லாமல் வாழ முடியாது என்று பிதற்றுகிறாயே?'

இந்தச் சீற்றத்தைச் சீமா எதிர்பார்க்கவே இல்லை. இழந்துவிட்ட காதலின் துயரத்தை அந்தக் கணத்தில் கரைப்பது போல அது இருந்தது.

'இன்னும் உனக்கு அவன் என்ன செய்ய வேண்டும் என்று எதிர்பார்க்கிறாய்? இதுவரை செய்திருப்பது போதாதா?' ஹரிஷ் வேகமாக எழுந்து அவன் அறைக்குப் போய் விட்டான். தன் மீதான சுயக்கட்டுப்பாட்டை இழந்துகொண்டிருக்கும் சீற்றத்தின் காரணமாக இப்போது அவன் வெளியேறியிருந்தான்.

சீமா கலக்கமடைந்தாள். இது முற்றிலும் வேறு ஒரு ஹரிஷ். ஹரிஷின் புதுவிதமான பேச்சு, நடத்தை, கட்டுப்பாடு இழந்த தன்மை, எல்லாம் வித்தியாசமாகத் தெரிகின்றன, அவள் அவனுக்குப் பின்னாலேயே தாங்கித் தாங்கி நடந்தாள்.

'ஹரிஷ்...' எச்சரிக்கையுடன் எட்டிப்பார்த்தபடியே பாதி யளவு திறந்திருந்த அறைக்கதவை சீமா தட்டினாள். ஹரிஷ் படுக்கையின் மீது உட்கார்ந்திருந்தான். கைகளுக்குள் முகம் புதைந் திருந்தது. சீமா அங்கேயே ஒரு கணம் நின்றாள். என்ன செய்வது, என்ன பேசுவது என்று அவளுக்குத் தெரியவில்லை.

ஹரிஷ் நிமிர்ந்து பார்த்தான். அவன் கண்கள் ஈரமாக இருந்தன. முகத்தில் வருத்தமும், மன்னிப்பும் எழுதப்பட்டிருந்தன. 'மன்னிக்க வேண்டும் சீமா, நான் வருந்துகிறேன். எனக்கு என்ன நடந்தது என்று தெரியவில்லை...' அவன் நிறுத்தினான். தன்னை அமைதிப்படுத்திக் கொண்டு 'உள்ளே வா' என்றான்.

சீமா நாற்காலியில் அமர்ந்தாள்.

'இது வலி தரக்கூடியது என்று எனக்குத் தெரியும்.' அவன் குரல் அமைதியாகவும், அளவுடனும் இருந்தது. 'உனக்குக் கால அவகாசம் தேவைப்படுகிறது, சீமா' அவன் தொடர்ந்தான், 'ஆனாலும் என்னை நீ நம்பலாம். அவனுக்காகக் கலங்காதே, காத்திருக்காதே. திரும்பி வந்துவிடும்படி அவனைக் கேட்காதே' தீவிரமான உறுதி யுடன் அவன் பேசினான்.

'ஹரிஷ்?'

'அது முடிந்து போன விஷயம் சீமா. முதல் காதலின் அப்பாவித் தனம் அது. அதை நீ திரும்பவும் பெறமுடியாது. மீண்டும் அதைப் பெறுவது இயலாத காரியம்.' கிட்டத்தட்ட கெஞ்சினான். 'தயவு செய்து மறுபடியும் முயற்சிக்க வேண்டாம்.'

'ஹரிஷ்', சீமா மறுபடியும் அழைத்தாள்.

'அது மீண்டும் வரப்போவதில்லை. போகட்டும் என்று அதை நீ கைவிடாத வரையில் உன்னை ஒருபோதும் அது கைவிடப் போவதில்லை. உன்னை அது விழுங்கிவிடும். வேறு ஒன்றைத் தேடி அடைவதைத் தடுத்துவிடும். நான் செய்த அதே தவறை நீயும் செய்துவிடாதே. ஏற்கனவே இழந்திருப்பது போதும். இன்னமும் இழந்துவிடாதே. ஷமிக் எப்போதும் சொல்வான். மோசமான ஒன்றை நினைத்து நல்ல பணத்தை வீசியெறியாதே என்று. அதையே பிடித்துத் தொங்கிக்கொண்டிருக்காதே...'

'ஹரிஷ் என்ன சொல்கிறீர்கள்? தவறா? என்ன தவறு?' அது என்ன என்று அறிய சீமா விரும்பினாள்.

'சில நாட்களுக்கு முன்பாக உனக்கு ஒரு கடிதம் வந்ததே சீமா, அந்தக் கடிதம் உன்னை நார் நாராகக் கிழித்துப் போட்டதே! அந்தக் கடிதம் உன்னை என்னவெல்லாம் செய்தது என்பதை

தடாகம் ◆ 267

அருகிலிருந்து பார்த்திருக்கிறேன். எனக்கும் அப்படி ஒரு கடிதம் வந்தது, நீண்ட காலத்துக்கு முன்பு.' அவன் எழுந்து நின்றபடி சொன்னான். பிறகு அலமாரி அறையை நோக்கி நடந்தான். சுருக்கம் விழுந்திருந்த ஒரு காகிதத்தை எடுத்து வந்தான். 'இது ஏன் இப்படிக் கசங்கிக் கிடக்கிறது, தெரியுமா? இதை கசக்கிக் குப்பைத் தொட்டியில் எறிந்திருந்தேன். பிறகு அதை மறுபடியும் எடுத்தேன். கசங்கலை நீக்கி மடித்துப் பத்திரமாக வைத்துக்கொண்டேன். இது தான் நான் செய்த தவறு. இன்னமும் அந்தக் கடிதத்தை கையில் வைத்துக்கொண்டிருக்கிறேன். அமித்தின் கடிதம் உனக்கு எதைச் செய்ததோ அதையேதான் இந்தக் கடிதம் எனக்கும் செய்தது.'

அவன் அதை மடித்துப் புத்தகத்துக்குள் வைத்தான். அது கிழிந்து போன பழைய டைரியைப் போல இருந்தது. 'அவள்தான் எனது மூச்சு' ஹரிஷ் வெட்கத்துடன் கூறினான். கண்ணீரைத் துடைத்துத் தன்னைத் தேற்றிக்கொண்டு பேசினான். 'மூன்று ஆண்டுகள் ஒன்றாக இருந்துவிட்டு ஒரு நாள் வெகு சாதாரணமாக அவள் என் மீது ஏறி நடந்துவிட்டாள்.' அவன் கண்களை மூடிக்கொண்டான்.

கண்களை இறுக மூடிக்கொண்ட போது, அவன் முகத்தசைகள் இழுத்துக்கொண்டன. கஷ்டப்பட்டுக் கண்ணீரைக் கட்டுப்படுத்த முயன்றான். அவனுடைய அழகான பாதாம் கொட்டை வடிவக் கண்களை முதல் முறையாகச் சீமா பார்த்தாள். மேல் நோக்கி நிமிர்ந்த பெரிய கண்ணிமைகள் ஈரமாக இருந்தன.

'என் நெருங்கிய நண்பனுடன் அவள் ஓடிப்போய்விட்டாள். சில மாதங்களுக்கு முன்பு அவர்கள் இருவரையும் ஒருவருக்கொருவர் அறிமுகப்படுத்தியிருந்தேன். இப்படி ஒரு துரோகத்தை அவர் களால் எப்படிச் செய்ய முடிந்தது? எனக்கும், உஷாவுக்கும் கருத்து வேறுபாடுகள் இருந்தன. சில சமயங்களில் கடுமையாகச் சண்டை போட்டுக் கொள்வதும் உண்டு. ஆனால் இவையெல்லாம் காரண மாக இருக்க முடியாது. அவர்களுக்கு நான் என்ன செய்தேன்?'

தொடர்பில்லாத இடமான மாயாபுந்தரில், அதிகம் பழக்க மில்லாத சீமாவிடம் இதுவரையிலும் அழுதிராத வகையில் ஹரிஷ் அழுதான். அவனை என்ன சொல்லித் தேற்றுவது என்று சீமாவுக்குத் தெரியவில்லை.

கடைசியில் ஹரிஷ் கண்களைத் திறந்தான். ‘சாரி சீமா. எனக்குள் என்ன புகுந்தது என்று தெரியவில்லை, சாரி’ என்றான்.

சீமா தயக்கத்துடன் இனிய புன்னகையைத் தந்தாள். ‘நடந்தவை பற்றி நான் வருந்துகிறேன் ஹரிஷ். என்னால் ஆகக்கூடியது இருந்தால் சொல்லுங்கள்’ என்றாள்.

படுக்கைவிரிப்பின் முனையை எடுத்து ஹரிஷ் முகத்தை துடைத்துக்கொண்டான். ‘இன்று நீ எனக்கு சாதகம் செய்திருக்கிறாய் என்று உனக்குத் தெரியாது சீமா’ என்று சொல்லியபடி கசங்கிய கடிதத்தை வெளியில் எடுத்தான். சீமா பார்த்துக்கொண்டிருக்கும் போதே காகிதத்தைச் சுக்கு நூறாகக் கிழித்தான். தன் சட்டைப்பையில் அந்தக் கூளத்தை வைத்துக்கொண்டான். ‘எப்போதும் உனக்கு நன்றியுடன் இருப்பேன் சீமா’ என்றான். இறுதியில் மெலிதாக புன்னகைத்தான். ஹரிஷ் தன் கைகளை அவளிடம் நீட்டினான். சீமாவின் கைகளை நட்புடனும், உறுதியளிக்கும் அழுத்தத்துடனும் பற்றிக்கொண்டான். ‘நீ நன்றாக இருப்பாய்’ என்று மென்மையாகச் சொன்னான். சீமாவின் கன்னங்களில் கண்ணீர் வழிந்தோடியது.

‘இதோ வருகிறேன்’ என்று சொல்லிவிட்டு ஹரிஷ் எழுந்து நடந்தான்.

‘எங்கே போகிறீர்கள்? நானும் வரட்டுமா?’ என்று சீமா கேட்டாள்.

‘இல்லை, நான் உடனே திரும்பி வந்து விடுவேன். முக்கியமான வேலை இருக்கிறது. கவலைப்படாதே. நான் நன்றாக இருக்கிறேன்.’

விருந்தினர் மாளிகையிலிருந்து படகுத்துறைக்குச் சுழன்று செல்லும் சாலையில் ஹரிஷ் கீழ் நோக்கி இறங்கிக்கொண்டிருந்தான். மீன்பிடிப் படகுகள் கடல்நீரில் மேலும் கீழுமாக அசைந்துகொண்டிருந்தன. சில பெண்கள் வெயிலில் காய்ந்துகொண்டிருந்த சிறு மீன்களை நாள் முழுக்க வாரி கூடையில் நிரப்பிக்கொண்டு இருந்தனர். ஹரிஷ் தொலைவில் இருக்கும் மறுமுனையை நோக்கி நடந்தான். அது படகுகள் இல்லாத படகுத்துறை. அங்கிருந்த சிறு தூணில் அவன் அமர்ந்து கொண்டான். அதன் கீழே கூடு அமைத்திருந்த வெண்ணிற வயிற்றைக்கொண்ட நூற்றுக்கணக்கான பறவைக்குஞ்சுகள் உள்ளேயும், வெளியேயும் பறந்துகொண்டிருந்தன.

அவை ஹரிஷைச் சுற்றி வேகமாகப் பறந்தன. தனக்கு முன்பாக நடனமிடும் மென்மையான அலைகளைப் பார்த்தவாறு சற்று நேரம் அசையாமல் உட்கார்ந்திருந்தான். எப்போதும் அமைதியிழந்து வீசும் காற்று உட்பட அத்தனையும் இன்று அசையாமல் இருந்தன. ஹரிஷ் சுத்திகரிக்கப்பட்டவனாக உணர்ந்தான். அவன் நெஞ்சிலிருந்த மாபெரும் சுமை இறங்கிவிட்டதைப் போல இருந்தது.

மென்மையான காற்று பின்புறத்திலிருந்து வீசத் தொடங்கியது. யாரோ பின்னால் நிற்பதைப் போல ஹரிஷ் உணர்ந்தான். திரும்பிப் பார்த்தான். யாருமில்லை. தென்றல் காற்று வேகமெடுக்கத் தொடங்கியது. துள்ளிக் குதித்தும், சுழன்றும் வீசியது. ஹரிஷின் தலைமுடியை அலங்கோலமாக்கியது. கரையிலிருந்த மரங்கள் தலையசைத்தன, அலைகள் வேடிக்கையாக நடனமாடின. கசங்கிய கடிதத்தின் துண்டுகளை வலக்கரத்தினால் ஹரிஷ் வெளியில் எடுத்தான். சற்று நேரம் அதை வெறித்துப் பார்த்து, ஒவ்வொரு துண்டாகக் கடல்நீரில் விட்டான். ஒவ்வொரு துண்டும் காற்றில் மேலே உயர்ந்து ஏதேதோ திசைகளில் படபடத்துப் பறந்து விரும்பிய ஓரிடத்தில் போய் தண்ணீரில் விழுந்தன.

உஷாவின் கடிதம் காற்றில் பறந்து, கடல்நீரில் மூழ்குவதை ஹரிஷ் பார்த்தான். தன்னைப் பற்றிப் படர்ந்திருந்த தனிமை தொலைந்ததாக உணர்ந்தான். இனிமேலும் அவன் தன்னந்தனியனாக இருக்கப் போவதில்லை.

19

தீவுகளுக்கு ஓர் உயிர்ப்பாதை

ஹரிஷின் திடீர் வெளிப்பாடு சீமாவின் துயரத்திலிருந்து ஒரு சரடை கண நேரத்துக்காயினும் உருவி எடுத்திருந்தது. அவனுடைய கலக்கம் முட்டி மோதி வெளிப்பட்டதன் காரணமாக சுயபச்சாதாபமும், துணையற்ற தனிமை நிலையும் தடம் புரண்டு போனதைச் சீமா கண்டாள். ஓய்வாக நீண்ட நேரம் குளித்துக்கொண்டிருந்தபோது, 'இதை நான் அனுமதிக்கலாகாது' என்று தனக்குத் தானே சொல்லிக்கொண்டாள். ஆடையற்ற அவளது உடலுக்குள் வெதுவெதுப்பு நுழைவதையும், களைத்துப் போன அவள் உணர்வு வடிவதையும், வாட்டம் நீங்கி ஊக்கம் அதிகரிப்பதையும் உணர்ந்தாள். நன்றாக உணர்பவளாக வெளியில் வந்தாள். உடையை மாற்றித் தலைமுடியைத் துவட்டியபோது டேவிட் கதவைத் தட்டினான்.

'நன்றாக உறங்கியிருப்பாய் போலிருக்கிறது. பார்ப்பதற்கு நன்றாக இருக்கிறாய்.' இரவு உணவின்போது விருந்தினர்களை நாம் சந்திக்க வேண்டும். ஏழு மணிக்கெல்லாம் அங்கே வந்து விடு. ஹரிஷ் எங்கே?' என்றான் டேவிட்.

'இங்கேதான் இருக்கிறேன்' என்று சொன்னபடி டேவிட்டுக்குப் பின்புறமிருந்து ஹரிஷ் தலையை நீட்டினான். அப்போதுதான் குளித்துவிட்டு வந்திருந்த சீமா அவனைப் பார்த்துப் புன்னகைத்தாள். அந்தப் புன்னகை புத்துணர்ச்சி தருவதாக இருந்தது.

'நீங்கள் எப்படி இருக்கிறீர்கள்' என்று ஹரிஷை சீமா கேட்டாள்.

'ஏன், என்ன ஆச்சு?' என்றான் டேவிட்.

'இல்லை, இல்லை ஒன்றுமில்லை' என்று இருவரும் ஒத்த குரலில் தெரிவித்தனர், குழப்பம் தரும் வகையில் சிரித்தனர். டேவிட் தடுமாறினான்.

'ஏதோ நடந்திருக்கிறது' என்று இருவரையும் சுட்டிக்காட்டி டேவிட் வேடிக்கையாகக் குறிப்பிட்டான். சரி, நாம் நீதிபதியுடன் இரவு உணவில் கலந்துகொள்ள வேண்டும், யாதவும், பாசுவும் வருகின்றனர்.

'நாங்களும் வர வேண்டுமா?' என்று கேட்ட ஹரிஷ், 'பாசு யார்?' என்றும் கேட்டான்.

'அவசியமில்லை, வந்தால் நல்லது. நீங்களும் வருகிறீர்கள் என்று நீதிபதியிடம் தெரிவித்திருக்கிறேன். மரியாதை நிமித்தமாகத்தான். அதனால் பரவாயில்லை. வந்துவிடுங்கள். பாசு யார் என்று கேட்டாய். சமரேஷ் பாபுதான்.'

'ஓ சமரேஷ் பாபு,' சீமா உயிர்ப்புடன் சொன்னாள். 'நாடாளுமன்ற முன்னாள் உறுப்பினர், அந்தமானிலேயே பிறந்தவர்களுக்கான அமைப்பைச் சேர்ந்த கிருஷ்ணராஜ் இவரைப் பற்றி என்னிடம் கூறியிருக்கிறார்.'

'அவரேதான்,' என்று டேவிட் பதில் சொன்னான். 'முன்னாள் எம்.பி., மிகவும் செல்வாக்கு உள்ள மனிதர். மாயாபுந்தர் இவருடைய வீடு போன்றது. அவரும் வருவார். நீங்கள் முன் கூட்டியே வந்து விட்டால், நீதிபதியுடன் பேச நமக்கு நேரம் கிடைக்கும். நீதிபதி இனிமையானவர். பாசு வந்து விட்டால், நாம் எதுவும் பேச வாய்ப்பு கிடைக்காது, வெறுமனே வேடிக்கை பார்த்துக்கொண்டு நிற்க வேண்டும்.'

அந்தமான் தீவுகளில் வசிப்பவர்களுக்கு நீதி வேண்டுமென்றால், ஒவ்வொரு முறையும் கல்கத்தாவுக்கு ஓட வேண்டியிருந்தது. கல்கத்தா நீதிமன்றத்தின் அமர்வு அறுபதுகளில் போர்ட் பிளேருக்குக்கொண்டு வரப்பட்டது. இரண்டு நீதிபதிகள் கொண்ட அமர்வு மூன்று வாரத்துக்கு ஒரு முறை இந்தத் தீவுகளுக்கு

வருகிறது. அடுத்து வரக்கூடிய மூன்று வாரங்களுக்கு நீதிமன்ற நடவடிக்கைகள் இங்கு மேற்கொள்ளப்படும். வார இறுதி நாள்கள் விடுமுறை. மாநிலத்தின் விருந்தினர்களான நீதிபதிகளுக்கு ராஜ உபசாரம் கிடைக்கும், காலனி ஆதிக்கக் காலத்தை நினைவூட்டும் வகையிலான உபசாரங்களை உரிமையுடன் கேட்டுப் பெற்றுக் கொள்வதும் நடப்பதுண்டு. இந்தியப் பெருநிலத்திலிருந்து இங்கு வந்து குடியிருப்பவர்களே அந்தமான் தீவுகளில் அதிகமாக இருக் கிறார்கள் என்பதால் அதிகார வர்க்கத் தன்மைகளும், பலப்பல சட்டங்களை இயற்றி, ஒவ்வொன்றிலும் தலையிடும் மனப்பாங்கும் ஆதிக்கம் செலுத்தி வந்தன. பொது வாழ்க்கை, அரசாங்கம், அரசு நிர்வாகம் அனைத்திலும் இது ஊடுருவியிருக்கிறது.

சிவப்பு நிறச் சுழல் விளக்குடன் வரும் வெள்ளை நிற அம்பாசிடர் கார் பொது மக்களிடமும், அதிகாரத்தில் இருப்போரிடமும் பிரமிப்பை ஏற்படுத்தக் கூடியது. அந்தமான் நீதிமன்ற அமர்வுக்கு வரும் நீதிபதிகளுக்கு வார இறுதி நாட்களில் ஓய்வு கிடைக்கும். அதிர்ஷ்டம் இருந்தால் வார இறுதி நாட்கள் மூன்றுகூட கிடைக்கலாம். வார இறுதி நாள் பயணத் திட்டங்கள் ஒரே மாதிரி இருக்கும். ஆடம்பரமான தனிப் படகில் ஹேவ்லாக் தீவுக்குப் போவது திட்டமாக இருக்கும். குட்டி அந்தமானுக்கோ கார் நிகோபாருக்கோ ஹெலிகாப்டரில் பயணிப்பது இரண்டாவது, மூன்றாவதாக போர்ட்பிளேரில் இருந்து அந்தமான் நெடுஞ் சாலைக்கு வந்து மாயாபுந்தருக்கு வருவது. மாயாபுந்தர் என்கிற அழகான இடத்துக்குப் போகிறோம் என்பதைக் காட்டிலும், அதற் கான பயணம்தான் முக்கியம். இந்தச் சாலை வழியாகச் செல்லும் போது, ஜாரவாக்களைத் திடீரென சந்திக்கும் வாய்ப்பு எப்போதும் கிடைக்கும். அந்தமான் தீவுகளுக்கு வரும் எந்த உயர் பதவியாளரும் இந்த வாய்ப்பை இழக்க விரும்ப மாட்டார்கள். நீதிபதி சிங்கும் இதற்கு விதிவிலக்கானவர் அல்ல; அவர் வந்தபோது பாசு சொன்ன விளக்கங்கள் இதை உறுதி செய்தன.

டேவிட், யாதவுடன் சீமாவும், ஹரிஷும் சேர்ந்துகொண்டனர், நீதிபதியைச் சந்தித்தனர். முன்னாள் எம்.பி, பத்து நிமிடங்கள் முன்னதாக வந்துவிட்டார். அவர் உயரமாக, ஒல்லியாக இருந்தார். வயது அறுபதுக்கு மேல். அகன்ற முன் நெற்றி. தோள்பட்டைக்கருகில்

எண்ணெய் தடவப்பட்ட தலைமுடி சுருண்டு காணப்பட்டது. முன் நெற்றியில் குங்குமப் பொட்டு இருந்தது. கவனமாக வெட்டி உருவாக்கப்பட்ட பென்சில் அளவு மீசை. மூக்கின் கீழே உள்ள மென்மையான வளைவு நீண்டு அமைந்திருந்தது. இந்த மீசை அவர் அரசியலுக்கு வந்த காலத்திலிருந்து பல ஆண்டுகளாக மாறாமல் இருக்கிறது. இவரை அடையாளப்படுத்தும் இரண்டு விஷயங்களில் இதுவும் ஒன்று. இரண்டாவது அடையாளம் கறைபடாத நேர்மை. இந்தத் தீவுகளில் இருக்கும் கை சுத்தமான அரசியல்வாதி அநேகமாக இவராகத்தான் இருப்பார். சமீபத்தில் தேர்தலுக்கு முன்பு இவர் கட்சிகளைத் துறந்தது அவலமாக முடிந்து போய்விட்டது. முக்கிய அரசியல் கட்சி சார்பாக தேர்தலில் நிற்பதைக் காட்டிலும் சுயேச்சையாக வெற்றி பெற்றுவிடலாம் என்று போட்டியிட்டார். எதிர்மறை விளைவுகளை அது உண்டாக்கிவிட்டது. அதிகமான வாக்கு வித்தியாசத்தில் தோற்றுப் போனார்.

இவரது தோல்விக்கு முக்கியமான காரணங்களில் ஒன்று, தீவு களில் மாற்றம் கண்டுவரும் மக்கள்தொகைதான். வெளியிலிருந்து வந்து குடியேறியிருப்பவர்கள் தன்னைத் தோற்கடித்து விட்ட தாகக் கசப்புடன் கூறி வந்தார். வாக்குவங்கியைப் பெருக்கிக் கொள்ள வெளிப்படையாக அவர்கள் பக்கமாகச் சாய ஆரம்பித் திருக்கிறார். இதன் காரணமாக இவர் சார்ந்த சமூகத்தைச் சேர்ந்தவர்களும், உள்ளூரிலேயே பிறந்தவர்களும் பிற பெரும் பிரிவுகளைச் சேர்ந்தவர்களும் இவரிடமிருந்து விலகிச் செல்ல ஆரம்பித்துவிட்டனர். முந்தைய தேர்தலின்போது இவர்கள் ஒட்டு மொத்தமாக ஓட்டுப் போட்டனர். இப்போது எதிர்நிலை எடுத்து விட்டனர். தேர்தலில் தோற்றது பாசுவுக்கு எதிர்பாராத அதிர்ச்சியாக இருந்தது. மூன்று மாத காலம் டார்ஜிலிங் குன்றுகளில் தன்னை உருவாக்கிய குருவுடன் தங்கி காலத்தைக் கழித்திருந்தார்.

அடுத்த முறை வெற்றி பெற்றே ஆக வேண்டும் என்று உறுதி மேற்கொண்டார். தீவுகளில் முதல் சுற்றுப் பயணத்தை மேற்கொள் வதற்கு முன்பு தன் தாயின் ஆசியைப் பெற மாயாபுந்தருக்கு வந்திருக்கிறார்.

அவர் நேரடியாக நீதிபதி சிங்கிடம், 'குட் ஈவினிங் சார்' என்று சொல்லி கைகுலுக்கினார். 'பயணம் நன்றாக இருந்ததா?' என்று கேட்டார்.

'ஆமாம், நன்றி! எப்படி இருக்கிறீர்கள் பாசு?'

'நன்றாக இருக்கிறேன் சார், நன்றி!'

மற்றவர்களுக்கு வாழ்த்துச் சொல்லிவிட்டு நீதிபதியிடம் திரும்பி இருக்கையில் அவர் அமரப் போகும் சமயத்தில், 'சார், ஜாரவாக் காட்சிகள் நன்றாகக் காணக் கிடைத்ததா?' என்று கேட்டார்.

'நல்ல ஜாரவாக் காட்சிகளா?' ஹரிஷ் வாய் பிளந்தான். சீமாவையும், டேவிட்டையும் திரும்பிப் பார்த்தான்.

ஜாரவாக் காட்சிகளா? அவர்கள் என்ன வனவிலங்குகளா? வனத்துக்குள் வேட்டைக்குப் போகும்போது பார்ப்பதற்கு? ஹரிஷ் கோபமாகக் கத்தி விடலாம் என்று நினைத்தான், ஆனால் அடக்கிக் கொண்டான். திடீரென தீவிர மாற்றம் காணும் ஒரு நாளாக இந்த நாள் இருக்கிறது.

'ஆமாம்!' நீதிபதி பதில் சொன்னார். 'அவர்களில் ஏழு பேரை நாங்கள் பார்த்தோம். அவர்கள் அனைவரும் இளம் சிறார்கள். எந்த இடத்தில் யாதவ்? எங்கே அவர்களைப் பார்த்தோம்?'

'மத்திய ஜலசந்திக்கு முன்பாக சார்'

'ஆமாம், ஆமாம், சரிதான். அங்கு படகில் ஏறுவதற்கு முன்பாக... அங்கேதான் அடிக்கடி வருகிறார்களாம்.'

'இது சம்பந்தமாக ஏதாவது செய்தாக வேண்டும் சார்,' பாசு உடனடியாக ஆரம்பித்தார். 'சாலை ஓரமாக அம்மணமாக ஆண் களும், பெண்களும் திரிவது நன்றாக இல்லை. நம் பெண்கள் இதைப் பார்த்து சங்கடப்படுகிறார்கள். நம் சிறுவர்கள் மத்தியில் மோசமான மாற்றங்களை இது உருவாக்கிவிடுகிறது சார்'.

'ஆனால் சார்' சீமா இடையில் பேச முற்பட்டாள்.

'பிளீஸ்' - சீமாவைப் பேச விடாமல் பாசு தடுத்தான். 'நான் பேசிவிடுகிறேன், பொறுங்கள்' என்று சொல்லிவிட்டு நீதிபதி பக்கமாகப் பாசு திரும்பிக்கொண்டான்.

'வீதிகளில் ஆடையில்லாமல் திரிபவர்களால் நமக்கு நன்மை இல்லை', நம் மதிப்புக்கு இது உகந்ததல்ல. உலகம் என்ன சொல்லும்? இந்தியச் சாலைகளில் ஆடையில்லாத மனிதர்கள் திரிகின்றனர்,

அரசாங்கம் எதையுமே கண்டு கொள்ளவில்லை என்று சொல்லாதா?' நன்றாக ஒத்திகை பார்த்துவிட்டு வந்திருப்பதைப் போல பாசுவின் பேச்சு இருந்தது. 'காட்டுக்குள் பரிதாபகர வாழ்க்கையை வாழ்ந்து வருகிறார்கள் சார். வீடு இல்லை, ஒழுங்கான உணவு இல்லை. ஒரு இடத்திலிருந்து இன்னொரு இடத்துக்குப் போய் கிழங்குகளைத் தோண்டியும் வேட்டையாடியும், மீன்பிடித்தும் வாழ்கிறார்கள். நாகரிக மனிதர்களாக நாம் அவர்களை மாற்ற வேண்டும். வாழ்க்கையை எப்படி வாழ வேண்டும் என்று கற்றுத்தர வேண்டும். உடை உடுத்தவும், வீடு கட்டவும், விவசாயம் செய்யவும் அவர்களைப் பழக்கி முதன்மை நீரோட்டத்தில் கலந்திடச் செய்ய வேண்டும். அப்போதுதான் அவர்கள் நாகரிகத்தையும் நவீனத்தையும் அனுபவிப்பார்கள். இதுவரையிலும் அவர்கள் மூர்க்கத்தனத்துடன் நடந்துகொண்டு வருகிறார்கள். ஆனால் இப்போது கொஞ்சம் மாற்றம் தெரிகிறது. அதனால்தான் சாலைகளுக்கு வருகிறார்கள். இப்போது நல்ல வாய்ப்பு...' மிகச் சிறந்த வாய்ப்பு வந்து அமையும் சந்தர்ப்பத்துக்காகக் காத்திருக்கும் அரசியல்வாதியாக அவர் பேசினார்.

'அதோடு நம் மக்களுக்குத் தொந்தரவு கொடுக்கிறார்கள். இப்போது அதெல்லாம் அதிகரித்திருக்கிறது. வீடுகளுக்குள்ளும், தோட்டங்களுக்குள்ளும் நுழைந்து உணவு, உடை, பாத்திரங்கள், வாழைப்பழம், தேங்காய் அனைத்தையும் எடுத்துக்கொண்டு போய் விடுகிறார்கள். மக்களுக்குப் பாதுகாப்பு இல்லை. இவர்களை யாராலும் தடுத்து நிறுத்த முடிவதில்லை. தடுக்க முயன்ற ஒருவரை வில்லையும், அம்பையும் காட்டிப் பயமுறுத்தி இருக்கிறார்கள். இவர்கள் பெரிய தொந்தரவாக ஆகி வருகிறார்கள். இதற்கு எதிராக நடவடிக்கை எடுத்தாக வேண்டும். சென்ற வாரம் கடம்தாலாவில் மக்கள் ஆத்திரத்துடன் இருந்தனர். இந்தப் பிரச்சினை சம்பந்த மாக ஏன் நடவடிக்கை எடுக்கவில்லை என்று என்னைக் கேட் கிறார்கள். ஏதாவது செய்ய வேண்டும் என்று நினைக்கிறேன் சார்.' மூச்சு விடாமல் பேசிக்கொண்டே வந்த முன்னாள் எம்.பி. சற்று இடைவெளி விட்டு தண்ணீர் குடித்தார். 'அந்தமான் நிர்வாகத்தினரிடம் எங்கள் மக்களையும், ஏழை ஜாரவாக்களையும் காப்பாற்றுமாறு கேட்டுக்கொள்ளப் போகிறேன். ஜாரவாக்கள் ஒரு முந்நூறு பேர் அளவுக்கு இருப்பார்கள். அவர்கள் அனைவரையும் பிடித்து வேறு ஒரு தீவுக்குக்கொண்டு போய்விட்டு விடலாம்

என்று யோசனை கூறுகிறேன் சார்.' அந்தமான் பழங்குடியினரை இப்படித்தான் செய்தார்கள். அதைப் போலவே இவர்களையும் அப்புறப்படுத்திவிடலாம். அந்தமானில் ஏராளமான தீவுகள் மனிதர்கள் இல்லாமல் காலியாக இருக்கின்றன.'

சீமாவால் பொறுமையாக இருக்க முடியவில்லை. 'என்ன?' என்று அவள் கத்தினாள், 'என்ன பேசுகிறோம் என்று புரிந்துதான் பேசுகிறீர்களா பாசு? ஜாரவாக்களுக்கு நன்மை செய்யப் பார்க்கிறீர்களா? அவர்களை அழித்து ஒழித்துவிட நினைக்கிறீர்களா?'

எதிர்பாராதவரிடமிருந்து வந்த மறுப்புக் குரலின் தீவிரம் எல்லோரையும் ஆச்சரியப்பட வைத்தது; மற்ற யாரையும் விட பாசு ஆச்சரியம் அடைந்தார்.

'ஜாரவாக்களின் நன்மைக்காகத்தான் இதைச் சொல்கிறேன். அவர்களைக் கடலில் தூக்கி வீசி விட வேண்டும் என்று சொல்லவில்லை; அவர்களை வேறு தீவில் குடியமர்த்த வேண்டுமென்று சொல்கிறேன், மேடம்.' சீமாவை நேரடியாகப் பார்த்து பேச்சைப் பாசு தொடர்ந்தார். 'பெருநிலத்திலிருந்து வந்திருக்கிற உங்களைப் போன்றவர்களுக்கு இந்தத் தீவின் வாழ்க்கை பற்றி எதுவுமே தெரியாது. இந்தத் தீவுகளைப் பற்றி உங்களுக்கு என்ன தெரியும்?' என்றார்.

தவறான வாதத்தை அவர் கையில் எடுத்துவிட்டார்.

'மிஸ்டர் பாசு, நீங்களாகவே அனைத்தையும் யூகித்துப் பேசுகிறீர்கள். நான் அந்தமான்காரி. நீங்கள் பிறப்பதற்கு முன்பாகவே என் தாத்தா அந்தமானுக்கு வந்துவிட்டார். உங்கள் வயதில் பாதி எனது வயது!' சீமா கவனமாகக் குரலின் தொனியைக் குறைத்துக் கொண்டாள். 'உங்களைக் குறைகூற நான் இதைச் சொல்லவில்லை. நீங்கள் சொல்வதில் ஆபத்தான பிரச்சினை இருக்கிறது, நான் மானிடவியல் படித்திருக்கிறேன். நீங்கள் சொல்லும் யோசனை தவறானது. ஜாரவா போன்ற தொல்குடிகளைப் பற்றிய உலகச் சிந்தனைக்கு இது மாறானது.' அவள் நீதிபதியின் பக்கம் திரும்பி, 'சார், இவர்கள் குழுவாக வாழும் மனிதர்கள். மிருகக்காட்சி சாலையிலோ வனவிலங்குக் காப்பகத்திலோ இருக்கும் விலங்குகள் அல்லர், நாம் வேடிக்கை பார்ப்பதற்கு.'

நீதிபதி கவனமாகக் கேட்டு தலையை அசைத்தபடி இருந்தார். 'நான் ஒப்புக்கொள்கிறேன், மன்னிக்கவும்' என்றார்.

பாசுவுக்கு எந்தவித வருத்தமும் இல்லை. 'எனக்கு வருத்தமில்லை சார்' என்று வேகமாகக் குறுக்கிட்டார் பாசு.

அவருடைய மாலை நேரப் பயணத்தை, இனம் புரியாத ஒன்று கெடுத்துவிட்டிருந்தது. அவரை எளிதில் போகவிடப் போவதில்லை. 'இந்த ஜாரவாக்கள், காடுகளில் வாழும் காட்டுவாசிகள். அவர்களுக்கு நாகரிகத்தைக் கற்றுத் தரவேண்டும் என்று சொன்னேன் மேடம்' என்றபடி சீமாவின் பக்கம் திரும்பி, 'கறுப்பு நிற ஆண்களும், பெண்களும் சாலைகளில் அம்மணமாகத் திரிவதை நீங்கள் ஆசையுடன் பார்த்துக்கொண்டிருக்கிறீர்கள் அப்படித்தானே' என்று குறை கூறும் விதத்தில் பாசு பேசினார்.

இது குத்தல் பேச்சு என்பது வெளிப்படையாகவே தெரிந்தது. சீமா அதற்கு எதிர்ப்புக் காட்டினாள்.

ஹரிஷ் பேச ஆரம்பித்தான். 'அப்படியானால் பிரச்சினை ஜாரவாக்களிடம் இருக்க முடியாது. அந்தச் சாலையும், உங்கள் மக்களும்தான் பிரச்சினையாக இருக்கிறார்கள். அவர்களை வேறு தீவுக்கு அனுப்ப வேண்டும் என்கிற உங்கள் யோசனை, அவர்கள் வாழும் நிலப்பரப்பை வலுக்கட்டாயமாக எடுத்துக்கொள்வதற்கு ஒப்பானதாகும். இதில் ஆபத்தும் இருக்கிறது. நாம் அத்தனை பேரும் இந்தத் தீவுகளுக்கு வருவதற்கு முன்பு நீண்ட நெடிய காலமாக ஜாரவாக்கள் இங்கே வாழ்ந்துவருகிறார்கள். இந்தக் காடுகளும், நிலமும் ஜாரவாக்களுடையது. எப்போதுமே அவர்களுக்குரியது தான்.'

'ஆமாம், நான் ஒப்புக்கொள்கிறேன்' என்று பாசு பதில் சொன்னார். 'ஆனால் இனிமேலும் அப்படி இருக்க முடியாது. இப்போது இது நம் நிலம். அரசாங்கத்தால் அழைத்து வரப்பட்டு இங்குக் குடியேற அனுமதிக்கப்பட்ட நம் மக்களுக்கு இதில் உரிமை உண்டு. முந்நூறு ஜாரவாக்களுக்காக நம் வாழ்க்கையையும், குழந்தைகளின் எதிர்காலத்தையும் பாதுகாப்பையும் பெறும் வாய்ப்பை மறுக்க முடியுமா? இது சரியானதல்ல. இது போல நடப்பதற்கு நான் அனுமதிக்கப் போவதில்லை', என்றார் பாசு.

'உங்கள் யோசனைப்படி பார்த்தால் ஜாரவாக்கள் இங்கிருந்து துடைத்தெறியப்பட்ட வேண்டியவர்களாகத் தெரிகிறார்கள். நீங்கள் குறிப்பிடும் இந்த அந்தமான் நெடுஞ்சாலை அவர்களுக்குத் தேவைப் படுகிறதா? என்று அவர்களிடம் எப்போதாவது கேட்டோமா? ஹரிஷ் நீதிபதியிடம் திரும்பி, 'சார் ஜாரவாக் காப்புக்காடுகள் நாம் உட்கார்ந்திருக்கும் இந்தப் பகுதியில் இருந்து வெகுதூரத்தில் இல்லை. அங்கிருக்கும் தேக்கு மரங்கள் சட்ட விரோதமாக வனத் துறையினரால் வெட்டப்பட்டு வருகின்றன' என்று சொல்லிவிட்டு, பாசுவின் பக்கமாகத் திரும்பி, 'இது சம்பந்தமாக நீங்கள் ஏதாவது செய்ய வேண்டாமா, மிஸ்டர் பாசு?' என்று கேட்டான்.

பாசுவின் முகத்தில் கோமாளித்தனமான தோற்றம் தெரிந்தது.

'உங்களுக்கு இதெல்லாம் தெரியாதா? நீங்கள் இந்த ஊரில் தானே இருக்கிறீர்கள்? இங்கு நடப்பவை பற்றி எங்களை என்ன தெரியும் என்று நீங்கள் கேட்கிறீர்கள்!'

என்ன சொல்ல வேண்டுமோ அதை ஹரிஷ் சொல்லிவிட்டான். எல்லோருமே திகைப்புற்றிருந்தனர். அதைத் தொடர்ந்து தீவிரமான அமைதி நிலவியது. உரையாடலின் போது கிளம்பியிருக்கும் சீர்குலைவு பற்றி ஹரிஷின் மனம் கவனம் செலுத்தியது. அவன் அதிகமாகப் பேசிவிட்டானா? அவன் சொன்னது சரியான விஷயம்தான் என்று நிச்சயமாகத் தெரியுமா? எஸ்.கே உறுதிபடச் சொன்னார். ஆனால், அவர் சொன்னதும் தவறாக இருக்கலாம், இதையெல்லாம் உளறிக் கொட்டுவதால் என்ன காரியம் நடந்து விடப் போகிறது?

புதிதாக உருவாகிவரும் திட்டத்தில் தனக்கும் சிறு பங்கு இருப்பதைப் பற்றிப் பொருட்படுத்தாதவராக, பேசப்பட்ட அனைத்தையும் நீதிபதி சிங் ஆர்வத்துடன் கேட்டுக்கொண்டிருந்தார். நீதிமன்ற அமர்வில் இருந்ததைப் போல அவருக்குத் தோன்றியது. அங்குதான் எதிரெதிர் நிலைப்பாடுகளுடன் வழக்குரைஞர்கள் வாதிடுவார்கள். இங்கும் இரண்டு தரப்பினரும் அதையே செய்ய ஆரம்பித்திருந்தனர். சட்ட விரோதம் என்று குறிப்பிடப்பட்ட ஒன்று சிங்கின் கவனத்திற்கு வந்தது. தலைமை வனப்பாதுகாவலரை நோக்கித் திரும்பிப் பார்த்தார்.

‘ஜாரவாக் காப்புக்காடுகளுக்குள் இருக்கும் மரங்களை வனத் துறையினர் வெட்டுவதாகச் சொல்லப்படுவது உண்மைதானா, மிஸ்டர் யாதவ்?’ என்று நீதிபதி கேட்டார்.

‘சார், இல்லை சார், எனக்குத் தெரியாது சார், அப்படி இருக்காது சார்!’ தன்னை வந்து தாக்கியிருப்பது என்ன என்பது பற்றித் தெரியாமலேயே யாதவ் பதிலளித்தார். ‘ஜாரவாக் காடுகளுக்குள் சென்று மரங்களை நாங்கள் ஏன் வெட்டி வரவேண்டும். இதற்குக் காரணம் இருப்பதாகத் தெரியவில்லை’, யாதவ் சமநிலையில் இருப்பதைப் போன்ற போலித் தோற்றத்தைத் தருவித்துக்கொண்டு ஹரிஷைக் கடுகடுப்புடன் பார்த்தார். ‘நீங்கள் சொல்வது உண்மை என்று உங்களுக்கு உறுதியாகத் தெரியுமா, உங்களிடம் ஆதாரம் இருக்கிறதா?’ என்று ஹரிஷைக் கேட்டார்.

ஹரிஷ் தன் தைரியமான முகத்தைக் கட்டினான். ‘நான் சொல்வது என்ன என்பது எனக்குச் சரியாகத் தெரியும். ஜாரவாக் காப்புக்காடுகளோ, பிற காடுகளோ எதுவாயினும் அந்தமான் காடு களுக்குள் மரங்களை ஏன் வெட்ட வேண்டும்?’

அவனது இடது முழங்காலில் ஒரு கரம் வலுவாக அழுத்துவதை ஹரிஷ் உணர்ந்தான். இதற்கு மேல் வேண்டாம் என்று டேவிட் தெரிவிக்கும் சமிக்ஞை அது.

நீதிபதி சிங் மீண்டும் சொன்னார். ‘ஜாரவாக் காப்புக் காட்டுக்குள் அந்தமான் நெடுஞ்சாலை புகுந்து செல்கிறதா? அப்படியானால் அந்தச் சாலையின் சட்டப்படியான நிலை கேள்விக்குரியதுதான்.’

தன் வாதம் எடுபடாது என்று கருதியவரைப் போல பாசு வேண்டுகோள் வைத்தார். ‘ஆனால் சார் அது ஒரு தொழில்நுட்ப சமாச்சாரம் மட்டும்தான். இந்தத் தீவுகளின் உயிர்ப்பாதை இந்தச் சாலை. மூன்று தீவுகளையும் ஆயிரக்கணக்கான மக்களையும் இது இணைக்கிறது. நம் பொருளாதார வளர்ச்சிக்கு முக்கியமானது. பாதுகாப்புத் தேவைக்கும் அவசியமானது..’

சிங் சிரிக்க ஆரம்பித்தார், அனைவரும் திகைத்தனர். ‘நீதிமன் றத்தில் நாள் முழுவதும் நடக்கும் வாதப் பிரதிவாதங்களிலிருந்து விடுதலை பெற்று ஓய்வுக்கு வந்திருப்பதாக நினைத்தேன். ஆனால், இங்கும் நீதிமன்ற அமர்வில் இருப்பதைப் போல உணர்கிறேன்.’ என்று சொல்லித் தலையை ஆட்டினார்.

இரவு உணவு விரிவான ஏற்பாடாக இருந்தது, உரையாடல்கள் சர்ச்சைக்குரிய பகுதிகளைத் தொட்டு விடாதபடி நீதிபதி சிங் உறுதிப்படுத்தினார். பாசு அதன் பிறகு உடனடியாக விடைபெற்றுக் கிளம்பி விட்டார். ஹரிஷின் திடீர் எழுச்சி பாசு எதிர்பாராத ஒன்று. ஆனால் பாசுவுக்குள் இருந்த அரசியல்வாதி, சாத்தியப்படுத்த முடியாத அரசியல் வாய்ப்பாக அதனை உணர்ந்துகொண்டார். அந்த மாலைப் பொழுது ஒரு வியத்தகு பொழுதாக இருந்தது. நல்ல பொழுதும்தான்.

'ஒன்றுக்கும் மேற்பட்ட வகைகளில் இந்த நாள் மோசமான நாள்' என்று இரவு உணவு முடித்து வெளியேறியபோது ஹரிஷ் சீமாவிடம் சொன்னான்.

'இல்லையே ஏன்?' ஹரிஷின் வருத்தத்துக்கான காரணத்தை உணர்ந்துகொள்ளச் சீமா விரும்புவது போலத் தெரிந்தது. 'பாசு விடம் நாம் சொன்னதில் தவறு எதுவும் இல்லை. என்ன சிந்தனையோடு இப்படி ஒரு யோசனையைப் பாசு சொல்கிறார், ஜாரவாக்களை இன்னொரு தீவுக்கு அனுப்பிவிட வேண்டுமாம். அவர்கள் செம்மறியாட்டு மந்தைகளா? உங்களுக்கு இதில் உடன் பாடா டேவிட்? இத்தனை நேரமும் நீங்கள் அமைதியாகவே இருந்துவிட்டது ஏன்?'

டேவிட்டின் மனத்திலோ மிக அதிக முக்கியத்துவம் உடைய வேறு ஏதோ ஒன்று இருந்துகொண்டிருந்தது. 'ஆனால் ஹரிஷ், தேக்கு மரங்கள் வெட்டி எடுக்கப்படுவது பற்றி நீ என்ன சொன்னாய்? இது பற்றிய தகவல்கள் உனக்கு எங்கிருந்து கிடைத்தன? நீ சொன்னது தவறாக இருந்தால்... நம்மைக் குடைந்துவிடுவார்கள். என் வேலைகள் அனைத்துக்கும் பெரிதாக ஒரு 'குட்பை' சொல்லி விட்டுப் போக வேண்டியதுதான். தவறாக இருந்தால் யாதவ் அதனை விரும்பப் போவதில்லை.'

'மன்னிக்க வேண்டும் டேவிட், நான் உணர்ச்சி மிகுதியால் என்னை மறந்து பேசி விட்டேன். என்னால் சமாளிக்க முடியாத அளவுக்குக் கடுமையானதாக இது இருக்கப் போகிறது.'

'சரி விடு' என்று எரிச்சலுடன் டேவிட் பதில் சொன்னான். 'நான் உன்னிடம் மன்னிப்பைக் கோரவில்லை. இந்தத் தகவல்கள்

உனக்கு எங்கிருந்து கிடைத்தன என்றுதான் கேட்டேன். ஜாரவாக் காப்புக்காடுகளுக்குள் வனத்துறை மரங்களை வெட்டி வருகிறது என்பது உனக்கு எப்படித் தெரியும்? நீயாகக் கற்பனை செய்துகொண்டுவிட்டாயா?'

கற்பனையா? ஹரிஷ் சிறுமைப்பட்டவனைப் போல உணர்ந்தான். ஆனால் அதைக் காட்டிக் கொள்ளவில்லை. 'நான் கற்பனையில் பேசுகிறவன் இல்லை, நான் எதற்குப் பொய் சொல்ல வேண்டும்? டாக்டர் ஸ்ரீகுமார் குட்டியுடன் சென்று வந்ததை உங்களிடம் சொல்லி இருக்கிறேன். நான் சொன்ன அனைத்தையும் அவர் ஆதாரத்துடன் காட்டினார். நேரடியாகக் களத்துக்கு அழைத்துச் சென்று காட்டினார். மரம் வெட்டப்படும் காட்டுப் பகுதிக்கு இன்று காலையில்கூட அவருடன் நான் போய் வந்தேன்.'

'எஸ்.கே உன்னிடம் சொன்னாரா?' டேவிட்டுக்குக் கொஞ்சம் உயிர் வந்தது. 'நானே யூகித்து உணர்ந்திருக்க வேண்டும். நான் அவரை நம்புகிறேன். ஆனால் வனத்துறையினர் ஏன் இப்படிப்பட்ட செயலைச் செய்ய வேண்டும்? அவர்கள் எப்படி முட்டாள் தனத்துடன் செயல்பட முடியும்? இதைவிடப் பெரியதாக ஏதேனும் ஒன்று இதில் இருக்கிறதா? இதைப் பற்றி யாதவுக்கு எதுவும் தெரியாது என்றால் அது பெரிய ஊழலாக இருக்க வேண்டும். அவருக்குத் தெரியும் என்றால் அதுவும் பெரிய ஊழலாகத்தான் இருக்கும். நாளை நான் எஸ்.கே.வைப் பார்த்து விவரம் தெரிந்து கொள்கிறேன்.'

ஹரிஷின் தோள்பட்டை மீது டேவிட் கை வைத்தான். மென்மையாகப் பிடித்து விட்டான். 'என்னை மன்னித்து விடு.'

இரவு நெடுநேரம் ஆகிவிட்டது. அறையில் விளக்குகள் அணைக்கப்பட்டுவிட்டன. இருளில் திறந்த வெளியில் ஹரிஷ் உட்கார்ந்திருந்தான். இரவின் பேரமைதியில் அலைகளைக் கவனித்த படியும், ஒரியன் நட்சத்திரக் கூட்டத்தை வானத்தில் தேடிய படியும் இருந்தான். பிறகு, சோர்ந்து அறைக்குத் திரும்பி படுக்கையில் விழுந்தான். உறங்கும்போது, கொந்தளிப்புகள் கனவில் வந்தன. வித்தியாசமான இரவுத் தூக்கம்...

இவனது தோள்பட்டையை டேவிட் மென்மையாக அழுத்து கிறான், ஜாரவாக்களின் மணிக்கட்டில் கண்ணாடி வளையல்கள், அந்தமான் காடுகளின் வண்ணமிகு வரைபடம், கலக்கமடைந் திருக்கும் சீமாவின் மென் விசும்பல்கள், நீர்வீழ்ச்சியின் கொந்தளிப் புடன் நீர் சரிந்து விழுவதைப் போல, கடல்நீரில் காகிதத் துணுக்குகளின் அதிவிரைவான ஓட்டம், பாசுவின் காட்டுத்தனமான, அதே நேரத்தில் அமைதியான அசைவுகள், நீண்ட தலைமுடிக்குப் பின்னால் ஒளிந்திருக்கும் புதிர் நிறைந்த புன்னகை, கௌதாரிகளைப் போலக் கேரன் இளைஞர்கள் புதருக்குள் பரவி ஓடுவது, அமைதி யான ஓர் இரவில் ஜாரவாக்களின் இசைப்பாட்டு, ...தொடர் பில்லாமலும், வேகமாகவும் ஒன்றன் பின் ஒன்றாக மாறிமாறி வரும் நினைவுகள், தோன்றும் காட்சிகளின் அருவருப்பான ஒலி, கூடவே நீந்தி வந்த டால்பின், முதலைகளின் ஒளிரும் கரிக்கண்கள், அழுதுகொண்டிருக்கும் ஜாரவா இளைஞன், படபடவென அடித்துக் கொள்ளும் பறவைகளின் இறக்கைகள், மைக்கேல் ரோஸ்.

...கனவுகள் அச்சமூட்டுபவையாக, மூச்சுத்திணற வைப்பவை யாக, இரவின் சுமையில் அடக்கப்பட்ட கூக்குரலாக மாறின. ராட்சத மரம் முறிந்து மழைக்காடுகளின் அடியாழத்தில் விழுகிறது, வயதான கேரன் ஜோடியின் இரத்தம் தோய்ந்த உடல்கள் ஜாரவா அம்புகள், ஜாரவா உடல்கள், நன்றாக மடிக்கப்பட்டு டைரிக்குள் வைக்கப்பட்டிருக்கும் கசங்கிய காகிதம்.

...இந்தக் கனவுகள் திடீரென வெறுமையாயின. அருவருப்பு ஒலி நின்றுபோனது, துளைத்து ஊடுருவும் ஓர் அமைதி... பிரக்ஞையில் கரைந்து போன உறக்கம்.

மறுநாள் காலை உறக்கத்திலிருந்து ஹரிஷ் விழித்தபோது, அவன் கைகள் வியர்த்திருந்தன., உதடுகள் உலர்ந்திருந்தன, தொண்டை காய்ந்திருந்தது, இதயம் நொறுங்கிப் போயிருந்தது. அவன் டைரியை எடுத்துப் பக்கங்களை வேகமாகப் புரட்டினான். அந்தக் கடிதம் அதில் இல்லை. 'நான் தானே அதைக் கிழித்துப் போட்டேன், அதன் துண்டுகளைக் கடல்நீரில் மிதந்தாட விட்டது நான்தானே! அந்தக் கடிதம் இனி ஒருபோதும் என் கண்களில் படப்போவதில்லை...'

தண்ணீர் குடித்துவிட்டுப் படுக்கையில் படுத்துக் கண்களை மூடிக்கொண்டான். அவனது கனவுகளுக்குள் படையெடுத்திருந்த

மாயைகள் விழிப்பு மனத்தில் வந்து போய்க்கொண்டிருந்தன. அப்படியே சில நிமிடங்கள் படுத்துக் கிடந்தான். இப்போது மனம் அமைதியாயிற்று.

அவன் உதடுகளில் புன்னகை அமர்ந்துகொண்டது. 'என் கேள்வியை நான் கண்டுகொண்டு விடுவேன் எஸ்.கே.' யாருமில்லாத அறையில் ஹரிஷ் கிசுகிசுத்தான். அவனைச் சுற்றிச் சூழ்ந்திருக்கும் அமைதிக் கேடுகள், குழப்பங்களுக்கு மத்தியிலும் சென்றடைய வேண்டிய இடத்தின் சாயல் தெரிவதைக் கண்டு கொண்டான். 'கேள்வி மட்டுமல்ல, அதற்கான விடையையும் நான் கண்டுகொண்டு விடுவேன்.'

20

வேனல் கட்டி

அடுத்த நாள் காலை உணவை முடித்துவிட்டு நீதிபதி சிங் போர்ட் பிளேருக்குப் புறப்பட்டுப் போய்விட்டார். எஸ்.கே.வைச் சந்திக்க டேவிட் புறப்பட்டான். யாதவுக்கு இனிவரும் சில நாட்கள் கடுமையானவையாகவே இருக்கும் என்று டேவிட்டுக்குத் தெரிந்தது. நீதிபதி சிங் குறைந்தபட்சம் விவரங்களைக் கேட்கும் வாய்ப்பு இருக்கிறது. சமரேஷ் பாசு இது தொடர்பாக நடவடிக்கை மேற்கொள்ளக் கூடும். சமீப காலத்தில் அவருக்கு அரசியலில் ஏற்பட்டிருக்கும் உரிமையை ஈடுகட்டுவதற்கும் அவரது அரசியல் எதிர்காலத்துக்கும் இதைக் கையில் எடுப்பது உதவும்.

சட்ட விரோதமாக மரங்கள் வெட்டுவது, சட்ட விரோத வர்த்தக நடவடிக்கைகள், தேக்கு மரக் கள்ளச்சந்தை விற்பனை யாவும் இந்தத் தீவுகளுக்குப் புதியவை அல்ல. தேக்கு மரங்கள் தான் தீவுகளின் பெரிய பொருளாதாரச் செயல்பாடாக இருந்து வருகின்றன. தேக்கு மரங்கள் வெட்டப்படுவது பற்றிய குற்றச் சாட்டுகளில் பாதி புனையப்பட்டவை, மறுபாதியில் வெவ்வேறு உண்மைகள் பொதிந்திருக்கின்றன. யாதவ் நான்கு ஆண்டுகளாகத் தலைமைப் பொறுப்பில் இருந்துவரும் வனத்துறைக்கும் பங்கு இருப்பதாக நிரூபிக்கப்படும் வரையிலும், அந்தத் துறை குற்ற மற்றதாகத்தான் கருதப்படும். இந்த முறை இது வேறு மாதிரியாக இருக்கப் போகிறது.

ஹரிஷ் சொன்ன அத்தனையும் உண்மையாக இருந்தாலுமே யாதவை எதிர்கொள்வதில் கடுமையான பிரச்சினைகள் வரப் போகின்றன என்பது டேவிட்டுக்குத் தெரியும். ஆனால், இந்தக் குற்றச்சாட்டில் சிறு சந்தேகம் இருந்தாலும், தன் வேலைகள்

அதோ கதிதான் என்பதும் டேவிட்டுக்குத் தெரியும். இந்த முரண் பற்றி டேவிட் நன்றாகத் தெரிந்து வைத்திருந்தான். அதைப் பற்றி கவலைகொண்டான். இந்தக் காடுகளின் நன்மைக்காக எதையும் முன்னெடுக்க டேவிட் தயாராக இருந்து வந்திருக்கிறான். அவன் வெளியிட்டிருக்கும் ஆய்வுக் கட்டுரைகளில் இது பற்றி எழுதி யிருக்கிறான். அவன் கலந்துகொண்ட கூட்டங்களில் நிர்வாகத் தினருடன் தொடர்ச்சியாக வாதாடி வந்திருக்கிறான். வேலையின் நிமித்தமும், வெளியில் செல்லும் போதும் தான் சந்திக்கும் தீவுக் காரர்களிடமும் பலமுறை உரையாடி இருக்கிறான். இந்தத் தீவுகளில் பத்து ஆண்டுகளாக வாழ்ந்துவரும் டேவிட் முதல் முறையாக இப்போதுதான் இப்படி யோசிக்கிறான். ஜாரவாக்களின் ஆதிகாலக் கன்னிக்காடுகள் வெட்டி அழிக்கப்படுகின்றன என்று ஹரிஷ் சரியாகத்தான் சொல்லியிருப்பான், எஸ்.கேயும் அப்படித்தான். இந்தத் தருணத்தில் டேவிட் குற்ற உணர்வுகொண்டவனாக இருந்தான், வேறு வழியில்லை. இவன் பணிகளுக்கும் துன்பங்களைத் தாங்கி வளர்ந்து வந்திருக்கும் நிறுவனத்தின் இருப்புக்குமான சவால்தான் இது. ஹரிஷ் குறிப்பிட்டதைப் போன்ற வகையில் காடுகள் இங்கு வெட்டப்படவில்லை என்றால், எல்லாவற்றையும் மூட்டை கட்டிக்கொண்டு அந்தமான் தீவுகளிலிருந்து வெளியேறு வதைத் தவிர வேறு வழியில்லை. யாதவ் நிச்சயமாக அதனை செய்து காட்டிவிடுவார்.

இவ்வளவு தூரம் கவலைப்பட வேண்டிய அவசியமில்லை என்று டேவிட் உணர்ந்துகொண்டான். ஹரிஷுக்குக் காட்டிய இடங்களையெல்லாம் டேவிட்டையும் அழைத்துச் சென்று காட்டினார் டாக்டர் ஸ்ரீகுமார் குட்டி. ஹரிஷிடம் கணினியில் காட்டிய அனைத்தையும் டேவிட்டுக்கும் காட்டினார். காற்றுக் கூடப் புகமுடியாத வலுவான ஆதாரங்களைக்கொண்டிருக்கும் ஒரு நிகழ்வு இது. தான் சொல்வதைப் பற்றிய தெளிவுடன், அதனைப் பற்றிய தகவல்கள் அனைத்தையும் கைவசம் வைத்திருக்கக் கூடியவர்தான் டாக்டர் குட்டி.

இதில் ஒரே ஒரு திணறல் இருக்கக்கூடிய சிறு வாய்ப்பு உள்ளது. தீவுகளின் குறிப்பிட்ட சில பகுதிகளில் மரங்களை வெட்டும் வேலையை வனத்துறை நேரடியாக மேற்கொள்ளவில்லை.

ஒப்பந்தக்காரர்கள்தான் மரங்களை வெட்டுகின்றனர். அதற்காக வனத்துறைக்குப் பொறுப்பு ஏதுமில்லை என்று ஆகிவிடாது. ஆனால், இதன் மூலம் வனத்துறைக்குப் பாதிப் பாதுகாப்பு கிடைக்கிறது.

டேவிட் பெரிதும் நிம்மதி அடைந்தான். 'கடவுளுக்கு நன்றி!' என்று தனக்குத் தானே சொல்லிக்கொண்டான். இந்த நிம்மதியின் காராணமாக அவன் மனத்திலிருந்து அவமானமும், குற்ற உணர்வும் விலகின.

அன்று மாலையில் மாமா, டேவிட், போபா மூவரும் படகுக்குத் திரும்பிச் சென்றனர். திரும்பிவரும் வழியில் தடமறிந்து அந்த நீர்வழிப்பாதையின் பிற பகுதிகளில் முதலைகள் இருக்கின்றனவா என்று பார்ப்பதாகத் திட்டம். சீமாவும், ஹரிஷும் அதே திசையில் அந்தமான் நெடுஞ்சாலை வழியாகப் பேருந்தில் பயணித்தனர். அவர்கள் கடம்தாலாவில் பின்டுவுடன் ஓரிரவு தங்கிவிட்டு, தெற்கு நோக்கி பயணித்து மறுநாள் போர்ட் பிளேருக்குப் புறப்படுவார்கள். இவர்கள் வருவது பற்றி பின்டுவுக்கு சொல்லியாகிவிட்டது. அவன் பேருந்து நிலையத்தில் காத்திருப்பான்.

'நமஸ்தே, கால் எப்படி இருக்கிறது?' என்று சீமாவிடம் கேட்ட பின்டு, அவளின் பதிலுக்குக்கூட காத்திருக்காமல், 'ஹரிஷ் நீங்கள் எப்படி இருக்கிறீர்கள்? உங்களைச் சந்திப்பதில் மகிழ்ச்சி. நீங்கள் எல்லோருமே முக்கியமான சந்தர்ப்பங்களில் சரியாக வந்து விடுகிறீர்களே அது எப்படி?' என்று கேட்டான்.

'ஏன், என்ன நடந்தது?'

பின்டு இப்போது சீமாவைப் பார்த்தான். 'காட்டுக்குள் சென்று பந்தோபாத்யாய் பரிசோதித்துவிட்டு வந்தவர்களில் ஒருவன் இப்போது ஆரம்ப சுகாதார நிலையத்துக்கு அழைத்து வரப் பட்டிருக்கிறான்.

'உண்மையாகவா?' ஆச்சரியத்துடன் சீமா கேட்டாள். பந்தோபாத்யாயைச் சந்திக்க முடியுமா என்று பார்க்கலாம். வாருங்கள், போகலாம்!' என்றாள்.

அவர்கள் பைகளை எடுத்துக்கொண்டு, பின்டுவின் வீட்டுக்கும், பின்னர் ஆரம்ப சுகாதார நிலையத்துக்கும் வேகமாக நடந்து சென்றார்கள். அங்கு வாசலில் நின்றிருந்த போலீஸ்காரன், யாரையும் உள்ளே அனுமதிக்கவில்லை. நூற்றுக்கணக்கான பேர்கள் தள்ளிக் கொண்டு போகப் பார்த்தார்கள் - அவர்கள் ஆர்வமாக இருக் கிறார்கள் என்பது தெரிந்தது.

சீமா கூட்டத்தின் இடையே புகுந்து போலீஸ்காரனிடம் சென்றாள்.

'மேடம், நீங்கள் உள்ளே போக முடியாது'.

'என்ன சொல்கிறீர்கள், நான் போகமுடியாதா? நான் டாக்டரை சந்திக்க வேண்டும்.'

'இல்லை மேடம், உங்களை அனுமதிக்க முடியாது, எங்களுக்கு உத்தரவு இருக்கிறது.'

'உத்தரவா? என்ன உத்தரவு? அவள் இது போன்ற சூழ்நிலைபைச் சமாளிப்பதற்கு ஒரு வழி வைத்திருக்கிறாள். 'நான் டாக்டரை சந்தித்தே ஆக வேண்டும், மூன்று நாளைக்கு முன்பு கால் உடைந்து இந்த மருத்துவமனையில் சிகிச்சை பெற்றுச் சென்றிருக்கிறேன். நான் காலைத் தாங்கித் தாங்கி நடந்து வருவது உங்களுக்குத் தெரியவில்லையா?'

'ஆனால்...'

அதற்கு முன்பாகவே போலீஸ்காரனைத் தள்ளிய படி அவள் உள்ளே நுழைந்திருந்தாள். நீங்கள் ஏன் அங்கே நிற்கிறீர்கள்? என்று ஹரிஷைச் சுட்டிக்காட்டிக் கேட்டாள். 'என்னோடு வாருங்கள்'. அவள் போலீஸ்காரனை அசட்டையாகப் பார்த்து, 'இவர் என் கணவர்' என்று சொன்னாள்.

'உண்மையாகவா? உங்களுக்குத் திருமணமானது எனக்குத் தெரியாதே!' என்று பின்டு தன் முழங்கையால் ஹரிஷை விலாவில் இடித்துக் கேட்டான். ஹரிஷ் வேகமாக நடந்து சென்று சீமாவுடன் சேர்ந்துகொண்டான். பிறகு அவர்கள் டாக்டரின் அறைக்குச் சென்றார்கள்.

'ஹலோ டாக்டர்', சீமா பண்புடன் விசாரித்தாள், 'எப்படி இருக்கிறீர்கள்?'

லேசான அதிர்ச்சியுடன் 'ஹலோ சீமா நீங்கள் எப்படி இருக்கிறீர்கள்?' என்றார் டாக்டர்.

'இந்த வழியாகப் போய்க்கொண்டிருந்தேன். உங்களைப் பார்த்து விட்டுப் போகலாம் என்று வந்திருக்கிறேன், காலைப் பரிசோதித்துக் கொள்வதற்காகத்தான்' என்று சீமா பதிலளித்தாள்.

'தேவையில்லை, நீங்கள் நன்றாக இருக்கிறீர்கள்.'

'டாக்டர் சொன்னால் சரிதான். என்ன டாக்டர் வெளியில் ஒரே கூட்டம்?' சீமா எதேச்சையாகக் கேட்பது போலக் கேட்டாள்.

'வெறுமனே ஆவலுடன் காத்திருக்கும் கூட்டம் அவர்களுக்கு வேறு வேலை இல்லை. அந்த ஜாரவாச் சிறுவர்களைப் பற்றிச் சொன்னேன் அல்லவா? அவர்களில் ஒருவன் கடுமையான ஜுரத்துடன் இங்கு அனுமதிக்கப்பட்டிருக்கிறான்.'

பக்கத்தில் நின்றுகொண்டிருந்த ஹரிஷைப் பார்த்த டாக்டர், 'இவர்...' என்று இழுத்தார்.

'இவர் ஹரிஷ், நிறுவனத்தில் என்னுடன் பணிபுரிபவர்.'

'ஹலோ ஹரிஷ் உட்காருங்கள்'.

'இந்த ஜுரம் ஆபத்தானதா டாக்டர்?', என்று ஹரிஷ் கேட்டான்.

'இல்லை, அப்படித் தெரியவில்லை. நாங்கள் இவனை இங்கே அதிக நாட்கள் வைத்திருக்க முடியாது. அது அவனுக்கு நல்லதில்லை. மருந்துகளைக் கொடுத்து நாளை திருப்பி அனுப்பி விடலாம் என்று இருக்கிறேன்.'

'அதற்குள் அவன் சரியாகிவிடுவானா?' என்று சீமா கேட்டாள்.

'நான் என்ன சொல்வது? மேலிடத்திலிருந்து உத்தரவு வந்திருக்கிறது. ஜாரவாக்கள் அதிக நாட்களுக்கு இங்கு இருப்பதை அவர்கள் விரும்பவில்லை. அவர்களுக்கும் அது நல்லதல்ல வேறு வகையான நோய்த் தொற்றுகள் அவர்களுக்கு ஏற்பட்டுவிடக்கூடும். இதையெல்லாம் உங்களிடம் நான் பேசக்கூடாது பாருங்கள்.'

'அவனை நாங்கள் பார்க்கலாமா டாக்டர்?' சீமா தயக்கத்துடன் கேட்டாள்.

'அதற்கு அனுமதி கிடையாது, ஆனால் வாருங்கள், சீக்கிரமாகப் பார்த்துவிட்டு வந்துவிடலாம்.'

சீமாவும், ஹரிஷும் பந்தோபாத்யாயை அவசர அவசரமாகப் பின்தொடர்ந்தனர். பக்கத்து வார்டுக்குச் சென்றனர். அங்கு நான்கு படுக்கைகள் இருந்தன. அதில் மூன்று காலியாக இருந்தது. தனியாகப் போடப்பட்டிருந்த படுக்கையில் ஜாரவாச் சிறுவன் இருந்தான். அவனுக்கு ஆறு வயதிருக்கலாம். சோர்ந்திருந்தான். மூக்கு ஒழுகிக்கொண்டிருந்தது. முன் நெற்றியில் கொப்புளங்கள் இருந்தன.

அவன் கண்கள் பார்த்த கோணத்தை வைத்து அந்த அறையில் வேறு ஒருவனும் இருக்கிறான் என்பதை ஹரிஷ் புரிந்துகொண் டான். திரும்பிப் பார்த்த உடனே ஹரிஷ் அடையாளம் கண்டு கொண்டான். அதே வெறித்த பார்வை அவனுக்குள் ஊடுருவியது. சில மாதங்களுக்கு முன்பாக அவனிடம் கண்டிருந்த அதே கோபம் தெரிந்தது. ஜாரவா மணிக்கட்டிலிருந்து கண்ணாடி வளையல்கள் நழுவிய அந்த மாலைப் பொழுதில் ஹரிஷை வெறித்துப் பார்த்துக் கொண்டே இருந்த அதே ஜாரவாதான் இவன்.

முன்பு போலவே ஹரிஷை வெறித்துப் பார்த்தான். ஹரிஷால் அவனை சில நிமிடங்களே நேருக்கு நேர் பார்க்க முடிந்தது.

'போகலாம்' சீமா ஹரிஷின் தோளில் தட்டினாள். மூவரும் டாக்டரின் அறைக்குத் திரும்பினார்கள்.

'இது என்னவாக இருக்கும் என்று நினைக்கிறீர்கள் டாக்டர்?' சீமா கேட்டாள்.

'இது ஒரு வகையான வேனல்கட்டி, வேறெதுவும் இல்லை.' டாக்டர் பதிலளித்த தொனி போதும் நீங்கள் போகலாம் என்பதைப் போல இருந்தது.

'நாங்கள் புறப்படுகிறோம் டாக்டர்' தங்கள் நேரம் கடந்து விட்டதைச் சீமா புரிந்துகொண்டாள். 'எனக்குக் காலில் எதுவும் பிரச்சினை இல்லையே டாக்டர்?' என்று அவள் ஒப்புக்காகக் கேட்டாள்.

'இல்லை, இல்லை, உங்களுக்குச் சரியாகிவிட்டது'.

'அந்த ஜாரவா ஆள் உன்னையே வெறிக்கப் பார்த்துக்கொண்டிருந்ததை நான் கவனித்தேன். உன்னை அவனுக்குத் தெரியும் போலிருக்கிறதே? பின்டுவின் வீட்டுக்குத் திரும்பி வந்தபோது ஹரிஷிடம் சீமா கேட்டாள்.

படகுத்துறையில் கடந்த முறை நடந்ததை ஹரிஷ் சீமாவிடம் விவரித்தான்.

'ஆனால் இந்த முறை அவனிடம் மாற்றம் தெரிகிறது. அதே வெறித்த பார்வை என்றாலும் வித்தியாசமாக இருந்தது. ஏதோ நடந்திருக்க வேண்டும். என்ன என்று எனக்குத் தெரியவில்லை.'

அவர்கள் பின்டுவுடன் இருந்தார்கள். அவனுக்கே உரிய யூகங்கள் இருந்தன. 'இரண்டு விஷயங்கள். 'தனுமெய் காணாமல் போனவனாக ஆகிவிட்டான்...' ஹரிஷ், சீமாவின் முகங்களில் கவலை தோன்றுவதைக் கவனித்த அவன், 'இல்லை, இல்லை, அவனுக்கு எதுவும் நேர்ந்திருப்பதாகத் தெரியவில்லை. அவன் இங்கேதான் எங்கேயோ இருக்கிறான். அவனுடைய குழுவுடன் உள்ளடங்கிய காட்டுக்குள் இருக்கிறான். பல வாரங்களாக அவன் இந்தப் பக்கம் வரவில்லை. கொஞ்ச நாளாக அவனை யாருமே பார்க்கவில்லை. இது குழப்பம் தருவதாக இருக்கிறது.' அவன் இடைவெளி விட்டான். 'இன்னொரு விஷயம் காய்ச்சல், எனக்கு நிச்சயமாகத் தெரியாது. ஆனாலும் இவர்கள் எல்லோருமே மத்திய ஜலசந்திப் பகுதியில் இருந்துதான் வருகின்றனர். ஜாரவாக் குழுக்களில் ஒன்று இப்போது சாலைக்கு வெகுஅருகில் முகாமிட்டிருக்கிறது. அங்கிருந்துதான் இந்தத் தகவல் வருகிறது. இங்கு மருத்துவமனையில் இருக்கும் அந்தப் பையனும் அந்தக் குழுவைச் சேர்ந்தவன்தான். அவனுடன் வந்திருப்பவனை ஜலசந்தியில் பார்த்திருக்கிறேன். அதை வைத்துச் சொல்கிறேன்,' பின்டு ஹரிஷைப் பார்த்தான். 'ஒல்லியாக, உயரமாக, பெரிய மூக்கும், தீர்க்கமான கண்களும்கொண்ட அவனை நினைவிருக்கிறதா ஹரிஷ்? கடந்த முறை படகுத்துறையில் இருந்தபோது அவனைப் பார்த்திருக்கிறோம்.'

'ஆமாம், அவன்தான் வார்டில் இன்று உட்கார்ந்திருக்கிறான்.' என்றான் ஹரிஷ்.

'ஓ, அவனா?' இந்த ஜாரவாக்களைப் புரிந்துகொள்ள முடிவதில்லை. மத்திய ஜலசந்திப் பகுதியினர் அதை விடப் புதிரானவர்கள். நீங்கள் திரும்பிப் போகும்போது அவர்களில் சிலரைப் பார்க்கலாம். நிச்சயமாக அவர்கள் எப்போதும் சாலை ஓரமாகவே நின்றுகொண்டிருப்பார்கள்.'

'இது பற்றித்தான் பாசுவும், நீதிபதி சிங்கும் பேசிக்கொண்டார்கள், இல்லையா ஹரிஷ்?' முதல் நாள் மாலை நடந்த உரையாடலை சீமா நினைவுபடுத்தினாள். மத்திய ஜலசந்திக்கு அருகில் உள்ள ஜாரவாக்கள்.

'பாசு..? சம்ரேஷ் பாசுவா? அந்த வஞ்சகனா?' என்று பிண்டு கேட்டான்.

'ஆமாம்' என்றான் ஹரிஷ். 'நேற்றுத்தான் அவரை நாங்கள் மாயாபுந்தரில் சந்தித்தோம்.'

அந்த மனிதனைப் பற்றிய வலுவான கருத்தைப் பிண்டு கொண்டிருந்தான். 'அரசியல்வாதிகள் எந்த அர்த்தத்தில் பேசுகிறார்கள் என்பதை யாராலும் தெரிந்துகொள்ள முடியாது. அவர்களை எந்த அளவுக்கு நம்ப முடியும்? சென்ற வாரம் அவர் இங்கு ஒரு கூட்டத்துக்கு வந்திருந்தபோது, ஜாரவாக்களை வேறு ஒரு தீவுக்குகொண்டு போய்விடும் வேலையைச் செய்ய வைக்கப் போவதாக வாக்குறுதி கொடுத்தார். அது நல்ல காரியமாக இருக்கலாம். ஆனால், பாசுவுக்கு என்ன லாபம்?'

அடுத்த நாள் அதிகாலையில் ஹரிஷும், சீமாவும் கடம் தாலாவிலிருந்து போர்ட் பிளேருக்குத் தினசரி போய்வரும் பேருந்து ஒன்றில் ஏறினார்கள். அந்தப் பேருந்து ஜாரவாக் காடுகளின் ஊடாக அந்தமான் நெடுஞ்சாலையில் பயணிக்கும்.

பிண்டுவைப் பார்ப்பதற்காகச் சில மாதங்களுக்கு முன்பு டேவிட், பிரசாத் இருவருடனும் ஹரிஷ் இந்தச் சாலையில் முதன்முதலாகப் பயணப்பட்டிருந்தான். இப்போது ஏராளமான மாற்றங்கள் தெரிகின்றன. சாலைகள் காடுகளுக்குள் நுழையும்

இடங்களில் எல்லாம் தடுப்புகள் வைக்கப்பட்டிருந்தன. ஒரு குறிப்பிட்ட நேரத்தில் வண்டிகள் நிறுத்தப்பட்டு பல வண்டிகள் ஒன்றாகச் சேர்ந்த பின்னர் பாதுகாப்புடன் அங்கிருந்து அழைத்துச் செல்லப்பட்டன. உள்ளூரில் இருக்கும் சுற்றுலா ஏற்பாட்டாளர்கள் 'ஜாரவாச் சுற்றுலா' என்ற பெயரில் புதிய வகைச் சுற்றுலாவைத் தனித்துவமாக ஏற்படுத்தியிருந்தனர். இந்தச் சந்தர்ப்பவாதச் செய்கை தான் இத்தகைய பாதுகாப்பு ஏற்பாட்டிற்கான முதல் காரணம். 'ஜாரவாச் சுற்றுலா' பற்றி இணையத்திலும், துண்டறிக்கைகள் மூலமும் பரவலாக விளம்பரம் செய்திருந்தனர். சுற்றுலாவை மேம்படுத்தும் இந்த முறை மூர்க்கத்தனமானதாக இருந்தது: 'அந்தமான் காடுகளின் கருநிற ஆதிவாசிகளை நேரில் பாருங்கள், அவர்களைத் தொட்டுணருங்கள்' என்ற கவர்ச்சியான வாசகம் அதில் இருந்தது. 'ஆடையில்லாத ஆதிகால மனிதர்களைப் பார்ப்பதற்கு வாழ்நாளில் கிடைக்காத அரிய வாய்ப்பு' என்று இன்னொரு வாசகம் இருந்தது.

ஆரம்பமான சில மாதங்களிலேயே ஜாரவாச் சுற்றுலா, கும்மாள மடிக்கிற தொழிலாகப் பெருகி வளர்ந்துவிட்டது. சட்டப்படி நிறுவப்பட்ட 'மனம் மயக்கும் தீவுகள்' என்ற சுற்றுலாத் தொகுப்பில் ஓர் அங்கமாகவும் ஜாரவாச் சுற்றுலா சேர்க்கப்பட்டிருந்தது. போர்ட் பிளேரில் வாடகைக்கார்களுக்கு ஏற்பட்டிருக்கும் அதீதத் தேவையும், அதற்கு வசூலிக்கப்படும் வாடகைப் பணமும் இந்தச் சுற்றுலாவின் பிரபலத்திற்கு ஓர் அடையாளமாகும். உள்ளூர்ப் போலீஸ்கார்களையும் ஈடுபடுத்திக்கொண்டு தடங்கல் இல்லாத சுற்றுலாத் திட்டம் உருவாக்கப்பட்டிருந்தது. சுற்றுலாப் பயணிகள் தனித்துவமான ஓர் அனுபவத்தைப் பெறுவது உறுதி செய்யப்பட்டு வந்தது. ஆதிகாலக் கறுப்பு மனிதர்களைப் பார்ப்பதோடு மட்டு மல்லாமல் அவர்களோடு புகைப்படம் எடுத்துக் கொள்ளவும், நாகரிகமடையாத அந்த ஏழைக் கூட்டத்தினருக்குத் தேங்காய், வாழைப்பழம், பிஸ்கட்டுகளைக் கொடுப்பதும் பழக்கமாக்கப் பட்டிருந்தது. புகையிலையும், போதைப் பொருள்களும்கூட அவர்களுக்கு வழங்கப்படுவதாக வந்த செய்திகளை அடுத்து நிர்வாகம் நடவடிக்கை எடுக்க முன்வந்தது. செய்யக்கூடியவை, செய்யக்கூடாதவை பற்றிய பட்டியல் சாலை நெடுகப் பதாகைகளாக வைக்கப்பட்டன.

அ) பாதுகாப்புடன் வரிசையாக அழைத்துச் செல்ல வேண்டும்.

ஆ) சத்தமாக ஒலி எழுப்பாதீர்கள்.

இ) 40 கிலோமீட்டருக்கும் அதிகமான வேகத்தில் போகக் கூடாது.

ஈ) ஜாரவாக் காட்டுப்பகுதிகளுக்குள் செல்லும் வாகனங்கள் ஒன்றை ஒன்று முந்தக் கூடாது.

உ) அந்தமான் நெடுஞ்சாலையில் எங்குமே வண்டியை நிறுத்தக்கூடாது.

ஊ) ஜாரவாக்களுக்கு உண்ண எதையும் தரக்கூடாது.

எ) ஜாரவாக்களுடன் புகைப்படம், வீடியோ எடுப்பது தடை செய்யப்படுகிறது.

வாகனங்கள் அழைத்துச் செல்லப்படும்போது முன்னாலும், கடைசியிலும் செல்லக்கூடிய வாகனங்களில் போலீஸ்காரர்கள் இருப்பார்கள். இதன் விளைவாக, தங்கு தடையில்லாத வகையில் தங்களுக்கு இருந்து வந்த சுதந்திரத்தைச் சுற்றுலா ஏற்பாட்டாளர்கள் இழந்துவிட்டனர். சுற்றுலாப் பயணிகளால் ஆடையற்ற மனிதர்களைப் பார்ப்பதற்கு மட்டுமே இப்போது முடியும். நாட்டமிருந்தால் ஓடிக்கொண்டிருக்கும் தங்கள் வண்டியில் இருந்தபடியே உணவுப் பொருள்களை வீசி எறிய முடியும்.

சீமாவும், ஹரிஷும் ஏறி வந்த பேருந்து மத்திய ஜலசந்திப் பகுதியின் தடுப்புகளை வந்தடைந்து மற்ற வாகனங்களுடன் இணைந்துகொண்டது. அவை கிளம்புவதற்கு இன்னும் இருபது நிமிட நேரம் இருந்தது. வாகன வரிசையில் மூன்றாவதாக இவர்களுடைய பேருந்து இருந்தது. முதலில் நின்றிருந்த பின்புறம் திறந்திருந்த லாரியில் இருபது பேர் நின்றிருந்தனர். இவர்கள் அனைவரும் வேலைபார்க்க அழைத்துச் செல்லப்படும் தொழிலாளர்களைப் போல இருந்தனர். அதற்குப் பின்னால் மூன்று பெரிய தேக்குமரத் துண்டங்கள் ஏற்றப்பட்ட ஆரஞ்சு நிற லாரி நின்றது. மாயாபுந்தரில் மரம் வெட்டிய காட்டுப்பகுதிக்கு அருகில் பார்த்த வண்டியைப் போலவே இந்த லாரியும் இருந்தது. முதல் நாள் புறப்பட்டு வந்து, இப்போது போர்ட் பிளேருக்குத்

திரும்பிக்கொண்டிருக்கும் இரண்டு சுற்றுலா வாகனங்கள் அடுத்த சில நிமிடங்களில் இவர்களின் பேருந்துக்குப் பின்னால் வந்து நின்றன. அதற்குப் பின்னால் இன்னொரு பேருந்து வந்து நின்றது. அதில் இருந்த ஆண்களும், பெண்களும் நெற்றியில் திருநீறும், சந்தனமும் பூசி இருந்தனர். அவர்கள் முருகக் கடவுளை வாழ்த்திப் பாடும் தமிழ்ப் பாடல்களைப் பாடினர்.

சாலை உடனடியாக அடர்ந்த காட்டுக்குள் புகுந்தது. காடு ஒரு குகையைப் போல மூடியிருந்தது. சில கிலோ மீட்டர்கள் சென்றதும், முன்னால் சென்ற லாரி ஓரமாக நின்றது. கோப்பையில் தண்ணீர் நிரம்பி வழிவதைப் போல ஆட்கள் அதிலிருந்து எல்லா திசைகளிலும் குதித்து இறங்கினார்கள். சாலையின் ஒரு பகுதி பழுது பார்க்கப்பட்டு வந்தது. ஏற்கனவே வேலை செய்து கொண்டிருப்பவர்களுடன் இந்த இருபது பேரும் சேர்ந்து கொண்டனர். சீமாவும், ஹரிஷும் பயணித்துவரும் பேருந்தை, மற்ற இரண்டு சுற்றுலாப் பேருந்துகளும் இந்த இடத்தில் துரிதமாக முந்தின. முதல் வேனின் முன் இருக்கையில் போலீஸ்காரர் தாவி ஏறிக்கொண்டார். சுற்றுலாப் பயணிகளின் இரண்டாவது வேனும் சடுதியில் விரைந்து சாலை வளைவில் மறைந்தது. பின்னால் வந்து கொண்டிருந்த தேக்கு மர லாரியும், பயணிகள் பேருந்தும் முதல் கியரில் நகர்ந்துகொண்டிருந்தன. பக்தர்கள் பயணிக்கும் பேருந்தின் பாடலும், மந்திரங்களும் தெளிவாகக் கேட்டன. வண்டி நகர்ந்ததும் உற்சாகக் குரல்கள் சத்தமாக ஒலித்தன. பேருந்தின் பின்புற ஜன்னலருகே ஹரிஷ் அமர்ந்திருந்தான். ஒரு இருக்கைக்கு முன்பாக சீமா உட்கார்ந்திருந்தாள். செங்குத்தான சரிவில் பேருந்து முனகியபடி சென்றது. பிறகு சமதளப் பாதை வந்ததும் வேக மெடுத்தது. கிட்டத்தட்ட பத்து நிமிடங்கள் பயணித்திருப்பார்கள். முன்னால் தெரிந்த மரங்களுக்கிடையே சீமா அசைவுகளைப் பார்த்தாள். தலையையும், இடுப்பையும் சுற்றி சிவப்புத் துணியைக் கட்டியிருந்த ஒரு ஜாரவாப் பெண் காட்டுப்பகுதியிலிருந்து சாலை ஓரத்தில் வெளிப்பட்டு, பேருந்தின் முன்னால் ஓடியபடி இருந்தாள். இப்போது பேருந்தின் வேகம் குறைந்தது. இப்போது அவள் பேருந்தின் பக்கவாட்டில் ஓட்டுநரின் பக்கமாக ஓட ஆரம்பித்தாள். சீமா பேருந்தின் ஜன்னலுக்கு வெளியில் தலையை நீட்டி என்ன நடக்கிறது என்று பார்த்தாள். ஹரிஷும் பார்த்

தான். ஜாரவாப் பெண், ஓட்டுநரை நோக்கி வலது கரத்தை நீட்டினாள். பேருந்தில் இருந்து வெளியில் நீண்ட ஒரு கரம் சிறு பொட்டலத்தை அவளுக்குக் கையளித்தது. அதை இடது கரத்துக்கு மாற்றிக்கொண்டு மீண்டும் வலது கரத்தை நீட்டினாள். இன்னொரு பொட்டலம் தரப்பட்டது. அவளுடைய கைகள் இப்போது அவளது உடலின் பக்கவாட்டில் இறங்கிக்கொண்டன. சாலையின் விளிம்பிலிருந்து உள்புறமாக நகர்ந்து சென்று, தன் கைகளில் இருந்த பொட்டலங்களைத் தீவிரமாகப் பார்த்தபடி இருந்தாள். அவை பான் மசாலா, புகையிலைப் பொட்டலங்கள் என்பது தெரிந்தது.

'பார்த்தாயா?' என்று ஹரிஷ் சீமாவைக் கேட்டான். இருவரும் தலையை உள்ளே இழுத்துக்கொண்டார்கள்.

'ஆமாம், பைத்தியக்காரச் செயல், அறிவிப்புப் பலகைகள், பாது காப்புடன் அழைத்துச் செல்லப்படும் வாகனங்கள் யாவுமே அர்த்த மற்றவை. இந்தப் பொட்டலங்கள் அவர்களின் வாழ்க்கையைச் சிதைத்து அழித்துவிடும்.'

ஒட்டுமொத்த வாகன அணிவகுப்பும் எதைச் செய்யக்கூடாது என்று தெளிவாக அறிவுறுத்தப்பட்டிருக்கிறதோ அதையே மறு படியும் செய்தன. ஒரு நீரோடையின் மேலிருக்கும் பாலத்தைக் கடந்து வாகனங்கள் சென்றுகொண்டிருந்தன. வளைவில் திரும்பு வதற்காக அவை வேகத்தைக் குறைத்தன. உண்மையாகச் சொல்ல வேண்டுமானால் அவை வலுக்கட்டாயமாக நிறுத்தப்பட்டன. சற்று நேரத்துக்கு முன் முந்திச் சென்ற இரு சுற்றுலா வாகனங்களும் முன்னால் நின்றிருந்தன. அங்கே ஜாரவாக்களின் பெரும் கூட்டம் நின்றிருந்தது. சுற்றுலாவின் நோக்கம் இதைப் பார்ப்பதுதானே. ஜாரவாக்கள் தங்களது முகாமை சமீபத்தில்தான் இங்கு அமைத் திருந்தனர். நீதிபதி சிங் குறிப்பிட்டதும், பின்டு சொன்னதும் இந்தக் குழுவினரைத்தான். சுற்றுலா வாகனங்களில் வந்திருந்த பயணிகள் சாலையில் இறங்கி, வேக வேகமாக புகைப்படம் எடுத்துக்கொண்டிருந்தார்கள். இப்படி ஒரு வாய்ப்பு கிடைக்கும் என்று எதிர்பார்த்து வந்தவர்கள் வாழைப் பழங்களையும், பிஸ்கட்டு களையும் கொடுத்தார்கள்.

சீமாவின் முகம் கொடூரமாக மாறியது, ஏதோ நடக்கப் போகிறது என்று ஹரிஷ் உணர்ந்துகொண்டான்.

'என்ன கொடுமை இது?' என்று பொருமியவாறே பைகள் அடைத்துக்கொண்டிருந்த பாதை வழியாகத் தடுமாறி நடந்து, பேருந்தின் முன் வாயிற்படியை நோக்கிச் சென்றாள் சீமா. ஹரிஷ் பின் தொடர்ந்தான். முன்னால் இருந்த வாகனத்தில் எதைப் பற்றியும் கவலைப்படாமல் வாய் நிறைய பான் மென்றுகொண்டு அசட்டையாக உட்கார்ந்திருந்த போலீஸ்காரனை நோக்கிச் சீமா சென்றாள்.

போலீஸ்காரனை வெறித்துப் பார்த்துப் பற்களைக் கடித்தாள். மூச்சு சூடேறியது. 'நீ என்ன செய்வதாக நினைத்துக்கொண்டிருக் கிறாய்?' கோபத்துடன் உரக்கக் கத்தினாள். உணர்ச்சியில்லாத அவனது நிலையைப் பற்றி அவனுக்குத் தெரிவித்தாள். போலீஸ் காரன் சீமாவை மேலும் கீழுமாகப் பார்த்தான். வண்டியிலிருந்து இறங்கி ஒரு அடி முன்னதாக எடுத்து வைத்து 'தூ' என்று துப்பினான். அவன் வாய்க்குள் இருந்த சுமை காற்றில் பறந்தது. வேகமாகச் சாலையில் விழுந்து சிதறியதால், அங்கு கறுப்புக் கறை உருவானது.

சீமா ஒரு அடி பின்வாங்கியபோது, சொல்லுங்கள் என்று அவன் அக்கறையில்லாமல் கேட்டான்.

'சந்திர... சேகர... குமார்... சீருடையின் பெயர்ப்பட்டையில் காணப்பட்ட பெயரைத் துண்டுதுண்டாகவும், உரக்கவும் வேண்டு மென்றே சீமா வாசித்தாள். இவர்கள் உங்களுக்கு எவ்வளவு பணம் தருகிறார்கள்?' வாகன ஓட்டுநரை அவமதிக்கும் தோரணையில் கேட்டாள். 'உங்கள் இரண்டு பேரின் கதையும் முடிந்து விடும்' என்று தைரியமாகச் சொன்னாள். அதைக் கண்ட ஹரிஷ் நாக்கைக் கடித்துக்கொண்டான்.

ஹரிஷும் கோபமாக இருந்தான். ஆனால் அந்தச் சூழ்நிலையில் நடந்த செயல் சிரிப்பை வரவழைத்தது. கோபத்தில் குமுறும் இந்த இளம் பெண், துப்பாக்கி வைத்துக்கொண்டு மௌனமாக இருக்கும் போலீஸ்காரனையும், எதற்காகத் திட்டுகிறார்கள் என்று புரியாமல் கூனிக் குறுகிப் போயிருக்கும் ஓட்டுநரையும் மிரட்டுகிறாள்.

என்னவோ நடக்கிறது என்பது மற்றவர்களுக்கும் புரிந்துவிட்டது. தாங்கள் செய்துகொண்டிருந்த காரியங்களைக் கைவிட்டு இவர்கள் பக்கம் திரும்பினார்கள்.

'மேடம்' போலீஸ்காரன் ஆரம்பித்தான்.

'வாயை மூடு' - அவன் மீது கோபமாகப் பாய்ந்தாள். அவனுக்கு நேராக விரலை நீட்டி ஆட்டி குற்றம் சுமத்தும் தொனியில் பேசினாள். உன் பெயரையும், இந்த வண்டியின் பதிவு எண்ணையும் பார்த்து வைத்திருக்கிறேன். என்ன நடக்கிறது என்று பார்.'

அதன் தாக்கம் உடனடியாகத் தெரிந்தது. அடிபணியும் சிறு குழந்தையைப் போல கீழே நின்ற அத்தனை சுற்றுலாப் பயணிகளும், புகைப்படக்காரர்களும், சந்திரசேகரகுமாரும்கூட உடனடியாகத் திரும்பி வந்து அமர்ந்துகொண்டனர். சீமா முடித்தபாடில்லை.

சந்திரசேகரகுமாரின் இருக்கைக்குப் பின்புறமாக உட்கார்ந்திருந்த நடுத்தர வயதுடைய, வழுக்கைத்தலை மனிதன்தான் சீமாவின் புது இலக்கு. 'ஆடையில்லாத பெண்களின் படங்களை நன்றாக எடுத்தீர்களா?' என்று கேட்டாள் சீமா. அடுத்து வந்ததுதான் கேள்வி. 'பெரிய பெரிய மார்பகங்கள்தான் உங்களுக்குப் பிடிக்குமோ? இந்தப் படத்தைப் பிரேம் போட்டு உங்கள் மனைவியின் படத்துக்கு அருகில் மாட்டி வைத்துக் கொள்ளுங்கள், சரிதானே?'

சில நாட்களுக்கு முன்பு பிரெஞ்சுப் புகைப்படக்காரனுடன் டேவிட் போட்ட சண்டை ஹரிஷுக்கு நினைவுக்கு வந்தது. ஜாரவாக்களின் புகைப்படங்களைச் சில மாதங்களுக்கு முன்பு இவனும் எடுத்திருக்கிறான். உட்டாராவில் காமிராவும் கையுமாகச் சீமா என்னைப் பார்த்திருந்தால்... அவன் கற்பனை செய்து பார்க்க முயன்றான்.

'சீமா, வா போகலாம்' என்று ஹரிஷ் அவள் குர்தாவின் கைப் பகுதியைப் பிடித்து இழுத்தான்.

'வக்கிர புத்திகொண்ட, முறை தவறிப் பிறந்த கழுதைகள், உங்கள் பொண்டாட்டியை இப்படிப் படம் பிடியுங்களேன் பார்க்கலாம்' அவள் பொருமிக்கொண்டிருந்தாள். 'இப்போது செய் பார்க்கலாம்' என்று சத்தம் போட்டாள்.

சீமாவும், ஹரிஷும் பேருந்துக்குள் ஏறியபோது மரியாதையுடன் கூடிய பார்வைகள் அவர்கள் மீது பட்டன. தங்கள் இருக்கைக்குச் சென்றார்கள். சீமாவைப் போல கேள்வி கேட்பது அப்புறம் இருக்கட்டும், இந்தத் தீவுகளில் இருக்கும் பலருக்கும் ஒரு போலீஸ் காரனை நேருக்கு நேர் பார்க்கும் தைரியம்கூட இல்லையே.

'அது ஒப்புக்கொள்ளக்கூடிய ஒன்றுதான்.' என்று ஹரிஷ் கஷ்டப்பட்டு சிரிப்பை அடக்கிக்கொண்டு சொன்னான்.

'சிரிக்காதீர்கள்' சீமா படாரென்று இடைவெட்டினாள். 'இங்கு நடப்பதைப் பற்றி உங்களுக்கு எந்தப் பிரச்சினையும் இல்லை.'

'நிச்சயமாகக் கவலை உண்டு சீமா, ஆனால் ஜாரவாப் பெண் ணின் படத்தை மனைவியின் படத்துக்குப் பக்கத்தில் வைத்துக் கொள்வது இருக்கிறதே சீமா, அது உண்மையில் வேடிக்கையானது. நீ செய்தது சரிதான்.'

அவனுக்கு விளக்கம் சொல்வதற்கான உற்சாகத்தைச் சீமா பெற்றாள். 'ஹரிஷ், இந்தியாவில் கௌரவமான குடும்பங்களில் பிறந்து வளர்ந்திருக்கும் இது போன்ற நடுத்தர வயது ஆண்களை எனக்குத் தெரியும். வெறுக்கத்தக்க மனிதர்கள் இவர்கள். இவர் களைப் போன்ற பலரை டில்லியில் பார்த்திருக்கிறேன். பார்வை யாலேயே நிர்வாணப்படுத்திவிடுவார்கள். எங்களைப் போன்ற பெண்கள் எதையெல்லாம் எதிர்கொள்ள வேண்டியிருக்கிறது என்று உங்களைப் போன்ற ஆண்களுக்குத் தெரிவதில்லை.'

சற்று நேரத்துக்கு அமைதியாக இருவரும் உட்கார்ந்திருந்தனர். வாகனங்கள் புறப்பட்டு ஜாரவாக்களின் தாய் நிலத்தின் ஊடாகப் போய்க்கொண்டிருந்தன. பேச்சை ஹரிஷ் தான் மறுபடியும் ஆரம்பித்தான். 'சீமா, நான் யோசித்துக்கொண்டிருந்தேன், மரி யாதைக்குரிய குடும்பங்களில் இருந்து வந்திருக்கக்கூடிய திராணி யற்ற நடுத்தர வயது இந்தியனைக் குறை சொல்வதும், கோபம் கொண்டுத் திட்டுவதெல்லாம் சரிதான்.'

'நீங்கள் மறுபடியும் என்னைக் கேலி செய்கிறீர்கள்', என்று சீமா புண்படுத்தப்பட்டவளாக, வெட்கத்துடன் கூறினாள்.

'இல்லை. அப்படியெல்லாம் இல்லை. இவர்களும் இந்தப் பிரச்சினையின் ஓர் அங்கம் என்றுதான் சொல்கிறேன். இவர்களும்,

இன்னும் பலரும் ஜாரவாக்களைக் காட்சிப் பொருளாகத்தான் கண்டு வருகிறார்கள். ஆனால், ஜாரவாக்கள் இதை எப்படி உணர்கிறார்கள் என்பது பற்றி சிந்தித்து ஆச்சரியப்படுகிறேன். தங்களைத் தாங்களே காட்சிப் பொருளாக அவர்கள் காட்டிக்கொள்ளவில்லையா? தங்களைக் காட்சிப் பொருளாகக் காட்டிக் கொள்ள அவர்களே அனுமதிக்கிறார்கள் இல்லையா? நம் உலகத்தோடு கூடிக் கலந்து இவர்கள் எப்படி தீர்வை எட்டப் போகிறார்கள்? ஒரு தீர்வு எட்டப்பட வேண்டுமானால் இந்தப் பிரச்சினையை இரு தரப்பி லிருந்தும் கையாள வேண்டும். அதுதான் பிரச்சினை.'

'ஆமாம், இதற்கு என்ன செய்வது?'

'எனக்கும் தெரியவில்லை. இது பற்றி யோசித்தாக வேண்டும், இல்லையா?'

மறுபடியும் அமைதி நிலவியது.

'இதற்கான உரையாடலை எப்படித் தொடங்குவது, எந்த அளவுக்குத் தொடங்குவது என்பது பற்றி எனக்குச் சிந்தனை ஏதுமில்லை' என்று சீமா சொன்னாள். 'இதனால் கடுமையான பாதிப்புகள் ஏற்படக்கூடிய நிலை இருக்கிறது.'

சாலையில் யாரும் இல்லாத ஓரிடத்தில், வண்டிகள் நின்று செல்லும். ஜிகாடங்கின் மறுமுனையில் இருக்கும் தடுப்புக்கு அருகில் சாலையின் இருமருங்கிலும் காடுகள் வெட்டப்பட்டுத் தூய்மை செய்யப்பட்டிருந்தன. இந்த இடம் ஜாரவாக்காட்டு எல்லையின் உள்புறத்தில் இருக்கிறது. அங்கு சமயக் கண்காட்சி அமைக்கப்பட்டிருந்தது. பேருந்தில் இருந்த பக்தர்கள் கீழே இறங்கி மெதுவாகச் சுற்றி வந்தனர். கூட்டம் கூடியிருந்தது. கிராமப்புறக் கண்காட்சிக்கே உரிய சந்தடி காணப்பட்டது. சிறு கூடாரங்களில் குழுவாக மக்கள் கூடியிருந்தனர். சிலர் உட்கார்ந்து பேசிக்கொண்டிருந்தனர். மற்றவர்கள் அயர்ந்து தூங்கிக்கொண் டிருந்தனர். அதற்கு முன் பெரிய துணிக் கூடாரம் இருந்தது. அங்கே பலர் உட்கார்ந்து ஒலிபெருக்கியில் அலறிக்கொண் டிருக்கும் பக்திப்பாடல்களைக் கேட்டுக்கொண்டிருந்தனர். வலப் புறத்தில் நீண்ட வரிசை நின்றது. சிறிய குன்றின் மீதிருந்த கோயிலுக்கு மக்கள் படியேறிச் சென்றுகொண்டிருந்தனர். அது முருகக் கடவுளின் ஆலயம்.

சீமாவும், ஹரிஷும் வந்த பேருந்து சற்று நேரம் அங்கே நின்றது. இயற்கை உபாதைகளைக் கழிக்க சில பயணிகள் இறங்கினர். கொறிப்பதற்கும், தேநீர் குடிக்கவும் இறங்கிச் சென்றனர். இறுதியில் தடுப்புத் திறக்கப்பட்டு வண்டிகள் நகர ஆரம்பித்தன. 'எல்லைப் புறங்களாகச் சொல்லப்படுபவை காகிதத்தில் காட்டப் பட்டிருக்கும் கோடுகள்தாம். அவற்றுக்கு அர்த்தம் ஏதும் இல்லை.' தடுப்பு திறக்கப்பட்டபோது, எஸ்.கேயின் வார்த்தைகள் ஹரிஷின் நினைவுக்கு வந்தன. முற்றிலும் பொருத்தமே இல்லாத கோடு அது, ஜனசமுத்திரத்தில் மூழ்கிப் போகும் கோடு. காகிதத்தில் வரையப்பட்டிருக்கும் எல்லைக் கோடுகளுக்கு எப்படி எந்த மதிப்பும் இருப்பதில்லையோ, அப்படித்தான் இங்கும்.

நிம்மதியடைந்த சந்திரசேகரகுமாரும், அவனுடன் வேலை பார்ப்பவனும் புறக்காவல் நிலையத்தில் இறங்கிக்கொண்டனர். அவர்களின் கடமை முடிந்து விட்டது, இந்த வாகனங்கள் இனி மேல் அவர்களின் பொறுப்பல்ல. சொல்வதற்கு ஏராளமான கதைகள் அவர்களிடம் இருக்கும். ஜாரவாக்களைப் பற்றிய கட்டுக் கதைகளுடன் இன்னொரு புதிரும் சேர்த்துக் கொள்ளப்படும்.

21

தராசில் எடையிடுதல்

நிறுவனத்துக்குத் திரும்ப வந்துசேர்ந்ததில் மகிழ்ச்சிதான். இந்த இடத்தை விட்டுப் போவதற்கு ஹரிஷுக்கு மனமில்லை என்று சொல்லிவிட முடியாது. ஆனால், இந்த இடத்தில் இருக்கும்போது பாதுகாப்புணர்வும் பழக்கப்பட்ட மனநிலையும் கிடைக்கத்தான் செய்கின்றன.

சீமா தன் குடும்பத்தாரைப் பார்த்து வர முடிவு செய்தாள். இப்போது இந்த வளாகம் முழுவதும் ஹரிஷுக்கு மட்டுமே ஆனதாக இருந்தது. அவன் நேராக அறைக்குச் சென்றான். அன்று நவம்பர் 2. சுவரில் தொங்கிக்கொண்டிருந்த நாள்காட்டியில் அக்டோபர் மாதத் தாள் புரட்டப்படாமல் இருந்தது. அந்தமான் நிகோபார் தீவுகளில் வாழும் கடல்வாழ் உயிரினங்களின் படங்களுடன், நிகோபார் தீவுகளின் நிர்வாகம் வெளியிட்டிருந்த நாள்காட்டி அது. இதில் காணப்படும் உயிரினங்கள் அந்தமான் தீவுகளில் வாழ்பவைதாம். ஆனால் இந்தப் படங்கள் வேறெங்கோ எடுக்கப்பட்டவை. அநேகமாக கரீபியன் தீவிலோ ஆஸ்திரேலியப் பெருந்தடுப்புத் திட்டுப் பகுதியிலோ எடுக்கப்பட்டிருக்கலாம். சிவப்பு நிறத்தில் வட்டமிடப்பட்டிருந்த தேதி, அக்டோபர் 22 எனக் காட்டியது. அந்த நாளில் தான் இவர்களின் கடலோரப் படகுப்பயணம் தொடங்கியிருந்தது. ஒரு விதத்தில், ஹரிஷ் ஜாரவாக் காப்புக்காடுகளைச் சுற்றி வந்து - ஒரு சுற்றினை நிறைவு செய்திருக்கிறான். போகும்போது கடல் மார்க்கமாகப் போய்விட்டு வரும்போது சாலை வழியாக வந்துசேர்ந்திருக்கிறான். வெறும் பத்து நாட்கள்தாம். நாள்காட்டியின் மாதத் தாளைத் திருப்பும்போது, 'எப்பேர்ப்பட்ட பாடம்' என்று ஹரிஷ் நினைத்துக்கொண்டான்.

'டீ தயார்' என்று மாண்டூ குரல் கொடுத்தான். ஹரிஷ் உணவு மேசைக்குப் போனான். இந்தத் தீவுகளைப் பற்றியும், ஜாரவாக்கள் பற்றியும், அந்தமான் தீவுகளுக்கு வந்து குடியேறியிருப்பவர்கள் பற்றியும், டேவிட், மாமா, சீமா பற்றியும், தன்னைப் பற்றியும் கூடுதலாக அவன் இப்போது தெரிந்துகொண்டிருக்கிறான். தனக்கு இருக்கும் கஷ்ட நஷ்டங்களுக்கும் பரிகாரம் மேற்கொண்டிருக்கிறான்.

அவன் பார்த்த வரையில் மீளமுடியாத அளவுக்கு ஜாரவாக்களின் தலைவிதி தீர்மானிக்கப்பட்டுவிட்டது. இது சம்பந்தமாக தான் ஏதும் செய்ய முடியுமா என்று நினைத்துப் பார்த்தான். ஜாரவாக் களைப் பற்றி தெரிந்திருப்பது அவர்கள் வாழ்வின் விளிம்புப் பகுதிகளிலிருந்து மட்டும்தான். மாறிக்கொண்டேவரும் காடுகளின் ஓரங்களில் குடியேறி வசித்துவரும் மனிதர்கள், மையப்பகுதியை நசுக்கி அச்சுறுத்திக்கொண்டிருக்கின்றனர். காடுகளுக்கு உரிமைப் பட்ட இந்த ஆதிமனிதர்கள், ஏதோ ஒரு காலத்தில் இங்கு வாழ்ந்தார்கள் என்று சொல்லப்படும் நிலையில் இருக்கிறார்கள்.

'இது சம்பந்தமாக ஏதாவது செய்தாக வேண்டும்' என்று ஹரிஷ் தீவிரமாக யோசித்தான்.

ஜாரவாக்களின் தேவை என்ன? அது தெரிந்துதான் ஆக வேண்டுமா? அடிப்படையான யதார்த்தத்தை ஏற்க வேண்டியி ருக்கிறது. ஜாரவாக்களிடம் இது பற்றி கேட்கக் கூடாது. அதைக் கேட்டறிவதற்கான மொழியும் இல்லை.

ஜாரவாக்களைச் சுற்றி இருக்கும் உலகம், இங்குக் குடியேறி யவர்கள், வெளியூர்க்காரர்கள் என அத்தனையும் வேகமாக மாறிக் கொண்டே இருக்கின்றன, அதுவும் கலக்கமடையச் செய்யும் அளவுக்கு. அவர்களின் பழங்கால உலகத்துடன் தனக்கே உரித்தான வகையில் பேரம் பேசவும், தன்னைப் பிணைத்துக்கொள்ளவும் அவர்களை ஒட்டியிருக்கும் உலகம் முயன்றுகொண்டே இருக் கிறது. ஜாரவாக்கள் எளிதில் வசப்பட மாட்டார்கள். இந்த இரு உலகங்களும் ஒன்றன் அருகே ஒன்றாக இருந்து வருகின்றன. ஆனால், இரு வேறு உலகங்களின் காலக்கணக்குகள் வித்தியாச மானவை. இரு வேறு கிரகங்களில் வசிப்பவர்களைப் போல. ஒருவர் மற்றொருவரிடம் தன்னை எப்படி வெளிப்படுத்துவது

என்பதுகூடத் தெரியாத நிலையில் நியாயமான பேச்சுவார்த்தை எப்படி சாத்தியம்?

இந்த உலகத்துடன் ஜாரவாக்கள் எப்படிக் கலந்து பேசி முடிவு செய்வார்கள்? பேருந்துப் பயணத்தின்போது சீமாவிடமும் ஹரிஷ் இதைக் கேட்டான். ஜாரவாக்களிடம் இந்த உலகத்தினர் நியாயமான பேச்சு வார்த்தையை எப்படி நடத்துவார்கள்? அதுதான் சவால். இந்த உலகத்தினரிடம் அதற்கான விருப்பம், திறன், புரிதல் இருக்கின்றனவா? - இவன் சார்ந்திருக்கும் உலகம், பேம் மாமாவின் உலகம், ராஞ்சிபஸ்தியின் பெலிக்ஸ், படகுக்காரன் பிண்டு, சிவா, போலீஸ்காரன் சந்திரசேகரகுமார், பிரிட்டிஷ் புகைப்படக்காரன் மைக்கேல் ரோஸ், இந்திய நடுத்தர வர்க்கச் சுற்றுலாப் பயணியாக வந்திருந்த நடுத்தர வயது வழுக்கைத் தலையன், அரசியல்வாதி பாசு, சீமா, டேவிட், நீதிபதி சிங் எல்லோரும் இருக்கும் இந்த உலகம்...

இந்த உலகத்துக்கு எல்லாம் தெரிந்துதான் இருக்கிறது, ஆனால் கண் திறந்து காண மறுக்கிறது. ஜாரவாக்களுடன் சேர்ந்து வசித்து வந்த ஓங்கே, அந்தமான் பூர்வகுடிகள் அழிந்துவிட்டார்கள். இப்போது அந்தப் பாதையை நோக்கி ஜாரவாக்கள் இழுக்கப்படுகிறார்கள். இது நடக்கும் என்பதற்கு முந்தைய ஆதாரங்களே சாட்சி. வரலாற்றுச் சுமையில் ஜாரவாக்கள் அழிவினை நோக்கித் தள்ளப்படுவார்கள். தங்களின் முதல் சந்திப்பின்போது நிர்மூலம் என்ற வார்த்தையை டேவிட் உச்சரித்தார். ஜாரவாக்களை அழித்து விட வேண்டும் என்ற நினைப்புடன் இவன் சார்ந்திருக்கும் உலகத்தினர் செயல்படவில்லை தான். ஆனால், அதே சமயம், அவர்களைப் புரிந்துகொண்டிருப்பதாகவும் தெரியவில்லை. என்ன செய்யலாம் என்பது பற்றி தனக்கு யோசனை இருப்பதுபோல ஹரிஷ் உணர்ந்தான், ஏதாவது செய்ய வேண்டும் என்று விரும்பினான். எங்கிருந்து அதைத் தொடங்குவது?

ஒரு சில நாள்களுக்கு முன்பு, இந்தப் பொறுப்பின் பெரும் சுமை மலைப்பினை ஏற்படுத்தியிருக்கக் கூடும். அவனை முடக்கி இருக்கக் கூடும். ஆனால் இப்போது அவன் வேறு ஒரு ஹரிஷ்.

அடுத்த நாள் பொழுது சாயும் நேரத்தில் சீமா ஊரிலிருந்து திரும்பி வந்தாள்.

‘எனக்கு ஏதேனும் கடிதம் வந்ததா?’ சதுக்கத்தில் அமர்ந்திருந்த ஹரிஷிடம் அவள் எழுப்பிய முதல் கேள்வியாக அது இருந்தது. ஹரிஷ் பதில் எதுவும் சொல்லாமல் மேசை மீதிருந்த கடிதங்களை எடுத்துக்கொடுத்தான். அதில் எந்தக் கடிதமும் அவளுக்கு வந்தது இல்லை.

‘நீங்கள் என்ன நினைக்கிறீர்கள் என்று எனக்குத் தெரியும் ஹரிஷ்’ விளக்கம் அளிக்கும் தொனியில் அவள் ஆரம்பித்தாள்.

‘இல்லை, குறிப்பாக எதையும் நான் நினைக்கவில்லை’, என்று ஹரிஷ் மறுப்புத் தெரிவித்தான்.

அவன் சொன்னதை உதாசீனப்படுத்திவிட்டுச் சீமா தொடர்ந் தாள், ‘எனக்குப் புரிகிறது, ஆனால் அது அத்தனை சுலபமானதா? உஷாவை மறக்க உங்களுக்கு நீண்ட காலம் ஆகியிருக்கிறது. நானும் கடைசியில் அதைப் போலச் செய்தாக வேண்டும். என்னால் அவ்வளவு சாதாரணமாகக் கைவிட்டுவிட முடியாது. என்னால் முடியுமா ஹரிஷ்?’

‘நான் ஒன்றுமே சொல்லவில்லையே,’ ஹரிஷ் மென்மையாகச் சொன்னான். மாயாபுந்தரில் அன்று அப்படிப் பேசியதற்காக வருந்துகிறேன். அது உன்னைப் பற்றிச் சொல்லப்பட்டதல்ல. என்னைப் பற்றியது. என் தோல்வி, என் இழப்புப் பற்றியது. உதவி ஏதாவது தேவைப்பட்டால் சொல், நான் உதவுகிறேன்’, என்றான் ஹரிஷ்.

அழுது விடுவோமோ என்று ஹரிஷ் அஞ்சினான். அவளுடைய காயம் அண்மைக் காலத்தில் ஏற்பட்ட காயாத பச்சைப்புண். இதற்கு எப்படி உதவி செய்ய முடியும் என்று அவனுக்குத் தெரியவில்லை.

சீமா மிகுந்த கட்டுப்பாட்டுடன் இருந்தாள்.

‘நான் நன்றாகிவிடுவேன் ஹரிஷ். நீங்கள் வருத்தம் அடையத் தேவையில்லை. என்ன செய்வது என்று எனக்கே தெரியும் என்று நினைக்கிறேன்.’

‘பை எதையும் கொண்டு வரவில்லை போலிருக்கிறதே, எங்கே உன் உடமைகள்?’ ஹரிஷ் கேட்டான்.

கையை வீசிக்கொண்டு வந்திருக்கிறாள் என்பதை அப்போது தான் பார்த்த ஹரிஷ் பேச்சை மாற்ற வேண்டும் என்பதற்காக அப்படிக் கேட்டான். 'நீ இங்கு திரும்ப வருவதாக இல்லையா?'

'சில நாள் பயணமாக இந்தியப் பெருநிலத்துக்குப் போய் வர வேண்டியிருக்கிறது' என்று அவள் பதில் சொன்னாள். 'என் பேராசிரியரிடமிருந்து அவசரச் செய்தி வந்திருக்கிறது. என்னை உடனடியாக வரச் சொல்லியிருக்கிறார், முடிந்தால் ஒரு வாரத் துக்குள் வர வேண்டுமாம். பல்கலைக்கழகத்தில் கருத்தரங்கம் நடை பெற இருக்கிறது. அதற்குப் போக வேண்டாம் என்று நினைத்துக் கொண்டிருந்தேன். நானும் கட்டுரை வாசித்தால் நன்றாக இருக்கும் என்று வலியுறுத்திச் சொல்கிறார். இங்கிலாந்து, ஜெர்மனியிலிருந்து ஆராய்ச்சியாளர்கள் வருகிறார்கள். அவர்களைச் சந்திப்பதற்கான வாய்ப்பை நான் பயன்படுத்தியாக வேண்டும் என்று கூறுகிறார். வெள்ளிக்கிழமை புறப்படும் விமானத்தில் கல்கத்தா போவதற்காக அந்தமானில் பிறந்தவர்களுக்கான ஒதுக்கீட்டில் பயணச்சீட்டைப் பெற முயன்று வருகிறோம். நாளைக்கு நிச்சயமாகத் தெரியவரும்.'

நயமான தோற்றத்தை முகத்திலிருந்து மறைக்கும் கோணலான புன்னகையுடன், 'நான் அமித்தை சந்திக்கவேண்டும்' என்றாள்.

அவள் ஊருக்குப் புறப்படுவதற்கான காரணம் இதுதான் என் பதை ஹரிஷின் உள்ளுணர்வு தெரிவித்தது. கருத்தரங்கம், வெளி நாட்டுக்காரரர்கள் எல்லாம் வெறும் சாக்குப்போக்குதான். ஹரிஷ் இதைப் புரிந்துகொண்டான் என்பதைச் சீமாவும் தெரிந்துகொண் டாள்.

'இது முக்கியம். நான் போகத்தான் வேண்டும். கவலைப் படாதீர்கள். நல்லபடியாகப் போய் வருவேன்.' என்று சொன்ன சீமா இது பற்றித் தொடர்ந்து பேச விரும்பாதவளாக 'நேற்றைய பயணத்தில் தெரிய வந்தது என்ன?' என்று ஹரிஷைக் கேட்டாள்.

'அது பற்றித் தான் யோசித்துக்கொண்டிருக்கிறேன். கடந்த சில நாட்களில் நான் பலவற்றைக் கண்டு வருகிறேன், சீமா. நேற்றைய பயணம் அனைத்தையும் ஒன்றுசேர்த்துக் காட்டிவிட்டது. ஜாரவாக் களைக் காப்பாற்றி விடலாம் என்ற சிறிய நம்பிக்கை இருக்கிறது.'

'அந்தச் சிறிய நம்பிக்கை என்ன ஹரிஷ்?'

'வெளி உலகத்தினரோடு பேசி இடரைக் கடந்துசெல்ல ஜாரவாக்களுக்குக் கற்றுத்தர வேண்டும். அவர்களின் காட்டைச் சுற்றிலும் வாழ்ந்துவரும் வெளி உலகத்தினருக்கு ஜாரவாக்களோடு பேசுவதற்குக் கற்றுத்தர வேண்டும். இது அவசரமாக நடந்தாக வேண்டும் என்பதில்லை. முடியாத பட்சத்தில் நாம் அதற்காகக் காத்திருக்கலாம். ஆனால் கண்டிப்பாக 'அறுவை சிகிச்சை' செய்தே ஆகவேண்டிய தேவை இருக்கிறது.'

'அறுவை சிகிச்சையா? அது என்ன ஹரிஷ்?'

'அந்தமான் நெடுஞ்சாலையைச் சொல்கிறேன் சீமா. அதை மூடி ஆக வேண்டும். வேறு வழியில்லை, ஏனென்றால் இது மிகப் பெரிய அச்சுறுத்தல்'

'அந்தமான் நெடுஞ்சாலையை மூடுவதா?' இயல்புக்கு மீறிய ஆலோசனையைப் போல ஒலித்த அதனைக் கேட்டு சீமாவின் கண்கள் அகல விரிந்தன. 'நீங்கள் என்ன சொல்கிறீர்கள் என்பது தெரிகிறதா ஹரிஷ்? அது ஒரு சாலை, அதை நினைத்த மாத்திரத்தில் மூடி விட முடியாது.'

'ஆமாம், அது ஒரு சாலை தான். எனக்கும் தெரியும். நான் முட்டாள் இல்லை. ஜாரவாக்களின் இயல்பான வாழ்க்கைக்கு வாய்ப்புத் தர வேண்டுமானால் சாலையை மூடத்தான் வேண்டும். நேற்றுப் பார்த்ததைப் போல அந்தச் சாலையில் போக்குவரத்துத் தொடர்ந்தால் ஜாரவாக்களின் எதிர்காலத்தை மறந்துவிட வேண்டியதுதான். மன அழுக்குகொண்ட அந்த நடுத்தர வயது மனிதனைப் போன்றவர்கள் செய்யும் காரியங்களை எப்படித் தடுக்க முடியும்? சந்திரசேகரகுமார் லஞ்சப் பணம் வாங்குவதை எப்படி நிறுத்த முடியும்? இப்படி எத்தனை பேர் இருக்கிறார்களோ? புகையிலைப் பொட்டலங்கள் பேருந்திலிருந்து ஜாரவாக்களை நோக்கி வீசியெறியப்படுவதை எப்படித் தடுக்க முடியும்? ஜாரவாக் குடியிருப்புகளுக்கு நெருக்கத்தில் நூற்றுக்கணக்கான ஆட்கள் வேலை பார்த்து வருவதை எப்படித் தடுக்க முடியும்? ஹரிஷ் சற்று உடல் இயக்கத்துடன் பேசத் தொடங்கினான். அவர்களுக்கு வந்திருக்கும் நோய் பற்றிப் பேசினாய் இல்லையா? மாற்றம் கண்டுவரும் அவர்களின் உணவுப் பழக்கம் பற்றி என்ன செய்யமுடியும்? ஆடையின்றிச் சாலைகளில் நின்றுகொண்டிருக்கும் ஜாரவாக்கள்

நம் தேசத்தின் மதிப்புக்குப் பங்கம் விளைவிக்கிறார்கள், அவர்களை அப்புறப்படுத்த வேண்டும் என்ற பாசுவின் யோசனை பற்றி என்ன கூறுவது? ஜாரவாக்களுக்குக் கேடான அத்தனையும் இந்தச் சாலையால் நடக்கிறது, சீமா. அதைத் தான் நான் சொல்கிறேன். இது கடவுளால் சபிக்கப்பட்ட சாலை, அதனால் தான் அதைக் கைவிட வேண்டும் என்கிறேன்.'

சீமா சமாதானம் கொள்ளவில்லை. 'ஆனால் பாசு சொன்னாரே - இந்தச் சாலை தீவுகளின் வளர்ச்சிக்கான அடையாளம், உயிர் நிலை. இது உயிர்ப்பாதை. ஆயிரக்கணக்கானவர்களை இது இணைக்கிறது. இந்த மக்களைப் பற்றியும் நினைக்க வேண்டாமா? இந்தச் சாலையை யார் மூடப்போகிறார்கள்?'

'இங்கு அது விஷயமில்லை, பிரச்சினையின் ஒரு பகுதியை இப்போதைக்கு அது தீர்த்து வைக்கும்.' அவன் இடைவெளி விட்டான். 'நிறைவேற்றுவதற்குக் கஷ்டமான யோசனை இது, நடப்பதற்கு வாய்ப்பில்லாத ஒன்று என்பதை நான் உணரவில்லை என்று நீ நினைக்கிறாய். அதைச் செயல்படுத்த வேண்டும் என்று நான் பேசவில்லை. பிரச்சினையை அடையாளம் கண்டு அதை ஏற்றுக்கொண்டால் மட்டுமே அதற்கான தீர்வினை எட்ட முடியும். சரியான கேள்வியை எழுப்பினால் தான் தீர்வுக்கு அது வழிவகுக்கும். அதைத் தான் செய்கிறேன். ஜாரவாக்களுக்கு நாம் செய்திருக்கும் தவறான காரியங்களில் இந்தச் சாலையும் ஒன்று. யாரோ ஒருவன் சொத்தில் பொதுமக்களுக்கு வசதி செய்து தருவதைப் போன்றதாகும். இதைக் கையாள வேறெந்த வழியையும் என்னால் யோசிக்க முடியவில்லை.'

'ஏன் இல்லை?' சீமா உடனடியாகப் பதிலைச் சொன்னாள். 'போக்குவரத்தைக் கட்டுப்படுத்தலாம், மக்களுக்கு அறிவுறுத்தலாம். கடுமையான வழிமுறைகளைக் காவல் துறையினருக்குக் கற்பிக்கலாம். அதிகத் தொகையை அபராதமாக வசூலிக்கலாம். இந்தச் சாலையை இனி மூட முடியாது, காலம் கடந்துவிட்டது. இப்படி நடந்து கொள்ளுங்கள், அப்படி நடந்து கொள்ளுங்கள் என்று கனிவுடன் கூறுவதால் பயனில்லை.'

'இதைச் செய்வது சாத்தியம் என்று நீ நினைக்கிறாயா? இதைச் செய்வதால் ஜாரவாக்களைக் காட்சிப் பொருளைப் போலப்

பார்ப்பது தவிர்க்கப்படுமா? ஜாரவாக்களைப் பார்க்க வரும் சுற்றுலாப் பயணிகளை எப்படித் தடுத்து நிறுத்துவது? ஜாரவாக்கள் தங்களின் நிலையிலிருந்து சீரழிந்து போக வேண்டும் என்பது உனக்கு உடன்பாடானதா? ஜாரவாக்களைக் காட்சிப் பொருளைப் போலக் கருதுவது தவறு என்று நீதிபதியிடம் நீ தானே தெரிவித்தாய், இல்லையா?' என்று ஹரிஷ் வலியுறுத்திப் பேச ஆரம்பித்தான்.

'நீங்கள் பேசுவது நியாயமல்ல!' என்று வெறுப்புடன் எதிர் வினையாற்றினாள் சீமா. 'உங்கள் யோசனையைக் கேள்வி கேட்கிறேன் என்பதற்காக ஜாரவாக்களின் சீரழிவையும், அத்துமீறலையும் ஆதரிக்கிறேன் என்று அர்த்தமில்லை. அந்தச் சாலை மட்டுமே ஜாரவாக்களைச் சந்திக்கும் ஒரே இடமல்ல. அந்தச் சாலையை மூடினாலும் ஜாரவாக்கள் கிராமங்களுக்குள் வந்துகொண்டுதான் இருப்பார்கள். கடற்கரை ஓரங்களில் எத்தனையோ நடக்கிறதே, அதற்கெல்லாம் என்ன செய்வதாம்?'

ஹரிஷ் யோசிக்க ஆரம்பித்தான். 'இவையெல்லாமே பிரச்சினைகள் தான் சீமா, நான் ஏற்றுக்கொள்கிறேன். ஆனால், இதனால் அந்தச் சாலை குறை கூறத்தக்க நிலையில் இல்லை என்று ஆகிவிடுமா என்ன? உன்னால் அதை மறுக்க முடியாது. அந்தச் சாலை நோயைப் பரப்பும் முக்கியமான நோய் கடத்தி. திரிபுகளை உண்டுபண்ணக்கூடிய விஷயங்களை ஜாரவாக்களிடம் அது கொண்டுபோய் சேர்த்துவிடுகிறது. அவர்களால் இதனைச் சமாளிக்க முடியாது.'

ஹரிஷ் தொடர்ந்தான்.

'இந்தச் சாலை தான் அவர்கள் மீது செல்வாக்கினைச் செலுத்தி வருகின்றது. நான் மறுபடியும் சொல்கிறேன். இது தான் முழுமை யான தீர்வு என்று சொல்லவில்லை, ஆனால் தீர்வின் முக்கியமான பகுதி இது.' சற்று நேரம் அமைதியாக இருந்த ஹரிஷ் 'நீ இந்த யோசனையை எதிர்க்கிறாய் என்பது எனக்கு வியப்பாக இருக்கிறது. நீயும், மற்ற அனைவரும் இதனைப் புரிந்துகொள்வீர்கள் என்று நினைத்தேன்.'

ஹரிஷின் பேச்சுத் தொனியைக் கேட்டு சீமா கோபப்பட ஆரம்பித்தாள். அதே பாணியில் திரும்பவும் பதில் சொல்ல முடிவு செய்தாள்.

‘இந்தத் தீவுகள் பற்றியும், தீவுகளில் வசிப்பவர்கள் பற்றியும் உனக்கு என்ன தெரியும்?’ அவள் வலிமையான எதிர்த் தாக்குதலைத் தொடுத்தாள். ‘யோசனைகள் தெரிவிப்பதும், முடிவுகள் எடுப்பதும், பிறகு கிளம்பிப் போய்விடுவதும் உங்களைப் போன்று வெளியில் இருந்து வந்திருப்பவர்களுக்கு எளிமையான காரியம். உங்கள் வாழ்க்கை இந்தச் சாலையைச் சார்ந்து இருக்கவில்லை, இல்லையா? பாதிக்கப்படப் போவது எங்கள் மக்கள். இந்தத் தீவுகளில் வாழும் மக்கள்தான்.’

விவாதம் விரும்பத்தகாத விதத்தில் நகர்ந்துகொண்டிருந்தது. ஹரிஷுக்கு இது தெரிந்திருந்த போதிலும், அவனால் இதனைத் தவிர்க்க முடியவில்லை. ‘என் மக்கள், என் தீவுகள் என்று யாரெல்லாம் பேசிக்கொண்டிருக்கிறார்கள் என்பதைக் கவனி.’ அவன் வார்த்தைகளில் கூர்மையான கேலி காணப்பட்டது. ‘இவ்வளவு காலமாக நீங்கள் எங்கு இருந்தீர்கள்? இந்தத் தீவு களைப் பற்றி உனக்கு என்ன தெரியும்? உள்ளூர்க்காரரர் ஒதுக் கீட்டில் விமான டிக்கட் வாங்க மட்டும்தான் தெரியும். எல்லாமும் கைவிடப்பட்டுவிட்டன. எந்தத் தீவுக்காரரர்களைப் பற்றி நீ பேசிக் கொண்டிருக்கிறாய்?’

சீமா வருத்தமடைந்தாள். ‘நீ இவ்வளவு மோசமாகப் பேசுவாய் என்று எதிர்பார்க்கவில்லை.’ கோபத்துடன் விருட்டென எழுந்து போய்விட்டாள்.

‘இது நியாயமில்லாத பேச்சு’ என்று ஹரிஷும் முணுமுணுத்துக் கொண்டான், உரையாடலை இந்த வழியில் அனுமதிப்பது மதி நுட்பமற்ற செயல். தன்னைத் தானே அவன் கடிந்துகொண்டான். சீமாவைப் போல ஒருவரே இந்த யோசனைக்கு எதிர்ப்புத் தெரிவிக்கும் போது, மற்றவரை நம்பவைக்க என்ன வாய்ப்பிருக்கிறது?

வளாகத்தைச் சுற்றிச் சீமா நடந்தாள். சிறிய மேட்டுப்பகுதி வரையிலும் நடந்தாள். சற்று நேரத்துக்கு அமைதியாக நின்றாள். சிறிய மீன்பிடிப்படகு கடல்நீரில் மேலும் கீழுமாக அசைவதைப் பார்த்தபடி இருந்தாள். பத்து நிமிடங்களுக்குப் பிறகு, சதுக்கத்துக்கு வந்தாள். ஹரிஷ் வெட்கத்துடனும், வருத்தம் தெரிவிக்கும் புன்னகையுடனும் அவளுக்காகக் காத்திருந்தான்.

‘மன்னிக்க வேண்டும்’ ஒரே நேரத்தில் இருவரும் சொன்னார்கள். பிறகு நிறுத்திவிட்டு மற்றவர் ஏதாவது பேசட்டும் என்று காத்திருந்தனர்.

‘மன்னிப்பெல்லாம் தேவையில்லை’ என்று இருவரும் ஒரே சமயத்தில் பிறகு சொன்னார்கள். மறுபடியும் நிறுத்திக்கொண்டார்கள். திடீரென்று இருவரும் ஒன்றாகக் குழந்தைகளைப் போல சிரித்துக்கொண்டார்கள்.

‘இதை இத்தோடு விட்டுவிடலாம், தேநீர் குடிக்கலாம்’ என்றான் ஹரிஷ்.

‘சரி’ சீமா சிரித்தாள். ‘டீ குடித்துவிட்டு அறைக்குச் சென்று சிலவற்றைத் தேடி எடுக்க வேண்டும், டெல்லி செல்வதற்கு அவை தேவைப்படுகின்றன.’

‘நீ எவ்வளவு நாள் அங்கே இருக்கப் போகிறாய்? இங்கே திரும்பி வருவாயா?’ என்று ஹரிஷ் கேட்டான்.

‘நான் தீவுக்காரி மிஸ்டர் ஹரிஷ்’ ஏளனமாகவும், நேர்மையான சீற்றத்துடனும் சீமா சொன்னாள். ‘நான் நிச்சயமாகத் திரும்பி வருவேன்,’ என்று அவள் சிரித்தாள். ‘கிறிஸ்துமஸ் தினத்துக்குள் இங்கு வந்துவிடுவேன், நீ எனக்கொரு வாக்குறுதி தர வேண்டும்.’

‘வாக்குறுதியா? நானா? இப்போதேவா? ஏன்?’

‘அது ஒன்றும் பெரிய காரியமில்லை, நீ ஏற்கனவே அதற்கு ஒப்புக்கொண்டிருக்கிறாய்.’

‘ஒப்புக்கொண்டேனா?’

‘இதில் வருத்தப்பட ஏதுமில்லை சார்’.. அவள் சிரித்தாள். வேறொன்றுமில்லை. நிகோபாருக்கும் கலதீயாவுக்குக்கும் நீ தான் என்னை அழைத்துப் போக வேண்டும்.’

‘தோல் முதுகு ராட்சத ஆமைகளைப் பார்க்க வேண்டும். ஞாபகத்தில் வைத்துக்கொள்.’

‘ஓ, அது ஒன்றும் பிரச்சினை இல்லை. டிசம்பர் முதல் வாரத்திலோ இரண்டாவது வாரத்திலோ நானே அங்கு போய் வர வேண்டுமென்று திட்டமிட்டிருக்கிறேன். ஆனால்...’ அவன்

புருவத்தை உயர்த்தி, 'அதற்குள் நீ திரும்பி வந்துவிடுவாயா?' என்றான்.

'ஏன் நான் திரும்பி வருவது உனக்குப் பிடிக்கவில்லையா?'

'இல்லை, இல்லை. நான் அதற்காகச் சொல்லவில்லை, நீ இந்தத் தீவுக்காரி. இவை உன் தீவுகள்' அவன் விளையாட்டாகச் சொன்னான்.

'நீ வர வேண்டுமா, கூடாதா என்பதை முடிவு செய்வதற்கு நான் யார்?' என்றான்.

'மறுபடியும் அதைப் பற்றி பேசுவதற்கு வருந்துகிறேன் சீமா.' என்று டீ குடிக்க அமர்ந்தபோது ஹரிஷ் சொன்னான். 'அந்த சாலையைப் பற்றிய ஆர்வமில்லாமல்தான் நீ சிந்திக்கிறாயா? ஏற்பாடுகளை எல்லாம் முன்னெடுத்து நாளைக்கே அதை நான் மூடிவிடப் போவதில்லை. ஆனால்...'

சீமா அமைதியாகப் பதில் சொன்னாள். 'இங்கே பார் ஹரிஷ். நீ சொல்வதில் உள்ள கருத்தைப் புரிந்துகொள்கிறேன். ஆனால், நான் ஜாரவாக்களைப் பற்றி மட்டும் நினைத்துக்கொண்டிருக்கவில்லை. ஆயிரக்கணக்கானவர்களின் நிலை என்ன? அவர்களுக்கு என்ன நடக்கும்? இங்கு வந்து குடியேறி இருப்பவர்களிடம் ஜாரவாக்கள் மீதான வெறுப்பைத்தான் இது உருவாக்கும். போக்குவரத்துக்கும், தகவல் தொடர்புக்கும் அவர்களுக்கு இருக்கிற ஒரே ஒரு வழி இதுதான். அவர்களுக்கு ஏற்படக்கூடிய மிகப்பெரிய அசௌகரியங்களைப் பற்றி நினைத்துப் பாரேன்.'

'இவை எல்லாம் முக்கியமான விஷயங்கள்தான் சீமா. நான் சொல்வது ஜாரவாக்களை மனத்தில் வைத்துக் கொள்ள வேண்டும் என்பது தான். ஆயிரக்கணக்கானோருக்கு அசௌகரியங்கள் நேரிடும் என்பதை ஒப்புக்கொள்கிறேன். அதுவும் நியாயமற்ற காரியம்தான். ஆனால் சீமா'... அவன் இடைவெளி விட்டான். 'இப்படிப் பாரேன், வெறும் எண்ணிக்கை அடிப்படையில் பார்த்தால் ஜாரவாக்களுக்கு வாய்ப்பே இருக்காது. ஜாரவாக்களிடம் ஓட்டுக் கேட்டு பாசு போகப் போவதில்லை.' மூச்சை ஆழமாக இழுத்துவிட்டு உள்ளங்கைகளை முகத்துக்கு நேராக உயர்த்தி

தராசுபோல பாவனை செய்துகொண்டு அவன் தொடர்ந்தான். 'ஆயிரக்கணக்கான மக்களுக்கு ஏற்படப் போகும் அசௌகரியங்கள் ஒரு தட்டில், அவனுடைய இடக் கரம் ஆயிரக்கணக்கானோரின் எடையைத் தாங்காமல் கீழே இறங்கியது. 'மனக்காயம்படக்கூடிய சிலரின் வாழ்நிலை இன்னொரு தட்டில்' அவனது வலக் கரம் மேல் நோக்கி உயர்ந்தது. இது ஜாரவாக்களின் ஒட்டுமொத்த அழிவுதான், நிர்மூலம்தான். எதுவும் இருக்கப் போவதில்லை.'

'இது நாடகப் பாங்கானது.'

'இல்லை, என்னைக் கவனியுங்கள். ஒருவரின் வசதி, இன்னொருவரின் வாழ்க்கை இதில் எது வேண்டும் என்பது எளிதான தெரிவல்ல. ஆனால் அது அப்படித்தான் இருக்கிறது. ஏதேனும் ஒரு தெரிவை செய்து தான் ஆக வேண்டும்.'

'பார்க்கலாம் ஹரிஷ். நான் புறப்பட வேண்டும். தாமதித்தால் பேருந்து போய்விடும்.' பேச்சை முடித்து சீமா புறப்பட்டாள்.

இருவரும் அமைதியாகச் சாலையில் இறங்கி நடந்தார்கள். கூழாங்கற்கள் நிறைந்த கரடுமுரடான பாதையில் சூட்கேசின் சக்கரங்கள் உருளும் சத்தம் மட்டுமே கேட்டது. பேருந்துக்காகக் காத்திருந்த சமயத்தில் சங்கடத்துடனும், சுய உணர்வுடனும் கூடிய புன்னகையை இருவரும் பகிர்ந்துகொண்டார்கள். மற்ற சமயங்களில் அவரவர் பாதங்களைப் பார்த்தபடியோ தூரத்தில் தெரியும் சிறிய மலைகளைப் பார்த்தபடியோ இருந்தனர்.

தூரத்து வளைவில் பேருந்து திரும்புவது தெரிந்தபோது, சீமா திடீரென்று ஹரிஷை நோக்கி ஒரு அடி எடுத்து வைத்து அவனை இறுக அணைத்துக்கொண்டாள்.

அவள் முதுகில் ஹரிஷ் தட்டிக் கொடுத்தான். 'கவனமாகப் போய் வா'.

'நன்றி, ஹரிஷ்,' சீமா உணர்ச்சி ததும்பும் மென்மையான குரலில் சொன்னாள். நீ என்னுடன் இல்லாமல் போகும்போது எனக்கு என்னவாகும் என்று சொல்லத் தெரியவில்லை. நீயும் கவனமாக இரு. சீக்கிரம் திரும்பி வந்து சந்திக்கிறேன்.'

சிவப்பு நிறத்தில் மாநிலப் போக்குவரத்துக் கழகப் பேருந்து உதறிக்கொண்டு வந்து நின்றது. சீமா சூட்கேசை எடுத்துக்கொண்டு ஏறினாள்.

நிறுவனத்தில் வாழ்க்கை எப்போதும் போலவே சென்று கொண்டிருந்தது. ஆனால் நாட்கள் செல்லச்செல்ல சீமா இல்லாத வெறுமையை ஹரிஷ் உணர ஆரம்பித்தான். நெடிய கலந்துரை யாடல்கள், முடிவில்லாமல் பருகப்படும் தேநீர், அரிதாகக் கடலோரநடை, குறிப்புகளையும் வினாக்களையும் பகிர்ந்துகொள்வது, தன் வாழ்க்கையின் அங்கமாக அவள் எந்த அளவுக்கு ஆகி யிருக்கிறாள் என்பதை உணர்ந்துகொண்டான். அவளும் இப்படி உணர்வாளா என்று ஹரிஷ் வியந்தான்.

அவள் சென்ற ஒரு மாதத்துக்குப் பிறகு அவளிடமிருந்து ஓர் அஞ்சலட்டை அவனுக்கு வந்தது. அது இன்ப அதிர்ச்சியைத் தந்தது. டிசம்பர் இருபதாம் தேதி வரப்போவதாக அவள் தெரி வித்திருந்தாள். அது ஹரிஷின் சிந்தனையைக் கிளறிவிட்டது. என்ன நடந்திருக்கும்? அவள் அமித்தைச் சந்தித்திருப்பாளா? அவன் என்ன சொல்லியிருப்பான்? அவர்களுக்குள் சமாதானம் ஏற்பட்டு வருகிறாளா? இல்லை, ஒரேயடியாகப் பிரிந்துவிட்டார்களா?

அஞ்சலட்டையில் தெரிவித்திருந்ததை விடவும் சில நாள்கள் முன்னதாக சீமா போர்ட் பிளேருக்குத் திரும்பியிருந்தாள். வீட்டில் தங்கிக்கொண்டு நிறுவனத்துக்கு ஒரு முறை வந்து சிறிது நேரம் இருந்து அனைவரையும் சந்தித்துவிட்டுப் போயிருந்தாள்.

‘பீனிக்ஸ் வளைகுடாவிலிருந்து ஒரு கப்பல் நாளை மறுநாள் இருபத்துநான்காம் தேதி புறப்படுகிறது. நாம் அதில் ஏறிப் போகலாம்.’ என்று சீமா ஹரிஷிடம் சொல்லியிருந்தாள்.

சீமா சோர்வாகவும், கவலை கொண்டவளாகவும் தெரிகிறாள் என்று இவனுக்குப்பட்டது. அதே சமயம் நோய் தணிந்தவளாகவும் தெரிந்தாள்.

அவளிடம் கேட்க வேண்டும் என்று எந்த நேரமும் நினைத்துக் கொண்டிருக்கும் கேள்விகளை அசை போட்டபடி ‘நிச்சயம் போகலாம், நான் தயார்’ என்றான் ஹரிஷ்.

ஒரு சில நாள்களுக்குப் பிறகு இருவரும் எம்.வி.சௌரா கப்பலில் கேம்பெல் விரிகுடாவிலிருந்து புறப்பட்டனர். அந்தமான் தீவுகளில் இருக்கும் பழைய கப்பல்களில் இதுவும் ஒன்று. தீவு களுக்கிடையே எண்ணற்ற பயணங்களை மேற்கொண்டிருக்கிறது இந்தக் கப்பல். கடந்த சில மாதங்களாகத் துறைமுகத்தில் நிறுத்தி வைக்கப்பட்டுப் பழுதுபார்க்கும் வேலைகள் முடிக்கப்பட்ட பிறகு, ஆறு மாதத்தில் முதல் முறையாகப் பயணம் போகிறது. கப்பலின் இருக்கைகள், மெத்தைகள் மாற்றப்பட்டிருந்தன. புதிய விரிப்புகள் போடப்பட்டிருந்தன. புதிய உணவகம் அமைக்கப் பட்டிருந்தது. அந்தக் கப்பல் வெண்ணிறம் பூசப்பட்டுப் பள பளப்பாக ஒளிர்ந்துகொண்டு இருந்தது. கிறிஸ்துமஸ் பண்டிகைக்கு முந்தைய நாள் அதிகாலையில் பயணிகளுக்கு வாழ்த்துச் சொல்லி வரவேற்றபடி அது நின்றிருந்தது. புதுப்பிக்கப்பட்டிருக்கும் எம்.வி.சௌரா கப்பலுக்கு வந்த பயணிகளைப் பெருமிதத்துடன் கேப்டன் வரவேற்றார். நங்கூரம் அகற்றப்பட்டபோது, கப்ப லுக்குள் உற்சாகக் குரல்கள் உரக்க ஒலித்தன. கப்பல் நகரத் தொடங்கியது. கப்பலில் இரண்டு நாட்கள் பயணம் செய்தனர். முதலில் குட்டி அந்தமான் தீவைக் கடந்து, பிறகு கார் நிகோபாரையும் கடந்து கப்பல் சென்றது. கமோர்டாவில் சிறிது நேரம் நின்றிருந்தது. கொண்டுல், மெரோவைக் கடந்து, பிறகு கேம்பெல் வளைகுடாவை அடைந்தது. கப்பலில் வந்த பயணிகளில் பெரும்பாலானோர் நிக்கோபாரிப் பழங்குடியினர். இவர்கள் நான்கோவரியையும், நிகோபாரையும் சேர்ந்தவர்கள். கிறிஸ்துமஸ் கொண்டாட்டத்துக்காகச் சொந்த ஊருக்குப் போகிறார்கள். இதன் காரணமாகக் கப்பலுக்குள் பயண நேரம் முழுவதும் குடிப்பதும், கொண்டாடுவதுமாகக் கழிந்தது.

ஹரிஷும் சீமாவும் அந்தக் கணக்கில் சேராதவர்களாக அமைதி யாகப் பயணம் மேற்கொண்டார்கள். கேட்பதற்கும், சொல் வதற்கும் அவர்களிடம் பல விஷயங்கள் இருந்திருக்கலாம். பேச்சை முதலில் யார் ஆரம்பிப்பது என்று தெரியவில்லை. அவன் ஆரம் பிக்கட்டுமே என்று இவளும், இவள் ஆரம்பிக்கட்டுமே என்று அவனும் காத்துக்கொண்டிருந்தனர்.

மூன்றாம் பகுதி

22

கூடமைக்கும் ஆமைகள்

கிறிஸ்துமஸ் நாளின் மாலைப் பொழுதைத் தாண்டி கேம்பெல் வளைகுடாத் துறைமுகத்துக்கு, எம்.வி.சௌரா வந்து நின்றது. கிரேட் நிகோபார் தீவுகளின் நிர்வாகத் தலைமையிடம் கேம்பெல். ஹரிஷ், சீமா இருவரையும் வரவேற்று அழைத்துச் செல்வதற்காக வனச்சரக அதிகாரி தாஸ் காத்திருந்தார். அங்கிருந்து நாற்பது கிலோ மீட்டர் தொலைவில் உள்ள காலத்தீயா வளை குடாவுக்குப் பயணமானார்கள். கடலைத் தழுவியபடி ஓரமாக அந்தச் சாலை சென்றுகொண்டிருந்தது. பழுப்பு மண் நிறைந்த நீரோடைப் பகுதிகள், தென்னந்தோப்புகள் ஊடாக அவர்கள் பயணித்தார்கள். தகரக்கூரை வேயப்பட்ட தேக்கு மரத்தாலான பெரியபெரிய வீடுகள் ஆங்காங்கே இருந்தன. அந்தச் சாலையில் முப்பத்தைந்தாவது கிலோமீட்டரில் இருந்த சாஸ்திரி நகர்தான் கடைசிக் குடியிருப்புப் பகுதி. குடியிருப்புப் பகுதியின் கடைசி வீட்டைக் கடந்த பிறகு தாஸ் தன் வாகனத்தை ஒதுக்கி, சிறிய கடை முன்பு நிறுத்தினார். அந்தக் கடையின் பின்புறம் ஏராளமாக பாக்கு மரங்கள் பயிரிடப்பட்டிருந்தன. உருளைக்கிழங்கு, வெங்காயம், பிஸ்கட் பொட்டலங்கள், ரப்பர் செருப்புகள், துண்டுகள், தேங்காய், தானியப் பொட்டலங்கள், மசாலாப் பொட்டலங்கள் கடையில் அடுக்கி வைக்கப்பட்டிருந்தன. அந்தக் கடையில் மங்கலாக விளக்கு எரிந்துகொண்டிருந்தது. ஆள் யாரும் இல்லை. வெளியில் இருந்த மண்ணெண்ணெய் அடுப்பு இரைச்சல் போட்ட படி எரிந்துகொண்டிருந்தது. அதன் மீதிருந்த சிறிய கெட்டில் நோக்கில்லாமல் பாட்டுப் பாடிய படி நீராவியை வெளியே அனுப்பிக்கொண்டிருந்தது. அந்தக் கடையில் வித்தியாசமாகத் தெரிந்த ஒரே ஒரு விஷயம் அதன் பெயர்தான். ஒரு பெரிய பலகையில் புதிதாக வர்ணம் பூசி பெயர் எழுதப்பட்டிருந்தது.

இந்தியாவின் தென் கோடி மளிகைக் கடை
ஆறரை டிகிரி வடக்கு அட்ச ரேகை

சாஸ்திரி நகர், கிரேட் நிகோபார் 35 கி.மீ,
உரிமையாளர் - பல்பீர் சிங்

பூமியில் இந்தக் கடை அமைந்திருக்கும் நிலப்பகுதியைத் துல்லிய மாகத் தெரிவிக்கிறது இந்தப் பலகை. பல்பீர்சிங்கின் சின்னஞ்சிறு தொழில்முனைவைத் தாண்டி அப்பால் சென்றால் வேறு எதுவுமே இருக்காது. முதல் முறையாக வரக்கூடிய ஒவ்வொருவரும் அறிவிப்புப் பலகையைப் பார்த்து ஆச்சரியப்படுவார்கள். அறிவிப்புப் பலகை யைப் பார்த்த மாத்திரத்தில் சீமா சிரித்தாள். இதற்கு அப்பாலிருக்கும் வனாந்திரத்திற்குப் போகக்கூடிய ஆராய்ச்சியாளர்களுக்கு நவீன வாழ்வின் புறக்கோடியிலிருக்கும் கடைசிக் குடியிருப்பு இது. சில மாதங்களுக்கு முன்பு ஹரிஷ் இங்கு வந்திருக்கிறான். நரைத்த நீண்ட தாடியுடன் இருக்கும் எழுபது வயது கடை உரிமையாளர் அடுப்புக்கருகில் முக்காலியில் உட்கார்ந்திருப்பதைக் கண்டுகொண் டான். அமைதியாக வணக்கம் தெரிவித்த படி அங்கிருந்த பெஞ்சில் அமர்ந்தான். அந்தக் கிழவனும் ஹரிஷை அடையாளம் கண்டுகொண்டுவிட்டதைப் போலத் தெரிந்தது. அவன் சிரித்தபடி பதில் வணக்கம் சொன்னான்.

‘டீ கிடைக்குமா சர்தார்ஜி?’ என்று வாகனத்தில் இருந்தபடியே தாஸ் கேட்டார். ‘ஹரிஷ், உங்களுக்குத் தேவைப்படும் மளிகைப் பொருள்களை இங்கே வாங்கிக்கொள்ளுங்கள்’ என்று தாஸ் தொடர்ந்தார். ‘முகாம் பகுதியில் எதுவும் கிடைக்காது. தேவைப் படும் அரிசி, பருப்பு, சர்க்கரை, டீத்தூள், ஊறுகாய், உருளைக் கிழங்கு, வெங்காயம்... அப்புறம்’ கடையின் உள்ளிருக்கும் மர அறைகளை நோட்டம் விட்டபடி ‘வேறு ஏதாவது இருக்கிறதா என்று பாருங்கள், ‘ஆமாம்’ அந்த ஹல்திராம் ரசகுல்லா டப்பாவையும் வாங்கிக்கொள்ளுங்கள், வாங்கும் முன்பு காலாவதி தேதியைக் கவனியுங்கள்.’

தேநீர் குடிப்பதும், பொருள்கள் வாங்குவதும் முடிவடைந்து விட்டன. அவர்கள் புறப்பட்டார்கள். சாலை மென்மையான ஏற்ற இறக்கங்களுடன் சுழன்றுசுழன்று போய்க்கொண்டிருந்தது. பிறகு காட்டுக்குள் ஊடுருவியது. கலத்தீயா நதியின் முகத்துவாரத்தில்

வெள்ளி மணல் நிறைந்த, அகன்ற கடற்கரை தேய்பிறை நிலவைப் போல வெகுதூரத்துக்குப் பரவியிருந்தது. அழிவின் விளிம்பில் இருக்கும் கடல் ஆமைகள் இந்தக் கரைக்கு முட்டையிட வரும். அவற்றைக் காண மிகச்சிறந்த இடம் இது ஒன்று தான்.

வனத்துறையினரின் ஆமை முகாம் இங்கே இருக்கிறது. சிறிய மூங்கில் குடில்தான் அந்த முகாம். கடலோரக் காட்டின் சிறிய பகுதியைச் சுத்தம் செய்து அமைக்கப்பட்டிருக்கிறது. முகாம் அதிகாரி வின்பிரட் குரியா, தாஸுக்கு வணக்கம் தெரிவித்தார். ஹலோ என்று வாய் நிறைய சொல்லி ஹரிஷை அவர் வர வேற்றார். ஹரிஷ் முன்பு ஒரு முறை இங்கு வந்திருப்பதைப் புரிந்துகொண்டார். உங்களுக்கு ஏதேனும் தேவைப்பட்டால் வின்பிரைட்டிடம் கேளுங்கள் என்று ஹரிஷிடம் தாஸ் சொன்னார். வின்பிரைட் வாகனத்திலிருந்து பைகளைக் கீழே இறக்கிக்கொண் டிருந்தார். 'ஓகே, வின்பிரைட் நாளை பிற்பகலில் வருகிறேன்' என்று தாஸ் சொன்னார்.

'எஸ் சார்' என்று வில்பிரைட் மறுபடியும் வணக்கம் வைத்தார். தாஸ் வாகனத்துக்குத் திரும்பினார்.

சூரியன் இரவில் ஓய்வெடுக்கச் சென்றிருந்தது. ஊழியர்கள் இரவு உணவைச் சீக்கிரமாகச் சாப்பிடுவது வழக்கம். விருந்தினர்களுக்காக அரிசியும் பருப்பும் சமைக்கப்பட்டன. அவர்கள் காத்திருந்தபோது வின்பிரைட் வருத்தத்துடன், 'இன்றிரவு கொஞ்சம் அனுசரித்துப் போவீர்கள் என்று நம்புகிறேன். குடிசைக்குள் படுத்துறங்க இட மில்லை. நாளை காலையில், முதல் வேலையாக ஏதேனுமொரு ஏற்பாட்டைச் செய்துவிடுகிறோம். மேடம் முதல் முறையாக இங்கே வந்திருக்கிறார்கள். எனது இயலாமைக்காக உண்மையாகவே வருந்துகிறேன்.'

ஹரிஷ் ஏற்கனவே இங்கு வந்திருப்பதால் வனத்துறை ஊழியர் களை அவனுக்கு நன்றாகத் தெரிந்திருந்தது. இவன் இங்கு வந்து சென்று ஒரு வருடத்துக்கும் மேலாக இருக்கும். ஆனால், ஹரிஷ் ஏற்கனவே அந்தமானின் அனைத்து வனப் பகுதிகளுக்கும் பயணம் செய்திருக்கிறான். நட்சத்திரங்கள் வானத்தில் குடை விரித்திருக்க, இப்படிப்பட்ட தூய அழகிய கடற்கரையில் படுத்துறங்குவது இவன் சந்தித்திருக்கும் மற்ற சூழல்களைக் காட்டிலும் சிறப்பானது

தான். இவனுக்குப் பிரச்சினை இல்லை. சீமாவைப் பார்த்தான். அவளும் தயாராக இருப்பது புரிந்தது.

‘பரவாயில்லை வின்பிரைட், நாங்கள் சமாளித்துக்கொள் கிறோம். கவலைப்படாதீர்கள்’ என்று அவன் தோளில் கை வைத்து ஹரிஷ் சொன்னான்.

‘நான் தீவில் பிறந்து வளர்ந்தவள் தான், சமாளித்துக் கொள்வேன், கவலை வேண்டாம்’ என்று சீமாவும் சொன்னாள்.

அவர்கள் இரவு உணவு சாப்பிட்டபோது மணி ஏழே காலைக் கடந்திருந்தது. வனத்துறை முகாமில் இருந்து சற்றுத் தொலைவில் கடற்கரையில் பெரிய தார்பாலினை ஹரிஷ் விரித்தான்.

‘உயரமான அலை வரும்போது அது எட்டக்கூடிய தொலைவுக்கு அப்பால் நாம் இருக்கிறோம் என்று நம்புகிறேன் சீமா’ என்றான் ஹரிஷ். அலைகள் உயர ஆரம்பித்தன. அவை முழு வீச்சில் வருவதற்குச் சில மணி நேரங்களாகும். உயரமான அலைகள் தொடர்ச்சியாக வந்துகொண்டிருக்கும்போது ஆமைகள் கரையேறி வரும்.

குளிர்ச்சியான மென்காற்று வீச ஆரம்பித்தது. சீமாவின் நீண்ட தலைமுடி காற்றில் பறந்தது அழகான காட்சியாக இருந்தது. ஹரிஷ் ஒரு கணம் தன்னை இழந்து இயல்பு நிலைக்குத் திரும்பினான். காற்று வேகமெடுத்துத் தார்பாலினைப் பறக்கும்படி செய்தது. அது பறந்து போவதற்கு முன்பாகவே பிடித்துக் கொள்ள வேண்டும் என்பதற்காக ‘சீமா இங்கே வா, இதைப் பிடி’ என்று ஹரிஷ் கத்தினான்.

அவர்கள் தார்பாலினின் இரண்டு மூலைகளில் பைகளை வைத்தனர். பெரிய மரத்துண்டுகளை மற்ற மூலைகளில் வைத்தனர். தார்பாலின் காற்றில் பறக்காமல் இருந்தால் தான் அதில் படுத்து உறங்க முடியும். சீமா தான் முதலில் பேச்சை ஆரம்பித்தாள். ‘பயணம் முழுவதிலும் நீ அமைதியாகவே இருந்துவிட்டாய், சிந்தித்தபடியே இருந்தாய், உன் மனத்தில் ஏதாவது நினைக்கிறாயா? நீ நன்றாகத் தானே இருக்கிறாய்?’

‘நன்றாகத்தான் இருக்கிறேன்’ ஹரிஷ் சிரித்துக்கொண்டு அமைதி யாகிவிட்டான்.

ஹரிஷ் வேறு ஏதாவது சொல்வான் என்று சீமா காத்திருந்தாள். ஒரு வார்த்தைகூட அவனிடமிருந்து வரவில்லை.

கடைசியில் அவனது கவனத்தை ஈர்க்கவேண்டுமென்றே தொண்டையை செருமி, 'ஹரிஷ், நான்...' அவள் மறுபடியும் நிறுத்தினாள். 'என்னுடைய கடிதம் உனக்குக் கிடைத்ததா?' என்றாள்.

'கடிதமா? நீ எனக்கு எழுதியிருந்தாயா?' ஹரிஷ் ஆச்சரியத்துடன் கேட்டான்.

'ஆமாம், அதற்காக ஏன் இவ்வளவு ஆச்சரியப்படுகிறாய்?'

'இல்லை... கிடைத்தது, எனக்குக் கிடைத்தது...'

'கிடைத்ததா?'

'ஆமாம், போர்ட் பிளேருக்கு திரும்பி வரும் நாளைக் குறிப்பிட்டு தில்லியிலிருந்து நீ அனுப்பியிருந்த அஞ்சலட்டை கிடைத்தது. அதில் குறிப்பிட்டிருந்த தேதி தவறாகிவிட்டதே.'

'அந்த அஞ்சலட்டையை நான் சொல்லவில்லை. அதற்குப் பிறகு ஒரு கடிதம் போட்டிருந்தேன். நீண்ட கடிதம்'. சீமா நிறுத்தினாள். அவள் மேலும் பேசுவாள் என்று ஹரிஷ் காத்திருந்தான். 'சரி, அது கிடக்கட்டும்' என்று ஏமாற்றத்துடன் சொன்னாள் சீமா.

'அரே, உனக்கு என்ன ஆச்சு?' என்றான் ஹரிஷ்.

கடலிலிருந்து வீசிய ஈரக் காற்று அவளுடைய சிகையை பறக்கச் செய்தது காற்று அவளைத் தாண்டியபோது 'விஸ்' என்று மென்மையாகச் சப்தமிட்டது. தூரத்தில், அலைகள் கரையைத் தட்டும்போது நுரைத் திரள் சிதறுவதைக் கண்டாள். ஒவ்வொரு முறையும் அலை வந்து தாக்கும் போதும் கடல் எதிர்ப்புத் தெரிவித்துச் சீறியது. அதன் பிறகு அலை நீர் மெதுவாகப் பின்வாங்கியது. தன்னை மேலும் முன்னோக்கி நகர விடாமல் தடுத்த இடத்தில், கரையில் அடையாளத்தைப் பதித்துவிட்டுக் கடலுக்குத் திரும்பியது. பிறகு அடுத்த அலை வந்தது. நிலத்துக்கும் கடலுக்கும் இடையிலான விளையாட்டு முடிவில்லாதது. சூரியன், சந்திரன், நட்சத்திரங்கள், கடல், நிலம், பூமி, உயிர் வாழ்க்கை ஆகியவற்றின் ஒழுங்கியல்புகளும் முடிவில்லாமல் தொடர்பவை.

அத்தனையும் ஒத்திசைந்தவையாகத் தெரிகின்றன. மிகப் பெரிய அமைதி மனத்தில் இறங்குவதை சீமா உணர்ந்தாள்.

'ஹரிஷ் என்ன நினைக்கிறான்?' நான் நினைப்பதைப் போல அவனும் நினைப்பானா? சீமா ஆச்சரியப்பட்டாள். அவனைப் பார்ப்பதற்காகத் திரும்பினாள். அவனிடம் அப்போதே பேச நினைத்தாள். அவன் தூங்கிக்கொண்டிருந்தான். இருப்பினும், அவனை எழுப்பிவிட வேண்டும் என்ற உந்துதலைத் தடுத்துக் கொண்டாள். நிலவு அவன் முகத்தில் ஒளியை வீசிக்கொண் டிருந்தது, அவனுடைய கவர்ச்சியான, பாதாம் வடிவக் கண்கள்... சில மாதங்களுக்கு முன்பு மிக அருகில் அவன் இருந்த சமயத்தில், அந்தக் கண்களை உற்றுப் பார்த்திருந்தாள். மாயாபுந்தரில் அந்த மாலைப் பொழுதில் அவனது கண்களிலிருந்து கண்ணீர்த் துளிகள் உருண்டோடி வந்துகொண்டிருந்தன.

சக்தி மிக்கக் கடுங்காற்று வீசியது. ஹரிஷின் தலைமுடி அவன் முகத்தில் படர்ந்து, அவள் பார்த்துக்கொண்டிருந்த அவனது கண் களை மூடி மறைத்தது. சாதாரணமாக அவன் தலைமுடியை ஒட்ட வெட்டியிருப்பான். தங்களின் கடைசி சந்திப்பிலிருந்து, தலைமுடியைத் தோள்பட்டை வரையிலும் வளரவிட்டுவிட்டான். 'நீண்ட தலைமுடி அழகாகத்தான் இருக்கிறது என்று சீமா நினைத்தாள். பிறகு இன்னொரு எண்ணம் அவளுக்கு உருவானது. அவள் அவனது முடியை விரல்களால் மென்மையாகக் கோதி விட்டாள். அவள் விரல்கள் அவன் முகத்துக்கு நேராக நீண்ட நேரத்துக்குத் தயங்கி நகர்ந்துகொண்டிருந்தன. 'நீ என்ன நினைத்து இப்படிச் செய்துகொண்டிருக்கிறாய் சீமா?' என்று தன்னைத் தானே கடிந்துகொண்டாள். விரல்களைப் பின்னால் இழுத்துக்கொண்டாள்.' நல்ல வேளை, அவன் அயர்ந்து தூங்கிக் கொண்டிருக்கிறான்.

அவனையே நீண்ட நேரம் பார்த்தாள். அவனிடம் காணப்படும் அமைதியின் காரணம் பற்றி கப்பல் பயணத்தின் போதே ஆராய நினைத்தாள். அது வழக்கத்துக்கு மாறானதாக இருக்கிறதா? அவன் என்ன நினைக்கிறான்? உண்மையிலேயே என் கடிதம் அவனுக்குக் கிடைக்கவில்லையா? என்னிடம் சொல்ல அவனிடம் ஏதும் இல்லையா? நான் பல நாட்களுக்கு முன்பே கடிதம் எழுதி

யிருந்தேனே! பல்வேறு கேள்விகள் எழுந்துகொண்டே இருந்தன. எதற்கும் பதில் கிடைக்கவே இல்லை.

கடைசியில் அவளும் ஹரிசிடமிருந்து சற்று அப்பால் தார்ப் பாலினில் படுத்து ஓய்வெடுத்தாள். தூக்கம் விரைவாகத் தழுவிக் கொண்டது.

ஒரு சில மணி நேரங்களுக்குப் பிறகு, ஆழ்ந்த தூக்கத்திலிருந்து கண் விழித்தாள். தார்ப்பாலினை யாரோ இழுத்து அசைப்பதுபோல இருந்தது. இப்போது அரைத் தூக்கத்தில் தன் மனத்தோடு அவள் போராடிக்கொண்டிருந்தாள். அவள் வலது பக்கமாகத் திரும்பிப் படுத்தாள். தலையை லேசாக உயர்த்திப் பார்த்தாள். ஹரிஷ் தூங்கிக்கொண்டிருந்தான். அவள் முகத்தில் குளிர் காற்று வலுவாக வந்து வீசியதை உணர்ந்தாள். ஹரிஷுக்கு அப்பால் இருந்த தார்ப் பாலினின் மூலைப் பகுதி காற்றில் லேசாகப் படபடத்தது. மீண்டும் படுத்துக் கண்களை மூடி உடனடியாக உறங்கிவிட்டாள்.

சில நிமிடங்களுக்குப் பிறகு, மறுபடியும் யாரோ இழுப்பது போலத் தெரிந்தது. அவளுக்குக் கீழிருக்கும் தார்ப்பாலின் கடுமை யாக அலைக்கழிக்கப்பட்டது. தலையைத் திருப்பி ஹரிஷைப் பார்த்தாள். அவன் உறங்கிக்கொண்டுதான் இருந்தான். அலுப் புடன் வலப்பக்கமாகத் திரும்பியவள் விழித்துக்கொண்டு குதித்து எழுந்தாள். கைக்கு எட்டும் தூரத்தில் பெரிய கருந்திரள். ஐந்து அடி நீளத்திலிருந்த கறுப்பு நிற உயிரினம் மறுபக்கத்துக்குக் கடந்து செல்ல வெறிகொண்டு போராடிக்கொண்டிருந்தது. நீந்து வதற்குப் பயன்படும் துடுப்புகளைப் போன்ற அதன் முன் கால்கள் கடற்கரை மணலில் பதிந்து உந்திக்கொண்டிருந்தன. நீரில் மூழ்கிக்கொண்டிருக்கும் ஒரு மனிதன் போராடி கைகளை உயர்த்தி மிதக்க முயல்வதைப்போல அது இருந்தது. அந்த ஆமை தார்ப்பாலினின் வழுவழுப்பான மேற்பரப்பில் சிக்கிக் கொண்டிருக்கிறது. ஆதரவில்லாத ஆமையின் போராட்டத்தைத் தான் இழுப்புகளாக சீமா உணர்ந்திருக்கிறாள்.

ஹரிஷின் அருகில் சென்று தட்டி எழுப்பினாள் சீமா. அவன் அலுப்புடன் கண்களைத் திறந்து பார்த்தான். ஆமை இருக்கும்

பக்கமாகக் கையைக் காட்டினாள். அவனது உறக்கம் கலைந்து போனது.

அவன் மறுபக்கமாக உருண்டான். சீமாவும் அவனுடன் சேர்ந்து தார்ப்பாலின் முனையைப் பிடித்து, முதலில் மெதுவாகவும், பிறகு வலுவாகவும் இழுத்தார்கள். ஆமையிடமிருந்து சிரமப்பட்டு இழுத்து அதனை மீட்டுவிட்டார்கள். பைகளையும், தார்ப்பாலின் பறக்காமல் இருப்பதற்காக வைக்கப்பட்டிருந்த மரக் கட்டைகளையும் அகற்றினார்கள். ஆமையின் பக்கத்தில் போக எத்தனித்தபோது, 'தூரமாக நின்றுகொள், இல்லாவிட்டால் உன்னைக் கண்டு அது அச்சப்படும்.' என்று சீமாவின் காதில் ஹரிஷ் சொன்னான். மரியாதையும், பிரமிப்பும் நிறைந்த குரலில், 'இதைப் பார்ப்பதற்காகத் தான் நாம் இங்கே வந்திருக்கிறோம் - தோல் முதுகு ராட்சத ஆமை என்றான். உலகத்துக் கடல்களில் பெரும் பயணங்களை மேற்கொள்ளக்கூடிய உயிரினங்களுள் இதுவும் ஒன்று. மென்மையான ராட்சசன். மனிதர்களால் பாதிப்புக்கு உள்ளாகியிருக்கும் உயிரினம்' என்று ஹரிஷ் சொன்னான்.

ஆமை சில அடி தூரம் நகர்ந்து சென்று நின்றது. சீமா அதனைக் கவனித்தாள். அந்த ஆமைக்கு மூச்சுத் திணறியது. ஒவ்வொரு முறை காற்றை உள்ளிழுக்கும் போதும், அதன் கழுத்தின் கீழ்ப் பகுதி சிறிய பலூனைப் போலப் பருத்தது. மூச்சை வெளியில் விடுவதும் அதற்குக் கடினமாக இருந்தது. பிறகு மீண்டும் காற்றை உள்ளிழுத்துக்கொண்டது. துடுப்பு போன்ற அதன் முன்னங்கால்கள் செயல்பட்டபோது, நானூறு கிலோ எடை உடைய அதன் உடல் முழுவதும் நடுங்கிச் செயல்படத் தொடங்கியது. உடலை சில அடி தூரத்துக்கு இழுத்துக்கொண்டு சென்றது. பிறகு நின்று ஓய்வெடுத்தது.

'எவ்வளவு கடுமையான முயற்சி' என்று சீமா நினைத்துக்கொண்டாள். 'நேஷனல் ஜியோகிராபிக்' தொலைக்காட்சியில் கடல் நீருக்கடியில் பவளத்திட்டுகளில் படம் பிடிக்கப்பட்டிருந்த காட்சிகளைப் பார்க்கிறாள். அதில் ஆமை பற்றிய காட்சிகளும் இருந்தன. வெவ்வேறு வடிவங்களும், வண்ணங்களும் உடைய அழகிய பவளத் திட்டுகளில் ஒரு பச்சைநிறக் கடலாமை நயமாக நழுவிச் சென்றுகொண்டிருந்தது. இப்போது இன்னொரு ஆமை

நிலத்தின் மீது போராடிக்கொண்டிருப்பதைப் பார்ப்பது அதிர்ச்சி யளிப்பதாக இருந்தது. இந்த ஆமை தன்னிச்சையாகத்தான் இங்கே வந்திருக்கிறது. உள்ளுணர்வு உந்தித் தள்ளுவதை அதனால் மாற்றிக்கொள்ள இயலாது. இது காலவரம்புகளைக் கடந்த பரிணாமச் செயல்முறை. இந்த ஆமை இங்கு முட்டை இடுவதற் காக வந்திருக்கிறது. இந்த வலியை இது ஏற்றுத்தான் ஆக வேண்டும், வேறு வழியில்லை.

முக்கால் மணி நேரமாகக் கடுமையாகச் செயல்பட்டு அந்த ஆமை மணலில் குழி பறித்துக்கொண்டிருந்தது. துடுப்பு போன்ற பின்னங்கால்களைக்கொண்டு பூரணமான குழியை உருவாக்கி முடித்துவிட்டது. அந்தக் குழி சுமாராக ஒன்றரை அடி ஆழத்துக்கு உருளை வடிவத் துளையைப் போல இருந்தது. பிறகு அந்த ஆமை குழியின் மீது அமர்ந்துகொண்டது. அது முட்டையிடத் தயாராகிவிட்டது. ஹரிஷ் டார்ச் விளக்கின் வெளிச்சத்தைக் குழியை நோக்கித் திருப்பினான். அடுத்தடுத்து தொடர்ச்சியாக ஆமையின் வயிற்றுக்குள்ளிருந்து வெளிவந்த முட்டைகள் துளைக்குள் இறங்கின. அவை பளிச்சென்ற வெண்மை நிறத்தில், பூரணமான நீள் வட்ட வடிவத்தில் இருந்தன. டென்னிஸ் பந்தின் அளவைக் காட்டிலும் சிறியதாக இருந்தன. பிசுபிசுவென்ற மெல்லிய திரவம் முட்டைகளின் மீது மேற்பூச்சாக இருந்தது. அவை ஒற்றை யாகவும், இரட்டையாகவும் மெதுமெதுவாக குழிக்குள் விழுந்து கொண்டிருந்தன.

வின்பிரைட்டும், அவரது குழுவினரும் வந்தார்கள். மிகவும் பருத்திருந்த அந்த உயிரினத்தின் பார்வையில் படாமல் அதன் பின்புறமாக நின்று கவனித்தனர். தவறான சிறு அசைவும் ஆமையை அச்சுறுத்திவிடும். அதன் உழைப்பு அத்தனையும் பாழாகி, உள் ளுணர்வு உந்தித் தள்ள முட்டைகளைப் போடாமலேயே பாது காப்புத் தேடி ஆமை கடலுக்குள் போய்விடும்.

இந்தக் குழுவினர் மிகுந்த அனுபவம் உடையவர்கள். முட்டைகள் விழ ஆரம்பித்ததும் அவர்களில் ஒருவர் மணலில் படுத்தபடி நகர்ந்து சென்று கையைக் குழிக்குள் நீட்டுகிறார். முட்டைகளை ஒவ்வொன்றாகக் கையில் பிடித்து விடுகிறார். பிறகு உடனடியாகக் குஞ்சு பொரிக்கும் பகுதிக்கு எடுத்துச் சென்று விடுகிறார். இந்த

ஆமை இங்கே பறித்து வைத்திருப்பதைப் போன்ற குழிகள் அங்கே இருக்கின்றன. அந்தக் குழியில் இந்த முட்டைகள் வைக்கப்படுகின்றன. ஆமை முட்டைகளைக் காட்டு நாய்கள் வேட்டையாடி அழிக்காமல் தடுப்பதற்காக இந்த ஏற்பாடு. அந்த ஆமை முட்டைகளை இட்டு முடித்தது. மொத்தம் 101 முட்டைகள். வின்பிரட் அத்தனை முட்டைகளையும் மீட்டெடுத்துப் பாது காப்பான இடத்துக்குக்கொண்டு போய் சேர்த்து விடுகிறார்.

தன் பின்னால் நிற்கும் மனிதர்கள் செய்யும் நன்மை பயக்கும் காரியங்களை அறியாத அந்த ஆமை, முட்டைகள் குழியில் இருப்பதாகக் கருதித் துடுப்பால் மணலைத் தள்ளி அதனை மூடுகிறது. பிறகு அதன் தலையெழுத்துப்படி ஆகட்டும் என்று முட்டைகளை விட்டுவிட்டு, சிரமப்பட்டு ஊர்ந்து கடலை நோக்கிச் செல்கிறது. முதலைகளிலிருந்து கடல் ஆமைகள் இதில் தான் வித்தியாசப்படுகின்றன. முதலைகளைப் போல ஆக்ரோஷத் துடன் பாதுகாப்பு அளிக்கும் தாயாக இருப்பதற்கு ஆமைகளின் மரபணு இடம் தரவில்லை. தன்னால் முடிந்ததை மட்டும் செய்துவிட்டு மற்றதை இயற்கையின் பொறுப்பில் விட்டுவிட்டு கடலுக்குள் அவை போய்விடுகின்றன.

ஆமையின் செய்கைகளில் தன்னைப் பறிகொடுத்தபடி சீமா அதையே பார்த்துக்கொண்டிருந்தாள். துடுப்புகளின் அசைவையும், அதன் சுவாசத்தையும், அந்த உயிரினத்தின் உடலுக்குள் ஏதோ ஓரிடத்திலிருந்து உதித்து வந்த ஒவ்வொரு முனகலையும் கவனித் திருந்தாள். ஆமை திரும்பிச் சென்ற பிறகு சீமா உணர்ச்சியில் மூழ்கியிருந்தாள். ஒரு கணம் அப்படியே நின்றிருந்தாள். தலையை லேசாக உயர்த்தி ஒளிர்ந்துகொண்டிருக்கும் வானத்தைப் பார்த் தாள். ஆகாயத்தைத் தழுவிக்கொள்வதைப் போல கைகளைப் பரப்பினாள். மூச்சை இழுத்து விட்டாள். பிறகு மறுபடியும் மூச்சை ஆழமாக இழுத்து விட்டாள். உள்ளடங்கிய பகுதியில் இருக்கும் மென்மையான வெண்ணிறக் கடற்கரை மணல் பரப்பின் மீது, புதிர் நிறைந்த, அற்புதமான இரவுப் பொழுதில், கிடைப்பதற்கு அரிதான தனிச்சலுகை கிடைத்திருக்கிறது. ஒரு பழங்கால உயிரினம், அதன் வாழ்க்கைப் புதுப்பிப்பு, தனித்துவமான ஒரு நிகழ்வு இது, இதைக் காண்பதற்கு நம் வாழ்வில் வாய்ப்பு அமைந் திருக்கிறதே என்று நன்றி பாராட்டினாள்.

'சீமா' ஹரிஷின் குரல் ஈர மென்காற்றில் மிதந்து வந்தது. சற்று முன் ஆமை கடலுக்குள் போன திசையிலிருந்து அந்தக் குரல் வந்தது. 'சீக்கிரம் இங்கே வா' என்றான் ஹரிஷ்.

அவள் வேகமாக ஓடினாள். கடல்நீரின் விளிம்பில் ஆமை அமர்ந்திருந்தது. தன் உடலுக்குக் கீழே இருக்கும் மணலின் ஈரத்தை அது உணர்ந்தது. களைத்துப் போயிருந்த அதன் உடலுக்கு இது தெம்பை அளித்திருப்பதாகத் தெரிந்தது - பயணித்து வந்த அந்தப் பயணிக்குப் போய்ச் சேரவேண்டிய இலக்கு பார்வையில் தெரிந்தது. இன்னொரு அலை வந்து மோதும் வரையிலும் அது காத்திருந்தது. அந்த அலை அதன் கழுத்தை மென்மையாகத் தடவிச் சென்றது. அந்த உயிர்ச் சக்தி தான் அதற்குத் துல்லியமாகத் தேவைப்பட்டது. சோர்ந்து கிடந்த அதன் துடுப்புகளில் தெம்பு பிறந்தது. ஆமை வீரியத்துடன் தன் உடலை இழுத்துக்கொண்டு கடல்நீருக்குள் மெல்லிய மணற் சரிவில் இறங்கியது. அடுத்த அலை கரைக்கு வருவதற்குள் சில அடி தூரத்தை அது கடந்திருக்கும். ஆமை இப்போது வேகமெடுத்தது. தன் உடலுக்கடியில் கடல் நீர் கடைவதால் மென்மையும், பிசுபிசுப்பான ஒட்டும் தன்மை யுடனும் இருக்கும் மணல் பரப்பின் மீது இருக்கிறோம் என்ற உந்துதல் காரணமாக அந்த வேகம் பிறந்திருக்கலாம். இந்த அலை பின்வாங்குவதற்கு முன்பே ஆமை மறைந்துவிட்டிருந்தது. அடுத்த அலை வருவதற்குள் கடல்நீரின் வெகு ஆழத்துக்கு அது பயணித்திருக்கும். ஹரிஷும், சீமாவும் கடல்நீருக்குள் இறங்கி, தங்களால் போக முடிந்த தூரம் வரையிலும் ஆமையின் வேகத் துக்கு ஈடு கொடுத்தபடி போகப் பார்த்தார்கள். அயராது வீசிக் கொண்டிருக்கும் அலைகளுக்கு மத்தியில் சமநிலையை இழந்து விடாமல் ஒருவர் கையை ஒருவர் இறுகப் பற்றியபடி நடந்து போனார்கள். மேலும் போக முடியாது என்று தெரிந்தபோது, சற்று நேரம் அமைதியாக நின்று, மென்மையான நிலவொளியின் வெளிச்சம் பட்டுப் பிரதிபலிக்கும் ஆமையின் ஈரமான முதுகு தெரிகிறதா என்று பார்த்தபடி இருந்தார்கள். பார்வையில் படாத தூரத்துக்குச் சென்று கடலுக்குள் எப்போதோ அது மறைந்து விட்டது.

அது அசாதாரணமான இரவு. இரவு முடிந்து பொழுதும் புலர்ந்தது. சீமாவும், ஹரிஷும் அந்த இரவு முழுவதும் கண் விழித்து அங்கும் இங்குமாக நடந்து கரைக்கு வரும் ஒவ்வொரு ஆமையையும் பார்த்தபடியும், அவற்றுடன் நேரத்தைக் கழித்தபடியும் இருந்தனர். தாய் ஆமை மாற்றமில்லாமல் கடைபிடித்து வரும் ஒழுங்குகள் பற்றிச் சீமாவுக்குத் தெரிய வந்திருக்கிறது. இன்னொரு ஆமையுடன் நேரத்தைச் செலவிட்டு, அது நிகழ்த்தும் அற்புதத்தை இறுதி வரையில் கண்ணுறவும் அவள் தயங்கவில்லை.

பதின்மூன்றாவது ஆமையின் பின்புறமாக அவள் நின்று கொண்டிருந்தாள். ஆமையைக் கவனிப்பதில் மூழ்கிப்போனவளாக இருந்தாள். அவள் காலுக்குக் கீழே இருந்த பூமி திடீரென நடுங்கிக் குமுற ஆரம்பித்தது.

பூகம்பத்தை உணர்கிறோம் என்பதைப் புரிந்துகொள்ள அவளுக்குக் கண நேரம் பிடித்தது. தனது கூரறிவால் அதை உணர்ந்துகொள்வதற்குள் அந்த நடுக்கம் வன்மையானதாக மாறி விட்டது. கடுமையான சூறாவளியின் சீற்றத்தினால் தள்ளாடும் தென்னை மரத்தின் உச்சியில் இருப்பதைப் போல சீமா உணர்ந்தாள்.

ஒரு கணம் பயந்து போனாள். அவள் இப்போது என்ன செய்ய வேண்டும்? மணலின் மீது உட்கார்ந்து கொள்வதா, படுத்துக் கொள்வதா அல்லது நின்றுகொண்டே இருப்பதா? ஓடுவதா? எங்கே ஓடுவது? அடுத்த கணத்தில் ஒரு விடை கிடைத்தது. அவள் எங்குமே ஓட வேண்டியதில்லை, பயப்படுவதற்கு ஒன்றுமில்லை. வானம் இடிந்து தலையில் விழுந்துவிடப் போவதில்லை. இடிந்து விழுந்த வானத்தில் மிதந்துகொண்டிருக்கும் மேகங்கள் பற்றி கற்பனையாக நினைத்தபோது அவளுக்குச் சிரிப்பு வந்துவிட்டது. சில மணி நேரங்களாக ஏராளமான செயல்கள் நடந்துகொண்டிருக்கின்றன.

சீமாவைப் போலவே ஹரிஷும் திகைப்படைந்தான். இப்படி ஒரு பூகம்ப அனுபவம் இப்போது தான் கிடைத்திருக்கிறது. அவன் திக்கு முக்காடிக் குழம்பிப் போனான். சீமா உணர்ந்ததைப் போன்ற நகைப்பு அவனுக்கு வரவில்லை. அவன் முழங்காலை மடித்து ஒரு நிமிடம் உட்கார்ந்தான். பூமி நிலைக்கு வந்தது.

இந்த அதிர்ச்சியின் தீவிரத்தன்மையும், வீரியமும் வின்பிரட்டை ஆச்சரியத்தில் ஆழ்த்தியது. இது போன்ற பல பூகம்பங்களை அவன்

பார்த்திருக்கிறான். ஆனால் எதுவும் இவ்வளவு தீவிரத் தன்மையுடன் இருந்ததில்லை. திடீரென்று எல்லாமும் நின்றுவிட்டது. பூமி பழைய நிலைக்குத் திரும்பி விட்டதாகத் தோன்றியது. பதின்மூன்றாவதாக வந்த ஆமை பயந்துவிட்டது. குழி பறிப்பதை நிறுத்திவிட்டுக் கடலுக்குள் திரும்பிச் சென்றுவிட்டது. இன்னும் சற்று நேரம் கழித்தோ நாளையோ, நாளை மறுநாள் இரவோ மறுபடியும் அது கரைக்கு வரும். முட்டைகளை இட்டாக வேண்டுமே!

நீல நிறத்தில் இருண்டு மின்னிக்கொண்டிருந்த இரவின் இருளைக் கரைத்துக்கொண்டு பொழுது விடிந்தது. ஆச்சரியம் தரும் விதமாக பதினான்காவது ஆமை கடற்கரைக்கு வந்தது. இப்படி வருவது அசாதாரணமானது. இவ்வளவு தாமதமாகக் காலை நேரத்தில் ஆமைகள் கரைக்கு வருவதில்லை. ஓர் இரவில் அதிகபட்சமாக தோல் முதுகு ராட்சத ஆமைகள் எட்டு மட்டுமே முட்டையிடக் கரைக்கு வரும். அதிகாலை நான்கு மணிக்கு மேல் ஆமைகள் வருவதைப் பார்த்ததே கிடையாது. வழக்கத்துக்கு மாறான நிகழ்வுகள் நடைபெற்றிருக்கும் இரவுப் பொழுதின் முடிவில் இதுவும் ஒரு புதுமை.

பதினான்காவது ஆமை சிரமப்பட்டு ஊர்ந்து வந்து குழி பறித்துவிட்டுத் திரும்பிப் போய்விட்டதைப் பார்த்த பிறகு, 'நாம் போகலாம்' என்று ஹரிஷ் சொன்னான். ஒரு டீ குடித்துவிட்டுத் திரும்பி வந்து பார்க்கலாம். இரவு முழுக்க, விழித்துக்கொண் டிருந்ததால் சோர்வாக இருக்கிறது.

சீமாவும் அலுப்புடன் புன்னகையை உதிர்த்துவிட்டுத் தலையை அசைத்து ஒப்புக்கொண்டு புறப்பட்டாள். 'கொஞ்சம் டீ குடிக்கத் தான் வேண்டும். இங்கேயே படுத்துத் தூங்கிவிடலாம் போல களைப்பாக இருக்கிறது.' சிறிது இடைவெளி விட்டு அவள் தொடர்ந்தாள். 'அதைப் பற்றி பரவாயில்லை, வாழ்க்கையில் இது போன்ற எழுச்சி மிக்க தருணங்கள் கிடைப்பது அரிது.'

23

டிசம்பர் 26, 2004

கடலோரங்களில் ஆமைகள் கூடு அமைப்பது இரவு நேரச் செயல்பாடாகும். 'முட்டையிடுவதற்காக அதிகாலை நேரத்தில் ஆமைகள் கரைக்கு வருவது அரிதாகத் தான் நிகழும்' என்று சீமாவிடம் ஹரிஷ் விவரித்தான்.

அவன் சொல்வதைக் கேட்டபடியும், சற்று முன் தான் உணர்ந்த நிலநடுக்கத்தை நினைத்தபடியும் ஹரிஷுக்கு முன்னால் சீமா நடந்துகொண்டிருந்தாள். தனது கடிகாரத்தைப் பார்த்து விட்டு அவள் திரும்பினாள். 'ஹரிஷ், நிலநடுக்கம் ஏற்பட்டு இருபது நிமிடங்கள் ஆகி இருக்கிறது. நான் உணர்ந்தது...' அவள் முடிக்காமல் இடையில் நிறுத்தினாள். வார்த்தைகள் தொண்டையில் அடைத்துக்கொண்டன.

ஹரிஷ் ஒரு சில நொடிகள் காத்திருந்து பார்த்தான். அவள் சொல்ல வந்ததை முடிக்கவில்லை. 'சரி, சீமா, நீ என்ன நினைத்தாய்?'

ஒரு நிழற்படம்போல உறைந்த நிலையில் சீமா அப்படியே நின்றாள். அவள் கண்களில் அச்சமும், ஈர்ப்பும் கலந்த வினோதமான கலவை உணர்வு பிரதிபலித்தது. அவள் தாக்குண்டிருப்பது எதனால் என்று ஹரிஷுக்குத் தெரியவில்லை. 'அவள் ஏன் என்னை அப்படிப் பார்க்கிறாள்? நான் தவறாக ஏதுவும் செய்துவிடவில்லையே?'

சீமா, ஹரிஷைப் பார்க்கவில்லை. அவள் பார்வை படக்கூடிய இடத்தில்தான் அவன் நின்றுகொண்டிருந்தான். அவனைத் தாண்டி அப்பால் அவள் பார்த்துக்கொண்டிருந்தாள். அவனுக்குப் பின்னால் இருந்த ஒன்றினால் வசப்படுத்தப்பட்டவளாக அவள் இருந்தாள். அப்பால், இன்னும் வெகுதூரத்தில்...

ஹரிஷ் திரும்பினான். உண்மையிலேயே அது அரிதான காட்சி தான். அதிகாலைத் தொடுவானம் பழுப்பு நிறத்தில் தெளிவற்றுத் தெரிந்தது. கடல்நீர் வெகு தூரத்துக்கு உள்வாங்கிச் சென்றிருந்தது. போகப் போக லேசாகச் சரிந்தபடி இருக்கும் கடலின் அடித்தளம் தெளிவாகத் தெரிந்தது. எப்போதுமே அது கடல்நீருக்கடியில் மூழ்கித்தான் கிடக்கும். ஆனால் இப்போதோ? வெகு தொலைவில் கடல்நீர் உயர்ந்து எழ ஆரம்பித்தது. கடற்கரையில் இருந்த ஒவ் வொருவரும் இந்த வினோத நடப்பைப் பார்த்தபடியே இருந்தனர். அவரவர் எங்கெங்கு நின்றிருந்தார்களோ அங்கேயே அசையாமல் நின்று வைத்த கண் வாங்காமல் பார்த்தபடி இருந்தனர். வின்பிரைட் உடனடியாகக் கடலை நோக்கி விரைந்தார். பத்து ஆண்டுகளுக்கும் மேலாக அவர் இங்கு பணிபுரிந்து வருகிறார். கடலுக்கு அடியில் உள்ள நிலப்பரப்பு எப்படி இருக்கும் என்று எப்போதும் அவர் ஆச்சரியம் கொள்வதுண்டு. கடல்நீர் மறைத்திருந்த நிலத்தில் சற்றுத் தொலைவுக்கு நடந்து செல்ல அவர் விரும்பினார். அவருடைய ஊழியர்கள் இருவர் அவரைப் பின்தொடர்ந்து போனார்கள். அவர்கள் ஏற்கனவே சற்று தூரம் உள்நோக்கிப் போயிருந்தனர். சீமாவும் அதே திசையில் நடக்க ஆரம்பித்தாள். அந்தக் காட்சி காந்தம்போலக் கவர்ந்திழுத்திருந்தது. ஆனால் ஹரிஷ் கரை யிலேயே நின்றபடி இருந்தான். வெகு தொலைவில் பெருஞ் சுவரைப் போல உயர்ந்துகொண்டிருக்கும் கடல்நீரைப் பார்த்தபடி இருந்தான். ஏதோ ஒன்று நடக்கப் போகிறது என்று பட்டது.

உள்வாங்கிச் சென்ற தண்ணீர் குறிப்பிட்ட இடம் வரையிலும் சென்று அப்பால் போவதற்கு மனம் இல்லாததைப் போல அங் கிருந்தபடியே மேல் நோக்கிக் குவிய ஆரம்பித்தது - சீற்றம்கொண்ட, சாம்பல் நிற, இருண்ட கடல்நீர்.

தீய குறி என ஹரிஷ் உணர்ந்தான். அந்தப் பெரிய நீர்ச்சுவர் உயர்ந்து அவர்களை நோக்கி நகர்ந்து வர ஆரம்பித்தது. அது கோபத்துடன் சீறுவதுபோலத் தோன்றியது. சீற்றம் நிறைந்த, வெடுவெடுப்புகொண்ட கடலாகக் கரைக்குத் திரும்பி வருகிறது.

என்ன நடக்கிறது என்பதைப் புரிந்துகொண்டவுடன் ஹரிஷ் அலறினான். 'பாகோ, ஓடி வா, ஓடி வந்துவிடு.' என்று பலம் கொண்ட மட்டும் உரக்கக் கத்த ஆரம்பித்தான். சீமாவுக்கு

மட்டும்தான் அது காதில் விழுந்ததுபோல அவனுக்குத் தெரிந்தது. அவள் நின்று நிதானித்து ஹரிஷைத் திரும்பிப் பார்த்தாள். அவன் கைகளை அகல விரித்து கரைக்கு வந்துவிடும் படி வெறித்தனமாக சைகை செய்துகொண்டிருந்தான். வின்பிரைட், அவரது சக ஊழியர்கள் இருவரின் கவனத்தையும் ஈர்த்து கரைக்கு வரும்படி அழைப்பதற்கு ஹரிஷ் முயன்றுகொண்டிருந்தான். ஹரிஷின் குரலில் காணப்பட்ட பதற்றத்துக்கும், வேகமாக அசைக்கப்படும் கரங்களின் அசைவுக்கும் பதிலளிக்கும் விதத்தில் ஹரிஷை நோக்கி சீமா வேகமாக நடந்து வந்தாள். 'என்ன விஷயம் ஹரிஷ்?' என்று அவனைக் கடிந்துகொண்டாள். 'இது போன்ற காட்சியை நீ இதற்கு முன்பு பார்த்திருக்கிறாயா?'

'ஓடி வா, ஓடி வா, சீக்கிரம் வந்து விடு, கடல்நீர் திரும்பி வருகிறது.' அவன் நின்ற இடத்திலிருந்து கிளம்பி ஹரிஷ் ஓட ஆரம்பித்திருந்தான்.

சீமா அவனைப் பின்தொடர்ந்து ஓடினாள். உயரமான பகுதியை அடைந்த பிறகு ஹரிஷ் சற்று நின்றான். திரும்பிப் பார்த்தான். வின்பிரைட்டும், மற்றவர்களும் தனது செய்தியைப் புரிந்துகொண்டிருப்பார்கள் என்று நினைத்துக்கொண்டிருந்தான். அவர்களுக்கும் அது புரிந்திருந்தது, ஆனால், இவன் போட்டக் கூச்சலினால் அல்ல. தண்ணீர் உயரமாக எழுந்து தங்களை நோக்கி வந்துகொண்டிருக்கிறது என்பதை அவர்களும் பார்த்துவிட்டார்கள். அவர்கள் திரும்பி ஓடி வந்துகொண்டுதான் இருக்க வேண்டும். 'வந்திருப்பார்கள் என்று நம்புகிறேன்'. நம்பிக்கையிழந்தவர்களாக அவர்கள் ஓடி வந்துகொண்டிருப்பதைப் பார்த்த ஹரிஷ் கடவுளை வேண்டிக்கொண்டான். தண்ணீர் அவர்களை வெகுவாக நெருங்கிக் கொண்டிருந்தது. அவர்களால் வெகு தொலைவுக்கு ஓடி வர முடியவில்லை. தண்ணீரோ வெகு துரிதமாகப் பேரிரைச்சலுடன் அருகில் வந்தேவிட்டது. வின்பிரைட், மற்ற இருவர், கரையில் குழி பறித்த ஆமை என அனைவரையும் கண நேரத்துக்குள் விழுங்கி இழுத்துக்கொண்டுவிட்டது.

ஹரிஷும், சீமாவும் பாதுகாப்பான இடத்தை அடையவில்லை. முழு சக்தியையும் திரட்டிக்கொண்டு வேகமாக ஓட ஆரம்பித்தனர். ஆமை முகாமின் சிறிய மூங்கில் கொட்டகையைத் தாண்டி பக்கத்தி

லிருந்த சாலையை நோக்கி வேகமாக ஓடிக்கொண்டிருந்தனர். தங்களுக்கு வலப்புறமாக இருந்த பாதையில் ஓடியிருந்தால் அங்கிருந்து முந்நூறு மீட்டர் தூரத்தில் குறுகலான தடம் இருக்கும். அதன் வழியாக அங்கிருக்கும் உயரமான குன்றின் மீது ஏறி இருக்கலாம். போதுமான உயரத்துக்குப் பாதுகாப்பாக ஏறிச்செல்வதற்கு அது உதவியாக இருந்திருக்கும். ஆனால், நேரம் குறைவாக இருந்தது. குன்றின் அடிவாரத்தை எட்டுவதற்குள் தண்ணீர் அவர்களை மூழ்கடித்திருக்கும்.

இடப்புறமாகச் சென்ற பாதையில், கட்டி முடிக்கப்படாத ஓர் ஒற்றை மாடிக் கட்டடம் இருப்பதை ஹரிஷ் பார்த்திருந்தான். அந்த இடத்தில் வெறும் தூண்களும், கான்கிரீட் மேற்கூரையும் இருந்தன.

இந்தக் கட்டடம்தான் இப்போதைக்கு நமக்குக் கதி. இதில் ஏறிக் கொண்டால் சற்று உயரத்துக்குச் சென்றுவிடலாம். பாழடைந்து கிடந்த அந்தக் கட்டடத்தின் கீழ்ப்பகுதி முழுவதும் புதர்போல செடிகள் மண்டிக் கிடந்தன. மாடிக்கு ஏறிச் செல்ல வசதியாகக் குறுகிய பாதை தென்பட்டது. அதில் ஏறினால் கட்டடத்தின் மொட்டை மாடிக்குப் போய்விடலாம்.

இப்போது அந்த கான்கிரீட் கூரை மீது அவர்கள் ஏறியிருந் தார்கள். கடல்நீரின் நகர்வு நன்றாகத் தெரிந்தது. இனியும் நேர மில்லை. சில கணங்களில் கடல்நீர் தங்கள்மீது பாயப் போவது நிச்சயமாகிவிட்டது. 'தூணை இறுக்கமாகப் பற்றிக்கொள்' என்று சீமாவிடம் உரக்கச் சொன்னான் ஹரிஷ். அங்கிருந்தபடி அவள் கண்ட காட்சி அவளை மூர்ச்சையடையச் செய்தது. மாபெரும் தண்ணீர்த் திரட்சி விரைந்து வந்துகொண்டிருந்தது. வன முகாம், சீட்டுக்கட்டு அட்டைகளைப் போல தூக்கி வீசப்பட்டுப் பிய்த் தெறியப்பட்டது. சீமா பயந்து போனாள். அந்தக் கட்டடத்தின் மீது அலையடித்ததும் தூணை இறுகப் பற்றிக்கொண்டாள். அந்த அலை இருபதடி உயரத்துக்கு எழும்பி வந்து அடித்தது. நல்ல வேளையாக முழங்கால் பகுதியில் வந்து தாக்கியது. இருந்தாலும் அதன் சக்தி இழுத்துக்கொண்டு போய்விடக்கூடிய அளவுக்கு இருந்தது. தூண்களை இறுகப் பிடித்திருக்காவிட்டால் அதுதான் நடந்திருக்கும்.

வனப்பகுதிக்குள் கடல்நீர் புகுந்து சில கணங்கள் அப்படியே நின்றது. பிறகு கடலுக்குள் திரும்பச் செல்ல ஆரம்பித்தது. இரைச்சலும், அதிவேகமும் சேர்ந்த வெறியாட்டம் நடந்தேறிக் கொண்டிருந்தது. பெருகிச் சுழன்று ஓடும் தண்ணீர், காற்றின் கர்ஜனை, இவையனைத்தையும் விட கடும் சக்தியுடன் தாக்கப் பட்டதால் முறிந்து விழும் மரங்களின் சத்தமும், அவை கடலுக்குள் இழுத்துச் செல்லப்படும் வேகமும் அச்சம் தருவதாக இருந்தன. வானுயரத்துக்கு நின்றுகொண்டிருந்த மழைக்காட்டின் அரக்க உருவம்கொண்ட மரம் நொடிப்பொழுதில் தீக்குச்சியைப் போல ஒடிக்கப்பட்டு கண் முன்னால் இழுத்துச் செல்லப்பட்டது. பிறகு இன்னொரு மரம், அடுத்து மற்றொரு மரம்... என்று அடுக் கடுக்காக... தனது நடுக்கத்தைப் போக்கிக்கொள்ள வேண்டும் என்பதற்காக, மரங்கள் முறிந்து நீரில் விழும் சத்தங்களை சீமா எண்ண ஆரம்பித்திருந்தாள். அவளால் தொடர்ந்து எண்ண முடிய வில்லை. எங்கெங்கும் தண்ணீரின் ஆர்ப்பரிப்பு, ஆரவாரம். எத்தனையோ மரங்கள் அடுத்தடுத்து முறிந்து விழுந்தன.

அவர்களின் கண் முன்பாகவே அந்த இடத்தின் நில அமைப்பு மாறிவிட்டிருந்தது. முன்பு இருந்த கடலோரக் காடு இருபது மீட்டர் அகலத்துக்குத் தரைமட்டமாகியிருந்தது. ஒரு மரம் கூட இல்லை. கடற்கரையின் விளிம்புப் பகுதியாக இருந்த இடத் திலிருந்து சில நூறு மீட்டர்தூரத்துக்கு அப்பால் இன்னொரு தண்ணீர்ச் சுவர் உருவாகி சீறி எழுந்துகொண்டிருந்தது. முன்பை விடவும் அதிகமான பழி தீர்க்கும் வேகத்துடன் இதுவும் வந்து தாக்கும் என்று ஹரிஷ் உணர்ந்தான்.

சீமாவிடம் ‘சீக்கிரம், நீ அணிந்திருக்கும் உடை தவிர மற்ற வற்றைக் கழற்றிவிடு. உன்னுடைய மேற்சட்டையை கழற்றி எறிந்துவிடு. ஷூக்களையும் கழற்றி விடு., சீக்கிரம், மறுபடியும் தண்ணீர் வருவதற்குள் கழற்றிவிடு’ என்றான்.

புதிதாகக் கிளம்பிய பெரிய அலை, அவர்களின் தலைகளுக்கு மேல் வேண்டுமென்றே வட்டமிடுவதுபோலத் தோன்றியது. ஒரு நொடிக்குள் அவர்களைக் கடந்து சென்று கீழே விழுந்தது.

ஹரிஷும், சீமாவும் தூண்களை இறுகப் பற்றியபடி இருந்தனர் நகர்ந்து செல்லும் நீருக்கும், நிலையாக நிற்கும் கான்கிரீட்டுக்கும் இடையில் அவர்கள் இருந்தனர். நீரில் அடித்துச் செல்லப்படாமல்

அந்தத் தூண் பாதுகாத்துவிட்டது. ஆனால், தண்ணீரின் வேகம் கான்கிரீட் மீது கடுமையாக மோதிக்கொள்ளும்படி செய்துவிட்டது.

ஹரிஷுக்கு அதிர்ஷ்டம் இருந்தது. அவனுக்கு ஏற்பட்ட பாதிப்பு குறைவானது. சீமாதான் கடுமையாக மோதிக்கொண்டாள். வேகமாக வந்த தண்ணீர் அவளது தலையைத் தூண் மீது கடுமையாக மோதிக்கொள்ளும்படி தள்ளிவிட்டது. அவளுக்கு உணர்ச்சியற்ற நிலை ஏற்பட்டது. சிரமப்பட்டுத் தூணைப் பற்றிக்கொண்டாள். தண்ணீர் அங்கிருந்து திரும்பிச் `செல்ல ஆரம்பித்தது. சில நொடிகளிலேயே தாங்கி நிற்கும் தன்மையை சீமா இழந்துவிட்டாள். உப்பு நீரையும், கலங்கல் தண்ணீரையும் ஏராளமாக குடித்துவிட்டிருந்தாள். அவளது பாதம் நடுங்க ஆரம்பித்தது. அவளது முன் நெற்றியில் இரத்தம் வழிந்தது.

'சீமா' என்று கூப்பிட்டபடியே ஹரிஷ் அவள் பக்கமாக ஓடினான். அவள் மண்டியிட்டு வாந்தி எடுத்தாள்.

அவளுக்குப் பின்னால் மண்டியிட்டபடி அவள் கரங்களை ஹரிஷ் பற்றிக்கொண்டான். எதுவுமே செய்ய முடியாத நிலையில் அவன் இருந்தான். அவனால் என்ன செய்ய முடியும்?

ஹரிஷ் கடலைப் பார்த்தான். மூன்றாவதாகத் தாக்க ஹரிஷ் போகும் அலையின் தீவிரத்தன்மை பற்றியோ, சீற்றம் பற்றியோ அவனுக்கு எந்தவிதமான கருத்தும் இல்லை. இப்போது அது திரள ஆரம்பித்திருந்தது.

'சீமா' என்று அவன் அழைத்தான். முற்றிலும் நினைவிழந்து போய்விட்டாளோ என்று அஞ்சியபடி, 'ஒன்றும் கவலைப்படாதே, நீ சுகமாகிவிடுவாய்' என்றான். தன்னைத் தானே சமாதானப்படுத்திக் கொள்வதற்கு முயன்றான்.

அரை மயக்க நிலையிலிருந்த சீமாவுக்கும் அதே நிலைதான், இவ்வளவு பெரிய பாதிப்பு ஏற்பட்ட நிலையிலும் அவளது பார்வை இப்போது கூர்மையாக எங்கோ பதிந்திருந்தது. 'பரவாயில்லை' என்று மெதுவாகத் திக்கிச் சொன்னாள். 'என் கடிதம் உனக்கு வரவே இல்லையா? உன் பதிலுக்காக நான் காத்திருந்திருக்கிறேன்.'

'கடிதமா சீமா? இல்லையே, அந்த அஞ்சலட்டை மட்டும் தானே வந்தது.'

'இல்லை' என்று சீமா வெட்கத்துடன் சொன்னாள். சரியாகப் புரியாதபடி முணுமுணுத்தாள். 'அதற்குப் பிறகும் நான் ஒரு கடிதம் எழுதியிருந்தேன்.'

அவள் மிகவும் சிரமப்பட்டுப் பேச முயற்சித்தாள். ஹரிஷால் எதையுமே புரிந்துகொள்ள முடியவில்லை.

சாம்பல் பழுப்பு நிறத்தில் பெரிய தண்ணீர்த் திரட்சி மறுபடியும் அடித்துக்கொண்டு வந்தது. சமரசத்துக்கு இடமில்லாத வலுவுடன் மோதி சீமாவையும், ஹரிஷையும் வாரிக்கொண்டு போனது. அவர்கள் மிகப்பரந்த நீர்ப்பரப்பின் சுழலுக்குள் இழுத்துச் செல்லப் பட்டார்கள்.

ஒற்றை வண்ணத்தில் இருக்கும் படத்தின் மீது இருந்த சிவப்புப் புள்ளி அதன் ஆயுள் முடியும் முன்பாகப் பழுப்பேறிப் போனதைப் போல, சீமாவின் சிவப்புக் குர்தா மட்டும்தான் ஒருநொடி நேரத்துக்கு ஹரிஷின் கண்களுக்குத் தெரிந்தது. அதன் பிறகு அவள், அகன்ற நீர்ப்பரப்பில் விரைந்து கரைந்து மறைந்தாள். சுழலும் தண்ணீர் ஹரிஷையும் விட்டு வைக்கவில்லை - அலை களின் மீது சில நொடிகள் மேலும் கீழுமாக அசைந்தான். பிறகு தண்ணீருக்குள் வலுவுடன் அழுத்தப்பட்டான். இருண்டிருந்த நீர்ப் பரப்பின் ஆழத்தில் மூழ்கினான். பின்னர் அங்கிருந்து வெளியில் இழுத்தெறியப்பட்டான். பிறகு மீண்டும் நீருக்குள் அழுத்தப் பட்டான். சுழன்றடிக்கும் சாம்பல் பழுப்பு நீராக அந்தத் தண்ணீர் இருந்தது. இலைகள், தாவரங்கள், பெரிய மரக்கட்டைகள், சரிந்து விழுந்த மரங்கள் யாவும் தண்ணீருக்குள் ஒன்றுடன் ஒன்று தொடர்ச்சியாக முட்டி மோதிக்கொண்டே இருந்தன. தண்ணீர் அவனை வெகு தூரம் உள்ளே இழுத்துச் சென்றது. அங்கே தண்ணீரின் வேகம். சுழல்களின் அச்சுறுத்தல், மரக்கட்டைகள் முட்டி மோதிக்கொள்ளும் வேகம் சற்றுக் குறைவாகவே இருந்தன. இந்தக் கட்டைகளுக்கு இடையில் எங்காவது சிக்கி இருந்தால் அவன் சின்னாபின்னப்படுத்தப்பட்டிருப்பான். ஆனால் அதிர்ஷ்டம் இருந்தது.

இரண்டாவது முறையாக நீருக்குள் அழுத்தப்பட்டபோது, மழைக்காடுகளின் படர் கொடிகளில் அவன் பாதம் பின்னிப்

பிணைந்து சிக்கிக்கொண்டது. ஒரு நிமிட நேரத்துக்குப் பாதங் களை அவை பிடித்து வைத்துக்கொண்டன. பயத்தில் பல முறை உப்புநீரை விழுங்கிவிட்டான். குமட்டிக்கொண்டு வந்தது. அவனுக்கு மேலே ஐந்தடி உயரத்துக்குத் தண்ணீர் இருந்தது. நீரின் மேற்பரப்பு இருளாக இருந்தது. பிழைப்பதற்கான வாய்ப்புகள் சொற்பம்தான் என்று ஹரிஷ் புரிந்துகொண்டான். தண்ணீரின் மேற்பரப்பில் கட்டைகள் ஒன்றுசேர்ந்து விரிப்பினைப் போல உருவாகி வருவதைப் பார்த்தான். ஒன்றோடு ஒன்று முட்டி மோதி தட்டிக்கொண்டு நெருங்கி வந்துகொண்டிருந்தன. அவை ஒன்றி லிருந்து ஒன்று விலகும்போது மட்டும் தான் ஒளிக்கதிர்கள் உற்சாகத்துடன் மின்னின.

எப்படியாவது அந்த இடத்துக்குப் போய்விட வேண்டும். அதற்காக அவன் போராடியாக வேண்டும். ஹரிஷ் தனது காலை வேகமாக அசைத்தான். காலில் இருந்த ஷூவை உதறினான். சிக்கிக்கொண்டிருந்த அவனது காலை விடுவித்துக்கொள்வதற்குத் தண்ணீரின் வேகமான சுழற்சி உதவியாக இருந்தது. அவன் உந்திக்கொண்டு மேலிருந்து தெரியும் வெளிச்சத்தை நோக்கிப் போக முற்பட்டான். மரக்கட்டைகளுக்கு இடையில் தெரியும் இடைவெளி தான் நீருக்குள் இருந்து அவன் வெளியில் வருவதற்கான சந்தர்ப்பம். சில அடி தூரமே இருந்தது. மரக்கட்டைகளிடையே தெரிந்த இடைவெளி வேகமாக மூடிக்கொண்டு வந்தது. ஹரிஷ் சக்தி முழுவதையும் திரட்டிக் கடுமையான தாக்குதலுக்கு உள்ளாகி யிருந்த உடலை மேல் நோக்கி இழுத்து உயர்த்தித் தண்ணீரின் மேற்பரப்புக்கு வந்துவிட்டான். வாய் நிறைய காற்றை இழுத்துச் சுவாசித்தான். பக்கத்திலிருந்த மரக்கட்டையின் மீது குப்புறப் படுத்தான். அவன் புகுந்து வெளியேறி வந்த சந்தினை மரக் கட்டைகள் நெருங்கி மூடிவிட்டிருந்தன.

மரக்கட்டைக் குவியல் மீது ஹரிஷ் படுத்திருந்தான். உடலில் இருந்த சக்தி அனைத்தும் வடிந்து போயிருந்தது. கிட்டத்தட்ட ஆடையின்றி இருப்பதை உணர்ந்தான் - தண்ணீரின் வேகத்தில் மேற்சட்டை கிழிந்து எங்கோ போய்விட்டது. கால் சட்டையும் சிதைந்து கந்தலாகியிருந்தது. எங்கிருக்கிறோம் என்பது அவனுக்குத் தெரிந்தது, அதே சமயத்தில் தெரியாமலும் இருந்தது. கரையிலிருந்து

வெகு தூரத்துக்கு அடித்து வரப்பட்டிருக்க வாய்ப்பில்லை, ஆனால் அவன் கண் முன் தெரிந்த காட்சிகள் வித்தியாசமாக இருந்தன. முற்றிலும் வித்தியாசமான இடத்தில்தான் அவன் இப்போது இருக்க வேண்டும்.

உடனடி ஆபத்து நீங்கிவிட்டது. மூன்றாவது அலை தான் கடைசியாக வந்த பேரலையாக இருந்தது. தண்ணீர் மெதுவாக நகர்ந்து செல்லத் தொடங்கியவுடன் சுழல்களின் வேகம் தணிந்து விட்டது. கண்ணுக்கு எட்டிய தூரம் வரையிலும் நிலப்பகுதி தெரியவில்லை. இருப்பினும், இந்த மரக்கட்டைகள்தான் அவனது வீடு. தண்ணீர் இப்போது மென்மையான அசைவுடன் இருந்தது. மரக்கட்டைகளைச் சுற்றிலும் சிற்றலைகள் எழுந்தபோது அதற் கேற்ற வகையில் அவை லேசாக உருண்டன. அவை நீரலைகளின் தொடர்ச்சியான வருடல்களுக்குப் பதிலளித்த வண்ணம் இருந்தன.

தண்ணீர் அடங்கியபோது, ஹரிஷுக்கு குற்ற உணர்வு துளைத் தெடுத்தது. சீமா எங்கே இருப்பாள்? அவளைக் காப்பாற்ற அவன் ஏதாவது செய்திருக்க முடியாதா? வின்பிரைட்டும் அவரது ஊழியர்களும் எங்கே இருப்பார்கள்? ஓடிவர வேண்டும் என்று தான் எடுத்த முடிவு சரிதானா? நான் சுயநலத்துடன் இருந்து விட்டேனா? நினைவுகள் இஷ்டத்துக்கு உருவாகி கடுமையான வேதனையைக் கொடுத்தன. அப்படியே தூங்கிவிட்டால், இவை போன்ற கேள்விகள் ஏற்படுத்தும் தாங்க முடியாத துயரத்திலிருந்து தப்பித்திருக்க முடியும். ஆனால் அதற்கு இப்போது வழியில்லை.

ஒரு நொடிப்பொழுது அலட்சியமாக இருந்தாலும் மூழ்கிப் போக நேரிடலாம். தண்ணீருக்குள் மறுபடியும் மூழ்க அவன் விரும்பவில்லை. இடைவிடாமல் விழித்திருப்பது சீர்குலைவை ஏற்படுத்தக் கூடியதாக இருந்தது. உணவும், தண்ணீரும் இல்லாமல் மரக்கட்டைகள் மீது அவன் படுத்துக் கிடந்தான். வெப்பமும் வியர்வையும் அதிகரித்தன. வெப்ப மண்டலச் சூரியனின் கண் கூச வைக்கும் குறைவே இல்லாத ஒளி தன் மேலே படும் வகையில் அவன் கிடந்தான். ஆதரவை நாடும் ஒரு குரங்கினைப் போல பதுங்கிக் கிடக்கிறான். கால்களை உள்ளிழுத்துக் கைகளால் முழங்காலைத் தழுவித் தலையை அதனுள் புதைத்துக்கொண்டு இருந்தான். இது மாதிரி இருப்பது வசதியாக இருந்தது. முதல் நாள் இரவில் வானில் நட்சத்திரங்கள் உதித்தன. சில கணங்கள் அமைதியாகத்

தூங்குவதற்கு உடல் சோர்வு அவனை இழுத்துச் சென்றது. இரவில் மழை பெய்ய ஆரம்பித்தது. மழைத் துளிகள் ஊசிமுனை போன்று துளைத்தன. பிறகு காற்று, இடியுடன் சேர்ந்து கடுமையான மழை பிடித்துக்கொண்டது.

மழை இரவுக்குப் பிந்தைய பொழுது சுறுசுறுப்புடன் விடிந்தது. தொடுவானத்தில் சூரியன் உதித்தது. ஹரிஷுக்கு உடலின் மேல் தோல் கிழிந்து உரிந்து போவதைப் போல இருந்தது. இரண்டாவது நாளும் தொடங்கிவிட்டது. கட்டைகளின் மேல் மிதந்தபடி இருப் பதைத் தவிர வேறு வழியில்லை. அவனது கட்டுப்பாட்டில் எதுவுமே இல்லை.

வினோதமான வகையில் தன்னுணர்வை இழந்தும், பெற்றும் இரண்டாம் நாள் முழுவதையும் ஹரிஷ் கழித்திருந்தான். சூடும், தாகமும் அவனை வருத்தியிருந்தன. தன்னைச் சுற்றிலும் இருந்த நீரை எடுத்து முகத்தில் அடித்துக்கொண்டான். அப்போதைக்கு அமைதி கிடைத்தது. கடல்நீரின் உப்பு தோல் வெடிப்புகளில் கூர்மையாக இறங்கியது. மறுபடியும் தண்ணீரை எடுத்து முகத்தில் அடித்துக்கொள்ள விரும்பவில்லை. அந்த நாளும் முடிந்து இரவு நெருங்கியது. வானத்தில் திடீரென ஏதோ சத்தம் கேட்டது. என்னவாக இருக்கும். பார்த்தான் ஹரிஷ். ஹெலிகாப்டர் வந்து கொண்டிருக்கும் சத்தம். அவன் கனவு காண்கிறானா? இல்லை விழித்துக்கொண்டு இருக்கிறானா?

ஹரிஷ் வேறு வழியின்றி கடல்நீரை முகத்தில், அடித்துக்கொண் டான். தோலில் இருந்த புண்கள் எரிச்சலை உண்டாக்கின. களைத்துப் போயிருந்த கண்களை வடக்கு நோக்கித் திரும்பிப் பார்த்தான். அவன் நினைத்தது சரிதான்.

தெளிவான நீல வானத்தில் ஒரு சிறிய பொருள் இவனிருக்கும் திசை நோக்கி வந்தபடி இருந்தது. - நெருங்கி வர வர பெரிதாகத் தெரிந்தது - வெண்மையும், ஆரஞ்சு நிறமும்கொண்ட ஹெலி காப்டர்!

அவன் நம்பிக்கை அதிகரித்தது. ஒரு துணி இருந்தால் அதனை அசைத்துக் காட்டி ஹெலிகாப்டரில் இருப்பவர்களின் கவனத்தை ஈர்க்கலாம். அவன் இடதுகையைக் கட்டையில் ஊன்றி விழாமல்

சமாளித்துக்கொண்டு இன்னொரு கையை முடிந்த வரையிலும் உயர்த்தி அசைத்தான். 'என்னைப் பாருங்கள், என்னைப் பாருங்கள்' என்று அமைதியாகப் பிரார்த்தித்தான். அவனது கண்கள் வானில் நகர்ந்து சென்றுகொண்டிருக்கும் அந்த ஊர்தியின் மீதே இருந்தன.

ஒரு மனிதன் தீவிரமாகக் கையை அசைத்துக்கொண்டிருப்பதைப் பிளைட் லெப்டினென்ட் பார்த்துவிட்டார். அவருக்குக் கடுமையான பிரச்சினை இருந்தது. வரம்புக்கும் அதிகமாக அவர் ஏற்கனவே பறந்துவிட்டார். எரிபொருள் குறைவாக இருந்தது. உடனடியாகத் திரும்பாவிட்டால் பெரிய ஆபத்தில் சிக்கிக்கொள்ள நேரிடும். இந்த மாதிரி சமயத்தில் ஒருவரைக் காப்பாற்ற முயலும் நீண்ட நேர முயற்சியைச் செய்ய முடியாது. அவருடைய கடிகாரம் மாலை மணி நான்கு என்று காட்டியது. திரும்பவும் அவர் விமானதளத்திற்குச் சென்று சேர குறைந்தது அரை மணி நேரமாகிவிடும். எரிபொருளை நிரப்புவதற்குக் கொஞ்சம் நேரமாகும். அதன் பிறகு மறுபடியும் கிளம்பி வந்தால் சூரியன் மேற்கில் மறைந்துவிடும். அடுத்த நாள் காலையில் தான் மீட்புப் பணியைச் செய்ய முடியும்.

விமானி ஹெலிகாப்டரைத் திருப்பிக்கொண்டு போய்விட்டார். ஹரிஷுக்கு ஏமாற்றமும், ஆத்திரமும், வெறுப்பும் சேர்ந்துகொண்டன. இரண்டாவது இரவும் ஆரம்பிக்கப் போகிறது.

'அவர்கள் வந்து என்னை ஏன் காப்பாற்றவில்லை? அவர்கள் என்னைக் கவனிக்கவில்லையா? இனிமேலும் என்ன நம்பிக்கை எனக்கு இருக்கப் போகிறது?'

தன்னைத் தளர்த்திக்கொண்டு கட்டைகளின் மீது உருண்டு தண்ணீரில் விழுந்து மூழ்கிப் போகலாம் என்று அவன் நினைத்தான். அப்போது தான் சீமாவையும், அவளது சிவப்புக் குர்தாவையும் பார்த்த காட்சி அவனது நினைவை நிறைத்தது. பிரகாசமான வண்ணங்கள் தான் அவளுக்கு எப்போதும் பிடித்தமானவை. அவளும் நம்மைப் போலவே எங்காவது மிதந்துகொண்டிருக்கக் கூடும். ஒரு வேளை அவளைக் கண்டுபிடித்து மீட்டும் இருக்கலாம்.

தன் கடைசி நம்பிக்கையையும், தைரியத்தையும் எப்படியோ அதிகரித்துக்கொண்டு ஹரிஷ் தண்ணீரில் மிதந்தபடி இருந்தான்.

'அவர்கள் நிச்சயம் என்னைப் பார்த்திருப்பார்கள்.' தனக்குத் தானே உறுதி சொல்லிக்கொண்டான். அவர்கள் திரும்பவும் வருவார்கள்.

அவர்கள் வந்து தான் ஆக வேண்டும். என்னை அழைத்துப் போகும் போது சீமாவும் அங்கே இருப்பாள். என்ன நடந்தாலும் சரி என்று விதியின் வசம் தன்னை ஒப்படைத்துக்கொண்டு இன்னொரு இரவையும் கழித்தான்.

மூன்றாம் நாள் காலையில் ஹரிஷுக்கு ஒரு மனிதத் தோழமை கிடைத்தது. அவனிடமிருந்து சில அடிகள் தூரத்தில் இரண்டு கட்டைகளுக்கு இடையில் சிக்கியபடி உயிரற்ற ஓர் உடல் மிதந்து கொண்டிருந்தது. இவனுடைய விதியும் அப்படித்தான் இருக்கப் போகிறது என்பதை அது நினைவுபடுத்தியது. மெல்லமெல்ல சிதைந்துகொண்டிருக்கும் அந்த உடலுக்கு என்ன நேர்ந்துகொண் டிருக்கிறது என்பதைப் பார்ப்பதற்கு உந்தப்பட்டவனாக அந்தப் பக்கம் திரும்பிப் பார்த்தான் ஹரிஷ். கரையை நோக்கி அலை திரளும்போது மிதந்தும், கரையிலிருந்து அலை பின்னால் வரும் போது உள்ளே மூழ்கடிக்கப்பட்டபடியும் அந்த உடல் அலைக் கழிக்கப்பட்டுக்கொண்டிருந்தது. அந்த உடலுக்கு என்ன நடக்கிறது என்பதைப் பார்த்தபடியே இருந்தான். தண்ணீரில் திக்கற்று அலைந்து திரியும் அந்த உடல் கொஞ்சம் கொஞ்சமாக நகர்ந்து தொலைவில் சென்று மறைந்துவிட்டது.

அதையே பார்த்தபடி இருந்ததால் ஹெலிகாப்டர் வரும் ஒலியைக் கவனிக்கத் தவறியிருந்தான். இப்போது அது அவன் இருக்கும் திசை நோக்கி நேராக வந்துகொண்டிருந்தது.

ஐந்து நிமிடங்களில், ஹெலிகாப்டர் அவனுக்கு நேர் மேலே பறந்துகொண்டிருந்தது. முற்றிலும் நீர்ச்சத்தை இழந்திருந்த ஹரிஷை சுமந்துகொண்டு, அடுத்த ஒரு மணி நேரத்துக்குள் கேம்பெல் வளைகுடா விமானதளத்தை ஹெலிகாப்டர் அடைந்திருந்தது. தன்னை மீட்டவர்களிடம் சீமா, வின்பிரைட், மற்ற இருவர் பற்றியும் சொன்னான். அவர்களைப் பற்றித் தெரிந்து கொள்ள அதிகமாக ஒன்றுமில்லை. 'அடித்துச் செல்லப்பட்டிருப்பார்களா?' இரண்டு நாட்களுக்குப் பிறகு அவனது குரலை அவனே கேட்பது இது தான் முதல் முறை.

ஹெலிகாப்டர் அவனை வந்து சேரும் வரையிலும் ஹரிஷ் உறுதிப்பாட்டுடன் இருந்திருந்தான். வலி தெரியவில்லை, தாக மில்லை, பசியையும் வெற்றி கண்டிருந்தான். அவன் உடலும், மனமும் தானாக இயங்கும் முறைக்குப் போய்விட்டிருந்தன. உயிர் பிழைக்க வேண்டும் என்ற உள்ளுணர்வில் அது உந்தப்பட்டிருந்தது. அவன் காப்பாற்றப்படப் போகிறான் என்பது உறுதியானதும் மனத்திட்பம் தணிந்து போயிருந்தது. உடலின் சக்தி முற்றிலும் வடிந்து போயிருந்தது.

போர்ட் பிளேருக்குக் வந்து சேரும் வரையில், தான் எவ்வளவு பலவீனமாக இருக்கிறோம் என்பது ஹரிஷுக்குத் தெரியவில்லை. வெளியில் இறங்கி நடக்க ஆசைப்பட்டான். ஆனால் எழுந்து உட்காரக்கூட முடியவில்லை.

அவனுடைய மனம் தளர்ச்சி கண்டவுடன் வலியும், மயக்கமும் வருவதை உணர ஆரம்பித்தான். சோர்வாக, நோயுற்றவனாக உணர்ந்தான். இடது தோள்பட்டை வலித்தது. வாய்விட்டுக் கதற வேண்டும்போலிருந்தது. ஜி.பி.பந்த் மருத்துவமனையின் சிறப்பு வார்டுக்கு உடனடியாக அழைத்துச் செல்லப்பட்டான். போர்ட் பிளேரின் காலாபாணிச் சிறைச்சாலைக்கு பின்னால் அந்த மருத்துவ மனை இருந்தது.

ஹரிஷ் அதிர்ஷ்டசாலி என்பதை பரிசோதனைகள் மெய்ப்பித்தன. அவன் இருந்த அந்த நிலையில் உயிர் பிழைத்திருப்பது அற்புதம்தான். ஆயிரக்கணக்கானவர் ஆழிப் பேரலையில் சிக்கி அழிந்துபோயிருந்தனர். பல ஆயிரம் பேர்களைக் காணவில்லை. உயிர் பிழைத்து வந்த சிலரில் ஹரிஷும் ஒருவன். அவன் கண்டறியப்பட்டு மீட்கப்பட்ட இடம் பரந்துபட்ட வனாந்தரப் பகுதி என்பது முக்கியமானது. உடலில் நீர்ச்சத்து வெகுவாகக் குறைந்திருந்தது. இடது தோள்பட்டை எலும்பு உடைந்திருந்தது.

எந்தச் சமயத்தில் எலும்பு முறிவு ஏற்பட்டது என்பதை நினைவுக்குக்கொண்டு வர முடியவில்லை. 'என் உடம்பில் ஒரு எலும்பு முறிந்திருக்கிறது, அதுபற்றி எனக்குத் தெரியாமலேயே இருந்திருக்கிறது!'

அவனுக்குத் தரப்பட்ட சிகிச்சை எளிமையானது. உப்புச் சத்துக்கள் கொண்ட நீர்மம் இரண்டு நாட்களுக்கு உடலுக்குள்

செலுத்தப்பட்டது. உடைந்திருக்கும் தோள்பட்டை எலும்பு ஒன்று சேர்வதற்காகக் கழுத்தையும், தோள்பட்டையையும் சுற்றி இறுக்கமான ஒரு கட்டு போடப்பட்டது. பளு தூக்குவது போன்ற கடுமையான வேலைகளைச் சில மாதங்களுக்குச் செய்யக்கூடாது. ஒரு வாரத்துக்கு முழுமையான ஓய்வு, இவைதான் அவனுக்கான சிகிச்சைகள்.

ஹரிஷ் சேர்க்கப்பட்டிருந்த சிறப்புப் பிரிவில் பத்துப் படுக்கைகள் இருந்தன. அவற்றில் ஐந்து படுக்கைகள் ஹரிஷைப் போன்று பாதிக்கப்பட்டிருந்தவர்களால் நிரம்பியிருந்தன. நில அதிர்ச்சியினால் கூரை இடிந்து விழுந்து காயம்பட்டவர் இரண்டு படுக்கைகளில் இருந்தனர். ஒருவருக்குத் தலையில் ஆபத்தான காயம். இன்னொருவருக்கு இரண்டு கால்களிலும், ஒரு கையிலும் எலும்பு முறிந்திருந்தது.

ஹரிஷ் மருத்துமனையில் சேர்க்கப்பட்ட மூன்றாம் நாளில் அவன் அனுமதிக்கப்பட்டிருந்த பிரிவில் சீரமைப்பு ஏற்பாடுகள் தீவிரமாக நடைபெற்றன. காலியாக இருந்த நான்கு படுக்கைகள் ஒரு மூலைக்குத் தள்ளப்பட்டன. ஒரு தற்காலிக மறைப்பு அமைக்கப்பட்டது. மூத்த அதிகாரிகள்போல காணப்பட்ட இருவர் ஏற்பாடுகளைச் சரி பார்த்துவிட்டுப் போனார்கள். சற்று நேரத்தில் அந்தப் பிரிவின் நுழைவாயிலில் ஒரு போலீஸ் கான்ஸ்டபிள் பணியில் அமர்த்தப்பட்டார்.

ஆர்வம் மேலிட்ட ஹரிஷ், காலை உணவுகொண்டு வந்த செவிலியிடம் கேட்டான்.

'எனக்கு என்ன தெரியும்?' என்று சொல்லிவிட்டு உடலைக் குலுக்கிக்கொண்டாள். 'முக்கியஸ்தர்கள் மதியம் இங்கே சேர்க்கப் படலாம் என்று சொன்னார்கள்.'

ஹரிஷ் தூங்கிப் போனான். பிற்பகலில் விழித்தான். வி.ஐ.பி. நோயாளி வந்ததைப் பார்க்கத் தவறிவிட்டான். செவிலி மதிய உணவுகொண்டு வந்தபோது, அதே கேள்வியை மறுபடியும்

கேட்டான். அவனுக்கு அருகில் நெருங்கி வந்து ரகசியமாக அவள் சொன்னாள்:

'இது பற்றி யாரிடமும் சொல்லக் கூடாது. நீங்கள் இந்த வார்டில் இருப்பதனால் சொல்கிறேன்.... இவர்களை ஏன் இங்கே கொண்டு வருகிறார்களோ தெரியவில்லை... அந்தக் காட்டுவாசிகளை இங்கே கொண்டுவந்து சேர்த்திருக்கிறார்கள்.'

'காட்டுவாசிகளா? அந்தமான் பழங்குடிகளா? ஒங்கேவா? யாரைச் சேர்த்திருக்கிறார்கள்? அவர்களும் பேரலையில் சிக்கிக் கொண்டு விட்டார்களா? எத்தனை பேரைச் சேர்த்திருக்கிறார்கள்?' ஒரே மூச்சில் அத்தனைக் கேள்வியையும் ஹரிஷ் கேட்டான்.

'இல்லை, இல்லை, கடம்தாலா பகுதியிலிருந்த ஜாரவாக்களைப் படகில் அழைத்து வந்திருக்கிறார்கள்' என்று பதற்றத்துடன் பதில் சொன்னாள்.

'ஜாரவாக்களா?' ஹரிஷ் அதிர்ச்சியடைந்தான். அவர்கள் கடற் கரை ஓரங்களில் வசிப்பதில்லையே. ஜாரவாக்கள்தானா? படகில் அழைத்து வந்தார்களா? அவர்களும் நிலைகுலைந்து போனார்களா?'

'நிலைகுலைந்தா? என்ன அது?' நர்ஸ் சற்று கோபம்கொண் டாள். 'அவர்கள் எங்கும் அடித்துச் செல்லப்படவுமில்லை, நிலை குலையவும் இல்லை. அவர்களுக்கு அம்மை போட்டிருக்கிறது.'

ஹரிஷின் மனத்தில் கவலையும், அச்சமும் பெருக்கெடுத்தன. அவன் அதிர்ச்சியடைந்தான். 'தட்டம்மை? அவர்களை எப்படிக் கண்டுபிடித்தார்கள்? எத்தனை பேருக்குப் பாதிப்பு? மற்றவர்கள் எங்கே? இவர்கள் எப்படி இருக்கிறார்கள்?'

'நீங்கள் அதிகமாகக் கேள்வி கேட்கிறீர்கள்'. 'எனக்கு வேலை இருக்கிறது' என்று சொல்லிவிட்டுப் போய்விட்டாள். கேள்விகள் ஹரிஷின் மனத்தைப் பற்றிப் படர்ந்திருந்தன.

'இது பேரழிவு' என்று தனக்குத் தானே சொல்லிக்கொண்டான். 'ஒட்டுமொத்தப் பேரழிவு...'

24

திருப்புமுனையில்

ஹரிஷ், மருத்துவமனையில் சேர்ந்த மூன்றாவது நாளில் மருத்துவமனை முழு வீச்சில் செயல்பட்டது. மதிய நேரத்தில் ஜாரவாக்கள் அழைத்து வரப்பட்டிருந்தனர். டேவிட்டும் மாமாவும் பிற்பகலில் வந்தனர்.

பேரலையால் நிறுவனத்தில் உண்டான குழப்பங்கள் பற்றி இவர்கள் மூலம் ஹரிஷ் தெரிந்துகொண்டான். பலம் பொருந்திய அலைகள் சமையலறைப் பகுதியைச் சேதமாக்கிவிட்டன, வேறெந்த பாதிப்பும் இல்லை. ஹரிஷ் மருத்துவமனையில் சேர்க்கப்பட்டு இரண்டு நாட்களுக்குப் பிறகு, டேவிட், மாமா, சீமாவின் பெற்றோர் வந்திருந்தனர். இவனோடு இருந்த அவர்களின் மகள் வர முடியாமல் போய்விட்ட நிலையில், இவன் மட்டும் திரும்பி வந்திருப்பது நியாயம்தானா? அவர்களிடம் என்ன சொல்வான்? அவர்களை நேருக்கு நேர் எப்படிப் பார்க்க முடியும்?

சீமாவின் தாயார் முகத்தில் இழப்பும், அதிர்ச்சியும் தெரிந்தன. சீமாவின் தாயாரை, முன்பு ஒரு முறை ஹரிஷ் சந்தித்திருக்கிறான். இவனைப் பார்த்த மாத்திரத்திலேயே ஆறுதல் சொல்ல முடியாத அளவுக்குத் தேம்பி அழ ஆரம்பித்துவிட்டார். மூலையில் இருந்த பெஞ்சில் அவரை அமர வைத்தார்கள். முகத்தில் வெறுமை படர அமைதியாக உட்கார்ந்திருந்தார்.

சீமாவின் அப்பா அமைதியாக இருந்தார், அவரும் அதிர்ச்சி அடைந்திருக்கிறார் என்பதில் சந்தேகமில்லை. அவர் ஹரிஷிடம் மென்மையாக விசாரித்தார். அவனது படுக்கைக்கு அருகிலிருந்த நாற்காலியில் உட்கார்ந்துகொண்டார். அவர் நடந்துகொண்ட முறையில் கோபமோ, குற்றச்சாட்டோ இல்லை.

நடந்தவை பற்றி நினைவில் இருந்த வகையில் ஹரிஷ் விவரித்தான். சுற்றிலும் இருந்த மூன்று பேரின் கண்களிலும் கண்ணீர் பெருக்கெடுத்தது. ஆனால் ஹரிஷுக்கோ அது விசித்திரமான அனுபவமாக இருந்தது. அந்த நேரத்தில் உணர்ச்சி வசப்படவோ, கத்தி அழவோ தோன்றவில்லை. கண்களில் கண்ணீரும் வரவில்லை.

கேட்க விருப்பமில்லாத ஒரு கேள்வியை மென்மையாகவும், முடிவாகவும் சீமாவின் தாயார் கேட்டார். 'என் மகள் சீமாவைக் கண்டுபிடித்து மீட்க ஏதாவது வாய்ப்பு இருப்பதாகக் கருது கிறாயா ஹரிஷ்?'

'அவளைப் பிழைத்துப் போகும்படி அந்தப் பேரலை விட் டிருக்குமா?' அவர் கண் கலங்கினார். 'உன்னைப் பிழைக்க வைத்ததைப் போலவே அவளையும்...' அவரால் மேற்கொண்டு பேச முடியவில்லை. காட்டுக்குள் எங்காவது நிச்சயமாக இருப்பாள். அதற்கு ஏதேனும் வாய்ப்பு இருக்கிறதா ஹரிஷ்?' அவர் கண்களில் கண்ணீர் பெருக்கெடுத்தது. 'என் சீமா உயிரோடு தான் இருப்பாள்! என் சீமா...'

சீமாவின் அப்பாவுக்கு ஆறுதல் தெரிவிக்க ஹரிஷிடம் வார்த்தைகள் இல்லை. அவன் இரண்டு கைகளையும் நீட்டி நடுங்கும் அவரது கரங்களைப் பற்றிக்கொண்டான். டேவிட்டும் அழுதுவிட்டான். எளிதில் கலங்காத பேம் மாமாவும் அழுதார்.

சற்று நேரத்துக்குப் பிறகு டேவிட் சொன்னான், 'சார், நாம் நம்பிக்கை இழக்க வேண்டாம். விமானப்படை இயன்ற அனைத்தையும் செய்துகொண்டிருக்கிறது. நாளை காலையில் தேடுதல் பணிக்குப் போகும்போது என்னையும் அழைத்துக்கொண்டு போவதாகச் சொல்லியிருக்கிறார்கள். எனக்கு நம்பிக்கை இருக் கிறது. முயற்சியை விடாமல் மேற்கொள்வோம். எதுவும் சாத்தியம் தான். என்னை நம்புங்கள். நல்லதே நடக்கும். சீமா நமக்குக் கிடைத்துவிடுவாள்.'

டேவிட்டால் வேறு எப்படிச் சொல்ல முடியும்? நேர்மையான பதிலைச் சொல்லும்படி கேட்டால், எதுவும் நடக்க வாய்ப்பில்லை என்று டேவிட் சொல்லியிருப்பான். இனி அவள் கிடைப்பாள் என்ற நம்பிக்கை இல்லை. ஹரிஷ் பிழைத்து வந்தது அற்புதம்தான்.

இன்னொரு அற்புதமும் நிகழப்போகிறது என்று எதிர்பார்ப்பது பொருத்தமில்லாதது.

'வாருங்கள், உங்களை வீட்டில் விட்டுவிடுகிறேன். ஆன்டிக்கு ஓய்வு தேவை.'

துன்பத்தில் தடுமாறியவர்கள் கிளம்பிச் சென்றுவிட்டனர், பேம் மாமா ஹரிஷுக்குப் பக்கத்தில் அமர்ந்துகொண்டார். அந்த வயதான மனிதர் துயரத்துடன் காணப்பட்டார். வெறுமை நிரம்பிய முகத்தில் பலவித உணர்ச்சிகள் தென்பட்டன. அவர் ஹரிஷின் உள்ளங்கையைப் பற்றி இறுக்கமாக அழுத்தினார். அவருடைய உள்ளங்கைகள் உப்புத்தாளைப் போலச் சொரசொரப்பாக இருந்தன. வாழ்க்கையும், அனுபவங்களும் தந்திருக்கும் அழுத்தத்தினால் அது கெட்டிப்பட்டுப் போயிருந்தது. இருந்தபோதிலும் அச்சம் நீக்கி ஆதரவளிக்கும் விதத்தில் மென்மையாகவும் இருந்தது. 'நான்கூட இதைப் போல அனுபவித்ததில்லை' அன்புடன் அவர் சொன்னார்.

இருவரும் சற்று நேரத்துக்கு அமைதியாக உட்கார்ந்திருந்தனர். வேண்டுமென்றே குரலைத் தாழ்த்தி ஹரிஷ் பேசினான். 'இந்த வார்டின் மறுபக்கத்தில் யார் இருக்கிறார்கள் என்பது தெரியுமா மாமா? சற்று முன்பு தான் அவர்கள் இங்கு வந்திருக்கிறார்கள்.'

'யார்?'

'மூன்று ஜாரவாக்கள், அம்மை கண்டு இங்கே வந்திருக்கிறார்கள்.'

உண்மையாகவா? மாமாவின் சிறு கண்கள் அகல விரிந்தன. 'அவர்களை எப்படி இங்குகொண்டு வர முடியும்? அந்தமான் நெடுஞ்சாலையில் குறைந்தது இரண்டு பாலங்கள் உடைந்திருக்குமே.'

'ஓ, எனக்குப் புரிகிறது. அதனால் தான் படகில் அழைத்து வந்திருக்கிறார்கள். முதலில் நர்ஸ் சொன்னபோது இதன் சூட்சுமம் எனக்குப் புரியவில்லை.' பேசிக்கொண்டிருக்கும் போதே ஹரிஷ் பேச்சை மாற்றினான். 'சீமாவைக் கண்டுபிடித்துவிட முடியுமா? அவள் உயிரோடு இருப்பாளா?'

உயிரோடு அவள் திரும்பி வரவேண்டும் என்றுதான் ஆசைப் படுகிறேன். ஆனால் என்ன செய்ய முடியும்? கேள்விப்படுகிற கதை களையும், தொலைக்காட்சியில் காட்டப்படும் காட்சிகளையும்

கண்டால் மனம் பதறுகிறது. கற்பனை செய்துகூட பார்க்க முடியாத பேரழிவு இது.'

'நான் திரும்பி வந்திருக்கிறேனே, சீமாவும் வரமாட்டாளா என்ன?'

'ஆமாம், வரலாம், வரலாம்...'

தான் கேட்க மறந்து விட்ட ஒன்று ஹரிஷுக்கு திடீரென நினைவுக்கு வந்தது. 'சீமாவிடமிருந்து என் பெயருக்குக் கடிதம் ஏதும் வந்திருக்கிறதா மாமா?' இதுதான் அவள் என்னிடம் கடைசியாகக் கேட்ட விவரம். அது நீண்ட நெடிய கடிதமாக இருக்க வேண்டும், அவசரக் கடிதம். பல நாள்களுக்கு முன்பே அனுப்பிவிட்டதாக அவள் சொன்னாள். அங்கு ஏதேனும் கடிதம் வந்திருக்கிறதா?'

மாமா ஞாபகப்படுத்திப் பார்க்க முயன்றார். 'இல்லை, ஹரிஷ், இரண்டு மூன்று நாளைக்கு முன்பு கொத்தாகக் கடிதங்கள் வந்திருந்தன. அதோடு சரி. வந்திருக்கிறதா என்று பார்க்கிறேன். ஒரு வேளை அப்படி வந்திருந்தால் கடிதத்தை எடுத்து அறையில் வைத்திருக்க வாய்ப்பு இருக்கிறது.'

'எனக்கு அந்தக் கடிதம் அவசியம் வேண்டும் மாமா' என்று கேட்டுக்கொண்டே ஹரிஷ் பின்னால் சாய்ந்து கண்களை மூடிக் கொண்டான்.

'போய்ச் சேர்ந்ததுமே முதல் வேலையாக அதைச் செய்கிறேன்' என்று மாமா உறுதியளித்தார்.

அன்று மாலையில் கடிதத்தை மாமா கண்டெடுத்துவிட்டார். அதில் தில்லி அஞ்சலக முத்திரை குத்தப்பட்டிருந்தது. பல இடர்களைக் கடந்து கொஞ்சம் தாமதப்பட்டு அந்தக் கடிதம் வந்துசேர்ந்திருக்கிறது. சீமாவும், ஹரிஷும் கிரேட் நிகோபாருக்குப் பயணப்பட்ட அன்று அது வந்திருக்கிறது. ஹரிஷின் அறையில் அது கிடந்தது. மறுநாள் காலையில் சில சஞ்சிகைகள், செய்தித் தாள்களோடு சேர்த்து இந்தக் கடிதத்தையும் ஹரிஷுக்கு மாமா கொடுத்தனுப்பியிருந்தார்.

ஒரு கண நேரம் ஹரிஷ் உணர்ச்சி வசப்பட்டான். பிறகு திடீரென வருத்தத்தில் ஆழ்ந்துவிட்டான். இந்தக் கடிதத்தைப் பற்றித் தானே சீமா பேசிக்கொண்டே இருந்தாள். இருவரும் ஒன்றாக இருந்த அந்தக் கடைசித் தருணங்களிலும் இவன் கைகளை இறுக்கமாகப் பிடித்தபடி சீமா... அவனுக்குள் வினோதமான பதற்றம் ஏற்பட்டது. பிரிக்கப்படாத அந்தக் கடிதத்தைப் பிடித் திருந்த கைகள் நடுக்கம் கண்டன. இனி நான் என்ன செய்ய முடியும்? பல நிமிடங்கள் கழித்து அவன் கடிதத்தைப் பிரித்துப் படிக்க ஆரம்பித்தான்.

டிசம்பர் 3, 2004

லோதி கார்டன்ஸ், புதுதில்லி

அன்பார்ந்த ஹரிஷ், நான் எங்கிருந்து ஆரம்பிப்பது? லோதி கார்டனில் நான் என்ன செய்துகொண்டிருக்கிறேன் என்று நினைக்கிறாயா? இந்த இடம் எனக்குப் பிடித்தமானது. இங்கு அடிக்கடி வருவதுண்டு. இந்தக் கடிதத்தை எழுத வேண்டும் என்ற ஒரே காரணத்துக்காகவே இங்கு வந்திருக்கிறேன். உனக்குச் சொல்ல ஏராளமாக இருக்கிறது. விதவிதமான பற்பல விஷயங்கள்.

நான் அனுப்பிய அஞ்சலட்டை போன வாரம் கிடைத்திருக்கும் என்று நம்புகிறேன். நீ என்னை கிரேட் நிகோபார் தீவுக்கு அழைத்துச் செல்லப் போகிறாய் என்று நம்புகிறேன். அந்தப் பயணத்தை எதிர்பார்த்துக் காத்திருக்கிறேன். ஹரிஷ், உண்மையிலேயே நான் காத்திருக்கிறேன்.

நான் எப்படி இருக்கிறேன், என்ன செய்துகொண்டு இருக் கிறேன் என்று நீ யோசித்துக்கொண்டிருப்பாய் என்று யூகிக்கிறேன். உன்னிடம் சொன்னதைப் போலத் தில்லிக்கு அவசியம் நான் வர வேண்டியிருந்தது. அதுவும் நன்மைக்குத்தான் என்று நினைக்கிறேன். சில விஷயங்களை முடிவுக்குக்கொண்டு வர வேண்டியிருக்கிறது. வெகு தொலைவில் இருந்துகொண்டு அதைச் செய்ய முடியாது. நேருக்கு நேர் பார்த்தால்தான் செய்து முடிக்க முடியும்.

நீ சொன்னது சரிதான் ஹரிஷ். நூறு சதவீதம் சரியாகப் போய்விட்டது. அமித் ஒரு துரோகி. அவன் இப்படி ஆவான்

என்று ஒரு நாளும் நான் எதிர்பார்க்கவில்லை. உன்னால் நம்பவே முடியாது; என்னை ஒரே ஒரு முறை சந்திப்பதற்கும் கூட அவன் ஒப்புக்கொள்ளவில்லை. இனி அவரவர் வழியில் போக வேண்டியதுதான். அவன் வாக்குறுதிகள் கொடுத்திருந்தான். ஆனால் எதையும் காப்பாற்றவில்லை. ஒரு முறையல்ல, இரண்டு முறையல்ல, ஐந்து முறை. அதன் பிறகு அவன் என் தொலைபேசி அழைப்புகளுக்குப் பதில் சொல்வதை நிறுத்திக்கொண்டான். ஒரு நாள் மாலை நேரடியாக அவன் வீட்டுக்குச் சென்று நேருக்கு நேர் கேட்டுவிடுவது என்று நான் முடிவு செய்தேன். ஆனால், அது என்னை நானே இழிவுபடுத்திக்கொள்வதுபோல ஆகிவிடும் என்று நினைத்துப் பாதி வழியில் திரும்பிவிட்டேன்.

மனம் வலிக்கிறது ஹரிஷ், இது மிகவும் துயரமானது, என் சிந்தனையிலும், இதயத்திலும் இருந்து அவனை உதறித் தள்ளிவிட்டேன். அவனோடு பழகி மீண்ட பின்பு, இறுதியில் என்னை நானே அமைதிப்படுத்திக்கொண்டேன்.

திடீரென்று ஒரு திருப்புமுனைக்கு வந்துசேர்ந்ததைப் போல நான் உணர்கிறேன். நீ எப்போதாவது இப்படி உணர்ந்தது உண்டா?

ஹரிஷ் கடிதத்தைத் தொடர்ந்து படிக்காமல் நிறுத்தினான். தலையை உயர்த்தி மேல்நோக்கிப் பார்த்தான். அவள் என்ன நினைத்திருக்கிறாள்? என்ன செய்ய விரும்பியிருக்கிறாள்?

கடிதத்தை மேலும் படிக்க நினைத்தபோது, மருத்துவமனையில் யாரும் இல்லை என்பதைக் கண்டுகொண்டான். அது தேநீர் நேரம். எல்லோரும் கட்டடத்தின் கடைக்கோடிக்குப் போய்விட்டார்கள். சீமாவின் கடிதத்திலிருந்து தன்னை அப்புறப்படுத்திக்கொள்வது கடினமாக இருந்தது. ஆனால் இந்த வாய்ப்பை நழுவவிட ஹரிஷின் மனம் இடம் தரவில்லை. படுக்கையிலிருந்து கஷ்டப்பட்டு இறங்கி மெதுவாக நடந்து அங்கே சென்றான்.

எலும்பின் வெண்மை நிறத்தை ஒத்திருந்த மருத்துவமனை விரிப்பில் இருண்ட உடல்கள் கிட்டத்தட்ட உயிரில்லாமல் கிடந்தன. ஹரிஷ் நின்றுகொண்டிருந்த இடத்துக்கு வெகு அருகில் ஒரு சிறுவன் படுக்கையில் தூங்கிக்கொண்டிருந்தான். அவனைப் பார்த்தவுடன் ஹரிஷின் மனம் கரைந்துவிட்டது. அவனுக்குக்

மூக்கு கடுமையாக ஒழுகிக்கொண்டிருந்தது. நெற்றியில் சிவப்பு நிறக் கொப்பளங்கள் இருந்தன. கதம்தாலா பொது சுகாதார மையத்தில் சில மாதங்களுக்கு முன்பு அவனும், சீமாவும் இதையே தான் பார்த்திருந்தார்கள். 'இது அம்மை ஆக இருக்குமானால், அன்று பார்த்ததும் அதுவேதான்.' என்று தனக்குள் அவன் நினைத்துக்கொண்டான். ஆனால் டாக்டர் பந்தோபாத்யாய் அதைச் சூட்டுக்கட்டி என்றல்லவா சொன்னார்? இது அம்மை என்பது அவருக்குத் தெரியாதா? தெரிந்தே பொய் சொன்னாரா? மேலிடத்து உத்தரவு என்று ஏதேதோ சொல்லிக்கொண்டிருந்தாரே. அவர்களைச் சீக்கிரமாகக் காட்டுக்குத் திருப்பி அனுப்பியாக வேண்டும் என்றாரே? ஏன் இப்படிச் செய்ய வேண்டும்? யாருமே இப்படி செய்யக் கூடாதே. ஹரிஷின் தலை சுற்றியது. 'அம்மை பாதித் திருந்த ஜாரவாச் சிறுவனை அந்தச் சமூக மக்கள் மத்தியில் திரும்பவும்கொண்டு போய்விடுவது எப்பேர்ப்பட்ட பேரழிவு? சீமா சரியாகத்தான் சொன்னாள். அந்தமான் பழங்குடிகளின் கதைதான் இங்கே மறுபடியும் நடக்கிறது என்று சொன்னாளே! எவ்வளவு முரட்டுத்தனமான குற்றச்செயல் இது?

உள்ளுக்குள் குமுறல் பெருகுவதை ஹரிஷ் உணர்ந்தான். நடுவில் இருந்த ஜாரவா மனிதன் இவன் நிற்கும் பக்கமாகப் புரண்டு படுத்தபோது குமுறல் உடனடியாக முற்றிலும் வடிந்து போனது. அவனை நேருக்கு நேராகப் பார்த்தபோது தன் முழங்கால்கள் பலவீனமடைவதை ஹரிஷ் உணர்ந்தான். முதுகுத் தண்டில் ஒரு நடுக்கம் கீழ்நோக்கிப் பரவியது.

உதவிக்கு யாரும் இல்லாத, கையாலாகாதவனாக உணர்ந்தான். ஹரிஷ் இவனைப் பார்ப்பது இது மூன்றாவது முறை. நெருப்பைக் கக்கிய, வீம்பு மிகுந்த, அதே கண்கள் இப்போதும் அவனை எதிர் கொண்டன. கண்களில் ஜுவாலை இன்னமும் இருந்தது. பெரு மிதமும் அப்படியே இருந்தது. அந்தக் கண்களை முதன் முதலில் எதிர்கொண்டபோது இருந்த அத்தனையும் இருக்கின்றன. இப் போது அதை விடவும் கூடுதலாக இருந்தது. அந்த மனிதன் ஹரிஷை சற்று நேரம் பார்த்தான். பிறகு தோற்றுப் போனவனாகக் கூர்மையான தன் பார்வையைத் தாழ்த்திக்கொண்டான் - துயர் மிகுந்த சரணடைவு. வலுவற்றவர்களுடன் நடத்தும் சமனற்ற

தடாகம் ◈ 353

சண்டை இது! மனித வாழ்க்கையின் உள்ளுயிர்ப்பைத் தகர்த்து வீழ்த்தி, சுதந்திரத்தைக் கைவிடும்படி அவனைச் செய்வதற்கு எத்தகையதொரு வழி இது? இது என்ன ஒரு முடிவின் ஆரம்பமா?

அப்போது நர்ஸ் உள்ளே நுழைந்தாள்.

'ஹரிஷ், அங்கே என்ன செய்கிறீர்கள்?' என்று கண்டிப்புடன் அவள் கேட்டாள். எதையோ இழந்துவிட்டதைப் போல இருந்த ஹரிஷின் முகத்தோற்றத்தைக் கண்டதும் அவளது குரலின் வேகம் தணிந்து மென்மையாக மாறியது. 'துயரமான சூழ்நிலைதான். பாவப்பட்ட மனிதர்கள்! இவர்கள் மீது உங்களுக்கு என்ன இவ்வளவு அக்கறை?' என்றாள் நர்ஸ்.

ஹரிஷ் பதில் பேசவில்லை. தன் படுக்கையை நோக்கித் திரும்பினான். நர்ஸ் அவனது கையைப் பிடித்து அழைத்துப் படுக்கையில் அமர உதவினாள். சீமாவின் கடிதம் அங்கே காத்துக்கொண்டிருந்தது.

அவன் படுக்கையில் உட்கார்ந்திருந்தான். கண்கள் மூடியிருந்தன. மனம் திசை மாறிக் கிடந்தது. இதெல்லாம் ஏன் நடக்கிறது? இதைப் பற்றிக் கோபப்படுவதா? வருத்தப்படுவதா? நம்பிக்கை இழந்து போவதா? எப்படி எடுத்துக் கொள்வது?

அவன் சில கணங்கள் அசையாமல் இருந்தான். பிறகு கண்களைத் திறந்து சீமாவின் கடிதத்தைப் படிக்கத் தொடங்கினான்.

> ஹரிஷ் நான் இதை எழுதும் வேளையில், ஜாரவாக்கள் பற்றியும், அந்தமான் நெடுஞ்சாலை பற்றி நீ சொன்னதையும் நினைத்துக்கொண்டிருந்தேன். ஒரு நீளமான கோடுபோல இந்தச் சாலை சென்றுகொண்டிருக்கிறது. உருவகமாக பார்த்தால் இந்தச் சாலையில் பக்கவழிப் பாதைகள் எதுவும் இல்லை. சாலை உங்களை எங்கே இட்டுச்செல்கிறதோ அங்குதான் நீங்கள் போக வேண்டும். உங்களுக்கான பாதையை நீங்கள் தேர்ந்தெடுத்துக்கொள்ள முடியாது. சாலையில் வளைந்து திரும்பினாலும், அது வரையிலும் கடந்து வந்ததைப் போன்ற அதே பாதையில்தான் தொடர்ந்து சென்றாக வேண்டும். வித்தியாசம் எதுவுமே கிடையாது.
>
> ஜாரவாக்கள் ஒற்றைப் பாதையில் சென்றுகொண்டிருக்கிறார்கள். அதன் முடிவில் அந்தமான் பழங்குடியினர்தான் காத்திருக்கின்றனர்.

அவர்களுக்கு நேர்ந்தது தான் இவர்களுக்கும் நேரப் போகிறதோ? பக்கவாட்டுப் பாதைகள் இருக்குமானால் பயண திசையை மாற்றிக் கொள்வதற்கான தெரிவாக அது அமைந்திருக்கும். வரலாற்றின் பயணம் இதை அனுமதிக்குமா?

ஹரிஷ் நம்பிக்கையற்ற ஒரு பேரலையில் மூழ்குபவனைப் போல உணர்ந்தான். சற்று நேரம் அமைதியாக இருந்துவிட்டு சீமாவின் கடிதத்தைக் கையில் எடுத்தான்.

இன்று, இப்போது கைகளில் இருக்கும் இந்த நொடிதான், நாளைய வரலாறு எப்படி இருக்கப் போகிறது என்பதைத் தீர்மானிக்கப் போகிறது. நாம் நேரில் சந்திக்கும்போது இதைப் பற்றி விரிவாக விவாதிக்கலாம். ஒரு வேளை, நம்மை ஆதரிப்பவர்களும் இருக்கலாம். நீதிபதி சிங்குடன் தொடர்பினை நிலை நாட்டிக்கொள்ள நாம் முயற்சி மேற்கொள்ளலாம். யாரிடமிருந்து என்ன உதவி கிடைக்கும் என்று நமக்குத் தெரியாது. முயற்சி செய்வதில் தவறில்லை. அதனால் இழப்பு எதுவும் நேர்ந்துவிடப் போவதில்லை.

நான் உன்னுடன் துணை நிற்பேன், இந்தப் பயணத்தில் உன்னோடும், பிறரோடும் இருப்பதையே நான் விரும்புவேன்.

'எல்லாமும் முடிந்து போய்விட்டது சீமா', ஹரிஷ் தனக்குத் தானே முணுமுணுத்துக்கொண்டான். அதெல்லாம் முடிந்து விட்டது, எல்லாமும் முடிந்துவிட்டது. முட்டுச்சந்து ஒன்று தான் மிஞ்சியிருக்கிறது. வேறொன்றும் மிச்சமில்லை. இப்போது காலம் கடந்துவிட்டது சீமா. இப்போது மிகவும் அதிகமாகக் காலம் கடந்துவிட்டது...'

ஹரிஷ், என்னைக் கேட்டால் குறிப்பிட்ட அளவுக்கு மேல் நான் ஜாரவாக்களைப் பற்றி சிந்திப்பதில்லை. என்னைப் பற்றித்தான் சிந்திக்கிறேன். நம்மைப் பற்றி சிந்திக்கிறேன். நாம் எதன் மீது நம்பிக்கை வைத்திருக்கிறோம்? நாம் எதைச் செய்கிறோம்? எதைச் செய்ய விரும்புகிறோம்? என்பதைப் பற்றிய சிந்தனைதான் அது.

கடைசியாக ஹரிஷ், இதை உன்னிடம் எப்படிச் சொல்வது என்று எனக்குத் தெரியவில்லை. நான் சொல்வதைத் தவறாக எடுத்துக் கொள்ள வேண்டாம்... பக்கவாட்டுப் பாதைகள் மூலம் நாம் இருவரும்

சேர்ந்து ஒரு பயணத்தை மேற்கொள்வது சாத்தியமானதா? நீயும் நானும் சேர்ந்து பயணிக்கும் பயணம் சாத்தியமானதுதானா என்று உன்னைக் கேட்க விரும்புகிறேன். நான் இதைப் பற்றி நினைத்துப் பார்த்தேன். என்னை நானே மீளுருவாக்கம் செய்துகொள்வதாக நீ சொல்லக்கூடும், ஆனாலும் இது பற்றி சிந்தித்துப் பார்த்தேன். என் விருப்பத்தைத்தான் இப்போது எழுதுகிறேன்.

கிரேட் நிகோபார் தீவுக்குக் கப்பலில் பயணம் செய்யும் சமயத்தில் இது பற்றிப் பேசிக்கொள்ளலாம். அங்கு சென்று சேர்ந்த பிறகும்கூட நமக்கு நிறைய நேரம் கிடைக்கும். நான் சொல்ல விரும்பிய அனைத்தையும் சொல்லிவிட்டேன். நீ சொல்ல விரும்புவதைக் கேட்பதற்காக நான் காத்திருப்பேன்.

நெஞ்சின் அடியாழத்திலிருந்து நான் இதை உணர்கிறேன். தனிச் சிறப்புடைய ஒருவனாக உன்னை நான் உணர்கிறேன். ஹரிஷ் நான்... நான் உன்னைக்...

ஹரிஷால் இதற்கு மேலும் தொடர்ந்து படிக்க முடியவில்லை.

'சீமா... சீமா..!' தாங்க முடியாத இழப்பின் சுமையினால் ஹரிஷ் திணறினான். அவன் தன் கண்களை மூடிக்கொண்டான். அவர்கள் இருவரும் கடைசி நாளன்று இரவில் காலத்தீயா கடற்கரையில் ஒன்றாக இருந்ததை நினைத்து அவன் மனம் அலைபாய்ந்தது. அப்போது அவன் தார்ப்பாலினில் படுத்திருந்தான், தனக்கருகில் சீமா உட்கார்ந்திருந்த இடத்தினை நோக்கி அவன் திரும்பினான். அவள் வானத்து நட்சத்திரங்களைப் பார்த்துக்கொண்டிருந்தாள். அப்போதுதான் விழித்துக்கொண்ட அவன் அவளைப் பார்த்தான். பல மாதங்களாக லேசாக அதிகரித்துவந்த அந்த ஈர்ப்பு, தில்லி யிலிருந்து அவள் திரும்பி வந்த நாள் முதற்கொண்டு அதிகமாக வலுப்பெற்றிருந்தது. அது பற்றி அவளிடம் சொல்ல அவன் நினைத்திருந்தான். அவளும் அப்படி உணர்கிறாளா என்பதைத் தெரிந்துகொள்ள விரும்பியிருந்தான். ஆனால் எப்படிக் கேட்பது? பல்வேறு உணர்வுப் போராட்டங்கள் அவளிடம் தீர்வுக்காகக் காத்திருந்தன. இவர்களின் பயணம் நெருக்கமானதாக, இணை யானதாக சிறிது காலத்துக்கு இருந்து வந்தது. ஆனால் அவனோ சந்திப்புப் புள்ளியைக் கண்டறியாமலேயே இருந்துவிட்டான்.

சமயம் வரும் என்று நம்பிக்கொண்டும், காத்துக்கொண்டும் இருந்தான். அவள் அப்போதுதான் திரும்பி வந்திருந்தாள், பேசுவதற்கு நேரம் இருந்தது. அவன் தொடர்ந்து அமைதியாக இருந்துவிட்டான். அன்றுகூட கடற்கரையில் தூங்குவதுபோல பாசாங்கு செய்துகொண்டு இருந்துவிட்டான்.

நட்சத்திரங்கள் மின்னிய அந்த இரவில், அவன் பக்கமாகத் திரும்பி அவனையே நீண்ட நேரம் பார்த்துக்கொண்டிருந்தாள். பிறகு மெதுவாகக் கையை நீட்டி அவன் தலைமுடியைக் கோதி விட்டாள். பிறகு அவளது விரல்கள் அவன் முகத்தில் சில கணங் களுக்கு மென்னயத்தோடு சுணங்கி வட்டமிட்டன... 'அவள் அப்போது என்ன நினைத்திருப்பாள்? அவள் என்ன செய்வதாக இருந்திருப்பாள்?' அவள் கையை உடனடியாக இழுத்துக்கொண் டாள்.

வெகு தொலைவில் இருக்கும், மருந்து நெடி வீசும் போர்ட் பிளேர் மருத்துவமனையின் இந்தச் சூழலில், அவனுடைய விருப் பத்துக்கேற்ற ஒரு உலகத்தை மனத்தில் ஹரிஷ் உருவாக்கிக் கொண்டிருந்தான். சில நாட்களுக்கு முன்பு நடந்த நாடகத்தில் ஒரு சிறிய மாற்றத்தைத்தான் அவன் விரும்பினான். அவனது மனக் கண்ணில் சீமா இப்போது அவன் முகத்துக்கு நேரே கைகளை நீட்டுகிறாள். அவளுடைய மெல்லிய விரல்களை அவனது உதடுகளின் மீது வைக்கிறாள், உதடுகளின் வெளிக்கோட்டைத் தடவியபடி சீராட்டுகிறாள்...

எது உன்னைத் தடுத்தது சீமா? ஏன் நீ நிறுத்திவிட்டாய்? உனது விரல்களை ஏன் பின்னோக்கி இழுத்துக்கொண்டாய்? கண்களை திறந்து பார்த்து, அவள் மீது எவ்வளவு அன்பு கொண் டிருக்கிறேன் என்பதை சொல்லியிருக்க வேண்டும் என்று ஹரிஷ் இப்போது நினைக்கிறான். எனக்கு இப்போது தெரிய வந்திருப்பது அப்போதே தெரிந்திருந்தால் எல்லாம் மாறி இருக்காதா சீமா? விடையளிக்க முடியாத பல கேள்விகளை அவனுடைய கண்ணீர் கேட்டுக்கொண்டிருந்தது.

அவன் கண்களைத் திறந்து கடைசி வரிகளைப்படித்தான்.

உன்னை மிகவும் சிறப்பானவனாக நான் நினைக்கிறேன். உண்மையில் என்னை அறியாமலேயே, உன் மீது காதல் கொண்டுவிட்டேன். இதற்கு மேலும் நான் எதைச் சொல்வது?

விரைவில் சந்திக்கிறேன்.

அன்புடன்

சீமா

பின்னுரை

களைத்துப் போயிருந்த ஹரிஷ் கடிதத்தைக் கையில் பிடித்தபடியே சங்கடங்கள் நிறைந்த லேசான உறக்கத்தில் இருந்தான். சில நிமிடங்களில் அவனது படுக்கைக்கு அருகே கேட்ட காலடிச் சத்தத்தால் விழித்துக்கொண்டான். கண்களைத் திறந்து பார்த்தபோது அச்சத்தால் தாக்குண்டான். அவனுக்கு வெகு அருகில் உயரமான ஒல்லியான ஜாரவா மனிதன் நின்று கொண்டிருந்தான். வார்டின் அந்தப் பக்கத்திலிருந்தவன் தான் அவன். ஹரிஷ் எழுந்து உட்கார்ந்தபோது அவன் சுவரின் பக்கமாக சற்றே நகர்ந்துகொண்டான். அவர்களுக்கிடையில் கொஞ்சம் இடைவெளி தேவையாக இருப்பது தெரிந்தது.

ஹரிஷின் அச்சத்தை ஜாரவா மனிதன் புரிந்துகொண்டான். லேசாக வெளியில் தெரியக்கூடிய, உடனே மறைந்து போன அடக்கமான புன்னகையை உதிர்த்தான். தன்னைத் தானே தொட்டுக் காட்டிக்கொண்டு 'எரீமா' என்றான்.

'எரீமா' ஹரிஷ் திருப்பிச் சொன்னான்.

'எரீமா' என்று தன் நெஞ்சைத் தட்டியபடி மறுபடியும் அவன் சொன்னான். பிறகு ஹரிஷை நோக்கி விரலை நீட்டினான்.

'டெரா' அவன் சற்றே மூச்சை இழுத்துக்கொண்டு 'நாம்' என்று கேட்டான்.

'ஹரிஷ்'... என்று சுமை தணிந்தவனாக பெருமூச்சு விட்டபடி அவன் பதில் சொன்னான்.

'ஹர்ர்...' எரீமா இடைவெளி விட்டான். 'ஹர்ர்... ஹர்ரிஸ்' அலங்கோலமாக இடைவெளிவிட்டு திரும்பச் சொன்னான்.

'தும்ஹாரா'... எரீமா மறுபடியும் இடைவெளிவிட்டான்.

'அவ்ரத்?' ஹரிஷுக்குப் பக்கத்திலிருந்த காலி இடத்தை எரீமா சுட்டிக்காட்டினான்.

புரிந்துகொள்ள ஹரிஷுக்குச் சற்று நேரமானது.

'ஆ, சீமா? சீமா... ஹரிஷ் தலையை ஆட்டிக்கொண்டே அவனுக்கு எப்படி விளக்கிச் சொல்வது என்று புரியாமல் சொன்னான்.

எனினும் எரீமாவுக்கு மேற்கொண்டு விளக்கம் தேவைப்பட வில்லை. அவன் மெதுவாகத் தன் கையை உயர்த்தி ஹரிஷின் தோள்பட்டையில் வைத்தான். 'சீ...' அவன் திக்கினான், சீமா'. அனுதாபம் தெரிவிக்கும் முகபாவத்துடன், அவன் அளவான, மெதுவான குரலில் கேட்டான். 'சீமா வாஷ்... சீமா வாஷ் அவுட்?'

அகலமான மடிப்பு நிறைந்த தனது நெற்றியை நோக்கி அவன் தனது வலது கரத்தை உயர்த்தி காற்றில் இரண்டு கற்பனைக் கோடுகளை வரைந்தான். 'நசீப்'. பிரமித்துப் போயிருந்த ஹரிஷை ஆறுதல் படுத்த அவன் முயன்றான். ஹரிஷ், சீமா இருவரையும் எரீமா ஒன்றாகப் பார்த்திருப்பதோடு மட்டுமல்லாமல், பிறகு நடந்தது என்ன என்பதையும் புரிந்துகொண்டவனாக அப்படிச் சொன்னான். அதை முழுமையாகப் புரிந்துகொண்டு காட்டின் புறப்பகுதியில் வாழும் மக்கள் பயன்படுத்தும் வார்த்தையையும் அதன் அர்த்தத்தையும் தெரிந்து வைத்துக்கொண்டு பேசுகிறான்.

இப்போது எரீமா மூச்சு விடுவதற்காக இடைவெளி விட்டிருந் தான். அவன் ஆவல்கொண்டவனாகத் தெரிந்தான். 'மேரா லடுக்கி வாஷ் அவுட்' இடைவெளி விட்டுச் சொன்னால் அவளது தலை யெழுத்தே மாறிப் போய்விட வாய்ப்பிருக்கும் என்பதைப் போல மணிக்கட்டினைச் சுண்டி இழுத்துக்கொண்டு திரும்பவும் சொன் னான். பிறகு இடைவெளி விட்டான். 'அவுர் லட்கா' ஹரிஷை நேருக்கு நேர் பார்க்காமல் தலையைக் குனிந்துகொண்டு தலையை ஆட்டியபடி அவன் சொன்னான்: 'மேரா லட்கா, கரம் புக்கார்.'

'கரம் புக்கார்' அவன் அழுத்திச் சொன்னான், ஹரிஷின் படுக்கை விளிம்பில் உட்கார்ந்தபடி தான் இருக்கும் வார்டின் பகுதியைக் காட்டிச் சொன்னான்.

அவன் தலையை உயர்த்தி ஹரிஷைப் பார்த்தான். இருவரும் நேருக்கு நேர் பார்த்துக்கொண்டபோது, அவன் தலை மட்டும்

ஆடிக்கொண்டிருந்தது. துயரப்படும் ஒரு தந்தையின் துணை யில்லாத சிரிப்பு மினுக்கென்று ஒளிவிட்டு விரைந்து மறைந்தது.

எதிர்பாராத விதமான விடுவிப்பை ஹரிஷ் ஒரு கணம் உணர்ந்தான். அந்த சில கணங்களில் அவனது வலிகளும், இழப்பும் தாழ்ந்தவையாகத் தெரிந்தன. எரீமாவின் இழப்புகளோடு தன் இழப்பை எப்படி ஒப்பிட முடியும்? எரீமா குடும்பத்தை இழந்து, வாழ்க்கை முறையை இழந்து, அவன் மக்களையும் இழந்து நிற்கிறான்.

என்ன முடிவெடுப்பது என்பது பற்றி சிந்தித்தபடி கடைசி சில நாட்களில் ஹரிஷ் போராடிக்கொண்டிருந்தான். அவனைச் சுற்றியிருக்கும் ஒவ்வொருவரும், இந்தியப் பெருநிலத்தில் உள்ள சொந்த ஊருக்குப் போய்விடும்படி அவனை சமாதானப்படுத்துவதில் முனைந்திருந்தனர். இந்தத் தீவுகளில் இனிமேலும் அவனுக்கான இடமில்லை. கொஞ்ச காலத்துக்காவது வெளியே போவது உதவியாக இருக்கும் என்று வாதிட்டு வந்தனர். அதை ஏற்றுக் கொள்ளக்கூடிய நிலைக்கு நெருக்கமாக வந்திருந்தான். ஒரு விஷயம் அவனைத் தொந்தரவு செய்த வண்ணம் இருந்தது. எத்தனை முறை தான் அவன் ஓடமுடியும்? இந்தத் தீவுகளில் இருக்கும் மக்கள் எங்கே போவார்கள்? இப்போது துயரப்பட்டுக்கொண்டிருக்கும் எரீமா, தனக்கருகில் அமர்ந்திருந்த வேளையில், விடையைக் கண்டறிந்து விட்டதாக ஹரிஷ் புரிந்துகொண்டான். எரீமா போவதற்கு எந்த இடமும் இல்லை. தனக்கும் போவதற்கு இனி எந்த இடமும் இல்லை. அவன் இங்கேயே இருந்துவிடப் போகிறான். அந்தத் தீவுகளில், இத்தனை திருப்புமுனைகளுக்கு மத்தியில்... எரீமாவின் மக்களைப் போலவே ஹரிஷும் நம்பிக்கையுடன் இருந்தான்.

ஜாரவாக்கள்: வரலாற்றுக் குறிப்புகள்

1789: அந்தமான் தீவுகளைக் குடியேற்ற நாடாக ஆக்கிக்கொள்வது என்று பிரிட்டிஷ் கிழக்கிந்தியக் கம்பெனி முடிவு செய்தது; லெப்டினென்ட் ஹைதி கோலிபுரூக் என்பவர் இந்தத் தீவுகளுக்கு வந்து, இங்கு வசித்து வந்த பூர்வகுடிகளைச் சந்தித்து அவர்கள் பேசிவரும் மொழிகள் பற்றிய சில விவரங்களைப் பதிவு செய்திருக்கிறார். அவரது குறிப்புகள் ஜாரவாக்கள் பற்றியவை என்பது பின்னர் தெரிய வந்தது; அந்தமான் தீவுகளில் நிறுவப்பட்ட குடியேற்றம் சில ஆண்டுகளுக்குப் பிறகு கைவிடப்பட்டது.

1839: அந்தமான் தீவுகளில் உள்ள தாவரங்கள் பற்றிய விளக்கப் பட்டியலைத் தயாரிக்க முதன் முதலாக இங்கு வந்தவர் ரஷ்ய விஞ்ஞானி டாக்டர் ஹெப்லர், அந்தமான் பூர்வ குடிகளால் இவர் கொல்லப்பட்டார்.

1857: இந்தியாவில் சிப்பாய்ப் புரட்சி, முதல் இந்திய சுதந்திரப் போர் என்றும் இது அறியப்படுகிறது.

1858: தண்டனைக்கைதிகளை அந்தமானில் பிரிட்டிஷ்காரர்கள் குடியேற்றினர்.

1860: அந்தமானின் கிழக்குப் பகுதியில் போர்ட் பிளேரில் இருந்தும், மேற்குப் பகுதியில் மௌவத் துறைமுகத்திலிருந்தும் பாதைகள் அமைக்கப்பட்டன; ஜாரவாக்களை எப்போதாவது அரிதாக சந்தித்துத் தீவு மக்கள் அமைதியாக ஊடாடி வந்தனர். தங்களுக்குப் பயன்படக்கூடிய சில உலோகப் பொருள்களை ஜாரவாக்கள் பெற்றுச் சென்றனர்.

1863: பிரிட்டிஷ்காரர்கள் மீது ஜாரவாக்களின் தாக்குதல் பற்றிய விவரங்கள் முதன் முதலாகப் பதிவு செய்யப்பட்டன.

1869: அந்தமான் காடுகளிலிருந்து தேக்கு மரங்கள் வெட்டப் பட்டது பற்றிய முதலாவது பதிவு/விவரம்.

1873: அந்தமான் பூர்வகுடிகள் மத்தியில் பால்வினை (சிபிலிஸ்) நோய் இருந்தது பற்றிய பதிவு.

1875: ஜாரவாக்களுடன் ஏற்பட்ட மோதலில் ஆறு சிறைக் கைதிகளும், இரண்டு ஜாரவாக்களும் உயிரிழந்தனர்.

1878: கான்ஸ்டன்ஸ் விரிகுடா அருகில் அந்தப் பகுதியைச் சுற்றிப் பார்க்க சென்றிருந்தவர்களால் ஒரு ஜாரவாப் பெண்ணும், இரண்டு குழந்தைகளும் சிறைபிடிக்கப்பட்டனர்.

1880: கேம்பெல் துறைமுகத்தில் ஜாரவாக்கள் அந்தமான் பழங்குடி மனிதர் ஒருவரைக் கொன்றனர்.

1886: அந்தமான் காடுகளில் கொள்ளை நோயான அம்மையின் பெருவாரியான பரவல்.

1890கள்: குட்டி அந்தமான் தீவில் வசித்து வந்த ஓங்கே பூர்வ குடிகளுக்குப் பரிசுப் பொருள்களைக் கொடுத்துப் பிரிட்டிஷ்காரர்கள் தொடர்பு ஏற்படுத்திக்கொண்டனர்.

1891: பாராடங் தீவின் சில பகுதிகளில் ஜாரவாக்கள் முதன் முதலில் குடியேறினர்.

1896: சிற்றறைச் சிறைச்சாலை கட்டும் பணிகள் பிரிட்டிஷ்காரர் களால் தொடங்கப்பட்டன.

1901: அந்தமான் தீவுகளில் மக்கள்தொகைக் கணக்கெடுப்பு முதன் முதலாக மேற்கொள்ளப்பட்டது. அந்தமான் தீவுகளின் மொத்த மக்கள்தொகை : *18,138.* ஜாரவா மக்கள்தொகைக் கணிப்பு : *585,* ஓங்கே மக்கள்தொகைக் கணிப்பு : *672,* சென்டினல்ஸ் மக்கள்தொகைக் கணிப்பு : *117,* அந்தமான் பழங்குடிகளின் உண்மையான மக்கள்தொகை : *625.* அந்தமான் பழங்குடிகளில் *10* மக்கள் குழுக்கள் ஒன்று சேர்ந்திருந்தன. அவற்றில் ஒரு குழுவான அகா - பியா - டா என்ற இனம் அழிந்தது.

1902: ஜாரவாக்களைப் பாதிக்கும் வகையில் பிரிட்டிஷ்காரர்கள் மேற்கொண்ட பயணங்கள்.

1906: வனங்கள் தொடர்பான முதலாவது செயல்திட்டம் எப்.எச்.டோட் என்பவரால் உருவாக்கப்பட்டது; அந்தமான் சிறைச்சாலை கட்டும் பணிகள் முடிவடைந்தன.

1911: ஜாரவா மக்கள்தொகைக் கணிப்பு : 114, ஓங்கே மக்கள் தொகைக் கணிப்பு : 631, சென்டினல்ஸ் மக்கள்தொகைக் கணிப்பு : 117, அந்தமான் பழங்குடிகளின் உண்மையான மக்கள்தொகை : 455. அந்தமான் தீவுகளின் மொத்த மக்கள்தொகை : 17,641.

1921: ஜாரவா மக்கள்தொகைக் கணிப்பு : 114, ஓங்கே மக்கள் தொகைக் கணிப்பு : 346, சென்டினல்ஸ் மக்கள்தொகைக் கணிப்பு : 117, அந்தமான் பழங்குடிகளின் உண்மையான மக்கள்தொகை : 209. அந்தமான் தீவுகளின் மொத்த மக்கள்தொகை : 17,814. அந்தமான் காடுகளில் தேக்கு மரங்களை வெட்டுவதற்கான தெளிவான நடைமுறைகள் அறிமுகம்.

1925: கேரன்கள் வசிப்பதற்காக மத்திய அந்தமான் தீவுகளில் வெபி என்ற கிராமம் உருவாக்கப்பட்டது; இந்தச் சமயத்தில்தான் கேரளத்திலிருந்து மாப்பிள்ளாக்கள் இங்கு அழைத்து வரப்பட்டுக் குடியேற்றப்பட்டனர்.

1931: ஜாரவா மக்கள்தொகைக் கணிப்பு : 70, ஓங்கே மக்கள் தொகைக் கணிப்பு : 250, சென்டினல்ஸ் மக்கள்தொகைக் கணிப்பு : 50, அந்தமான் பழங்குடிகளின் உண்மையான மக்கள்தொகை : 90. அந்தமான் தீவுகளின் மொத்த மக்கள் தொகை : 19,233.

1941: அந்தமான் தீவுகளின் மொத்த மக்கள் தொகை: 21,316.

1942: அந்தமான் தீவுகளை ஜப்பானியர்கள் கைப்பற்றினர்.

1947: இந்தியா சுதந்திரம் அடைந்தது.

1950கள்: அந்தமான் பழங்குடி இனத்தவர்களில் எஞ்சியிருந்தவர்கள் (மொத்தம் 19 பேர்கள் மட்டுமே இருந்ததாக

மதிப்பிடப்பட்டுள்ளது) ஜலசந்தி தீவில் குடியேற்றப் பட்டனர்.

1951: ஜாரவா மக்கள்தொகைக் கணிப்பு : 50, ஓங்கே மக்கள் தொகைக் கணிப்பு : 150, சென்டினல்ஸ் மக்கள்தொகைக் கணிப்பு : 50, அந்தமான் பழங்குடிகளின் உண்மையான மக்கள்தொகை : 23. அந்தமான் தீவுகளின் மொத்த மக்கள்தொகை : 18,962.

1952: அந்தமான் காடுகளுக்கான செங்கப்பா செயல்திட்டம்.

1956: அந்தமான் நிகோபார் பூர்வீகப் பழங்குடிகள் பாதுகாப்பு ஒழுங்குமுறை (Andaman and Nicobar Protection of Aboriginal Tribes Regulation – ANPATR) பற்றிய அறிவிக்கை இந்திய அரசாங்கத்தால் வெளியிடப்பட்டது.

1957: பழங்குடிகளுக்கான காப்புக்காடுகள் உருவாக்கம். அந்த மான் நிகோபார் பூர்வீகப் பழங்குடிகள் பாதுகாப்பு ஒழுங்கு முறை விதிகளின் படி ஜாரவா, ஓங்கே, சென்டினலீஸ் இனங்களுக்கான காப்புக்காடுகள் உருவாக்கம். நிகோபார் தீவுகளும் பாதுகாக்கப்பட்ட பகுதியாக அறிவிப்பு. லூரயி சிறு தீவில் புறக்காவல் நிலையம் அமைப்பு.

1961: ஜாரவா மக்கள்தொகைக் கணிப்பு : 500, ஓங்கே மக்கள் தொகைக் கணிப்பு : 129, சென்டினல்ஸ் மக்கள் தொகை கணிப்பு : 50, அந்தமான் பழங்குடிகளின் உண்மையான மக்கள்தொகை : 19. அந்தமான் தீவுகளின் மொத்த மக்கள் தொகை : 48,985.

1971; ஜாரவா மக்கள்தொகைக் கணிப்பு : 250, ஓங்கே மக்கள் தொகை : 112, சென்டினல்ஸ் மக்கள்தொகைக் கணிப்பு : 82, அந்தமான் பழங்குடிகளின் உண்மையான மக்கள் தொகை : 24. அந்தமான் தீவுகளின் மொத்த மக்கள் தொகை : 93,468.

1974: ஜாரவாக் காப்புக்காட்டுப் பகுதியை ஒட்டிய மேற்குக் கடற்கரைப் பகுதியில் ஜாரவாக்களுடன் நட்பு முறை யிலான தொடர்பை ஏற்படுத்திக் கொள்ளும் பொருட்டு அந்தமான் நிகோபார் நிர்வாகத்தால் முதன் முதலாக மேற்கொள்ளப்பட்ட முயற்சி.

1977: இரண்டு ஜாரவா ஆடவர்களில் ஒருவர் துப்பாக்கிக் குண்டுக் காயத்துடன் போர்ட்பிளேர் மருத்துவமனைக்கு அழைத்து வரப்பட்டார், நம்பிக்கை, நல்லெண்ணம் ஆகிய வற்றைகொண்டு செல்வார்கள் என்ற அடிப்படையில் இவர்கள் இருவரும் காடுகளுக்குள் திரும்பவும்கொண்டு விடப்பட்டனர்.

1979: தேக்கு மரங்களை வெட்டுவதற்காகவும், அந்தமான் நெடுஞ் சாலையை அமைப்பதற்காகவும், குடியேற்றங்களை அமைப் பதற்காகவும் காடுகளின் சில பகுதிகளைச் சீர்படுத்துவதற் காகவும், தோட்டக்கலை, வேளாண்மை ஆகியவற்றுக் காகவும் ஜாரவாக் காப்புக் காடுகளின் சில பகுதிகள் மறு அறிவிக்கை மூலம் நீக்கிக் கொள்ளப்பட்டன.

1981: ஜாரவா மக்கள்தொகைக் கணிப்பு : 250, ஓங்கே மக்கள் தொகை : 97, சென்டீனல்ஸ் மக்கள்தொகைக் கணிப்பு : 100, அந்தமான் பழங்குடிகளின் உண்மையான மக்கள் தொகை : 26. அந்தமான் தீவுகளின் மொத்த மக்கள் தொகை : 1,58,287.

1988-89: அந்தமான் நெடுஞ்சாலை உருவாக்கி முடிக்கப்பட்டது.

1990: அந்தமான் நிகோபார் தீவுகளின் ஆதிகுடிகளின் நலன்களுக் கான பெருந்திட்டம் 1991 - 2021, எஸ்.ஏ.அவராடியால் உருவாக்கப்பட்டது.

1991: ஜாரவா மக்கள்தொகைக் கணிப்பு : 280, ஓங்கே மக்கள் தொகை : 95, சென்டீனல்ஸ் மக்கள்தொகைக் கணிப்பு: 100, அந்தமான் பழங்குடிகளின் உண்மையான மக்கள் தொகை : 45. அந்தமான் தீவுகளின் மொத்த மக்கள்தொகை: 2,41,453. ஜாரவாக்கள் ஜிர்காடங் வனக்காவல் முகாமைத் தாக்கி ஒரு போலீஸ்காரரைக் கொன்றனர்.

1992: திரூருக்கு அருகில் இருந்த வனக்காவல் முகாமை ஜாரவாக்கள் தாக்கினர்.

1996: புட்டாடங் என்ற இடத்தில் தேக்கு மரங்களை வெட்டி எடுத்துச் சென்ற குழுவினரை 60 - 70 ஜாரவாக்கள் சூழ்ந்து கொண்டனர். சில தொழிலாளிகள் கொல்லப்பட்டனர், சிலர் காயமடைந்தனர்.

1998: கொல்கத்தா உயர் நீதிமன்றத்தின் போர்ட்பிளேர் அமர்வில் குட்டி அந்தமானில் ஓங்கே பழங்குடி மக்கள் வாழும் பகுதியில் தேக்கு மரங்கள் வெட்டப்படுவதை எதிர்த்து மூன்று தன்னார்வத் தொண்டு அமைப்புகள் வழக்கு தொடுத்தன.

1999: கொல்கத்தா உயர்நீதிமன்றத்தில் போர்ட் பிளேரைச் சேர்ந்த ஒரு வழக்கறிஞர் ஜாரவாப் பழங்குடி மக்களின் நலன்கள், பாதுகாப்பு பற்றி ஒரு வழக்கு தொடர்ந்தார். ஜாரவாக்கள் மத்தியில் 'அம்மை' நோய்த் தொற்றின் தீவிரமான பரவல்.

1998-99: வெளி உலகத்தவருடன் ஜாரவாக்களின் மோதல்கள் மெதுவாக முடிவுக்கு வந்தன.

2000: வடக்கு அந்தமானில் சிப்பி டிக்ரி பகுதியிலிருந்த குடியேற்றங்களின் மீது ஜாரவாக்களின் தாக்குதல்.

2001: ஜாரவா உண்மையான மக்கள்தொகை : *240,* ஓங்கே மக்கள்தொகை : *96,* சென்டினல்ஸ் மக்கள்தொகைக் கணிப்பு : *39,* அந்தமான் பழங்குடிகளின் உண்மையான மக்கள்தொகை : *43.* அந்தமான் தீவுகளின் மொத்த மக்கள்தொகை : *3,14,239.*

2002: ஜாரவாக் காப்புக் காடுகளுக்குள் புகுந்து செல்லும் பகுதிகளில் அந்தமான் நெடுஞ்சாலைப் பகுதிகளை மூடுவதற்கு இந்திய உயர்நீதிமன்றம் உத்தரவிட்டது.

2004: கொல்கத்தா உயர்நீதிமன்ற உத்தரவின் அடிப்படையில் ஜாரவாக்களை அவர்களின் இயல்பின்படி வாழ்வதற்கு எந்தவிதமான தொந்தரவும் இன்றி அனுமதிப்பது தொடர்பான ஜாரவாக் கொள்கை உருவாக்கப்பட்டது. ஜாரவாக் காப்புக்காட்டுப் பகுதி *1000* சதுர கிலோமீட்டர் அதிகரிக்கப்பட்டு மறுஅறிவிக்கை வெளியிடப்பட்து. சுமத்ரா தீவுகளுக்கு அருகில் ஏற்பட்ட நில நடுக்கத்தின் காரணமாக சுனாமி உருவானது.

2005: ஆள் இல்லாத தீவில் (Baren Island) எரிமலை வெடித்தது.

2006: ஜாரவாக்கள் மத்தியில் அம்மை பரவியது. திட்டக்குழுவினால் நிபுணர்கள் அடங்கிய துணைக்குழு அமைக்கப்

பட்டு அறிக்கை பெறப்பட்டது. திட்டக்குழு உறுப்பினர் டாக்டர். சையீதா ஹமீது, தேசிய ஆலோசனைக் குழு உறுப்பினர் திரு. ஜெய்ராம் ரமேஷ் இருவரின் தலைமை யிலும் இந்தத் துணைக்குழு அமைக்கப்பட்டது.

2007: அந்தமான் நிகோபார் நிர்வாகம் ஜாரவாக் காப்புக்காடு களைச் சுற்றிலும் ஐந்து கிலோமீட்டர் அளவுக்கு இடையகப் பகுதியை உருவாக்கியது.

2010: அந்தமான் பழங்குடியினத்தவரின் மொழியான 'போ' என்ற மொழியைப் பேசி வந்த கடைசிப் பெண்மணியாக நம்பப்படும் 85 வயது போவா இறந்தார்.

2004 ஆம் ஆண்டு உருவாக்கப்பட்ட ஜாரவாக் கொள்கைகளை மறுஆய்வு செய்வதற்காக நிபுணர் குழு அமைக்கப்பட்டது.

2011: ஜாரவா உண்மையான மக்கள்தொகை : 383, அந்தமான் பழங்குடிகளின் உண்மையான மக்கள்தொகை : 54. அந்தமான் தீவுகளின் மொத்த மக்கள்தொகை : 3,80,581.

2012: பிரிட்டிஷ் செய்தி ஏடான சண்டே அப்சர்வர் ('Sunday Observer') அந்தமான் நெடுஞ்சாலையில் சில ஆண்களின் வற்புறுத்தலுக்கு இணங்கி ஆடையின்றி நடனமாடிக் கொண்டிருக்கும் ஆறு ஜாரவாப் பெண்களின் வீடியோ காட்சியை வெளியிட்டதால் சர்ச்சை உருவானது. 2007ஆம் ஆண்டின் இடையகப் பகுதி அறிவிக்கை நீர்த்துப் போகும் படியான திருத்தத்தை அந்தமான் நிகோபார் நிர்வாகம் வெளியிட்டது.

2013: அந்தமான் நிகோபார் பூர்வீகப் பழங்குடிகள் பாதுகாப்பு ஒழுங்குமுறையில் திருத்தங்கள்; இடையகப்பகுதி மறு படியும் திருத்தியமைக்கப்பட்டது. அந்தமான் நெடுஞ் சாலையில் சுற்றுலாப் பயணிகளுக்கு அனுமதி மறுத்து உச்சநீதிமன்றம் ஆணையிட்டது. ஆனால் ஒரு சில வாரங்களுக்குப் பிறகு மறுபடியும் அனுமதியை வழங்கியது. அந்தமான் நிகோபார் பழங்குடிகள் ஆராய்ச்சி நிறுவனம் அமைக்கப்பட்டது.